# ஆடு புலி ஆட்டம்

AF765768

தேவிபாலா

notionpress.com

INDIA • SINGAPORE • MALAYSIA

ISBN 979-8-88883-696-5

# நூலாசிரியர் குறிப்பு

‘சாவி’ பத்திரிகையில் முதல் தொடர் வெளியிட்ட தேவி பாலா, அதன் பிறகு எல்லா வெகுஜனப் பத்திரிகைகளிலும் ஆயிரத்துக்கும் மேற்பட்ட சிறுகதைகள், தொடர், நாவல்கள் வெளியாகின. விகடனில் வெளியான ‘மடிசார் மாமி’ இவருடைய புகழ்பெற்ற படைப்பு. ‘கோலங்கள்’, ‘அலைகள்’, ‘நம்பிக்கை’, ‘தாமரை’ உள்ளிட்ட மெகா சீரியல்களுக்குக் கதை, திரைக்கதை, வசனம் எழுதியிருக்கிறார். ‘ஆனந்தம்’ மெகா தொடருக்குத் தமிழக அரசின் சிறந்த கதாசிரியர் விருது பெற்றார்.

# அத்தியாயம் 1

இரவு ஒன்பது மணி. அந்தப் பிரதேசத்தில் ஓடும் கடைசிப் பேருந்து அது. முந்தைய நிறுத்தத்தில் இரண்டு பேர் இறங்கிப் போக, பஸ்ஸில் பகவதியும் சற்றுத் தள்ளி அந்த மனிதனும் மட்டுமே இருந்தார்கள். பேருந்தில் ஏறியது முதல், அவன் பார்வை பகவதி மேல்தான் இருந்தது. அவனது முரட்டுத் தோற்றமும், சிவந்த கண்களும், பகவதியை அவன் பார்த்த பார்வையும் அவளது அடிவயிற்றைப் பிசைந்தது.

இப்போது பேருந்தில் இருவர் மட்டுமே. நடத்துநர் ஆழமான உறக்கத்தில் இருக்க, அவன் முன்னேறி வந்து அவளுக்கு அருகில் உட்கார்ந்தான். பகவதி நெளிய, அவனது கைகள் பின்னால் வந்து அவளது தோளைச் சுற்றிப் படர்ந்தது. பேருந்து குலுங்கி நிற்க, நடத்துநர் விழித்துக்கொள்ள, பகவதி எழுந்து வந்து டிரைவர் இருக்கைக்கு எதிரே உட்கார்ந்தாள். ஓடிய பஸ் சில நிமிடங்களில் நிற்க,

“கடைசி ஸ்டாப் வந்தாச்சு. இறங்குங்க!”

பகவதி இறங்க, அவனும் இறங்கினான். பகவதி நடக்க, அவன் பின்பற்றினான். ஆள் நடமாட்டம் இல்லை. நேரமும் இரவு ஒன்பதைக் கடந்துவிட்டது. திடீரென மின்சாரம் கண்களை மூடி, தெருவிளக்குகள் மரிக்க, பகவதி திரும்பிப் பார்த்தாள். வெகு அருகில் அவன் வந்துவிட, பகவதி மிரண்டு ஓடத் தொடங்கினாள். அவனும் இன்னும் வேகமாக அவளை நெருங்கி எட்டிப் பிடித்தான். பகவதி அலற, அவளை பலவந்தமாக அவன் தூக்க, அந்த கார் வந்து நின்றது. அதற்குள் அவளை அவன் திணிக்க, பகவதி அலற, கார் வேகமாக புறப்பட்டது.

அலறியபடி எழுந்தாள் கல்யாணி!

“அய்யோ! பகவதியை யாரோ கடத்திட்டு போறாங்க! கார்ல போறாங்க. அவளைக் காப்பாத்துடா சம்பத். மாப்ளே, நீங்களாவது வாங்க. அய்யோ! என் பொண்ணை காப்பாத்த யாருமே வரமாட்டீங்களா?”

அலறல் கேட்டு சம்பத் எழுந்துவிட்டான்.

“அம்மா சத்தம் மாதிரி இருக்கு சாதனா. நான் பார்த்துட்டு வர்றேன்.”

“நீங்க சும்மா இருங்க. உங்கம்மா யாரையும் தூங்கவிட மாட்டாங்க. என்னிக்கு நிம்மதியா இருக்க விட்டாங்க? பேசாமப் படுங்க!”

சம்பத் வருவதற்குள் பகவதி வந்துவிட்டாள். அம்மா கண்களை மூடிக்கொண்டு கதறி அழ, பகவதி அருகில் வந்து உலுக்கினாள்.

“அம்மா! என்னாச்சு? ஏன் அழற?”

“பகவதியை யாரோ ஒருத்தன் கார்ல கடத்திட்டுப் போறானே!”

சம்பத் வந்துவிட்டான். “பைத்தியமா உனக்கு? பகவதி இங்கேதான் இருக்கா. அவ எங்கேயும் போகலை. கண்ணைத் திறந்து பாரும்மா!”

அம்மா கண்களைத் திறக்க, எதிரே பகவதி நின்றாள். அதற்குள் சாதனாவும் வந்துவிட்டாள். அம்மா கண்களைத் திறந்தபடி, கண்ணீருடன் விவரம் சொல்ல,

“இப்படித்தான் போன மாசம் பகவதியைப் பாம்பு கடிச்சிட்டதா சத்தம் போட்டு இவங்க மயங்கி விழுந்து ஆஸ்பத்திரிக்குத் தண்டம் அழுது, போதும்டா சாமி! கடவுள் நம்ம தலைல ஆணியால எழுதியிருக்காரு. இந்தம்மாவை வச்சிட்டு நமக்கெல்லாம் ஒரு நல்லதும் நடக்கப்போறதில்லை.”

“ஏம்மா இப்படி உயிரை எடுக்கறே? காலைல எழுந்து நாங்கள்லாம் ஆஃபீசுக்கு போகவேண்டாம்? இந்த மாதிரி நீ தூக்கத்தைக் கெடுத்தா எப்படீம்மா?”

“அண்ணே! நீங்க ரெண்டு பேரும் போய்ப் படுங்க. நான் பாத்துக்கறேன். ஸாரி அண்ணி!”

“ஆமாம்! இதுல ஒண்ணும் குறைச்சல் இல்லை. ஆத்தாளோட ஆட்டம். மகளோட மன்னிப்பு. எனக்கு இந்த ஜென்மத்துல விடியப் போறதில்லை.”

சாதனா முனகிக்கொண்டே போக, பகவதி அருகில் வந்தாள்.

“ஏம்மா இப்படிப் பண்ற? அன்னிக்கு பாம்பு. இன்னிக்கு கடத்தலா? நான் வீட்டைவிட்டு வெளில எங்கேம்மா போறேன்? என்னைக் கடத்தி யாருக்கு என்ன லாபம்மா? நாமே அவங்களுக்கு பாரம்னு அண்ணி ஒவ்வொரு நாளும் நம்மைக் கரிச்சுக்கொட்டறது உனக்குத் தெரியாதா? நீயே ஏன்மா அவங்க வாய்ல போய் விழற?”

“எனக்கு கனவு வந்தா அது பலிக்கும்டி பகவதி. ஏதோ ஒரு வகைல உனக்கு ஆபத்து வருமோனு தோணுது. உங்கப்பாவுக்கு விபத்து ஏற்படற மாதிரி கனவு வந்தது எனக்கு. கடைசில அவர் விபத்துலதானே செத்தார். எனக்கு ரொம்ப பயம்மா இருக்கு பகவதி! தலை சுத்துது.”

பகவதி போய் மாத்திரை எடுத்துவந்து தந்தாள். குடிக்கத் தண்ணீர் தந்து படுக்கவைத்தாள். அம்மா கொஞ்ச நேரத்தில் உறங்கிவிட்டாள். பகவதிக்கு உறக்கம் தொலைந்தது.

பகவதி என்றைக்குத் தூங்கினாள்?

கதைக்குள் முழுமையாக நீங்கள் போவதற்கு முன், இந்தக் குடும்பம் பற்றி தெரிந்துகொண்டால், கதை சூடாக சுறுசுறுப்பாக இருக்கும். நம் கதாநாயகி பகவதி என்பது இந்த நேரம் உங்களுக்குத் தெரிந்திருக்கும். கல்யாணி அம்மா நன்றாக வாழ்ந்தவள்தான். கணவர் கேரளாவில் தோப்பும் துரவுமாக வாழ்ந்தார். செழிப்பான குடும்பம். முதலில் சம்பத், அதன்பிறகு ஜீவா, கடைசியாக பகவதி என மூன்று குழந்தைகள். சம்பத் பள்ளிப் படிப்பின் இறுதியில், அவனைவிட மூன்று வயது இளையவள் ஜீவா, ஒன்பதாவது. அவளுக்குப் பிறகு ஆறு வருஷங்கள் கழித்து பிறந்த நம் நாயகி பகவதி.

பகவதி மூன்றாம் வகுப்பு படிக்கும் நேரம்தான் அப்பா முகுந்தன் குடிப் பழக்கம், சூதாட்டம், பிற பெண்களின் தொடர்பு எனச்

சகல கல்யாண குணங்களுக்கும் ஆளாகி சீரழியத் தொடங்க, முதலில் அம்மா கல்யாணி கண்டுகொள்ளவில்லை. ஆனால், அது தீவிரமாக ஊர்மக்கள் அதை ஒரு புகாராக்கி, "ரொம்பத் தப்பா இருக்கு அம்மே! உங்களுக்கு மூணு குழந்தைங்க. அதிலும் ரெண்டு பொண்ணுங்க. இது நல்லதில்லை" என எச்சரிக்க, கல்யாணி அப்போதும் மௌனம் சாதித்தாள்.

ஆனால் வனஜா என்றொரு பெண்ணுடன் அவருக்கு ஆழமான தொடர்பு என்பது தெரிந்து, அவள் ஒரு மாதிரி தப்பான பெண், பணத்துக்காக எதையும் செய்வாள் என்பது தெரிந்ததும், கல்யாணி ஆவேசமாகிவிட்டாள். அடுத்த வாரமே கோயிலில் வைத்து முகுந்தன், வனஜா இருவரையும் பார்த்தாள். பட்டு கட்டி கணவன் மனைவி போல இருவரும் வந்திருக்க, பொறுக்க முடியாமல் பொங்கிவிட்டாள். அதுவும் அந்த வனஜா தலையில், முகுந்தன் பூ வைத்து, அவளுக்குக் குங்குமமும் வைக்க, கல்யாணி தாளமாட்டாமல் அங்கேயே ரகளை பண்ணிவிட்டாள். கூட்டம் கூடிவிட்டது.

கல்யாணி, வனஜாவை அறைந்து, "என் புருஷன் உனக்கு எதுக்குடி பூவும் பொட்டும் வைக்கணும்?" எனச் சீறினாள்.

"அதை உன் புருஷனைக் கேளு. நான் அவரை நாடலை. அவர்தான் என் காலடில விழுந்து கெடக்கார். உன்னால முடிஞ்சா தடுத்து நிறுத்துடி" எனப் பதில் சவால்விட்டு பல பேர் இருப்பதையும் பொருட்படுத்தாமல் கல்யாணியைக் கேவலமாகப் பேசி, பதிலுக்கு அறைந்து, முகுந்தனையும் இழுத்துக்கொண்டு வனஜா வெளியேறினாள்.

அந்தச் சமயம் அம்மாவுடன் பகவதி இருந்தாள். பலத்த அதிர்ச்சியுடன் அதைக் கவனித்துக்கொண்டிருந்தாள். அம்மா அவளை அணைத்து அழைத்து வந்தாள். வீட்டுக்கு வந்த அம்மா சாப்பிடாமல் அழுதுகொண்டிருக்க, அண்ணனும் அக்காவும் காரணம் கேட்டனர். அம்மா மௌனம் சாதிக்க, பகவதி கோயிலில் நடந்ததைச் சொல்ல, சம்பத்தும் ஜீவாவும் பொங்கிவிட்டார்கள்.

"வீட்டுக்கு வரட்டும், அவரை நாங்க விடப்போறதில்லை."

“வேண்டாம்டா. நீங்க சின்னப் புள்ளைங்க! அவர் உங்கப்பா. இந்தக் குடும்பத் தலைவன். அவரை நீங்க யாரும் எதிர்க்கக் கூடாது! இது என் பிரச்னை. நான் சரிப்பண்ணிக்கறேன். நீங்க பேசாம இருங்க.”

அன்று இரவு முகுந்தன் நன்றாகக் குடித்துவிட்டு வந்து, “ஏண்டீ, பொது இடத்துல வச்சு என்னை அசிங்கப்படுத்தறியா? என்ன தைரியம் உனக்கு?”

“வேண்டாம். நம்ம புள்ளைங்க எதிர்ல உங்க அசிங்கமான போக்கை நான் வெளிச்சம் போட விரும்பலை. எல்லாத்தையும் விட்ருங்க. நமக்கு மூணு குழந்தைங்க, மறக்க வேண்டாம். அந்த வேசியோட தொடர்பு இனி வேண்டாம். உங்களுக்கு நான் என்ன குறை வச்சேன்? வேண்டாங்க இந்த விபரீத போக்கு!”

“யாருடி வேசி? வனஜாவைப் பேசின இந்த வாயை கிழிக்கறேண்டி!” அடுத்த நொடியே மிருகத்தனமாக அவளை அடிக்கத் தொடங்க, சம்பத், ஜீவா தாளமுடியாமல் பாய்ந்து அதைத் தடுத்தனர். அவர்களுக்கும் அறை விழ, கல்யாணி அலற, ரணகளமாகிவிட்டது வீடு.

பிள்ளைகளை அணைத்தபடி, “வேண்டாங்க! புள்ளைங்களை அடிக்காதீங்க. அவங்க தாங்கமாட்டாங்க! நான் எதுவும் கேக்கலை. என் குழந்தைங்க அடி வாங்கறதை என்னால தாங்கிக்க முடியலை” கதறிவிட்டாள். குழந்தைகளை உள்ளே அழைத்துவந்து காயத்துக்கு மருந்து போட்டுவிட்டு கட்டிக்கொண்டு கதறினாள்.

நாளுக்கு நாள் இது அதிகமானது. அந்த வனஜா, ஊரின் பெரிய மனிதர்கள் நாலைந்து பேரை கைக்குள் வைத்திருந்தாள். குறிப்பாக, ஒரு போலீஸ் அதிகாரி, ஒரு கிரிமினல் லாயர் அவளது வாடிக்கையாளர்கள். அதனால் இந்த விவகாரம் கல்யாணியின் அண்ணனுக்குப் போக, அவனும் முட்டி மோதி மண்டை உடைந்து விலகிவிட்டான்.

கல்யாணி மற்றும் மூன்று குழந்தைகளை ஆதரிக்க ஆளில்லை. முகுந்தன் வீட்டுக்கு வருவதே குறைந்துவிட, தரும் பணமும்

குறைய, கல்யாணியின் வாழ்வாதாரம் நிலைதடுமாறியது. முகுந்தனின் வருமானம் மொத்தமும் அவள் கைக்கு போகத் தொடங்க, கல்யாணி ஊர்மக்களை நியாயம் கேட்க, அந்த அராத்து போலீசை வைத்து மிரட்டல் ஆரம்பமானது.

ஜீவா வயசுக்கு வந்த பெண் என்பதால் கல்யாணி பயந்தாள். பள்ளிக்கூடம் செல்லும் பெண் ஒழுங்காக வீடு திரும்ப வேண்டுமே என்ற பயம். தினசரி ஒரு கலக்கம். அடாவடி செய்பவர்களிடம் யார்தான் மோதமுடியும்? தன் குடும்பத்துக்கு பிரச்னை வரக்கூடாதே என நல்லவர்களும் ஒதுங்கத் தொடங்கிவிட்டார்கள்.

திடீரென வனஜா ஊரைவிட்டே போகப்போகிறாள் என ஒரு தகவல் வர, கல்யாணி சந்தோஷப்பட்டாள். ‘தனக்கு விடிந்துவிட்டது’ என நம்பினாள். அது விடியல் அல்ல விபரீதம் எனப் புரிந்தது அடுத்த வாரமே. அத்தனை சொத்துக்களையும் போதையில், அவள் விரித்த காம வலையில் அவளுக்கு எழுதி கொடுத்துவிட்டான் முகுந்தன் எனத் தகவல் வந்தது. அவர்கள் இருவரும் துபாய் போகிறார்கள் என்ற தகவலும் வந்தது.

கல்யாணி நியாயம் கேட்க ஓடினாள். அங்கே முகுந்தன் கட்டிய தாலியுடன் நின்றாள் வனஜா. கல்யாணி அலறிவிட்டாள்.

“மனைவி, அவளுக்குப் பிறந்த மூணு குழந்தைங்க இருக்கும்போது, இவளுக்கு எப்படி நீங்க தாலி கட்டலாம்?”

“கோர்ட்டுக்கு போ! கேஸ் போடு. நாங்க இன்னிக்கு விமானம் ஏறப்போறோம். கொஞ்சம் பணம் தர்றேன். அதைவச்சு பொழச்சுக்கோ. எதிர்த்தா, நீ விபச்சாரம் பண்ணினதா வழக்கு வரும். போலீஸ், வக்கீல் எல்லாரும் என் கையில! எப்படி வசதி? பணம் வேணுமா வேண்டாமா?”

பேசமுடியாமல் வாயடைத்து கண்ணீர் கொப்பளிக்க வீடு திரும்பினாள் கல்யாணி. குழந்தைகளிடம், “இனி உங்களுக்கு அப்பா இல்லைப்பா!” கதறினாள். மூன்று பேரும் அம்மாவுடன் சேர்ந்து கண்ணீர்விட்டார்கள். எதிர்காலம் குறித்து மிரண்டார்கள். அப்பா என்ற உறவை அடியோடு

வெறுத்தார்கள். மற்ற இருவரும் அப்பாவை மட்டும்தான் வெறுத்தார்கள்.

ஆனால் பகவதி, ஆண் வர்க்கத்தையே வெறுக்கும் சூழ்நிலை அவள் வாழ்வில் அடுத்தடுத்து உருவானது. ஏன்? பகவதி ஏன் ஒட்டுமொத்தமாக ஆண்களை வெறுத்தாள்?

**- தொடரும்**

# அத்தியாயம் 2

**அ**ம்மாவை உறங்க வைத்த பின், பகவதி விழித்திருந்தாள். அம்மாவின் முகத்தையே பார்த்தபடி இருந்தாள்.

பாவம் அம்மா! அந்தக் கேடு கெட்ட வனஜாவுடன் அப்பா போனபிறகு, கையில் மிஞ்சியிருந்த நகைகளை அம்மா விற்க ஏற்பாடு செய்தாள். ஆனால், சொந்தமாக ஒரு வீடு இருக்கிறதே எனச் சந்தோஷப்பட்டாள். அந்தச் சந்தோஷத்திலும் மண் விழுந்தது. அது முகுந்தன் பெயரில் இருந்ததால், அதையும் அப்பா விற்றாகிவிட்டது. அதை வாங்கியவர்கள் அடுத்த மாதமே குடும்பத்துடன் வந்து நிற்க, கல்யாணிக்குத் தலை சுழன்றது.

"புள்ளைங்களோட இருக்கீங்க, ஒரு வாரம் டயம் தர்றோம். அதுக்குள்ள காலி பண்ணுங்க. வேற இடம் பார்த்துக்குங்க!"

'அழகானத் தோட்டத்துடன் கூடிய செழிப்பான வீடு. எல்லா வளங்களும் உள்ள வீடு. எப்படி வாழ்ந்த வாழ்க்கை? நான் பிள்ளைகளுடன் எங்கே போவேன்?' திக்குத் தெரியாமல் நின்றாள் கல்யாணி. அண்ணன் வீட்டில் குடி புகுந்தாள்.

கல்யாணி செழிப்பாக இருக்கும்போது, அண்ணன் குடும்பத்துக்கு அரிசி, தேங்காய், காய்கறி, பழங்கள் எனத் தன் தோட்டத்திலிருந்து அனுப்புவாள். இங்கே உட்கார்ந்து குடும்பம் பிழைக்கும். ஆனால், நாதியில்லாமல் போய் நிற்க அவர்களுக்கும் ஏளனமாகி விட்டது. அங்கேயும் அலட்சியமும் கொடுமையும் கூடிப்போக, அந்த நேரம் பள்ளிப் படிப்பின் இறுதியில் இருந்தான் சம்பத். அதனால் பல்லைக் கடித்துக்கொண்டு ஒரு வருஷம் ஓட்டினாள் கல்யாணி.

அண்ணன் வீட்டிலும் நரக வேதனை தொடர்ந்தது. சம்பத் படிப்பை முடிக்க, தெரிந்த ஒரு நல்ல மனிதர், இவர்கள் மேல் அக்கறைகொண்ட பெரிய மனிதர் உதவிசெய்ய

முன்வந்தார். ஒரு காலகட்டத்தில் கல்யாணி அவருக்கு நிறைய உதவிகள் செய்ததுண்டு. கல்யாணிக்கு இந்தக் கொடுமைகள் நடக்கும்போது அவர் ஊரில் இல்லை. சமீபத்தில்தான் வந்தார். இவர்களைப் பார்த்துக் கதறிவிட்டார்.

"அம்மா! சென்னைல எனக்கொரு வீடு இருக்கு. அந்த வீடு இப்பப் பூட்டி கிடக்கு. வாடகைக்குக்கூட யாரும் வர்றதில்லை."

"ஏன்?"

"அங்கே ஒரு பெண் தற்கொலை செஞ்சுகிட்டு செத்த காரணமா யாரும் வர்றதில்லை. உங்களுக்குத் தடையில்லைனா, நீங்க குடும்பத்தோட வரலாம். எனக்கு வாடகை கூடத் தர வேண்டாம். எனக்கும் சென்னைலதான் வேலை!"

"நாங்க வர்றோம். என் பிள்ளை சம்பத்துக்கு வேலை ஏதாவது வாங்கிக் குடுங்க!"

"அவன் படிக்கட்டும்மா!"

"எப்படிங்க? பணம் வேண்டாமா?"

"நான் ஏற்பாடு பண்றேன். அந்த வீட்டுக்கு வர சம்மதமா?"

"நானே இப்ப நடைபிணம்தான். இவங்க மூணு பேர் இல்லைனா, நானும் தற்கொலை முடிவைத்தானே எடுத்திருப்பேன். என்னைப் பொறுத்தவரை ராசில நம்பிக்கை இல்லை. நாங்க வர்றோம்."

புறப்பட்டுவிட்டார்கள்.

* * * * *

**"ஏ**ய் பகவதி! எழுந்திரு. இன்னும் என்ன தூக்கம்?" அண்ணி சாதனா அவளை எழுப்ப, பகவதி மிரண்டு எழுந்தாள்.

"மணி ஏழாச்சு. இன்னும் என்ன தூக்கம்? நாங்க ரெண்டு பேரும் ஆஃபீஸ் போக வேண்டாம்? புள்ளையை ஸ்கூலுக்கு அனுப்பணும். சமையல் வேலையைக் கவனி. வர வர உனக்கு சோம்பேறித்தனம் அதிகமாகுது."

“அண்ணி! அம்மாவை தூங்க வச்சிட்டு நான் தூங்க, மணி நாலாயிடுச்சு!”

“உங்கம்மா பச்ச குழந்தை பாரு. நீ தாலாட்டுப் பாடி தூங்க வைக்கணுமா? ஆத்தாளும் மகளும் அடிக்கற ராக்கூத்து சகிக்கலை!”

“இப்படி நெருப்பா கொட்டாதே சாதனா. அவளும் மனுஷிதான். அந்த ஞாபகம் உனக்கு இல்லையா? காலைல நாலு மணிக்கு எழுந்தா, ராத்திரி அவ படுக்க, பதினொரு மணி ஆகுது. உனக்கு இரக்கமே இல்லையா?” – கல்யாணி.

“இதப் பாருங்க, மத்தவங்க தயவுல வாழ நேர்ந்தா வாயைப் பொத்திட்டு வேலையைச் செய்யணும். நானும்தான் கை நிறைய சம்பாதிக்கறேன். தனியா என் புருஷனோட போய் வாழமுடியுதா? வியாதிக்கார மாமியார், கல்யாணம் ஆகாத தங்கச்சினு ரெண்டு மூட்டையைத் தூக்கி என் தலைல கடவுள் வச்சிடுச்சே! நான் பண்ணின பாவம்.”

“சரி! எங்களை தெருவுல தூக்கி வீசிட்டு நீ உன் புருஷனை கூட்டிட்டுப் போயேன்!”

“எழுந்து நாலடி நடக்க தெம்பில்லை. இதுல வாய் மட்டும் கிழியுது!”

“அம்மா! நீ பேசாம இருக்க மாட்டியா? இந்த நிலைமைல நாம இருந்தும் நீ வாய் பேசறியேம்மா, இது சரியா? பேசாதேம்மா. அண்ணி நீங்க குளிக்கப் போங்க. நான் சமைச்சிடறேன்.”

வேகமாக உள்ளே போனாள் பகவதி. அடுத்த முக்கால் மணி நேரத்தில் புயல் வேகத்தில் செயல்பட்டு, காலை உணவு, மதிய சாப்பாடு எல்லாம் தயார்செய்து இருவருக்கும் பேக் செய்து, குழந்தையைப் பள்ளிக்குத் தயார்செய்து பம்பரமாகச் சுழன்றாள் பகவதி. இருவரும் பைக்கில் புறப்பட்டுப்போக, குழந்தை நிஷாவுக்குப் பள்ளிக்கூட வேன் வர, அவளை ஏற்றிவிட்டு உள்ளே வந்தாள். அதன்பிறகு அம்மாவை குளிக்கவைத்து டிபன், மருந்தையும் தந்து, அம்மாவை படுக்கவைத்து நிமிர, நேரம் பதினொன்று.

“நீ சாப்பிட்டியாம்மா?” என அம்மாகூடக் கேட்கவில்லை. அவளைப் பற்றி விசாரிக்க யாருமில்லை. வயதும் முதிர்ந்து நோயும் வந்துவிட்டால், கூடவே சுயநலமும் வரும் போலிருக்கிறது. தன்னைப் பற்றி மட்டும்தான் எண்ண வைக்கிறது.

இதே அம்மா தன்னைப் பற்றி கொஞ்சமும் யோசிக்காமல், குழந்தைகளுக்காக வாழ்ந்த காலம் ஒன்று உண்டு. தியாகத்தின் மொத்த உருவமாக இருந்த அம்மா, நோய் வந்து படுக்கையில் படுத்த பிறகு, சுயநலத்தின் வடிவமாகிவிட்டாள். ஒரு ஏமாந்த மனைவியாக எல்லாம் இழந்து நின்ற அம்மா, இன்று மாமியார் குணத்தை அவ்வப்போது காட்டுகிறாள். தன் நோய், மருந்து, தன் உடல்நிலை என்று எந்த நேரமும் தன் புராணம்தான்!

பேருக்கு சாப்பிட்டுவிட்டு பகவதி பாத்திரங்கள் தேய்த்து துணி துவைக்கத் தொடங்கினாள். அண்ணன் சம்பத் பாசமாக இருந்தவன்தான், அண்ணி சாதனா வரும்வரை.

கேரளத்தை விட்டு இங்கே இடம்பெயர்ந்து, இந்த வீட்டில்தான் குடியேறினார்கள். இதுதான் அந்தத் தற்கொலை வீடு. கல்யாணி ஒரு வேகத்தில் சொல்லிவிட்டாலும், முதலில் இங்கே குடியேறியதும், இரண்டு பெண் குழந்தைகளையும் வைத்துக்கொண்டு பயந்தது நிஜம்தான். முதலில் குழந்தைகளிடம் இதைச் சொல்லவில்லை. ஆனால், எந்த ஒரு விபரீதமும் நடக்கவில்லை. அந்த ஏரியாவில் உணவுக்கூடம் எதுவும் இல்லை என்பதால், நகைகளை விற்ற பணம் கொஞ்சம் இருந்ததால், கல்யாணிக்கு ருசியாக சமைக்கத் தெரிந்ததால், ஒரு மெஸ் ஆரம்பித்துவிட்டார்கள்.

வீடு கொடுத்த நண்பர் கல்யாணம் ஆகாதவர். அவரும் மாடிப் பகுதியில் இங்கேயே தங்கிக்கொண்டு, மெஸ்ஸில் சாப்பிட்டபடி ஆஃபீஸ் போனார். சம்பத் கல்லூரியும், ஜீவா பதினொன்றாம் வகுப்பு, பகவதி ஆறாம் வகுப்பு எனச் சேர்ந்தார்கள். கேரள சமையலுக்கு இங்கே ரசிகர்கள் கூட, மெஸ் சூடு பிடித்துவிட்டது. கல்யாணி மாடு போல உழைத்தாள். உழைக்க கல்யாணிக்கு சொல்லித்தரவா வேண்டும்?

முதலில் தற்கொலை வீடு என்ற பெயர் இருந்ததால், யாரும் வரவில்லை. அதன்பிறகு, ருசி பற்றிய தகவல்களை நாலைந்து பேர் பரப்பிவிட்டதால், மெல்ல மெல்லக் கூட்டம் சேரத் தொடங்கிவிட்டது. கணிசமான கூட்டம் வர, கல்யாணி உற்சாகமானாள். ஜீவா பள்ளியில் படித்துக்கொண்டே முடிந்தவரை உதவி செய்தாள். காலை ஆறு மணிக்குக் கடை திறந்தால், மூடுவது இரவு ஒன்பது மணிக்கு. ஜீவா பள்ளி முடிந்து வந்து உழைத்தாள்.

அப்பா காரணமாக பிள்ளைகள் முகத்தில் இருந்த கலவரம் இப்போது விலகி, குழந்தைகள் சந்தோஷமாகிவிட்டார்கள். அந்த நண்பர் ஹரி ராசியானவர். அவரால் இந்தக் குடும்பத்துக்கு நல்லது நடந்ததால், அவர் சந்தோஷமாக இருந்தார்.எல்லாமே சரியாக நடந்தது. முகுந்தனால் பட்ட அவமானங்களுக்கும் இழப்புகளுக்கும், பெருத்த நஷ்டங்களுக்கும் மத்தியில் வாழ்க்கையே தொலைந்து போய்விட்டது என கல்யாணி உடைந்துபோக, அது நடக்கவில்லை. ஹரி கடவுள் போல வந்துவிட்டார். குழந்தைகள் சந்தோஷமாக அவரை மாமா என அழைத்தபடி வலம்வர, ஹரியும் வீட்டில் ஒருவராகிவிட்டார்.

“அண்ணா! நீங்க ஏன் கல்யாணமே செஞ்சுக்கலை?” கல்யாணி கேட்டாள்.

“நான் சின்ன வயசு முதலே அனாதை. மத்தவங்க தயவுல வாழ்ந்தேன் சேச்சி. அது உங்களுக்கே தெரியும்.”

அவர் கல்யாணியைவிட மூத்தவர். ஆனால், சேச்சி என்றுதான் அழைப்பார். முகுந்தனுக்கு நெருங்கிய நண்பர். பல சமயம் ஹரியிடம் பணமில்லாதபோது உதவிசெய்தது முகுந்தன்தான். கல்யாணி வயிறார சாப்பாடு போடுவாள். வேலையில்லாமல் ஹரி பல நாள் இருந்தபோது, ஆதரித்தது கல்யாணிதான். பிறகு, மும்பையில் ஒரு நபரிடம் சொல்லி வேலை வாங்கித் தந்தது முகுந்தன்தான்.

“நான் திரும்பி கேரளா வந்தப்ப, எல்லாம் தலைகீழாயிடுச்சே சேச்சி. நான் இருந்திருந்தா, அந்த வனஜாவைக் கொன்னு, முகுந்தனை மீட்டிருப்பேன். நான் தனியாள். ஜெயிலுக்குப்

போனாலும் தப்பில்லை. உங்களை, குழந்தைகளை வாழ வச்சிருப்பேன்!"

"இப்ப நாங்க வாழக் காரணம் நீங்கதானே?"

"இல்லைம்மா. குடும்பம், தலைவன் இல்லாத குடும்பம் ஆயிடுச்சே! நான் உங்ககிட்ட குடிச்சகஞ்சிக்கு இது நன்றிக்கடன்" அழுதுவிட்டார் ஹரி.

இங்கே மெஸ் நன்றாக ஓட, எதிரிகளுக்குப் பொறுக்குமா? நாணயமாக நாலு காசு உழைத்து சம்பாதிக்க கல்யாணி பாடுபட, யாருக்கோ பொறுக்கவில்லை. கல்யாணிக்கும் ஹரிக்கும் தொடர்பு இருப்பதாகப் புரளி கிளம்பி, அது காட்டுத்தீயாக பரவியது. அந்த நேரம், சம்பத் பட்டப்படிப்பை முடித்திருந்தான். முதல் வருஷம் கல்லூரியில் ஜீவா. பள்ளியில் பகவதி.

"அம்மாவோடும் ரெண்டு பொண்ணுங்ககூடவும் ஹரி குஜாலா இருக்கான்" எனப் பற்றவைக்க, இவர்களை எல்லோரும் ஒரு மாதிரி பார்த்தார்கள். ஜீவா, பகவதி வெளியில் வந்தாலே கசமுசா பேச்சு. சம்பத் முதுகுக்குப் பின்னால் கேலி, தாறுமாறான பேச்சு. இதனால் ஒரு சிலரை ஹரி அடிக்கப் போக, பிரச்னை பெரிதானது. மெஸ்ஸை மூடிவிடலாம் என சம்பத் சொல்ல, ஹரி தடுத்தார்.

"நான்இங்கிருந்துபோயிடறேன்மா! புள்ளைங்கதலையெடுக்கற வரைக்கும் மெஸ் நடந்தாகணும். இதுல பிரச்னை நான்தான். நான் போயிட்டா எல்லாம் அடங்கிடும்."

"இது உங்க வீடு அண்ணா, நாங்கதான் போகணும். நீங்க எங்கே போவீங்க? நீங்க எந்தத் தப்பும் செய்யலையே?"

"ஆமாம் மாமா? நீங்க போகக்கூடாது!" பெண்கள் இருவரும் சொல்ல,

"மாமா சொல்றதுதான் சரி. நாம எங்கே போவோம்?" சம்பத்தின் சுயநலம் தலைதூக்கியது. அந்த நேரம் கல்யாணியே அதை வெறுத்தாள். ஆனால், ஹரி தீர்மானித்துவிட்டார். புறப்பட்டும்விட்டார்.

“நமக்காக உழைச்சவர். நம்மை தெருவுக்குக் கொண்டுவராம காப்பாத்தினவர். அவர் போக நீ அனுமதிச்சது நன்றிகெட்ட செயல்.”

“நமக்கு வேற வழியில்லைம்மா. அவர் தனி மனுஷன். நாம குடும்பம்.”

“இந்தக் குடும்பத்தை தாங்கிப் பிடிச்சது அந்தத் தனி மனுஷன்தான்டா!” ஜீவா சீறினாள்.

பகவதி மட்டும் சகலமும் பார்த்துகொண்டிருந்தாள். தான் பேசுவதற்காக சம்பத் கொஞ்சமும் வெட்கப்படவில்லை. தன்னைப் பாதுகாத்துகொள்ள வேண்டும் என்ற உணர்வுதான் தலைக்கு மேல் நின்றது.

“ஹரி மாமா போயிட்டா, எல்லாப் பேச்சும் அடங்கிடுமா? நம்மைப் பேச மாட்டாங்களா?” ஜீவா கேட்டாள்.

“கண்டிப்பா அடங்கும். பேச்சுக்குக் காரணம் அவர்தானே? அவர் எடுத்த முடிவு சரிதான். யாரும் விமர்சனம் பண்ண வேண்டாம். விட்ருங்க!”

அம்மாவும் ஜீவாவும் அதற்கு மேல் பேசவில்லை. ஆனால், கண்களில் வெறுப்பு இருந்தது.

பகவதி, ‘அப்பா’ என்ற மனிதனைப் பார்த்த பிறகு ஆண் வர்க்கத்தையே சபித்தாள். இப்போது ‘அண்ணன்’ என்ற ஆண்பிள்ளையின் சுயநலம் அவளை யோசிக்க வைத்தது.

‘எல்லா ஆண்களும் இப்படித்தானா?’

**- தொடரும்**

# அத்தியாயம் 3

**மா**லை மூன்று மணிக்கு பள்ளியிலிருந்து குழந்தை நிஷாவை அழைத்து வந்தாள் பகவதி. நிஷாவுக்கு டிபன் தந்து, அதற்கு வீட்டுப் பாடம் என்னவென்று பார்த்து, அவளுடன் உட்காருவதற்குள் அம்மா அழைத்தாள். அம்மாவை பாத்ரூம் அழைத்துச் செல்ல வேண்டும். வீட்டுக்குள் நடப்பதே சிரமம் என்றாகிவிட்டது. சிறுநீரை அடக்கமுடியாது. அடிக்கடி வரும். ஏதாவது வேலையாக இருந்து பகவதி சற்று தாமதப்படுத்தினால், படுக்கையில் போய்விடுவாள் அம்மா. அதைச் சுத்தப்படுத்தும் வேலை. இரவானால் டயபர் போட்டுவிடலாம் என சம்பத் சொல்ல, முதல் ஒரு மாதம் அதைச் செய்தார்கள்.

"உங்கம்மாவுக்கு டயபர் வாங்கவே ஒரு சம்பளம் போதாது. பகவதி ஆஃபீசுக்கா போறா? ராத்திரி எழுப்பி கூட்டிட்டுப் போகட்டும். என்னால செலவழிக்க முடியாது."

இதனால் ராத்திரி ஆறு முறை அம்மாவை பகவதி அழைத்துப் போவதால் அவளுக்குத் தூக்கம் அறவேயில்லை. அம்மா விழாமல், அம்மாவின் உடல் பாரம் மொத்தத்தையும் தாங்கி, பகவதி படும்பாடு யாருக்குத் தெரியும்? அண்ணி தயவில் வாழ்வதால் அடங்கித்தான் போகவேண்டும். பகவதியும் பட்டதாரிதான். ஹரி மாமா வீட்டை விட்டுப் போனபிறகும் மெஸ் நடந்தது. ஆரம்பத்தில் தெறித்த பேச்சுவார்த்தைகள் அடங்கிப்போக மெஸ் நன்றாகவே நடந்தது.

"நான் சொன்னேனில்ல? அவர் இருந்த காரணமாத்தான் இத்தனை பிரச்னை!"

"டேய்! உனக்கு காலேஜ்ல இடம் வாங்கி, எங்க ரெண்டு பேரையும் ஸ்கூல்ல சேர்த்து, எல்லாமே செஞ்சது அவர்தான்!"

"இருக்கட்டும் ஜீவா! அதுக்காக நமக்கொரு பிரச்னை வருதுன்னா அதைத் தாண்டி அவரை ஏத்துக்க முடியுமா?"

பகவதிக்கு மறுபடியும் கசப்பு படர்ந்தது. பி.காம் முடித்ததும், சம்பத்துக்கு ஒரு வங்கியில் ஏற்கனவே பரீட்சை எழுதியிருந்ததால் அதில் தேறி, நேர்முகத்துக்கு அழைத்து வேலையும் கிடைத்துவிட்டது. அது ஒரு வெளிநாட்டு வங்கி. உலக அளவில் பிரசித்தம். பெரிய சம்பளம். குடும்பமே குதூகலப்பட்டது. உடனே ஹரிக்குச் சொல்ல வேண்டும் என்றாள் ஜீவா.

"அவசியமே இல்லை. அவர் இங்கே வந்தா திரும்பவும் விவகாரம். நான் பார்த்துச் சொல்லிக்கறேன்!"

சம்பளம் வரத் தொடங்க, வாழ்வாதாரம் சீர்படத் தொடங்கிவிட்டது. அதனால் ஜீவா, அவளைத் தொடர்ந்து பகவதி என எல்லாருமே படிக்கத் தொடங்கிவிட்டார்கள். சம்பளத்தை அம்மா கையில்தான் கொண்டுவந்து தருவான் சம்பத். அதிலெல்லாம் ஒரு குறையும் இல்லை. அவனுக்குத் தேவையானதை எடுத்துக்கொண்டு மீதியைத் தருவான். அம்மா மெஸ்ஸும் நடத்துவதால் பணத்துக்கு பிரச்னையில்லை. உழைப்பு அதிகம். ஜீவாவும் அடுத்த மூன்று வருஷங்களில் பட்டதாரியாக, பகவதி கல்லூரிக்கு வந்துவிட்டாள். அம்மா, ஜீவாவின் கல்யாணப் பேச்சை எடுத்தாள். ஜீவாவுக்குத் தனியாரில் ஒரு நல்ல கம்பெனியில் வேலை கிடைக்க,

"அம்மா! நான் கொஞ்சம் சம்பாதிச்சு தர்றேன். சம்பத்தும் சம்பாதிக்கறான். பணத்தை சேர்த்துக்கலாம். இப்ப கல்யாணச் செலவு எதுக்கு? அது வேண்டாம்."

"நல்லாருக்குடி. வயசுப் பொண்ணுகளை வீட்ல வச்சிட்டு நான் படற வேதனை உங்களுக்குப் புரியாது. பகவதி வேகமா வளர்ந்துட்டு வர்றா. வாளிப்பா அழகா இருக்கா. உனக்கு நடந்தாதான் அவளுக்கும் நடக்கும். உன்னை வச்சிட்டு அவளைக் கேட்டுட்டா?"

அம்மாவின் இந்தப் பேச்சுக்கு வானத்து அஸ்வினி தேவதைகள் ததாஸ்து என்று சொல்லி இருக்க வேண்டும்.

அம்மா இதைச் சொன்னதும் ஜீவாவுக்கு சுருக்கென்றது. "ஏன்மா நான் பார்க்க மோசமாவா இருக்கேன்? இப்படிப் பேசற?"

“நான் தப்பா சொல்லலைடி! உன்னை மட்டமா எடை போடவும் இல்லை.”

அது முதல், அக்கா ஜீவா எப்போதுமே பகவதி மேல் ஒரு கண் வைத்துக்கொண்டே இருப்பாள். தாவணியை இடுப்பு தெரிய கட்டினால், உடனே வந்து நிற்பாள்.

“சரியா கட்டு. நீ படிக்கறது கோ- எஜுகேஷன் காலேஜ்ல. கவனமா இருக்கணும்.”

தங்கையிடம் பாசமுண்டு. ஆனால், அவள் தன்னைவிடப் பல மடங்கு அழகாக இருப்பதால் ஏற்பட்ட தாழ்வு மனப்பான்மையால் அவளைக் குத்திக்கொண்டே இருப்பாள். பகவதி இதைப் பொருட்படுத்தவில்லை. ஆனால், அதுதான் பின்னாளில் பெரிய விபரீதமாகப் போகிறது என்பது யாருக்குத் தெரியும்?

அம்மா வேகமாக வரன் பார்க்கத் தொடங்கிவிட்டாள். ஜாதகப் பொருத்தம் பார்த்து, குடும்பப் பின்னணி பார்த்து கவனமாகத் தேர்ந்தெடுக்க, எல்லாம் சேர்ந்து ஒரு குடும்பம் பெண் பார்க்க வந்தது. ஜீவாவைத் தயார்செய்து, பகவதி அழைத்து வந்தாள். காஃபி தந்து அவள் வணங்க, பேசத் தொடங்கினார்கள்.

“நாங்க கொஞ்சம் பேசிட்டு உங்ககிட்ட வர்றோம்.”

வாசலுக்கு போய் பேசிவிட்டு வந்தார்கள். இவர்கள் உள்ளே காத்திருக்க, அவர்கள் வந்தார்கள்.

“தப்பா எடுத்துக்காதீங்க! பையனுக்கு ரெண்டாவது பொண்ணைப் புடிச்சிருக்கு. அதனால நீங்க எதுவும் செய்யலைன்னாலும் தப்பில்லை, கட்டின சேலையோட அந்தப் பொண்ணை ஏத்துக்க நாங்க தயார்!”

ஜீவா கோபமாக நிமிர்ந்தாள்.

“நான் பட்டதாரி. வேலைக்குப் போய் கை நிறைய சம்பாதிக்கறேன். அவ படிச்சிட்டு இருக்கா. கல்யாணத் தகுதிகள் அவளுக்கு வரலை.”

“அழகான பொண்ணும்மா. இந்த ஒரு தகுதி போதாதா?”

"மூத்தவளைப் பார்க்க வந்துட்டு, ரெண்டாவது பொண்ணை கேக்கறது உச்சகட்ட அநாகரிகம். வெளில போங்க."

"அதுக்கு ஏம்மா இத்தனை ஆத்திரப்படற? உங்கம்மா, அண்ணன் எதுவும் பேசலை. நீ இந்தக் கூச்சல் போடற? உன் மேல உனக்கே நம்பிக்கை இல்லையா? படிச்சா, சம்பாதிச்சா மட்டும் போதாதும்மா. நிஜத்தை ஏத்துக்கத் தயாரா இருக்கணும். நாங்க வர்றோம்."

அவர்கள் போன பிறகு, ஜீவா பேயாட்டம் ஆடிவிட்டாள்.

"அவங்க இவளைக் கேட்ட நொடில நீயும் சம்பத்தும் ஏன் பேசாம இருந்தீங்க? ஓசில ஒரு வரன் வருதேனு வாயைப் பொளந்துட்டு நின்னீங்களா? எனக்கு முன்னால இவளைக் கட்டிக்குடுத்தா, எனக்கு அது இன்னும் பிரச்னையாகும். இதப் பாருடி! என்னை இனி பெண் பார்க்க வரும்போது நீ வீட்ல இருக்கக்கூடாது. என் வாழ்க்கையை நீயே கெடுத்துடுவே போலிருக்கு!"

"அக்கா நான் என்ன செய்வேன்?"

"அம்மா! இவ படிச்சது போதும். படிப்பை முதல்ல நிறுத்து!"

"என்ன உளர்ற ஜீவா?"

"இல்லைடா சம்பத்! இவ தளுக்கி மினுக்கி காலேஜ் போனா, புதுப் புது பிரச்னைகளை கொண்டு வருவா. வீட்ல கிடக்கட்டும். அம்மாவுக்கு உதவியா மெஸ் வேலைகளைப் பார்க்கட்டும். அதுவும், ரொம்ப வெளில வர வேண்டாம். ஆளுங்க பார்த்து பிரச்னைகள் எதுவும் வரக்கூடாது. புரியுதா?"

உள்ளே போய் பகவதி அழுதாள். சம்பத் வந்து சமாதானப்படுத்தினான்.

"விடு பகவதி. நீ அழகா இருக்கேனு அவளுக்குப் பொறாமை. ஏதேதோ பேசறா. நீ படிக்கலாம். நான் தடை போடலை. அவளைப் பெரிசா நினைக்காதே!"

அம்மாவும் ஆறுதல் சொன்னாள். அப்போது அப்படி இருந்த சம்பத், அண்ணி வந்ததும் மாறிவிட்டான்.

* * * * *

இரவு ஏழு மணியாக, ஆஃபிஸிலிருந்து சம்பத், சாதனா திரும்பிவிட்டார்கள். இரவு உணவு தயாரிக்கும் பணியில் பகவதி இருக்க,

"பகவதி, இங்கே வா! உங்கம்மா இருக்கற ரூமைத் தாண்டி நடக்க முடியலை. மூத்திர நாத்தம் புடுங்குது. குழந்தை நிஷா வேற இருக்கா. இன்ஃபெக்ஷன் ஆயிடப்போகுது. சரியா நீ க்ளீன் பண்றதில்லையா? ஃபினாயில் போட்டு தினமும் வீட்டைக் கழுவு. இங்கிருந்து என்னிக்குத்தான் விமோசனமோ? யார் யாருக்கோ வருது. இவங்களுக்கு வரலியே!"

அம்மா காதில் அது விழுந்துவிட்டது.

"எனக்கா உயிர் போகமாட்டேங்குது? நீ வேணும்னா விஷம் வச்சு என்னை கொன்னுடு. பழியை பகவதி மேலே போட்டுட்டா, ரெண்டு பேரையும் ஒழிச்சுக் கட்டிட்டு நீ நிம்மதியா இருக்கலாம்" சொல்லிவிட்டு கதறி அழத் தொடங்க, சம்பத் வந்துவிட்டான்.

"ஏம்மா இப்படி வாழற வீட்ல ஒப்பாரி வைக்கற? இது உனக்கே நல்லாருக்கா?"

"உன் பொண்டாட்டி என் சாவுக்காகக் காத்திருக்கா. அது உனக்கு நல்லாருக்கா?"

"ஏங்க, சுகாதாரம் பத்திப் பேசினா தப்பா? வாழ்ந்து முடிச்ச இவங்களைவிட நம்ம குழந்தை முக்கியமில்லையா? நானும் ஒரு அம்மாதான். நான் பேசக்கூடாதா?"

"நீ அம்மாதான். காலை வச்சதும் என் பிள்ளையை எங்கிட்டேயிருந்து பிரிச்ச அம்மா. உங்களுக்கு மட்டும்தாண்டி தாய்ப் பாசம். ஆனா, மாமியாருக்கு மட்டும் அது கூடாது."

"பாருங்க! நடக்க முடியலை. ஒடம்புல தெம்பில்லை. ஆனா, வாய் மட்டும் பேசுதே. அதெப்படி?"

"ஆமாண்டீ! வாய் இல்லைன்னா எந்த நாயும் என்னை மதிக்காது."

"அம்மா, கொஞ்சம் பேசாம இரேன். அண்ணி, நான் பாத்துக்கறேன். ரெண்டு பேரும் சாப்பிட வாங்க."

"முதல்ல எனக்கு குடு பகவதி. பசி உயிர் போகுது" அம்மா கூச்சலிட,

"தர்றேன்மா! உனக்கும் தர்றேன். கொஞ்சம் பொறு!"

காலிங் பெல் அடித்தது. சம்பத் போய் திறந்தான். கூரியர் தபால், பகவதி பெயருக்கு. அண்ணன் கையெழுத்திட்டு வாங்கினான். அதற்குள் சாதனா வந்து அதைப் பிரித்தாள். படிக்கத் தொடங்கினாள்.

"என்னது? அவ பேருக்கு வந்திருக்கு. முதல்ல அவளைக் கூப்பிட்டுக் குடு."

பகவதி வந்து வாங்கிக்கொண்டாள். படிக்கும்போது முகம் மலர்ந்து அடுத்த கணமே சுருங்கியது.

"என்னடி தபால் உனக்கு?" அம்மா கேட்க,

"மத்திய அரசாங்கத்துல ஒரு வேலை. இந்திய மருத்துவ ஆராய்ச்சி கழகத்துல எட்டு மாசம் முன்னால பரீட்சை எழுதியிருந்தேன். அதை நானே மறந்திருந்தேன். அதுல செலக்ட் ஆகி, நேர்முகத்துக்கு அழைச்சிருக்காங்க. நாளை மறுநாள் போகணும்!"

"இன்டர்வ்யூல நீ செலக்ட் ஆயிட்டா, நல்ல சம்பளம் கிடைக்கும். வாழ்க்கைல செட்டில் ஆயிடலாம்!" சம்பத் இயல்பாகச் சொல்ல, முகம் மலர அவனை பகவதி நிமிர்ந்து பார்த்தாள்.

"சம்பத்! கொஞ்சம் உள்ளே வர்றீங்களா?"

"எதுக்கு?"

அவனைப் பிடித்து இழுத்துக்கொண்டு உள்ளே போனாள் சாதனா. பகவதி முகம் மாறியது. எதற்கு என்பது பகவதிக்குத் தெரியும். அம்மா அழைத்தாள். பகவதி வந்து நிற்க,

"கவர்மென்டுனா சிபாரிசு தேவைப்படும். பணம் தள்ளணும். நம்மகிட்ட எங்கேயிருக்கு? இது கிடைக்கறது கஷ்டம். நீ இந்த இன்டர்வ்யூவுக்கு போகவேண்டாம்னு எனக்குத் தோணுது."

அம்மாவை வெறுப்புடன் பார்த்தாள் பகவதி. அம்மா இங்கே தடுப்பதும், அண்ணி அண்ணனை உள்ளே இழுத்துப்போவதும் ஒரே காரணத்துக்குத்தான். தெரியும் பகவதிக்கு. இது புதிதல்ல, ஏற்கனவே பட்டதுதான். என்ன அது?

**- தொடரும்**

# அத்தியாயம் 4

**ஏ**ற்கனவே ஓரிரு முறை இது நடந்துவிட்டது. அதெல்லாம் தனியார் வேலைகள். ஓரளவு நல்ல சம்பளம். பகவதி புத்திசாலி. எந்த வேலைக்குப் போனாலும் நேர்முகத்தில் தேர்வாகிவிடுவாள். அப்படி நடக்க, வேலைக்கான உத்தரவு வர, பெரிய பிரச்னை வெடித்தது வீட்டில். அந்த நேரம், ஜீவாவும் கல்யாணமாகி கணவன் வீட்டுக்குப் போய்விட, சம்பத்துக்கு கல்யாணமாகி சாதனா வந்துவிட்டாள். அம்மா படுத்த படுக்கையாகிவிட, வீட்டில் இருந்த பகவதிதான் அம்மாவைப் பராமரித்தாள். வேலைக்கான உத்தரவு வந்ததும் கலவரம் வெடித்தது.

“நீ என்னிக்கு ஜாயின் பண்ணணும் பகவதி?” சம்பத் கேட்க, சூடாகிவிட்டாள் சாதனா.

“உங்க மனசுல என்ன நெனப்பு சம்பத்? அவ வேலைக்குப் போனா, உங்கம்மாவை யாரு பாத்துப்பாங்க? இவங்க படுத்த படுக்கையா கிடக்காங்க. அதுக்குப் பதில் சொல்லுங்க!”

அந்த நேரம் அம்மா படுத்த படுக்கை. கழிவுகள்கூடப் படுக்கையில் என்ற நிலை. போகப் போக ஃபிசியோதெரபி எல்லாம் தந்து, அம்மாவை நடக்கவைத்ததே பகவதிதான். வேலை கிடைத்த நேரம் மிகக் கடுமையாக இருந்தது.

“நல்ல சம்பளம் சாதனா. படிச்சிருக்கா, விடமுடியுமா?”

“என்னால பார்த்துக்க முடியாது. நீங்க வேலையை விடறீங்களா? இல்லைன்னா, உங்க பெரிய தங்கச்சி ஜீவா வீட்ல கொண்டுபோய் விடுங்க. அவ பார்த்துக்கட்டும்.”

“அது நல்லாருக்காது. கட்டிக்குடுத்த பொண்ணு வீட்ல பாயும் படுக்கையுமா போய் இருக்க முடியுமா? அவங்க மாமியார் கூடவே இருக்காங்க!” அம்மாவே முனகலாகப் பேச,

"உங்க பொண்ணுங்க யாரும் கஷ்டப்படக் கூடாது. ஆனா, மருமக சாகணும். சாகக் கிடந்தாலும் மாமியார் குசும்பு போகாதே! நீங்க உள்ளே வாங்க சம்பத்!"

உள்ளே வந்த சம்பத், "இதப் பாரு! இவளையும் ஒரு நாள் கட்டிக்குடுக்கணும். அவ பணத்தையே சேர்த்துட்டா, நமக்கு பிரச்னை இல்லையே!"

"சரி! உங்கம்மாவை பார்த்துக்கறது யாரு? பதில் சொல்லுங்க!"

"ஆள் போடலாம் சம்பளத்துக்கு!"

"பாயும் படுக்கையுமா உள்ளவங்களைப் பார்த்துக்க யாரு வருவாங்க? வந்தாலும் பெரிய தொகை கேக்க மாட்டாங்களா? அப்புறம் சமையலுக்கு தனி ஆளா? நாம உருப்படாமல் போக வழி சொல்றீங்களா சம்பத்? உங்களுக்கு மூளையே இல்லையா? பகவதிதான் பார்த்துக்கறா. அவ வேலைக்குப் போகவேண்டாம். போகணும்னு பிடிவாதம் புடிச்சா, நான் இந்த வீட்டைவிட்டு போயிடுவேன் சம்மதமா?"

சாதனா மிரட்டத் தொடங்கினாள். ஏற்கனவே சம்பத் அவளுக்குப் பயந்தவன்தான். கல்யாணமான ஒரே வாரத்தில் ஆட்சியைப் பிடித்தவள் சாதனா. அரசியலில் இருக்க வேண்டியவள். என்றைக்குமே தன் பவரை விட்டுத் தராதவள். அதற்காக யாரையும் தூக்கி வீசுவாள். அப்படி ஓர் அடாவடி. அவள் வாழவந்தது முதல் இந்த வீட்டில் சமையல்கட்டு எங்கே இருக்கிறது எனத் தெரியாதவள். பகவதியைப் போக விடுவாளா? புருஷனை அவள் சரிக்கட்டும் நேரம், இங்கே அம்மா அழுதுகொண்டிருந்தாள்.

"பகவதி! அவ நிச்சயமா என்னைப் பார்த்துக்க மாட்டா. அவன் அவளுக்கு அடிமை. ஜீவா இன்னொரு வீட்டுக்கு வாழப்போயாச்சு. உன்னைவிட்டா எனக்கு நாதியில்லை. இந்தம்மா சாகற வரைக்கும் நீ என்னைவிட்டுப் போகாதேம்மா."

கையைப் பிடித்துக்கொண்டு கதறினாள். பகவதிக்கு என்ன செய்வதென்றே தெரியவில்லை. பரிதாபமாக இருந்தது. பெத்த அம்மா! என்னை ஆளாக்க எத்தனையோ தியாகங்களை

செய்தவள். அப்பாவும் விலகி, சொத்துக்களையும் இழந்து தெருவில் நின்றபோது, இந்த அம்மா மட்டும் இல்லையென்றால் நாங்கள் எங்கே? மற்றவர்கள் எப்படியோ சுயநலமாக வாழட்டும். எனக்கு நன்றி உண்டு. அதை நான் கை விடக்கூடாது.''

வெளியில் வந்தார்கள் சம்பத்தும் சாதனாவும்!

''பகவதி! இந்த வேலையை நீ விட்ரு. கொஞ்ச நாள்ல அம்மா குணமாவாங்க. அப்ப நீ போகலாம். சரியா?''

ஆனால், அடுத்தடுத்து வாய்ப்புகள் வந்தபோதும் இதே நிலைதான். போக முடியவில்லை, போக விடவில்லை. இது தெரிந்து ஜீவா இங்கே வந்து குமுறிக் கொட்டினாள்.

''அவ வாழ்க்கையைக் கெடுக்க அண்ணிக்கு என்ன உரிமை? அவ முன்னுக்கு வந்து, தன்னைவிட உசந்து நிப்பானு அண்ணிக்குப் பொறாமையா?''

இது சாதனா காதில் விழ, ''போதும் நிறுத்துடி. உன் தங்கச்சி அழகா இருக்கானு நீ பொறாமைல வெந்து, உனக்கு வரன் வரும்போதெல்லாம் அவளை வெளில விரட்டி, கடைசியா இந்த வரன் அமைஞ்சப்ப, உன் கல்யாணம் வரைக்கும் பகவதியை மாப்பிள்ளை கண்ல காட்டாம கொடுமைப்படுத்தினியே, உன்னைவிட நான் மோசமில்லை. கூடப்பிறந்த அக்காவே இத்தனை மோசமா இருந்தா, வாழ வர்ற அண்ணி மட்டும் தியாகியா இருக்கணும்னு எப்படி நீ எதிர்பார்க்கலாம்?''

விளாசி விட்டாள். அதற்கு மேல் ஜீவா பேசவில்லை. பகவதியைப் பார்த்து தன் கணவன் மனசு மாறுமோ என, பகவதியை அவனிடம் பேசவிடாமல் தடுத்த கதை தனி அத்தியாயமாக வருகிறது.

சரி போகட்டும்! இப்போது அரசாங்க உத்யோகத்துக்கு எழுத்தில் தேர்வாகி நேர்முகம். எப்போதோ எழுதியது இன்று வருகிறது. ஒரு பக்கம் அண்ணி, மறுபக்கம் அம்மா என அவளைத் தடுத்து நிறுத்த போராட்டம் வெடிக்கிறது.

“அம்மா! காலைல நான் எல்லாம் செஞ்சு வச்சிட்டு போறேன். ராத்திரி வந்து செய்யறேன். நீ இப்ப பாய் படுக்கையா கிடக்கலை. நடமாடறே. ஒரு ஆள் போட்டு சுமாரா சம்பளம் குடுத்தா, உன்னைப் புடிச்சு பாத்ரூம் கூட்டிட்டுப் போக மட்டும்தானே! நீ சம்மதிச்சா நான் போகலாம். இல்லைன்னா, அக்காகிட்ட நான் பேசட்டுமா?”

“அதெல்லாம் சரிப்படாது பகவதி! நீ செய்யற மாதிரி எனக்கு யார் செஞ்சாலும் சரி வராது. உனக்கு நான் பாரம்னா, எனக்கு விஷம் குடுத்து கொன்னுடு!” கதறி அழத் தொடங்கினாள்.

“அம்மா! இது என் எதிர்காலம். என் கால்ல நிரந்தரமா நான் நிற்க ஒரு வாய்ப்பு. கொஞ்சம் இரக்கம் காட்டம்மா.”

“நான் செத்தாத்தான் உனக்கு வெளிச்சம் வரும்னா, நான் சாகவும் தயார்!”

அம்மா, அண்ணன் இருவரிடமும் பேசி லாபமில்லை எனப் புரிந்தது. அக்காவுக்கு போன் செய்தாள், வரச்சொல்லி!

அக்கா ஜீவா வந்துவிட்டாள். நிலைமையை பகவதி சொல்ல, அக்கா அவளைத் தனியாக அழைத்துவந்தாள்.

“அம்மாகிட்ட சொல்ல வேண்டாம். தாங்கிக்க முடியாது. எனக்கு அபார்ஷன் ஆயிடுச்சு பகவதி!”

“மறுபடியுமா? ஒரே வருஷத்துல இது ரெண்டாவது கருச்சிதைவு! என்னக்கா? எப்ப?”

“முதல் அபார்ஷன் தெரிஞ்சு அம்மா துடிச்சதை நான் பார்த்தேனே! இது தெரிஞ்சா தாங்குமா? அவர் உடைஞ்சு போயிருக்கார். என் மாமியாருக்கு நான் உண்டானதே தெரியாது. அவங்க இப்ப கிராமத்துல இருக்காங்க. நானே ரெஸ்ட்ல இருக்கேன். நீ வரச்சொன்னதும் அம்மாவுக்கு பிரச்னையோனு பயந்து வந்தேன். நான் வந்தது தெரிஞ்சா அவர் ரொம்ப கோவப்படுவார் பகவதி. உன்னை உதவிக்கு கூப்பிடலாம்னு அவர் சொன்னார். அம்மாவை விட்டுட்டு நீ எப்படி வரமுடியும்? இந்த நிலைல நீ இன்டர்வ்யூ போகணும்னா, அண்ணிதான் உதவ முடியும், அவ செய்வாளா?”

“என்னடி ரொம்ப நேரமா ரெண்டு பேரும் உள்ளே பேசறீங்க? என் தலையை உருட்டறீங்களா?” அம்மா குரல் கொடுக்க, இருவரும் வெளியே வந்தார்கள்.

“அவளை வேலைக்குப் போகவேண்டாம்னு சொல்லு. அவ போனா இந்த வீடு நாறிப்போகும்.”

“போகமாட்டாம்மா! நான் சொல்லிட்டேன்.”

“ஆமா, நீ ஏன் ரத்தசோகை வந்த மாதிரி முகம் வெளிறி, கண்கள் உள்ளே போய் பரிதாபமா இருக்கே? சரியா சாப்பிடறதில்லையா? மாப்பிள்ளை பாவம் நல்லவர். நீ எப்ப குளிச்சே?”

“விடும்மா! இப்ப அதுவா முக்கியம்?”

“இதப் பாருடி, நீ ரெஸ்ட் எடு. இங்கே பகவதியைவிட்டு சமைச்சு தரச் சொல்றேன். மாப்பிள்ளை கார்தானே! ஒரு நடை வந்து போகட்டும். நான் அம்மானு இருக்கேன். உனக்கு ஏதாவது செய்ய முடியுதா? பிறந்த வீடுனு இருந்தும் என்ன லாபம்? நான் கையாலாகதவள் ஆயிட்டேனே!” அம்மா அழ, தனியாக வந்தாள் பகவதி.

‘என்ன ஒரு மனுஷி இந்த அம்மா? நானும் மகள்தான். என் மேல் இரக்கமில்லை. என் எதிர்காலம் பற்றி அக்கறை இல்லை. நான் வாழவேண்டும் என்ற எண்ணமே இல்லை. பெத்த அம்மாவுக்கே அது இல்லாதபோது, வாழவந்த அண்ணியிடம் அதை எப்படி எதிர்பார்க்கலாம்?’

“சாப்டுட்டு போடீ ஜீவா!”

“இல்லைம்மா. எனக்கு வேலை இருக்கு. நான் வர்றேன். அம்மாவை பார்த்துக்கோ பகவதி. நீ இப்போதைக்கு வேலைக்குப் போற ஆசையை விட்ரு. வரட்டுமா?”

அக்கா ஆட்டோவில் ஏறிவிட்டாள். அவள் வாங்கி வந்த நெய் மைசூர்பாகை அம்மா அவசரமாக எடுத்து விழுங்க, வந்து பிடித்தாள் பகவதி.

"ஏண்டீ தடுக்கற? எனக்கும் நீ தர்ற பத்திய சாப்பாட்டை முழுங்கி நாக்கு செத்தாச்சு. குடு அதை. வர வர நீ ராட்சசியா மாறிட்டு வர்றே!"

"அம்மா! உனக்கு ஜீரணசக்தி கிடையாது. சர்க்கரை 300. இதைச் சாப்பிட்டா, அட்மிட் ஆகணும். எல்லாருக்கும் கஷ்டம். கொஞ்சம் புரிஞ்சுக்கோம்மா!"

"நீங்கள்லாம் பச்சப்புள்ளைங்களா இருக்கும்போது என்ன கேட்டாலும் செஞ்சு ஊட்டிவிடுவேன். இன்னிக்கு பெரியவங்களை பட்டினி போட்டு நாக்கை சாகடிச்சு, வதைங்கடி!"

பகவதி வேதனையுடன் உள்ளே வந்தாள்.

"வயதான காலத்தில் புரிந்துகொள்ளாமல், சாப்பிடும் சபலம் அதிகமாகிவிட்டது. எடுத்துச் சொன்னாலும் புரிவதில்லை. அன்பாகப் பேசுபவர்களை இவர்கள் புரிந்துகொள்வதில்லை. அண்ணி போல அதட்டுபவர்களை இவர்களால் எதிர்க்க முடியவில்லை."

அன்று மாலை இவளுடன் வேலைக்காக தேர்வு எழுதிய லதா, வந்தாள்.

"எனக்கும் இன்டர்வ்யூ வந்திருக்கு. ரெண்டு பேரும் ஒண்ணா போகலாம். நீ புத்திசாலி. உனக்கு கண்டிப்பா கிடைக்கும்."

வலித்தது பகவதிக்கு. விவரம் சொன்னாள்.

"பைத்தியமாடீ உனக்கு? எப்பேர்பட்ட வேலை இது? கிடைச்சா பெரிய சம்பளம். லைஃப் செட்டிலாயிடும்டி. விடுவாங்களா? சமூக அந்தஸ்து. ஒரு மத்திய அரசாங்க ஊழியர்னா, அதுக்கு தக்க புருஷன் அமையும். இழக்க முடியுமா? யோசிடி!"

"என் நிலைமை உனக்குத் தெரியாது. இங்கே அம்மாவை விட்டுட்டு நான் போகமுடியாது."

"போகணும்டி. உங்கக்கா அவ வாழ்க்கையைப் பார்த்துக்கலை? உங்கண்ணி சுயநலமா இருக்கலை? நீ மட்டும் ஏமாந்தவளா? யாரும் சம்மதிக்கலைனா, வீட்டைவிட்டு வெளியே போய்

விமன்ஸ் ஹாஸ்டல்ல இருடி. பொழைக்கத் தெரியாதவளா இருக்கே. உறவுகள் பூவா இருந்தா தலைல எடுத்து வச்சுக்கலாம். முள்ளா இருந்தா எடுத்து கண்ல குத்திப்பியா? சீக்கிரம் ஒரு நல்ல முடிவை எடுடி!"

குழம்பி நின்றாள் பகவதி.

**- தொடரும்**

# அத்தியாயம் 5

**அ**ன்று இரவு பகவதி உறங்கவேயில்லை. மத்திய அரசு உத்யோகம். நல்ல சம்பளம். மற்றவர்கள் ஒத்துழைத்தால், நிச்சயமாக இந்த வேலைக்குப் போகமுடியும். ஆனால், அம்மா உட்பட யாருமே ஒத்துழைப்பதாகத் தெரியவில்லை. உள்ளே ஓர் ஆவேசம் புறப்பட்டது. நன்றாகப் புருஷனுடன் வாழும் அக்காவுக்காக அம்மா பரிதாபப்படுகிறாள். அண்ணனை எதிர்க்க முடியவில்லை. ஆனால், நான் மட்டும் இளைத்தவளா? நான் முடிவெடுத்தால் இவர்களால் தடுக்க முடியுமா?"

உள்ளே ஒரு வெறி புறப்பட்டது. எப்படி இருந்தாலும் நாளை இந்த நேர்முகத்தை விடக்கூடாது. ஏதாவது சொல்லி புறப்பட்டுவிட வேண்டும். வருவது வரட்டும் பார்த்துக்கொள்ளலாம்!

காலை நான்கு மணிக்கே எழுந்து குளித்து சமைத்தாள். டிபனையும் செய்து முடித்தாள். நன்றாக உடுத்திக்கொண்டாள். அண்ணி சகலமும் பார்த்துக்கொண்டே இருந்தாள். உள்ளே சேலையைச் சரியாகக் கட்ட கதவை சாத்திய பகவதி, தன் ஒரிஜினல் சர்ட்டிஃபிகேட்டுகளைச் சரிபார்க்க, தூக்கி வாரிப்போட்டது. பட்டப்படிப்புக்கான சான்றிதழைக் காணவில்லை. பரபரவென தேடினாள். அது இல்லை.

'அய்யோ! எல்லாத்தையும் இந்த ஃபோல்டர்லதானே வச்சேன்! எங்கே போச்சு?' வேகமாகத் தேடினாள். பீரோ முழுக்கத் தேடினாள். அதற்குள் அம்மாவும் அண்ணியும் நான்கு முறை அழைத்துவிட்டார்கள். பயந்துபோய் கதவைத் தட்டினார்கள். பகவதி பீரோவையும் குடைந்துவிட்டாள், கிடைக்கவில்லை. அது இல்லாமல் நேர்முகத்துக்குப் போகமுடியாது. சான்றிதழை சரிபார்த்த பிறகுதான் உள்ளே அனுமதிப்பார்கள். கதவு அதிர்ந்தது, திறந்தாள்.

“என்னாச்சு உனக்கு? ஏன் இப்படி கதவைத் திறக்காம இருக்கே? நாங்க எல்லாரும் பயந்து போயிட்டோம். எதுக்காக பளிச்சுனு புடவை கட்டிட்டு நிக்கற? எங்கே போற?”

அண்ணி கேள்வி மேல் கேள்வி கேட்க இனி மறைக்க முடியாது என்ற நிலை.

“நான் அந்த நேர்முகத்தை அட்டெண்ட் பண்றதா முடிவு செஞ்சிட்டேன்!”

“நாங்க மூணு பேரும் தடுத்தும், ஜீவா சொல்லியும் கேக்காம நீ போறேனா என்ன நெஞ்சழுத்தம்டி உனக்கு?” அம்மா கேட்க,

“என்ன பகவதி இது? நீ பாட்டுக்கு போனா, இந்த வீட்டோட கதி என்ன?” சம்பத் கேட்க,

“விடுங்க சம்பத்! ஓடற கால்களை புடிச்சு நிறுத்த முடியாது. அவ இனி தனிச்சு வாழலாம்னு ஒரு முடிவுக்கு வந்திருப்பா. மத்திய அரசு வேலை. அந்தத் தைரியம். போகட்டும்!”

“அப்ப என்னைக் கொன்னுட்டு போடி. போ!”

“நான் யாரையாவது காதலிச்சிட்டு வீட்டை விட்டா ஓடிப்போறேன்? ஒரு நல்ல இன்டர்வ்யூவுக்குப் போறது குற்றமா? இனி நான் நெனச்சாலும் போகமுடியாது. ஏன்னா, என் சர்டிஃபிகேட்டைக் காணலை. நான் தேடாத இடம் இல்லை. நான் பத்திரமா வச்சிருந்தேன். இப்பக் காணலை. அது எங்கே போச்சு?”

“நீ யாரைக் கேக்கற? உன் பொருட்களை பாதுகாத்து வச்சுக்க உனக்கு துப்பில்லைனா, யார் என்ன செய்யமுடியும்? ஒரு சர்டிஃபிகேட்டைப் பத்திரமா வச்சுக்க யோக்யதை இல்லை. நீயெல்லாம் மத்திய அரசாங்க உத்யோகத்துக்குப் போய் எந்த ஆணியைப் புடுங்கப்போறே? நேரமாச்சு, வண்டியை எடுங்க சம்பத்! குழந்தையைப் போற வழில ட்ராப் பண்ணிட்டு போயிடலாம்!”

அவர்கள் புறப்பட்டுப் போக, மறுபடியும் பகவதி தேட, அது கிடைக்கவேயில்லை. பகவதி உட்கார்ந்து அழத் தொடங்கினாள். அம்மா அவளைப் பரிதாபமாகப் பார்த்தாள்.

"இன்னிக்குப் போகலைன்னா இந்த வேலை போச்சு. இனி நான் எந்த வேலைக்குமே போகமுடியாதே."

"பகவதி! எனக்கொரு சந்தேகம்! சாதனா எடுத்து ஒளிச்சு வச்சிருப்பாளா?"

"எனக்கந்த சந்தேகமே இல்லை. அதுதான் நடந்திருக்கு. தொலஞ்சுபோச்சுனு நான் புகார் தந்தா, அதோட நகலை பல்கலைக்கழகத்துல வாங்கிடலாம். ஆனா, இந்த வேலை போச்சு. நான் நல்லபடியா வாழறது உனக்கே பொறுக்கலையேம்மா! அண்ணி செஞ்சா என்ன தப்பு? ஆதாரமில்லாம குற்றம் சாட்டினா, அண்ணி இதைச் சாக்கா வச்சு அண்ணனைக் கூட்டிட்டு நிச்சயமா போயிடுவாங்க. எது சாக்குனு காத்துக்கிட்டிருக்காங்க. அப்புறம் உன்னையும் வச்சிட்டு நான் தெருவுல நிக்க முடியுமாம்மா?"

அம்மா ஏதோ பேச வந்தாள்.

"பேசும்மா. உன் பங்குக்கு நீயும் என்னை வாய்க்கு வந்தபடி ஏசு. உங்க எல்லார்கிட்டேயும் வாங்கிக் கட்டிக்கற பாவப்பட்ட ஜென்மம் நான்!"

வீட்டுக்குள் உடைந்துபோய் பகவதி சுருண்டு கிடக்க, சம்பத் ஒரு காஃபி ஷாப்பில் நிறுத்தினான்.

"ஒரு காஃபி குடிச்சிட்டு போகலாம் சாதனா. தலையை வலிக்குது." உள்ளே போய் ஆர்டர் செய்தான்.

"ஏன் அப்படி செஞ்சே? எதுக்காக பகவதி சர்டிஃபிகேட்டை எடுத்து உன் பேக்ல போட்டுக்கிட்டே?"

"ஓ... நீங்க பார்த்தாச்சா?"

"ஆமாம், காலைல நீ சீக்கிரம் எழுந்துபோறதை பார்த்து சந்தேகப்பட்டு நான் பின்னால வந்தேன். அப்ப பகவதி குளிக்கப் போயிருந்தா. நீ அவ ஃபோல்டரை பிரிச்சு அதை எடுக்கறதை நான் பார்த்தேன். இது தப்பில்லையா சாதனா? உன்னைக் காட்டிக்கொடுக்க எனக்கு ரொம்ப நேரமாகாது. உன் மானம் கப்பலேறும்னு அதை நான் செய்யலை. இப்ப என்ன செய்யப்போறே? அதைக் கிழிச்சு போடப்போறியா?

அவ வாழ்க்கைக்கு ஒரு முடிவு கட்டப்போறியா? நம்ம பாரம் மொத்தத்தையும் அவ சுமக்கறா. அந்தப் பொண்ணுக்கு இந்தத் துரோகத்தை நாம செஞ்சா, தெய்வம் நம்மைச் சும்மா விடுமா? நமக்கும் ஒரு பெண் குழந்தை இருக்காங்கறதை நீ மறந்துட்டியா சாதனா?''

''நீங்க பேசியாச்சா? இப்ப நான் பேசலாமா? காலைல அவ என்ன செஞ்சா? நாம அத்தனை பேர் சொன்னதையும் தாண்டி இன்டர்வ்யூ புறப்பட்டா. இந்தத் தைரியம் அவளுக்கு எப்படி வந்தது தெரியுமா? அவ தோழி லதா வந்து பேசினப்ப, நான் அப்பத்தான் வீட்டுக்கு வந்தேன்'' என ஆரம்பித்து சகலமும் ஒப்பித்தாள் சாதனா.

''இந்த வேலை நிச்சயமா பகவதிக்குக் கிடைக்கும். கிடைச்சா, வீட்டைவிட்டு அவ போவா. அது சரியா தப்பானு விமர்சிக்க நான் வரலை. ஆனா, நம்ம கதி என்ன? உங்கம்மாவைத் தூக்கி வீதில வீச முடியுமா? எப்படிச் சமாளிப்போம்? சொல்லுங்க! அம்மா, தங்கச்சி ரெண்டு பேரையும் தாங்கிப் பிடிக்கற உங்களுக்கு அவ இந்த மாதிரி துரோகத்தை செய்யலாமா?''

''அந்த மாதிரி எதுவும் நடக்கலியே சாதனா.''

''நடக்கும். அதிலிருந்து உங்களை மீட்க நான் கொஞ்சம் முந்திக்கிட்டேன். நான் கிழிச்சே போட்டாலும் அவ வேற அப்ளை பண்ணி வாங்குவானு படிச்ச எனக்குத் தெரியாதா? தற்காலிகமா நமக்கு வர்ற பிரச்னையைத் தடுக்க எனக்கு வேற வழி தெரியலை சம்பத்.''

ஆவேசமாக வந்த சம்பத் மௌனமாகிவிட்டான். அவனும் சுயநலக்காரன்தானே? தான் தப்பித்தால் போதும் என்று நினைப்பவன்தானே? அவன் குரல் இறங்கிவிட்டது. ஆனாலும், ஒரு குற்ற உணர்ச்சியும் ஈகோவும் விட்டுத்தரவில்லை.

''நீ சொல்றதை நான் தப்புனு சொல்லலை. ஆனாலும், மனசுக்குள்ள ஒரு நெருடல் இருக்கு சாதனா. அதைப் போக்க முடியலை.''

''இதப் பாருங்க சம்பத், நெருடலை தூக்கி வீசுங்க. அதெல்லாம் இருந்தா பொழைக்க முடியாது. புரியுதா? அவ இல்லைன்னா,

நம்ம பொழப்பு நாறிடும். இல்லைன்னா தனிக்குடித்தனம் ஏற்பாடு பண்ணுங்க. ரெண்டு பேரும் கை நிறைய சம்பாதிக்கறோம். ஆனா, நமக்குனு ஒரு வீடு இல்லை. கட்ட முடியாதா? இல்லை கட்டக்கூடாதா? நானும் மனுஷிதானே? கூட வேலை பாக்கற எத்தனை பேர், தான், தன் குடும்பம்னு நிம்மதியா வாழறாங்க. உங்கம்மா கஷ்டப்பட்டு உங்களை ஆளாக்கினா, உங்களை கட்டிக்கிட்ட பாவத்துக்காக காலம் முழுக்க நான் இதே நரகத்துல இருக்கணுமா? உங்க தங்கச்சி ஜீவா புருஷன் உத்தமன், பெரிய பதவில இருக்கார். வீடு, கார்னு அவ ராஜ போகமா இருக்கா. அவ உங்கம்மாவை பாத்துக்கறாளா? உங்கம்மா அவளுக்காக உருகிட்டுத்தானே இருக்காங்க? எதுக்கு இத்தனை கதை? இன்னும் கொஞ்ச நாள்ல நாம தனியா போகணும். அதுக்கான ஏற்பாடுகளை நீங்க செய்யலைனா, நான் செய்வேன். உங்க தங்கச்சி சர்டிஃபிகேட் இன்னிக்கே அவளுக்குக் கிடைக்கும். போதுமா? வாங்க போகலாம்.''

அவனால் எதுவும் பேசமுடியவில்லை. பேசி லாபமும் இல்லை. அவள் சொல்வதிலும் நியாயம் இல்லாமல் இல்லை. எல்லோரும் தியாகச் செம்மல்களாக வாழமுடியுமா? ஜீவா கல்யாணத்துக்கு வாங்கிய கடனை, சாதனா சம்பளமும் இருந்ததால்தான் அடைக்க முடிந்தது. அம்மாவின் மருத்துவ செலவுகளுக்கு ஏராளமாகச் செலவாகிறது. சாதனா சம்பாதிக்காவிட்டால், என்னால் தனியாகச் சமாளிக்க முடியுமா? அவசரப்பட்டு நான் சாதனாவை பகைத்துக்கொள்ள முடியாது.

புறப்பட்டுவிட்டான். சாதனா ஒரு நாள் கழித்த பிறகு, அம்மாவின் மருத்துவ ஃபைல்களுக்கு மத்தியில் பகவதியின் சர்டிஃபிகேட்டை வைத்துவிட்டாள். பகவதி இரண்டு நாள்களுக்குப் பிறகு, ஏதோ ஒரு மருந்தை வாங்கத் தேடும்போது, அது கிடைத்துவிட்டது. விவரம் சொல்ல,

“நீயே எங்கியாவது வச்சிட்டு ஆர்ப்பாட்டம் பண்ணினா எப்படி?”

இது அண்ணியின் விளையாட்டு என்பது பகவதிக்கு நன்றாகவே தெரிந்தது. அவளைவிட வெகு சுமாரான புத்தியுள்ள லதாவுக்கு அந்த வேலை கிடைத்துவிட்டது. பகவதிக்கு வேதனையாக இருந்தது.

என்றைக்கு எனக்கு விடியும்? அன்று மாலை சம்பத் வீடு திரும்ப,

“மாமா ஃபோன் பண்ணினார். ஜீவாவுக்குத் திரும்பவும் கருச்சிதைவு ஆயிடுச்சாம். ரொம்ப வருத்தப்பட்டார். நொந்துபோயிருக்கார்.”

அடுத்த நொடியே அம்மா கதறி அழத் தொடங்கினாள்.

“என்ன கஷ்ட காலம் அவளுக்கு? தங்கமான புருஷன் கிடைச்சார். கல்யாணமாகி மூணு வருஷம் கழிச்சு உண்டானா. அது கலைஞ்சது. இப்ப அவ உண்டானதை எனக்குக்கூடச் சொல்லலை. இதுவும் போயிடுச்சா? கடவுளே! அவளுக்கு பூஞ்சை ஒடம்பு. அதிகமா வேலை செஞ்சா தாங்காது. பகவதி அளவுக்கு அவளுக்குப் பலமில்லை.”

இதைச் சொன்னதும் பகவதி எரிச்சலுடன் நிமிர்ந்தாள்.

“ஏண்டீ! இப்பத்தானே நாலு நாள் முன்னால வந்தா. அபார்ஷன் ஆன பிறகா இங்கே வந்தா?”

“அபார்ஷன் ஆகி நாளாச்சும்மா. அவ இங்கே வந்ததை நீ ஏன் சொல்லலை பகவதி?”

“அவ மாமாகிட்ட சொல்லாம வந்திருக்கா. அபார்ஷன் ஆனதை எங்கிட்ட சொல்லிட்டா. அம்மாகிட்ட சொல்லாதேனு சொன்னா!”

“என்னால தாங்கிக்க முடியாதுனு அவளுக்குத் தெரியும். அவளுக்கு ஒரு வாய் சமைச்சு போட்டு, கூட இருக்கக்கூட முடியாத பாவி ஆயிட்டேனே நான்! மாப்பிள்ளையைப் பார்த்து நான் ஆறுதல் சொல்லணும். அவரை இங்கே வரச்சொல்லுடா சம்பத்.”

“அது நல்லா இருக்காதும்மா. அவரே நொந்து கெடக்கார். நீ வேற.”

“பாவி... என்னால போகமுடியாதே. நான் சொன்னா மாப்ளை வருவார். நீ போன் பண்ணுடி பகவதி!”

“அண்ணனே பேசட்டும்மா!”

சம்பத் சொன்னதும் மாப்பிள்ளை உத்தமன் உடனே வர சம்மதித்தான். இனி மேல்தான் இந்தக் கதை நிஜமாகவே தொடங்கப்போகிறது.

**- தொடரும்**

# அத்தியாயம் 6

**அ**ன்று மாலை ஏழு மணிக்கு வாசலில் கார் வந்து நின்றது. மாப்பிள்ளை உத்தமன், ஜீவா இருவரும் உள்ளே நுழைந்தார்கள். உடனே அம்மா தள்ளாடி எழுந்து வந்து, ஜீவாவைக் கட்டிக்கொண்டு கதறி அழத் தொடங்கினாள்.

"உனக்கு இப்படியாடீ ஆகணும்? மனசே விட்டுப்போச்சு. அருமையான புருஷனும் ராஜபோகமான வாழ்க்கையும் அமைஞ்சும், உனக்கேன்டீ இந்த நிலைமை? பாவி... என்னோட வயித்துல பிறந்ததுதான் காரணமா? இதைக் கேட்டும் நான் எப்படி உயிரோட இருக்கேன்?"

அம்மா அளவுக்கு அதிகமாக அழ, ஜீவாவும் அழத் தொடங்கினாள்.

"அத்தே போதும்! கொஞ்சம் நிறுத்தறீங்களா?" உத்தமன் குரலில் கோபம் தெறிக்க, அத்தனை பேரும் அதிர்ந்தனர்.

"மாப்பிள்ளை! உங்களுக்கு எப்படி ஆறுதல் சொல்றதுன்னே தெரியலை. உங்க முகத்தை பார்க்கவே எனக்கு தைரியம் இல்லை."

"இப்படியெல்லாம் பேசாதீங்க அத்தே! ஜீவா இன்னும் உடைஞ்சு போவா. இது நடந்த பிறகு அவகிட்ட நான் எதுவும் பேசலை. ஏன் பேசலை? நான் என்ன பேசினாலும் அவ நொறுங்கிப்போவா. அது கூடாது! இப்ப என்ன நடந்துபோச்சு? குழந்தை பிறக்கும். அப்படி ஒருக்கால் எங்களுக்கு அந்த பாக்யம் இல்லைன்னா, நாங்க பரஸ்பரம் குழந்தைகளா இருந்துட்டுப் போறோம். என்ன இப்ப? எனக்கு ஜீவா எப்பவும் சந்தோஷமா இருக்கணும். அதுதான் முக்கியம்."

ஜீவா இன்னும் அதிகமாக அழுதாள்.

"மாப்ளே, நீங்க கிடைக்க அவளும் சரி, எங்க குடும்பமும் சரி, எத்தனை ஜென்மம் புண்ணியம் செஞ்சிருக்கோமோ?"

"அதெல்லாம் இல்லை அத்தே. நான் உறவால மாப்ளையா இருந்தாலும் உணர்வால உங்க மகன். சரியா? நீங்க பாக்கணும்னு சொன்னதால ஓடிவந்தேன். நீங்க ரெண்டு பேரும் நம்ம வீட்டுக்கு வாங்களேன். அதுவும் உங்க வீடுதானே? உங்களுக்கு உரிமையுள்ள வீடு."

"அண்ணன் இத்தனை ஆசையா கூப்பிடும்போது ரெண்டு பேரும் போயிட்டு வாங்களேன்" இவர்களை எப்போது கழட்டிவிடலாம் என சாதனா சந்தர்ப்பம் பார்த்து அதைப் பயன்படுத்த, சம்பத் குறுக்கிட்டான்.

"தாராளமா கூட்டிட்டு போங்க மாமா! எனக்குத் தடையே இல்லை. ஜீவாவுக்கும் உதவியா இருக்கும்."

"வேண்டாங்க! அம்மாவுக்கு இந்த வீடுதான் வசதிப்படும். பாத்ரூம் பக்கம். நம்ம வீட்ல கொஞ்சம் தூரமா இருக்கும். அம்மா தடுமாறி போவாங்க. நாம வந்து பார்த்துக்கலாம். ரெண்டாவது, அத்தை இன்னும் நாலு நாள்ல வந்துடுவாங்க. அதெல்லாம் சரிப்படாது. ஆம்பளை, உங்களுக்கு சில சங்கதிகள் புரியாது. விட்ருங்க! அவங்க இங்கியே இருக்கட்டும். நாம வந்து பார்த்துக்கலாம்."

"நீ எதுவும் பேசாம இருக்கியே பகவதி?" உத்தமன் கேட்க,

"அவ எப்பவுமே பெரியவங்க பேசும்போது பேச மாட்டா!"

"நீ சாப்பாடு ரெடி பண்ணு பகவதி!" அம்மா சொல்ல,

"இதோ நான் வர்றேன்!" சாதனா முந்திக்கொண்டாள். சாதாரண நாள்களில், துரும்பைக் கிள்ளி போடமாட்டாள். மாப்பிள்ளை உத்தமன் வந்தால், விழுந்து விழுந்து வேலை செய்வாள். காரணம், அவனுடைய பதவியும் வசதிகளும். 'அண்ணா' எனக் குழைவாள். உபசரிப்பாள். உத்தமனும் அவளைப் புகழ்வான். அவளே சமைத்தாள். அவர்கள் சாப்பிட்டார்கள். உத்தமன் சாதனாவை புகழ்ந்து தள்ளினான். இருவரும் இரவு ஒன்பது மணிக்குப் புறப்பட்டார்கள். போகும்போது உத்தமன்,

பகவதியின் கழுத்தைப் பார்த்தான். அருகில் வந்து தொட்டான். பகவதி சட்டென விலகினாள்.

"இதென்ன கறுப்பா காயம் மாதிரி இருக்கு? நீ போட்டிருக்கறது கவரிங் செயினா? அது சேரலையா உனக்கு? ஏன் கவரிங் போடறே?"

`தங்கத்துக்கு நான் எங்கே போவேன்? இங்கே சோறு போட்டாலே அதிகம். டயபர் வாங்க பணமில்லைனு அண்ணி சொல்றதன் காரணமா, ராத்திரி என் தூக்கம் போகுதுனு சொல்ல முடியுமா?' பகவதியால் எதுவும் பேச முடியவில்லை. மற்ற எல்லோரும் வாயடைத்து போய் நிற்க, ஜீவா குறுக்கிட்டாள்.

"வாங்க போகலாம். வீட்ல போய் பேசிக்கலாம்!" காரில் ஏறிவிட்டார்கள்.

உள்ளே வந்தார்கள். அம்மா ஆரம்பித்தாள்.

"மாப்பிள்ளை சில பேரை புகழ்ந்து தள்ளறார். அவர் வரும்போது மட்டும் வேஷம் போடத் தெரியுது. பகவதி கழுத்துல கவரிங் போட்டா புண்ணு வரும். அது இங்கேயுள்ள யாருக்கும் தெரியலை. ஆனா, மாப்ளை கண்ல பட்ருச்சு. நாம என்ன செய்ய முடியும். வாயடைச்சு போகத்தான் வேண்டியிருக்கு!"

"நிறுத்துங்க! ஜாடை மாடையா எதுக்குப் பேசறீங்க? நேராவே கேளுங்க. இங்கே நோயாளியைப் பாத்துக்கறதே அதிகம். இதுல தங்கம் கேக்குதா? கல்யாணமாகி, எங்கப்பா போட்ட நகைகள்தான் இப்பவும் என் கழுத்துல இருக்கு. உங்க பிள்ளை குந்துமணி தங்கம் வாங்கித் தரலை. நானும் சம்பாதிக்கறேன். என் உதவி இல்லைனா இவர் நாறிப்போவார்."

"நான் எதுவும் கேக்கலியே அண்ணி. அம்மா பேசினா அதுக்கு நானா பொறுப்பு? நீ பேசாம இருக்க மாட்டியாம்மா?"

"மாப்ளை வரச்சொல்றார். உடனே நம்மை இவங்க தள்ளிவிடப் பாக்கறாங்க. அவருக்கு உள்ள பாசம், பெத்த பிள்ளைக்கு இல்லையே!"

"கொஞ்சம் நிறுத்தறீங்களா? உங்க மகள் ஜீவா உடனே உங்களை வரவிடாம தடுத்து, புருஷன் வாயை அடைக்கலை? அது ஏன்? அட, நான் வந்தவதான், பொல்லாதவதான். வசதியுள்ள உங்க பாசமலர் பொண்ணு கூட்டிட்டுப் போகவேண்டியதுதானே! புருஷன் சொல்லியும் அவ ஏன் தடுக்கறா? எங்களைப் பேச உங்களுக்கு யோக்யதை இருக்கா? எங்களால இவ்ளோதான் முடியும். இஷ்டமிருந்தா இருங்க!" சீறிவிட்டு அவள் போக, கொஞ்சம் தயங்கி நின்று சம்பத் உள்ளே போனான்.

"நமக்கொரு போக்கிடம் இல்லையே! கடவுள் என்னைக் கொண்டுபோகக் கூடாதா?"

"அம்மா, நம்ம நிலைமை தெரிஞ்சும் நீ அண்ணிகிட்ட பேசறது சரியில்லை. அண்ணன் ஆதரவு நமக்கு அறவே இல்லை. அக்கா நம்மை வர விடமாட்டா. அப்படியிருக்க நாம அடங்கித்தான்மா இருக்கணும். நான் சம்பாதிச்சு நாம தனியா இருந்தா, நீ சுதந்திரமா இருக்கலாம்."

"அதுக்குத்தான் வழியில்லையே?"

"அந்த வழிகளை நீயே அடைச்சிட்டியே! ஆள் போட்டாவது நடத்தியிருக்கலாம். என் பாதைல எல்லாரும் முள்ளை பரப்பி வச்சிட்டு, இப்ப புலம்பி என்ன லாபம்? விடும்மா, இனியாவது பேசி வெறுப்பை அதிகப்படுத்தாதே!"

இரவு படுக்கவே பகவதிக்கு நேரமாகிவிட்டது. உறங்கத் தொடங்க, அவளுக்கு வழக்கமாக வரும் கனவு.

அந்தக் கனவில் கம்பீரமான ஓர் இளைஞன். வாட்டசாட்டமான உருவம். நல்ல நிறம்! அழகான மீசை. ஆனால், கண்களைச் சுற்றி ஒரு கறுப்புத் துணி. அடிக்கடி அவன் வருகிறான். ஆனால், கண்களை மட்டும் காட்டாமல் மறைக்கிறான். அதனால், அவனது அழகு தெரியவில்லை. அவன் வந்தாலே சந்தோஷமாகிவிடும். உடம்பெல்லாம் சிலிர்த்து, தென்றல் வீசுவது போல உணர்வு. அருகில் வருவான் அந்த ராஜகுமாரன்! நெருங்குவான், ஆனால் தொட மாட்டான். விழிப்பு வந்துவிடும். ஏன் அந்தக் கனவு கலைந்தது என ஏக்கமாக இருக்கும். குடும்பத்தில் உள்ள சங்கடங்களைத் தாண்டி

இதுமட்டும்தான் பகவதிக்கு சந்தோஷம். அவன் ஒரு நாள் நிஜத்தில் வருவானா? ஏக்கமான கேள்வி எழ, அம்மாவின் குரல் அழைத்தது.

மறுநாள் மாலை ஏழு மணி சுமாருக்கு கார் வந்து நிற்க, உத்தமன் இறங்கி வந்தான். அந்த நேரம் சாதனாவும் சம்பத்தும் வந்துவிட்டார்கள்.

"வாங்க மாப்ளை! ஜீவா எங்கே?" அம்மா கேட்க,

"நான் நேரா ஆஃபீஸ்லேருந்து வர்றேன் அத்தே. பகவதி எங்கே?"

பகவதி வெளியே வந்தாள்.

"என்னம்மா கூப்பிட்டியா?"

"மாமா வந்திருக்கார் பாரு. உன்னைத்தான் கேட்டார். என்ன மாப்ளை? ஜீவாவுக்கு ஏதாவது பிரச்னையா?"

"பிரச்னை இருந்தாத்தான் நான் இந்த வீட்டுக்கு வரணுமா அத்தே? நேற்று பகவதி கழுத்தை பார்த்ததிலிருந்து ராத்திரி எனக்குத் தூக்கம் வரலை. அதான் இப்பக் கொஞ்சம் முன்னால நகைக் கடைக்கு போய், ஒரு செயின் எடுத்தேன் அவளுக்கு. பாருங்க அத்தே!"

நகைப் பெட்டியைத் தந்தான். பளபளப்பான தங்கச் சங்கிலி.

"நாலு சவரன். டாலர் ஒரு சவரன்! நீயும் பாரும்மா தங்கச்சி!" சாதனாவையும் அழைத்தான். அவளும் பார்த்தாள். பிரமாதமாக இருந்தது. சாதனா கண்களில் பொறாமை நெருப்பு பற்றிக்கொண்டது.

"வெறும் செயினை மட்டும் தரக்கூடாதுனு ஒரு பட்டுச் சேலையும் வாங்கிட்டு வந்தேன்" அதை எடுத்துப் பிரித்தான். விலை உயர்ந்த சேலை.

"பகவதி, நீ பூஜை ரூமுக்கு வா! சாமிகிட்ட வச்சிட்டு, போட்டுக்கலாம்!"

"எதுக்கு இதெல்லாம்?"

“என்னடி பேசற நீ? மாப்பிள்ளை பாசத்தோட வாங்கிட்டு வந்திருக்கார். மறுபேச்சு பேசாதே! அது அவரை அவமதிக்கற மாதிரி. பூஜை ரூமுக்குப் போடி!”

பகவதி நடந்தாள். பின்பற்றி உத்தமன் நடக்க, அம்மாவால் போகமுடியாது. சாதனா பொறாமையில் நகரவில்லை. அதனால், சம்பத் போகவில்லை. இவர்கள் இருவர் மட்டும். உத்தமனே அதைச் சாமி முன்னால் வைத்து பூப்போட்டு எடுத்தான்.

“இப்படி வா! நானே உனக்கு இதைப் போட்டுவிடறேன்.”

“வேண்டாம். நான் போட்டுக்கறேன்.”

“சொன்னாகேக்கமாட்டியா? வாடீ!” அவளைஉரிமையுடன்பற்றி இழுத்து, அவள் எதிரே நெருக்கமாக நின்று, தாலி கட்டுவதைப் போல அதைக் கழுத்தைத் தொட்டுப் போட்டுவிட்டான். அப்படிப் போடும்போது, அவனது கைகள் அவளது உடம்பில் சகல இடங்களிலும் பட்டது. கூசி விலகினாள் பகவதி. ஒரு கணம் அதைக் கழட்டப் போனாள். ஆனால், வெளியே உள்ளவர்களின் கேள்விகளுக்குப் பதில் சொல்ல வேண்டும். குறிப்பாக அம்மா.

“போய் பட்டுச்சேலையைக் கட்டிட்டு வா. புத்திசாலித்தனமா புரிஞ்சு நடந்துகோ” அவன் சரக்கென வெளியேற, பகவதி நொந்துபோனாள். அவனது குணம் ஓரளவுக்கு அவளுக்குத் தெரியும். வெளியே வந்தாள்.

“பெரியவங்க கால்ல விழுந்து ஆசிர்வாதம் வாங்கிக்கோ. போய் புடவையைக் கட்டிட்டு வா. சொல்லுங்க அத்தே!”

“பகவதி! அவர் சொல்றாரில்லை... போடீ.”

உள்ளே வந்தாள். அந்தப் பட்டுச் சேலையைப் பிரிக்கவே அருவருப்பாக இருந்தது. வேறு வழியில்லை. பிரித்து கட்டிக்கொண்டாள். அதற்குள் எரிச்சலுடன் சாதனா அவனுக்கு காஃபி போட்டு எடுத்து வந்தாள். பகவதி புதுச் சேலையுடன் வர,

“வார்ரே வா! அசல் கல்யாண பொண்ணுதான். பகவதி அழகு யாருக்கும் வராது அத்தே.” யாரும் பார்க்காத கோணத்தில் பகவதியைக் கண்ணடித்தான்.

“சம்பத்! நீயும் தங்கச்சியும் செய்யமாட்டீங்கனு இதை நான் வாங்கலை. உங்களுக்கு எத்தனையோ செலவிருக்கு. யார் வாங்கினா என்ன? அதான்! இது என் குடும்பம். இங்கே எனக்கு எல்லா உரிமையும் உண்டு” பகவதியைப் பார்த்தபடியே பேசினான்.

“சாப்டுட்டு போங்க மாப்ளை.”

“இல்லை அத்தே! ஜீவா காத்துக்கிட்டிருப்பா. அவளை விட்டுட்டு என்னிக்கு நான் சாப்பிட்டேன். இந்த நகை சங்கதியை இனிமேல்தான் போய் சொல்லணும். தங்கச்சி மாதிரி காஃபி போட ஒருத்தர் இனிதான் பொறக்கணும். வரட்டா?” அவளைப் பார்த்து ஸ்பெஷலாக கையசைத்துவிட்டு புறப்பட்டான்.

உள்ளே வந்தவள் அவசரமாக அந்தச் சேலையை அவிழ்த்தாள். குளியலறைக்குச் சென்று பக்கெட்டில் டெட்டால் ஊற்றிக் குளித்தாள். கழுத்தில் பாம்பு நெளிவது போலிருந்தது. செயினை போடும் சாக்கில் அவன் கைகள் பட்ட இடமெல்லாம் பற்றி எரிந்தது. அம்மா குரல் கொடுக்க, அதைக் கழட்டினால் தேவையில்லாத கேள்விகள் நிறைய வரும். இருந்துவிட்டுப் போகட்டும் என வெளியே வந்தாள்.

“நீ குளிச்சியா? இந்த ராத்திரி ஒன்பதுக்கு எதுக்கொரு குளியல்?”

“ரொம்ப வேர்வையா இருந்தது அண்ணி. நான் டிபன் ரெடி பண்றேன்” உள்ளே போனாள்.

உத்தமன் வந்து செயின் தந்ததும், பூஜையில் வைத்ததும், அவன் போனதும் இவள் குளித்ததும், சாதனா கண்களில் ஒரு சந்தேகப் புழு நெளிந்தது.

**- தொடரும்**

# அத்தியாயம் 7

**உ**த்தமன் வீடு திரும்பினான். நேராகப் போய் குளித்து முடித்து, நெற்றியில் பட்டையாக விபூதி வைத்துக்கொண்டு சாமி கும்பிட்டு பிறகு வந்தான்.

*"மணி பத்தாகப் போகுது. ஏன் இத்தனை நேரம்? ஆஃபீஸ்ல அதிக வேலையா?"*

*"நீ சாப்பிட்டியா?"*

*"நான் கேட்ட கேள்விக்குப் பதில் இல்லை! நீங்க வராம நான் எப்ப சாப்பிட்டேன்?"*

*"அப்ப வா! முதல்ல சாப்பிடலாம். பேச்சு அப்புறமா!"*

அவளை உட்காரவைத்து, அவனே பரிமாறி அவளுக்கு ஊட்டியும் விட்டான்.

*"என்கிட்ட நீங்க இத்தனை பாசமா இருக்கீங்க. எனக்கு ரொம்ப குற்ற உணர்வா இருக்கு. ரெண்டு தடவை கலைஞ்சாச்சு. கர்ப்பப்பை ரொம்ப பலவீனமா இருக்குனு டாக்டர் வேற சொல்லிட்டார். உங்களுக்கு எல்லாச் செல்வமும் இருக்கு. ஒரு மழலைச் செல்வத்தை என்னால தரமுடியலியே!"* அழுதாள்.

*"இந்த மாதிரி நீ செஞ்சா எனக்குக் கோவம் வரும். உன் கண்ல கண்ணீர் வந்தா, நான் தாங்கமாட்டேன்னு உனக்கு ஏன் ஜீவா புரியறதில்லை?"*

*"இல்லீங்க, நான் அழலை. தப்புதான். சரி ஏன் இத்தனை லேட்டு?"*

*"மத்யானம் நான் ஆஃபீஸ்ல இருக்கும்போது பகவதிகிட்ட கேட்டு உங்கம்மா ஃபோன் பண்ணினாங்க."*

*"எதுக்கு?"*

"பகவதி கழுத்துல கவரிங் காரணமா காயம்பட்டதை நான் கேட்டேனில்லையா? அது உங்கம்மாவை பாதிச்சிருக்கு. 'பெத்த பிள்ளைக்கு என்கிட்டயே அக்கறையில்லை. தங்கச்சி பற்றி அவன் யோசிப்பானா? அவ பேச்சைக் கேட்டு ஆடறான் மாப்ளை'னு கதறிட்டாங்க!"

"உங்களுக்கு அது தெரியுமே."

"பகவதிக்கு ஏதாவது செய்யணும்னா, ஒரு அண்ணன் ஸ்தானத்துல இருந்து நீங்கதான் மாப்ளே செய்யணும். உங்களை விட்டா எங்களுக்கு நாதியில்லைனு புலம்பினாங்க. மனசுக்கு ரொம்ப கஷ்டமாப் போச்சு. யோசிச்சேன். இந்த வீட்ல ஒரு பொண்ணு இருந்தா, நான் செய்ய மாட்டேனா? நேரா கடைக்குப் போய் பகவதிக்கு ஒரு செயினும், பட்டுச் சேலையும் வாங்கிட்டுப் போனேன். உங்கம்மா பட்ட ஆனந்தம் இருக்கே, அதை வார்த்தைகளால வர்ணிக்க முடியாது! சாதனா முகம் இருண்டுபோச்சு."

"எத்தனை செலவாச்சு?"

"அதைவிடு ஜீவா."

"சொல்லுங்க! எத்தனை செலவாச்சு?"

"ஒண்ணே முக்கால் லட்சம்!"

"பைத்தியமா உங்களுக்கு? ஒண்ணே முக்கால் லட்சம்னா சும்மாவா? உங்க இரக்க மனசைப் பயன்படுத்தி, எங்கம்மா பணம் பறிக்கறாங்களா? அண்ணிகிட்ட நூறு ரூபா வாங்கிட முடியுமா? இதை நான் விடப்போறதில்லை!"

மிரண்டான் உத்தமன்! 'இது என்னடா விபரீதம்?'

"என்ன நீ? உன் அம்மா வேதனைப்பட்டு நான் ஒரு நல்லதைச் செய்ய எனக்கு உரிமை இல்லையா? அவங்க செயின் வேணும்னு கேட்டாங்களா? நானாத்தானே வாங்கி தந்தேன்? உனக்கு அம்மானா எனக்கும் அம்மாதான். இதுல நீ தலையிடாதே! இல்லை, என் வீட்டாருக்கு நீ எதுவும் செய்யற உரிமை இல்லைனு சொல்லிடு. நாளைக்கே போய் பகவதி கழுத்துல உள்ள செயினை நானே கழட்டி வாங்கிட்டு வந்துர்றேன்!"

"அய்யோ இல்லீங்க, அப்படி நான் சொல்லலை. நீங்களும் கஷ்டப்பட்டுத்தானே சம்பாதிக்கறீங்க. நமக்கு கல்யாணம் ஆன புதுசுல நானும் வேலைக்குப் போயிட்டு இருந்தேன். அப்புறமா முதல் கருச்சிதைவு ஏற்பட்டப்ப, வேலையை ராஜினாமா பண்ணச் சொன்னீங்க. நமக்கும் பணம் வேணுமில்லையா? உங்களுக்கு என் குடும்பத்துல எல்லா உரிமையும் உண்டுங்க, கோவப்படாதீங்க."

"உங்கம்மா கேக்கலை, அதனால இதைப்பற்றி உன் வீட்ல நீ எதுவும் பேசக்கூடாது. எனக்கு சத்யம் பண்ணு. ஒரு படி மேல போய் நான் ஒண்ணு சொல்வேன். நீதான் பகவதிக்கு செயின் வாங்கணும்னு எங்கிட்ட சொன்னதா சொல்லு. அந்த நல்ல பெயர் உனக்கே கிடைக்கட்டும். சரியா?"

தலையாட்டினாள் ஜீவா. விளக்கை அணைத்துவிட்டு படுத்துவிட்டார்கள். உத்தமன் கண்களில் அந்தக் காட்சி. பகவதிக்கு செயின் போடும் நொடிகள். ஏறத்தாழ தாலி கட்டுவதை போல ஒரு நிலை. அந்த நேரம் அவள் உடலின் வனப்புகள் அத்தனையும் அவன் மேல் படிய, உத்தமன் தாளமுடியாமல் எழுந்து உட்கார்ந்தான். ஒரு நொடி திரும்பி பார்த்தான். ஜீவா படுத்திருந்தாள். எரிச்சலாக இருந்தது. எழுந்து பால்கனிக்கு வந்தான். டாக்டர் சொன்னது காதுக்குள்.

"யூட்ரஸ் ரொம்ப பலவீனமா இருக்கு. அதான் ரெண்டு முறையும் குழந்தை நிக்கலை. இனிமேலும் சொல்ல முடியலை. கொஞ்ச நாளைக்கு பிள்ளை வராம பார்த்துக்குங்க. ஜீவா பலவீனமா இருக்காங்க. எல்லாத்தையும் அவாய்ட் பண்ணுங்க உத்தமன்!"

மறுபடியும் பகவதியின் ஸ்பரிசம்... உடலில் நெருப்பை மூட்டியது.

'எனக்கு பகவதி வேணும். கண்டிப்பா வேணும்!'

இங்கே பகவதி ஒரு தவிப்புடன் இருந்தாள்.

அண்ணிக்கு ஏதாவது சந்தேகம் வந்துவிட்டதா? பார்க்கும் பார்வையும், கேட்கும் கேள்விகளும் சரியாக இல்லை. ஏற்கனவே எனக்கு வந்த தங்கச் சங்கிலியும் பட்டுச் சேலையும்

ஒரு புகைச்சலை உண்டாக்கிவிட்டது. இது பற்றிக்கொண்டு பெரிதாகுமா?

உத்தமனிடம் ஒரு சபலப் பார்வை தொடக்கம் முதலே உண்டு. சம்பத் அண்ணனும் அக்காவும் படிப்பு முடித்து வேலையில் சேர்ந்த காலம் அது. அப்போது பகவதி கல்லூரியில் படித்துக்கொண்டிருந்தாள். அம்மா ஆரோக்யமாக மெஸ் நடத்திக்கொண்டிருக்க, அம்மா ஜோசியர்களை பிடித்து ஜீவாவுக்கு வரன் பார்க்க, வந்தவர்கள் பலர் பகவதியைக் கேட்க, ஏற்கனவே சொன்ன கதை!

அதில் ஜீவா எரிச்சலாகி, பகவதியை ஒளித்துவைத்து கூத்தடிக்க, இதனால் குடும்பத்தில் ஒரு சலசலப்பு. இந்த நேரம் தானாகவே ஒரு வரன் வந்தது. அதுதான் உத்தமன். அரசாங்கத்தில் ஓரளவு நல்ல வேலை. அம்மா, தம்பி என உறவுகள்! ஜீவாவின் ஜாதகம் உத்தமனுக்குப் பிரமாதமாகப் பொருந்துகிறது. இந்தப் பெண் வந்தால் மேலும் பல உயர்வுகள் வரும் என ஜோசியர் உறுதியாகச் சொல்ல, பெண் பார்க்க முடிவுசெய்தார்கள்.

உத்தமன் களையாக, பார்க்க அம்சமாக இருப்பான். பெயருக்கு ஏற்ற மாதிரி உத்தமன் அல்ல. எல்லா சபலங்களும் உண்டு. உலகத்தின் எல்லா சுகங்களையும் அனுபவித்து விடவேண்டும் என்ற ஆசை உள்ளவன். ஆனால், எதுவும் வெளியே தெரியக்கூடாது. நல்லவன் போல வேஷம். அம்மா தம்பி முன்னால் அக்மார்க் உத்தமன். நடிப்பென்றால் உலக மகா நடிப்பு. ஜீவாவைப் பார்க்க வந்தான். இங்கே முன்னெச்சரிக்கையாக பகவதியை மறைத்து, அன்று இரவு வரை வீட்டுக்கு வரக்கூடாது என ஜீவாவின் உத்தரவு. அதன்படியே நடந்தது.

ஜீவா முன்பு சொன்னதை போல பகவதி அளவுக்கு பேரழகி அல்ல. ஆனால், களையாக இருப்பாள். ஆண்களை பித்தாக்கும் வசீகரம் கிடையாது. உத்தமனுக்கு அவள் ஓகே. அவளை பார்த்துப் பேசிகொண்டிருக்கும்போதே, பதவி உயர்வு வந்திருப்பதாகத் தகவல் வர, ராசி வேலை செய்யத் தொடங்கிவிட்டது. பச்சைக் கொடி காட்டிவிட்டான். பெரிதாக எந்த டிமாண்டும் இல்லை. அவளும் வேலையில்! கல்யாணம் நிச்சயமாகிவிட்டது. பாக்கு வெத்தலை மாற்றும்போதும், பகவதியை ஜீவா இருக்கவிடவில்லை.

கல்யாண நாளில்தான் பகவதி தவிர்க்கமுடியாமல் வெளியே வந்தாள்.

ஜீவாவுக்கு இப்படி ஒரு தங்கையா? முன்பே தெரிந்திருந்தால், இவளைக் கேட்டிருக்கலாமே! வேண்டாம்... ராசி ஜீவாவுக்குத்தான். மச்சினிதானே... எங்கே போய்விடுவாள்? பார்த்துக்கொள்ளலாம்! மனைவியிடம் நல்ல பெயர் எடுத்துவிட வேண்டும். உத்தம புருஷனாக ஸ்ரீராமனாக தன் நடிப்பைப் பிரமாதப்படுத்தினான். பகவதியைக் கண்டுகொள்ளவேயில்லை. எந்தப் பெண்ணையும் ஏறெடுத்து பார்க்க மாட்டான் என் புருஷன் என்ற நம்பிக்கை, ஜீவா மனதில் வெகு சீக்கிரம் வர, உத்தமன் நடிப்பில் சிவாஜியைக் கடந்து நின்றான்.

யப்பா! நல்லவனா நடிக்கறது பெரிய சித்ரவதைடா சாமி! எத்தனை சந்தோஷங்களை இழக்கவேண்டியிருக்கு. இதுக்கு கெட்டவனாவே சந்தோஷமா இருந்துடலாம். மனைவி நம்பத் தொடங்கிவிட்டாள். ஆனால், அவள் ராசி பிரமாதமாக வேலை செய்ய, உத்தமன் பல உயரங்களைத் தொட ஆரம்பித்தான். உயர் பதவியில் பல சுகங்கள் கிடைக்க, ஜீவாவுக்குத் தெரியாமல் அதை அனுபவிக்கும் வாய்ப்பும் கிடைக்க, பகவதி பக்கம் திரும்பும் வாய்ப்பே உத்தமனுக்கு இல்லாமல் போனது. அவன் மாமியார் வீட்டுக்கு வருவதே என்றாவது ஒரு நாள் என ஆகிவிட்டது. வரும் சமயம் அவனது கள்ளப் பார்வையும், மன்மத பாணங்களும் பகவதிக்கு ஒரு சந்தேகத்தை விதைத்தது. ஆனால், பகவதி அதைப் பொருட்படுத்தவில்லை. அவனும் இது எப்படியும் நம் கைக்குக் கிடைக்கும் என்ற நம்பிக்கையில் தன் கபட நாடகத்தைத் தொடர்ந்து அரங்கேற்றிக்கொண்டிருந்தான்.

சம்பத் தான் வேலை பார்க்கும் இடத்துக்கு வேலை நிமித்தமாக அடிக்கடி வந்துபோகும் சாதனாவுடன் பழக ஆரம்பித்து அது காதலாக, அம்மா சம்பத்துக்கும் வரன் பார்க்க, அந்த நேரம் பகவதி கடைசி வருஷப் பட்டப்படிப்பில் இருந்தாள். மெஸ் நடந்துகொண்டிருந்தது. சம்பத் கல்யாணம் முடிந்து சாதனா வந்த புதிதில் அம்மா திடமாகத்தான் இருந்தாள். ஒரு நாள் ஒரு விஷ ஜுரம் எங்கிருந்தோ வர, அது பெரிதாகி அம்மா ஆஸ்பத்திரியில் சேர்க்கப்பட்டாள். அந்த நேரம் சாதனா கர்ப்பமாகி அம்மா

வீட்டுக்குப் போயிருக்க, அம்மாவுக்கு பிரச்சனை பெரிதாகி, ஒரு ஸ்ட்ரோக் போல வந்து வேரோடு அந்த ஆலமரத்தைச் சாய்த்துவிட்டது.

ஆஸ்பத்திரி செலவு கரை கடந்தது. மெஸ் நின்றுபோனது. ஒரு கட்டத்துக்கு மேல் டாக்டர்கள் கை விரிக்க, பாயும் படுக்கையுமாக அம்மா வீடு திரும்ப, சாதனா பிள்ளை பெற்று, இங்கு வந்தால் குழந்தைக்குத் தொற்று வந்துவிடும் என ஒரு வருஷம் வராமல் போக, எல்லாமே தடம் புரண்டது. படிப்பை முடித்த பகவதியின் வாழ்க்கை இருண்டது.

இங்கே வந்த சாதனா, நோயாளி மாமியார், கன்னி கழியாத நாத்தனார்எனப்பாரம்தன்தலையில்இறங்க,மனிதாபிமானத்தை இழந்தாள். அங்கே ஜீவாவுக்கு அபார்ஷன் ஆக, வேலையை விடும் நிலை. அதற்குள் உத்தமன் உயரத்தை எட்டிவிட்டான். இங்கு மாமியாரைப் பார்க்க வரும்போதெல்லாம், மறைவில் நின்று மன்மத அம்புகளை வீசத் தொடங்கிவிட்டான். பகவதிக்கு ஆத்திரம் வந்தாலும் குடும்பம் இருக்கும் சூழலில் அதைப் பெரிதுபடுத்தவில்லை. அக்கா மனசு நோக வேண்டாம் எனச் சகித்துக்கொண்டாள்.

இப்போது தங்கச் சங்கிலி, பட்டுப் புடவையுடன் கள்ளத்தோணி ஏற வருகிறான். இனி என்ன நடக்குமோ என்ற பயம் பகவதிக்கு வந்துவிட்டது.

*`இது விபரீதம். இரண்டாவது கருச்சிதைவு, அவனை புரட்டிப்போட்டிருக்கிறது. ஏற்கனவே உள்ளே உள்ள கள்ளத்தனத்தை வெளியே சொல்ல சந்தர்ப்பம் இல்லாமல் மறைத்திருக்கிறான். அம்மா நோயாளி. மாப்பிள்ளை மேல் பெரும் மரியாதை உள்ளவர். அண்ணனும் மதிக்கிறான். அக்கா அவனை அளவுக்கு மீறி நம்புகிறாள். அண்ணி எப்போதுமே என் பக்கம் இல்லை. இந்த நிலையில் இந்தக் காமுகனின் அடுத்தகட்ட நடவடிக்கை என்ன?'*

நினைக்கவே நெஞ்சு நடுங்கியது பகவதிக்கு!

**- தொடரும்**

# அத்தியாயம் 8

"ரெண்டாவதும் கலைஞ்சா என்ன அர்த்தம்? ஜீவாவுக்கு ஒடம்புல பலமில்லை. குடும்பத்துக்காக நிறைய உழைச்சிருக்கா. அவ மாமியார் எதுவும் செய்ய மாட்டாங்க. இவ பாடுபட்டாதான் உண்டு."

சாதனா வேகமாக வந்தாள்.

"என்ன பாடுபட்டா? போனது முதலே தனிக்குடித்தனம்தான். அவளோட மாமியார் பாதி நாள் கிராமத்துல. தம்பி வட இந்தியால வேலை வாங்கிட்டுப் போயாச்சு. இவளை அண்ணன் தாங்கு தாங்குனு தாங்கறார். எப்பவும் புள்ளை வீட்ல இருந்து அந்தம்மா கழுத்தை அறுக்கறதில்லை."

"என்னைக் குத்திக்காட்டறியா நீ?"

"யாரையும் நான் குத்திக்காட்டலை. உங்க பொண்ணுங்க உலக மகா கஷ்டங்களை அனுபவிக்கறாங்க. ஆனா, வந்தவங்க சுகமா வாழறாங்கனு பேசினா, நான் சும்மா இருக்க முடியுமா? ஜீவாவுக்கு ஒடம்புல கோளாறு. அதான் ரெண்டாவது முறையும் குழந்தை தங்கலை!"

"வாயை மூடுடி. அவ ஏற்கனவே நொந்து கிடக்கா. நீ இந்த மாதிரி பேசறது அவ காதுல விழுந்தா, அவ தாங்குவாளா? அவளுக்கு குழந்தை பிறக்கக்கூடாதுனு சாபம் போடறியா?"

"சம்பத்! இங்கே பாருங்க. உண்மையை நான் சொன்னா, அது சாபமா? உடம்புல கோளாறு இருந்தா டாக்டரைப் பார்க்கணும். என் மேல பாஞ்சா? இதப் பாருங்க, உங்க குடும்பத்தார் யார் சங்கதியிலும் நான் தலையிடாம இனி ஒதுங்கி நிக்கறேன், உங்கம்மா உட்பட! யாரு புள்ளை பெத்தா என்ன? பெறலைன்னா எனக்கென்ன?" உள்ளே போய்விட்டாள்.

"இது நல்லாருக்காடா சம்பத்? இவ வாயை நீ கட்டுப்படுத்த மாட்டியா?"

"அம்மா! படுத்த படுக்கையா உள்ள உனக்கே இத்தனை வாய்னா, சம்பாதிக்கற அவ பேசாம இருப்பாளா?" சம்பத் உள்ளே போய்விட்டான்.

பகவதி எதுவும் பேசாமல் சமையல்கட்டுக்குள் ஐக்கியமாக, சாதனா வெளியே வந்தாள்.

"இன்னும் ரெண்டு நாள்ல வரலஷ்மி நோன்பு வருது. அதுக்கு வேண்டிய ஏற்பாடுகளை செய் பகவதி. நான் பூஜையை முடிச்சிட்டு அன்னிக்கு ஆஃபீஸ் போகணும். இப்ப சாப்பாடு ரெடியா?"

"ரெடி அண்ணி, வாங்க!" சாதனா வர, பகவதி சாப்பாடு எடுத்துவைத்தாள். சாதனா சாப்பிடத் தொடங்கினாள். அம்மா குரல் கொடுத்தாள்.

"இரு பகவதி போகலாம். உங்கம்மாவை கவனிச்சிட்டு வந்து அந்த மூத்திர நாத்தத்தோட எனக்கு சாப்பாடு வைக்காதே. இதப் பாரு பகவதி, நான் ஒண்ணு கேக்கறேன். ஜீவாவும் அபார்ஷன் ஆகி கஷ்டப்படறா. இந்த நேரத்துல நீயும் உங்கம்மாவும் போய் அங்கே இருக்கக்கூடாதா? அண்ணன் கூப்பிடறார் இல்லை!"

பகவதி முகத்தில் ஒரு கலவரம் வந்துபோனது. அதை சாதனா உற்றுக் கவனித்தாள்.

"நீங்க போனா, ஜீவா உங்களை அடிச்சு விரட்டுவாளா என்ன?"

"அப்படி எதுவும் இல்லை அண்ணி."

"அண்ணன் வாங்கித் தந்த செயின் ரொம்ப அழகாயிருக்கே! ஜீவா அனுமதிகூட கேக்காம வெடுக்குனு அஞ்சு சவரனும், பட்டுப் புடவையும் வாங்கிட்டு வந்து நிக்கறார். அப்படி என்ன அக்கறை உன் மேல? நாங்கள்லாம் சந்தோஷப்பட்ட அளவுக்கு நீ ஏன் சந்தோஷப்படலை?"

கிண்டி கிளறுகிறாள் என்பது நன்றாகவே தெரிந்தது. ஆனால், என்ன பேசினாலும் மாட்டிக்கொள்வோம் என்று தோன்றியது.

“எப்படிடி நீ எது பேசினாலும் பதில் சொல்லாத கல்லுளிமங்கியா இருக்கே?”

“அண்ணி! உங்க தயவுல வாழற காரணமா உங்களை எதிர்க்க முடியாது. அக்கா புருஷன் வாங்கித் தந்தவுடனே ஆனந்தப்பட முடியுமா? பேராசைனு தோணாது? அண்ணன் வாங்கித் தந்தா ஆனந்தப்படலாம். சொந்த ரத்தம். அவர் பிறத்தியார்தானே?”

“ஓ... பிளேட்டைத் திருப்பிப் போடறியா? கத்திரிக்காய் முத்தினா கடைக்கு வந்துதாண்டி ஆகணும்?” பிளேட்டில் கை கழுவினாள்.

“அண்ணன் பாவம்தான்! தனக்கு இனி வாரிசு வரும்ங்கற நம்பிக்கை குறைஞ்சிருக்கும். எனக்கென்ன? ஏதாவது சொன்னா, உங்கம்மாவுக்கு பொத்துக்கிட்டு வரும்!” எழுந்து வர, மளிகை ஆள் வந்தான். சாமான்களை கூடையோடு இறக்கினான்.

“அம்மா! பழைய பாக்கி ஆறாயிரம் நிக்குது. முதலாளி வாங்கிட்டு வரச் சொல்றார்.”

“ரெகுலரா வாங்கறோமில்லை? நிறுத்தித்தான் தருவோம்!”

சம்பத் வெளியே வந்தான். “சாதனா, ஏன் மளிகைக் கடைக்கு பாக்கி வைக்கற? அவன் வந்து கேக்கறது அசிங்கமாயில்லை?”

“ஆமாம்டா சம்பத்! நீங்க இல்லாத நேரத்துல மூணு தடவை வந்து கேட்டாச்சு. குடுத்துடுப்பா!”

“நீங்க சொல்வீங்க! போன மாசமே ரெண்டு தடவை ஆஸ்பத்திரிக்குப் போயாச்சு. ஸ்கேன், புண்ணாக்குனு ஆஸ்பத்திரி செலவு இருபதாயிரம். ஆஸ்பத்திரில கடன் சொல்ல முடியுமா? உங்க செலவு காரணமாத்தான் மளிகைக் கடைல பாக்கி! இங்கே காச்சு கொட்டுதா என்ன?”

“நான் அவனைப் பெத்து வளர்க்க பட்டபாடு என்னானு எனக்கும் அவனுக்கும் தெரியும். அவன் என் பிள்ளை. அந்த நன்றிக்கடனை அவன் செலுத்தாம இருக்க முடியுமா?”

“அதுக்கு என் ஒத்துழைப்பு இல்லைனா உங்க பிள்ளை நாறுவார், புரியுதா?”

“அம்மா! நீ பேசாம இருக்க மாட்டியா?”

“அவ வாயை அடக்க இங்கே யாருக்கும் துப்பில்லை. என்னை அடக்க வர்றீங்களா? மாப்ளையும் கூப்பிடறார், நாம அங்கே போகலாம். ஜீவா ஒண்ணும் சொல்லமாட்டா!”

“பகவதி, நீங்க ரெண்டு பேரும் அங்கே போய் ஒரு பத்து நாள் இருந்துட்டு வாங்க. இந்த நேரத்துல ஜீவாவுக்கும் உதவியா இருக்கும். இங்கே சண்டையைத் தற்காலிகமா நிறுத்தி வைக்கலாம். எனக்காக இதைச் செய் பகவதி” சம்பத் கெஞ்ச,

“இல்லைண்ணே! இங்கே வரலஷ்மி பூஜை இருக்கு. நான் இருந்தா வசதியா இருக்கும். அண்ணி எல்லாம் செஞ்சுட்டு ஆஃபீஸ் போறது கஷ்டம்.”

“நான் லீவு போட்டுக்கறேன் தாயே! நீ புறப்படு.”

“சம்பத், மாப்ளைக்கு போன் போட்டு குடு. நான் பேசறேன்.”

அண்ணன் போட, உத்தமன் எடுக்க, அம்மா சொல்ல, உத்தமன் உடம்பில் பரவசம்.

“ரெண்டு பேரும் வாங்கத்தே! இது உங்க வீடு. இங்கே வர யாரைக் கேக்கணும்? உடனே ரெடி ஆயிடுங்க. நானே காரை எடுத்துட்டு வர்றேன்!”

“சரி மாப்ளை! பாருடா, மாப்ளையே காரை எடுத்துட்டு வர்றாராம். எங்களுக்கும் நாதியிருக்குனு எல்லாரும் புரிஞ்சுக்குங்க. பகவதி, துணிகளை எடுத்து வை. என்னைத் தயார் செய். மருந்துகளை மறக்காதே!” அம்மா பரபரப்பாக, பகவதி நொந்துபோனாள்.

‘கடவுளே! அந்தப் பாவி காத்திருக்கிறான். செயினைத் தந்து லீலைகளைத் தொடங்கிவிட்டான். இது என் வீடு. தப்பிக்கலாம். அது அக்கா வீடு. அங்கே என்ன பிரச்னைகள் வருமோ? எதையும் நான் வெளியில் சொல்லவும் முடியாது.’

“பகவதி! எடுத்து வச்சியா?”

“சாதனா, நாம ஆஃபீஸ் போகலாம். சாவியை பகவதி பக்கத்து வீட்ல குடுத்துட்டு போகட்டும்.”

"இல்லீங்க! நான் லேட்டா வர்றேன். இவங்களை அனுப்பிட்டு வர்றேன்."

சாதனாவுக்குப் பயம். நாம் போன பிறகு ஏதாவது 'தில்லாலங்கடி' வேலை செய்து பகவதி போகாமல் இருந்துவிட்டால்?

வாசலில் கார் வந்து நின்றது. உத்தமன் உற்சாகமாக உள்ளே வந்தான்.

"ரெடியா அத்தே? சம்பத், நீ கவலைப்படாதே! நான் பாத்துக்கறேன். வழில மளிகைக் கடை முதலாளி கூப்பிட்டு, நீ ஏதோ ஆறாயிரம் பாக்கினு சொன்னார். நான் அதைக் குடுத்தாச்சு!"

"அய்யோ... எதுக்கு மாமா?"

"இதுவும் என் குடும்பம்தான். தப்பே இல்லை. விடு! பகவதி பேக்கிங் ரெடியா?"

உள்ளே வந்துவிட்டான். பகவதி பேக் செய்துகொண்டிருக்க, நெருங்கி வந்து தோளைத் தொட்டான். அவள் மிரண்டு திரும்ப,

"இங்கே ஒண்ணும் செய்ய மாட்டேன். நீதான் அங்கே வரப்போறியே. மளிகைக் கடனை அடைச்சிட்டேன். எல்லாம் உன்னை மனசுல வச்சிட்டுத்தான். நீ புரிஞ்சுக்கிட்டா சரி. சீக்கிரம் பேக் பண்ணு." வெளியே வந்துவிட்டான்.

பகவதி நரகம் தொட்டாள். சகலமும் எடுத்துக்கொண்டு வெளியே வர,

"பகவதி, மாப்ளை மளிகைக் கடனை அடைச்சாச்சு. யாருக்காக? எனக்காக! அவர் என்னை தன் அம்மானு சொல்லியிருக்கார். அந்தப் பாசத்தை செயல்ல காட்டறார். வெளிலேருந்து வந்தவங்க எல்லாருமே சுயநலமா இருக்கறதில்லை."

"அத்தே விடுங்க! யாரும் புண்படக்கூடாது, புறப்படுங்க!" உத்தமன், சாதனா அருகே வந்தான். குரலை தழைத்துக்கொண்டான்.

"நீ இந்த வீட்ல எத்தனை அவஸ்தைபடறேனு எனக்கும் தெரியும். உனக்கொரு விடுதலை தரத்தான் இவங்க ரெண்டு

பேரையும் கூட்டிட்டு போறேன். நீ நிம்மதியா, சந்தோஷமா இரு, வரட்டா?"

உச்சிகுளிர்ந்தாள் சாதனா. `என்னை இவர் சரியாகப் புரிந்து வைத்திருக்கிறார். எந்தக் காரணத்தை கொண்டும் இவரை பகைத்துகொள்ளவே கூடாது.'

அம்மாவை அவனே வாசலுக்குப் பிடித்து அழைத்து வந்தான்.

"அத்தே, நீங்க வசதியா பின்சீட்ல படுத்துட்டு வாங்க. லக்கேஜை டிக்கில போட்டாச்சு. பகவதி என் பக்கத்துல உட்காரட்டும்."

அம்மாவை படுக்கவைத்தார்கள். பகவதி நெருக்கி பின் இருக்கையில் உட்கார,

"நீ இப்படி என் பக்கத்துல வந்து ஒக்காரு பகவதி!"

"வேண்டாம். எனக்கு இங்கே இடமிருக்கு!"

"ஏண்டீ? உன் மாமாதானே?"

"நீ பேசாம இருக்கியா?"

"தப்பா எடுத்துக்காதீங்க மாப்ளே! அவளுக்கு உங்ககிட்ட மரியாதை அதிகம். நீங்க வண்டியை எடுங்க."

சகலமும் சாதனா கூர்ந்து பார்த்துக்கொண்டிருந்தாள். கார் புறப்பட்டது.

உத்தமன் வீட்டுக்கு வந்துவிட்டார்கள். ஜீவா வாசலுக்கு வந்து இவர்களை வா என்று கூட அழைக்கவில்லை. காலை இது தொடர்பாக ஒரு விவாதமே உருவாகிவிட்டது. அம்மா போன் போட்டுப் பேசியதும், ஜீவா கடுப்பாகிவிட்டாள். உத்தமன் சம்மதம் சொன்னதும் அதைவிட எரிச்சலாகிவிட்டாள்.

"இது தப்பு! அம்மா என்னை விட்டுட்டு மாப்ளை உங்ககிட்ட பேசறது ரொம்ப தப்பு. நீங்க என்னைக் கேக்காம சம்மதம் சொன்னது அதைவிடத் தப்பு. ஏன் இப்படி பிரச்னைகளை இழுத்துவிடறீங்க?"

"என்ன பேசற ஜீவா? நான் கூப்பிட்டேனா? வயசுல பெரியவங்க. என் அம்மா ஸ்தானம். நாங்க வர்றோம்

மாப்ளேனு சொல்லும்போது வரக்கூடாது அத்தேனு சொல்ல முடியுமா? அப்படி அவங்க என்ன பாவம் செஞ்சாங்க? நீ ஏன் இப்படி இருக்கே ஜீவா? உனக்கு அபார்ஷன் ஆன காரணமா உன்கூட இருக்கணும்னு அவங்க மனசு துடிக்குது. பெத்த அம்மா இல்லையா? அவங்க நல்லா இருக்கும்போது இங்கே வந்து உனக்காக உழைக்கலியா? நோயாளி ஆனதும் நாம வெறுக்கலாமா? தப்பில்லையா? சொல்லு ஜீவா! மாப்ளை நான் தடுத்தா உன்னால மீறமுடியாது. பெத்த மகள் நீயே தடுக்கறது என்ன நியாயம்?''

அவளுக்கு சுருக்கென்றது. பதில் பேச உடனே முடியவில்லை. அவமானமாக இருந்தது. எல்லாம் சுயநலம்தான்.

''உங்களுக்கு ஒண்ணு புரியலை. நாம கூட்டிட்டு வந்து இங்கே வச்சுகிட்டா, எங்க அண்ணிக்கு குளிர்விட்டுப் போகும். காலம் முழுக்க நாம பார்த்துக்க முடியுமா? அவங்கதான் பார்த்துக்கணும். அம்மா நிலையை ரெண்டுங்கெட்டான் ஆக்கக் கூடாதில்லையா?'' சமாளித்தாள்.

அதற்கு மேல் தடுக்க முடியவில்லை. வந்துவிட்டார்கள். அக்காவுக்கு அதிருப்தி என்பது பகவதிக்கு நன்றாகவே தெரிந்தது. உள்ளே வந்ததும் அருகில் வந்த உத்தமன், ''ரெடியா இரு பகவதி!''

''எதுக்கு?'' திக்கென்றது பகவதிக்கு!

- தொடரும்

# அத்தியாயம் 9

உள்ளே நுழைந்த கொஞ்ச நேரத்தில் மாப்பிள்ளையைப் புகழ்ந்து தள்ளி, அவர் மளிகைக் கடனை அடைத்ததை அம்மா உளறிக்கொட்ட, மறுபடியும் ஜீவா கண்களில் நெருப்பு. அதைக் கணவரிடம் காட்டாமல் பகவதியிடம் காட்டத் தொடங்கினாள் ஜீவா.

*"நீ போய் கிச்சன் வேலையைக் கவனி! அம்மாவை கூட்டிட்டு வா. இந்த பெட்ரூமை நீங்க ரெண்டு பேரும் எடுத்துக்குங்க பகவதி."*

*"ஜீவா! அதுல பாத்ரூம் அட்டாச்ட் இல்லை. அதனால நம்ம ரூமை குடுத்துடலாமா?"*

*"என்ன பேசறீங்க? நான் ஓய்வுல இருக்கேன். என்னால வெளில வந்து முடியுமா? அவங்க வரட்டும். பகவதி தினமும் அம்மாவை புடிச்சுதானே கூட்டிட்டுப் போறா. இதுக்குத்தான் நம்ம வீடு வசதிப்படாதுனு சொன்னேன். நீங்க கேக்கலை."*

*"அக்கா, பிரச்னை எதுவும் இல்லை. நாங்க சமாளிச்சுப்போம்."*

அது தனி வீடு. ஓரளவு வருமானம் உயர, நிலம் வாங்கி உத்தமன் கட்டிய வீடு. ஓரளவு பெரிய வீடு. சுற்றி அழகான தோட்டம். பூக்கள், காய்கனிகள் என வளமாக இருக்கும். உத்தமனுக்கு எல்லா ரசனைகளும் உண்டு. ஜீவாவுக்கு இல்லை. தோட்டத்துப் பக்கமே எட்டிப் பார்க்க மாட்டாள். உத்தமன் தோட்ட வேலைகளை நன்றாகச் செய்வான். ஆளும் வைத்திருந்தான். சமையல்கட்டுக்குள் நுழைந்தாள் பகவதி. மதிய உணவு தயார்செய்ய வேண்டும். அக்காவிடம் வந்தாள்.

*"என்ன சமைக்கணும் அக்கா?"*

“மாப்ளைக்கு என்ன பிடிக்கும்னு நீயே போய் கேளுடி. கார்ல அவர் பக்கத்துல உட்கார மாட்டேன்னு அடம்பிடிக்கறா. இவளை என்ன செய்யலாம் ஜீவா?”

ஜீவாவுக்கு ஆறுதலாக இருந்தது.

“விடும்மா. அவரும் என்னைத் தவிர யாரையும் ஏறெடுத்தும் பார்க்கமாட்டார்.”

இதைச் சொல்லும்போது, கதவில் சாய்ந்துநின்ற உத்தமனை ஒரு புழுவை பார்ப்பதைப் போல பார்த்தாள் பகவதி.

“அத்தே! இப்ப என் ருசி முக்கியமில்லை. ஜீவாவுக்கு சத்துள்ள ஆகாரம் என்ன தரணும்னு டாக்டர்கிட்ட சார்ட் வாங்கி வச்சிருக்கேன். நீ வா பகவதி. நான் உனக்கு சொல்றேன். அதன்படி செய்!”

“இப்படியே சொல்லுங்க நான் கேட்டுக்கறேன். அக்காவுக்கு அந்த ஐட்டங்கள் பிடிக்கணுமில்லை?”

“இனி உங்கக்கா சாய்ஸ் எதுவும் இல்லை. நாம சொல்றதை அவ கேட்டாகணும். அந்த நிலைமைலதான் அவ இருக்கா.” உத்தமன் சொல்ல, ஜீவாவே கொஞ்சம் அதிர்ச்சியுடன் பார்க்க,

“பின்ன? அவ ஒடம்புல தெம்பு இருக்கா? அதை உருவாக்க நாம என்ன குடுக்கறோமோ அதை அவ சாப்பிடணும். அதுக்குத்தான் சொன்னேன், நீ வா பகவதி!” வேறு வழியில்லாமல் பகவதி கூடத்துக்கு வர, நிஜமாகவே டாக்டர் தந்த சார்ட் வைத்திருந்தான்.

“இப்படி வா, இதைப் பாரு!” அதை அவளிடம் தந்தபடி படக்கென அவளை இழுத்து தன் மடி மீது போட, நிலைதடுமாறி அவள் முழுமையாக அவன் மேல் சாய்ந்தாள். ஒரு நொடியில் அவன் கைகள் அத்துமீற, ஓரிரு நொடிகளில் சுதாரித்துக்கொண்ட பகவதி, அவனை வேகமாகப் பிடித்து தள்ள, உத்தமன் தூரப்போய் விழுந்தான். அவன் விழுந்த ஓசை நன்றாக உள்ளே கேட்டது.

“என்னாச்சுங்க? யாரோ விழுந்த மாதிரி சத்தம் கேட்டது.” ஜீவா ஓடிவர, சமாளித்து எழுந்துவிட்டான்.

"யாரும் விழலை. டீபாய் தடுக்கி நான் விழப்போனேன். சமாளிச்சு நின்னுட்டேன். நீ பதறாதே! உங்கம்மா டென்ஷன் பட்டா நமக்குத்தான் பிரச்னை."

அதற்குள் அம்மாவின் பதற்றமான குரல் கேட்க, அக்கா உள்ளே போய்விட்டாள். உத்தமனுக்கு விலாப் பகுதியில் அடி. பிடித்துக்கொண்டு நடக்க முடியவில்லை. முழங்கையில் சிராய்ப்பு. அவளருகில் வந்தான்.

"உன் ஒடம்புல இத்தனை பலமா? அதுதான் எனக்கு வேணும். நானும் ஜிம் பாடிதான். உங்கக்கா சோதா. அதான் கர்ப்பம் தரிக்கலை. இனி தரிக்கவும் மாட்டா. நீதான் எனக்குப் பொருத்தம்!"

"பகவதி வர்றியா?" அம்மா குரல் கொடுக்க, எதுவும் பேசாமல் அவனை வெறுப்புடன் பார்த்துவிட்டு உள்ளே போனாள் பகவதி.

"மாப்ளை என்ன சொல்றாரோ அதைக் கேட்டுக்கோ!"

எதுவும் புரியாமல் பேசும் இந்தக் கிழவிக்கு ஒரு சாவு வராதா என அந்த நொடியில் தோன்றிய எண்ணத்தை அவசரமாக அழித்துவிட்டு, சமையல் கட்டுக்குள் நுழைந்தாள். அந்த சார்ட்டை ஒருமுறை பார்த்துகொண்டாள்.

"நான் உதவட்டுமா?" உத்தமன் பின்னால் வந்து நிற்க,

"அக்கா! கொஞ்சம் வர்றியா? எதெது எங்கெங்கே இருக்குனு நீதான் சொல்லணும்."

"வந்துட்டேன் பகவதி" உத்தமன் நழுவினான். ஜீவா வந்தாள்.

"எல்லாத்தையும் என்னைத்தான் கேப்பியா? இந்த வீடு உனக்கு புதுசாடீ? எடுத்து செய். ஃப்ரீயா இரு. உங்க ரெண்டு பேரையும் வரவேண்டாம்னு நான் சொன்னதுல உனக்குக் கோபமா? அண்ணிக்கு பொறுப்புலேருந்து விடுதலை தரக்கூடாதுடி."

"அது சரிதான்கா! இன்னிக்கே நாங்க கிளம்பட்டுமா?"

"உன் மாமா என்னைக் கொல்வார். நான்தான் உங்களை விரட்டிவிட்டேன்னு நினைப்பார். அந்த செயினை உனக்கு

வாங்கச் சொன்னதே நான்தான். உங்க மாமாகிட்டநீ இயல்பா இரு. ஒதுங்கி ஓடாதே. அவரை மாதிரி ஒரு நல்ல மனுஷன் இல்லை. உன் அழகை பார்த்து பொறாமைப்பட்டு உன்னை ஒரு காலத்துல நான் ஆட்டிவச்சது நிஜம். அந்தப் பாவத்துக்கெல்லாம் சேர்த்துதான் இப்ப அனுபவிக்கறேன். சம்பத் செய்யலைன்னா உனக்கு நாங்க கல்யாணம் செஞ்சு வைக்கறோம். நீ என்னைத் தப்பா எடுத்துக்காதே பகவதி!"

அழுதுவிட்டாள் ஜீவா. பகவதி மனசுக்கு வேதனையாக இருந்தது.

"ஏன்க்கா இந்த மாதிரியெல்லாம் பேசறே? உன்கிட்ட எனக்கு எப்பவுமே எந்த வருத்தமும் இருந்ததில்லை."

அம்மா அழைக்கும் குரல்.

"பாவம்டி நீ! நல்ல அரசாங்க வேலை கிடைச்சும் அம்மாவுக்காக அதை விடவேண்டிய கட்டாயம். வாழவேண்டிய வயசுல உனக்கு இந்த இழப்புகள் கூடாது!"

"என்ன இழப்பு? யாருக்கு?" கேட்டபடி உத்தமன் வர, சகலமும் சொன்னாள் ஜீவா.

"நீ வேலைக்குப் போகணுமா? அப்ளை பண்ணு. உனக்கு நல்ல வேலையா நான் வாங்கி தர்றேன். நானே எது நல்ல இடம்னு சிபாரிசு பண்றேன்."

"நீங்க புரியாம பேசறீங்க. அம்மாவை யார் கவனிக்கறது? சாதனாவும் வேலைக்கு போறா. வீட்ல இருந்தாலும் அவ பார்த்துக்க மாட்டா!"

"உங்கம்மாவுக்காக பகவதி தன் வாழ்க்கையைப் பணயம் வைக்கமுடியுமா? உங்கம்மா இங்கே இருக்கட்டும். பார்த்துக்க ஆளை போடலாம். நான் பணம் குடுக்கறேன். பகவதி இங்கிருந்தே வேலைக்குப் போகட்டும். முடியாதா? எல்லாத்துக்கும் ஆள் கிடைப்பாங்க!"

"அதெல்லாம் சரிப்படாதுக்கா. உன் வீட்ல நாங்க நிரந்தரமா தங்கறதெல்லாம் சரியில்லை!"

“சரி! நிதானமா யோசிக்கலாம்!”

“பகவதி, நீ சரினு சொன்னா அடுத்த வாரமே உனக்கு என் ஆஃபீஸ்ல வேலை வாங்கித் தர்றேன். வேகன்சி இருக்கு!”

“உடனடியா எந்த முடிவையும் எடுக்காதீங்க. கொஞ்சம் பேசிட்டு செய்யலாம். நீ சமையலைக் கவனி பகவதி. இதோ வந்துட்டேன்மா!” ஜீவா போக, உத்தமன் அருகில் வந்தான்.

“உன் அழகுக்கு, புத்திசாலித்தனத்துக்கு நீ எங்கியோ இருக்க வேண்டியவள். உன்னை அந்த உச்சிக்கு கொண்டுவர என்னால முடியும். சில உயரங்களைத் தொடணும்னா, அதுக்குனு ஒரு விலை இருக்கு. அதை நீ கொடுத்துதான் தீரணும். யோசனை பண்ணிக்கோ.”

அவள் எந்தப் பதிலும் சொல்லாமல் இருக்க, சட்டென அவள் கன்னத்தை கிள்ளிவிட்டு வெளியேறினான். பகவதிக்கு அருவருப்பாக இருந்தது. அதை வேகமாகத் துடைத்துவிட்டு சமையல் வேலையில் மூழ்கினாள். மனசுக்குள் ஒரு போராட்டம் ஆரம்பித்தது.

அடுத்த இரண்டு நாள்களில் வரலஷ்மி பூஜை என்பதால், அதற்கான ஏற்பாடுகளைச் செய்யவேண்டும் என்றாள் அக்கா.

“உனக்குத் தெரியுமா பகவதி?”

“அவளுக்கு நல்லாத் தெரியும்டி. அங்கே நம்ம வீட்டு பூஜைக்கான சகல ஏற்பாடுகளையும் இவதான் செய்வா. அழகா அம்மனை அலங்காரம் பண்ணுவா. அது பகவதிக்கு ரொம்பப் பிடிக்கும். சமையலும் அவதான் செய்வா. எதுவும் செய்யாம பூஜை பண்ண மட்டும் சாதனா வருவா. அது முடிச்சதும் மூக்கைப் புடிக்க சாப்புட்டு வெளில போயிடுவா. இந்தமுறை திணறப்போறா பாரு.”

“விடும்மா! சும்மா குறை சொல்லாதே. அண்ணிக்கும் எல்லாம் தெரியும். என்னை நம்பியா அண்ணி வாழறாங்க?”

“இங்கே இவர்தான் எல்லாம் செய்வார். நீ மாமாகூடச் சேர்ந்து எல்லாம் செய்.”

இரவு உணவு முடிந்ததும், அம்மாவுக்கு வேண்டிய பணிவிடைகளை முடித்து படுக்கவைத்த பிறகு,

“நாளைக்குபூஜை! நீ மாமாகூடச்சேர்ந்து எல்லாஏற்பாடுகளையும் செய். நான் அம்மாகூடப் படுக்கறேன். தேவைனா உன்னை கூப்பிடறேன். என்னங்க, உங்களுக்கு உதவிக்கு பகவதி வருவா!” உள்ளே போய் ஜீவா கதவைச் சாத்திக்கொள்ள, பகவதி நொந்துபோனாள். உத்தமன் உற்சாகமாகிவிட்டான்.

“என் சம்சாரமே சந்தர்ப்பத்தை ஏற்பாடு பண்ணித் தர்றா பாரு. அவ தூங்கிட்டா எழுந்து வரமாட்டா. மாத்திரை வேற தந்திருக்கேன். இப்படி வா! இது நல்ல வாய்ப்பு. நீ எனக்கு இணங்கினா, உன்னைக் கோபுரத்துல தூக்கி உட்கார வைக்கறேன். நீ முரண்டு பண்ணினா, கடைசி வரைக்கும் ஆயா வேலைதான். படிச்சு அறிவும் அழகுமா இருக்கற நீ ஆயாவா வாழணுமா? யோசனை பண்ணு!”

“இதெல்லாம் தப்பு. எங்கக்காவுக்கு நானே துரோகம் செய்யத் தயாரா இல்லை. அதையும் தாண்டி வசதி வாய்ப்புக்காக என் புனிதத்தை இழக்க நான் தயாரா இல்லை. இந்த ஆசையை இதோட விட்ருங்க. இதுநாள் வரைக்கும் நீங்க போட்ட வேஷத்தைக் கலைச்சிட்டு, நிஜமாவே நல்ல மனுஷனா மாறுங்க. அது எல்லாருக்கும் நல்லது. மனசுல தூய்மையோடதான் வரலஷ்மி பூஜைக்கெல்லாம் உழைக்கணும். அழுக்கை வச்சிட்டு செஞ்சா, அந்தத் தெய்வம் தண்டிச்சிடும். போங்க அந்தப் பக்கம்!”

“நான் இன்னிக்கு கிடைச்ச சந்தர்ப்பத்தை விடறதா இல்லை. நல்லவிதமா சொன்னா நீ புரிஞ்சுகறதில்லை. எனக்கு அடாவடி தவிர வேற வழியில்லை.”

“அப்படி நடந்து உங்க சுயரூபம் தெரிஞ்சா, அக்கா உங்களை மதிப்பாளா?”

“எங்கே போவா? அவளுக்கு நாதி இருக்கா? உங்க வீட்டுக்கு வரமுடியுமா? என்னை விட்டா ஏது கதி? உங்கண்ணி ஏத்துப்பாளா? நோயாளி அம்மாவால என்னை எதிர்க்க முடியுமா? உங்க குடும்பமே ஆயுள் முழுக்க அழவேண்டி

வரும். நீ ஒருத்தி ஓசைப்படாம இணங்கினா, எல்லாரும் உன் குடும்பத்துல நிம்மதியா இருக்கலாம். இதப் பாரு, இன்னிக்கு இது நடக்காம போகலாம். ஆனா, நீயே சம்மதிக்க வேண்டிய கட்டாயம் வரும். அப்ப நான் நடக்கற விதமே வேறயா இருக்கும். இங்கே உள்ள பல மனைவிகள் நாதியில்லாமதான் புருஷனை சகிச்சுக்கறாங்க. நீ புரிஞ்சுகிட்டா புத்தியா பொழைக்கலாம்!''

சொல்லிவிட்டு அவளை ஆவேசமாக அவன் நெருங்க, அவனது வேகம் பார்த்ததும் மிரண்டாள் பகவதி. நெருங்கிவிட்டான்... கண்களில் காமவெறி கொழுந்துவிட்டு எரிய, இடைவெளி குறைய, என்ன நடக்குமோ என்ற பீதி கண்களில் உறைய, பயத்தில் மூளையும் உடலும் செயல்பட மறுத்தது. கண்களை இருட்டி மயக்கமே வந்துவிட்டது.

**- தொடரும்**

# அத்தியாயம் 10

**க**ண்களை இருட்டி மயக்கமே வந்துவிட்டது. உத்தமன் அணைக்க வந்த நொடியில், பகவதிக்குள் சகலமும் விழித்துக்கொள்ள, அவனை பலம்கொண்ட மட்டும் தள்ளிவிட்டு வேகமாக ஓடினாள். அக்கா படுத்திருந்த அறைக் கதவை தட்டினாள். உத்தமன் பாய்ந்து வந்தான்.

*"நீ என்ன செய்யறே? எதுக்காக இப்ப அவளைக் கூப்பிடறே?"*

அவனுக்கு கலவரமாகிவிட்டது. *`நடந்ததை சொல்லப் போறாளா?'* தொடர்ந்து பகவதி கதவைத் தட்ட,

*"வர்றேன்டி! என்னாச்சு பகவதி? எதுக்காக கதவைத் தட்டறே?"* ஜீவா எழுந்துவந்து கதவைத் திறந்தாள். உத்தமன் முகம் வெளிறிக் கிடந்தது.

*`மாட்டிக்கொண்டேனா? ஜீவா யாரை நம்புவாள்? நான் எப்படி பிளேட்டைத் திருப்பிப் போடவேண்டும்? கிழவி என்ன நினைப்பாள்? பகவதி மேல் பழியைப் போட்டு, கதையை மாற்றிவிடலாமா? நம்புவார்களா?'* வியர்த்துவிட்டது.

*"என்ன பகவதி? என்னாச்சு? நீங்களாவது சொல்லுங்களேன்!"*

*"அவரைக் கேக்காதே அக்கா! நான் வீட்ல இல்லை, தூரம்க்கா! பூஜை சங்கதிகள்ல நான் எப்படீக்கா?"*

உத்தமன் பெருமூச்சு விட்டான். *`அப்பாடா... தப்பித்தோம்!'*

*"அக்கா, நாளைக்கு பூஜை. நீதான் அவருக்கு உதவணும். நான் எந்த ரூம்ல இருக்கணும்? பூஜைன்னா சுத்த பத்தமா செய்யணும் இல்லையா?"*

*"சரி! நீ அம்மாகூட இந்த ரூம்ல படுத்துக்கோ. நான் அவருக்கு உதவி பண்றேன்."*

“ஸாரிக்கா! நான் இருந்தும் உனக்கு உதவி பண்ண முடியலை!”

“பரவாயில்லைடி, இதெல்லாம் இயற்கை! நீ போய்ப் படு!”

உள்ளே வந்தாள் பகவதி. அவள் சொன்னது பொய். அவனைச் சமாளிக்க அந்த நொடியில் வழி தெரியவில்லை. படுத்துவிட்டாள் தரையில்!

“பூஜை, சமையல் எல்லாத்தையும் ஜீவா பாக்கணும். என்னால எதுவும் முடியாது. மாப்ளை நமக்காகப் பாடுபடறார். அவர் வீட்டுக்கு வந்தும் நம்மால உபயோகமில்லை” அம்மா புலம்ப, பகவதிக்கு எரிச்சலாக இருந்தது. அவன் பேசியது திரும்ப திரும்ப காதுக்குள்...

‘உங்கக்காவுக்கு என்னை விட்டா ஏது நாதி? நோயாளி அம்மா எங்கே போவாங்க? ஜீவா வந்தா உங்கண்ணி ஏத்துப்பாளா? உன் குடும்பமே கண்ணீர் விடணுமா? உன் குடும்பம் நிம்மதியா இருக்கணும்னா, நீ ஒருத்தி அட்ஜஸ்ட் பண்ணு. உயரம் தொடணும்னா அதுக்கொரு விலை இருக்கு. அதைத் தந்துதான் ஆகணும் பகவதி.’

ஆணி அடித்த மாதிரி வார்த்தைகள்.

‘பல மனைவிகள் வேற வழியில்லாம ஆண்களை இங்கே சகிச்சுகிட்டுத்தான் போறாங்க. வாழ்ந்தாகணுமே!’

பெண்களின் நிலைமை இத்தனை கேவலமாகிவிட்டதா? படித்து புத்தியும் அழகும் இளமையும் இருந்தும், ஆண்களின் சபலத்துக்கும் அடக்குமுறைக்கும் ஆளாகித்தான் தீர வேண்டுமா? இதையெல்லாம் உதறிவிட்டு நான் போக முடியாதா? இவன் தோலை உரித்து தொங்கவிட முடியாதா?

முடியும்! குடும்ப மானம் சந்தி சிரிக்கும். நோயாளி அம்மாவின் கதி என்னாகும்? அண்ணனின் மானம் போகும். அக்காவின் உயிரே போகலாம். என் ஒருத்தியால் என் ரத்த பந்தங்கள் சீரழிய வேண்டுமா? என்னால் தொலைந்து போகணுமா? அதற்காக எத்தனைக் காலம் இவனோடு நான் போராட முடியும்? என்னைக் காப்பாத்த யாருமே இல்லையா?

* * * * *

“**நா**ன் இருக்கேன். எல்லாத்தையும் நான் பாத்துக்கறேன். எத்தனை பணம் வேணும் சொல்லு. நான் தர்றேன். உன் கடனை முதல்ல அடைச்சிட்டு வா. என் ஃப்ரெண்ட் நீ! உனக்கு செய்யாம யாருக்குடா நான் செய்யப் போறேன்?”

இதைக் கேட்டவன் பிரசாத். கேட்ட இடம் ஓர் உயர்தர ஓட்டலின் பார் பகுதி. அங்கு நண்பர்களுடன் சரக்கடித்தபடி போதையில் வாக்குறுதிகளை அள்ளி வீசிக்கொண்டிருந்தான் நம் கதாநாயகன் பிரசாத்.

என்னது கதாநாயகனா? சரக்கடிக்கற பார்ட்டி நாயகனா?

இருக்கக் கூடாதா? பழக்க வழக்கங்கள் மட்டுமே ஒரு மனுஷனோட குணத்தைத் தீர்மானிக்கறதில்லை. இன்னும்கூட நிறைய கல்யாண குணங்கள் நம்ம பிரசாத்துக்கு உண்டு. ஆனா, அவன்தான் இந்தக் கதையின் நாயகன்! அதெப்படி?

தொடர்ந்து படியுங்கள்!

“நேரம் மிட்நைட் ஆயாச்சு பிரசாத்! போகலாம். கடையை மூடப்போறான்.”

“டேய், இது சாராயக் கடை இல்லை. ஸ்டார் ஓட்டல் பார்! விடிய விடியக் குடிக்கலாம்!” அவனை நண்பர்கள் பலவந்தமாக இழுத்துவந்தார்கள்.

“நான் என் கார்ல போறேன் விடுங்கடா.”

“நீ கண்ட்ரோல்ல இல்லடா பிரசாத்! நாங்க டிராப் பண்றோம், வாடா!”

அவனை காரில் திணித்து மற்றவன் காரை எடுக்க, பங்களா வாசலில் ஹாரன் ஒலிக்க, செக்யூரிட்டி வந்து திறந்தான். நீண்ட பாதையில் பயணித்து கார் நிற்க, இவனைப் பிடித்து இறக்கிய நண்பர்கள் பெல் அடிக்க, உள்ளே படக்கென கண்விழித்தாள் சந்த்யா. எழுந்தாள்! இரவு ஒரு மணி. பக்கத்தில் படுத்திருந்த ராஜா... அவள் கணவன் எழுந்தான்.

“யாரு? பிரசாத்தா? ஊரைச் சுத்திட்டு ராத்திரி ஒரு மணிக்கு வர்றானா? அவனை நான் விடப்போறதில்லை. இன்னிக்கு ஒரு புடி புடிக்கறேன்.”

“விடுங்களேன். சின்னப் பையன்! புதுப் படம் ரிலீஸ் ஆகியிருக்கும். நைட் ஷோ போயிருக்கான். எங்கிட்ட சொல்லிட்டுத்தான் போனான், அண்ணி லேட்டாகும்னு. நான் பாத்துக்கறேன். நீங்க படக்குனு குழந்தையை எதுவும் பேசிடாதீங்க. பேசாம படுங்க!”

“நீ குடுக்கற செல்லத்துல அவன் குட்டிச்சுவரா போறான். எப்படியோ ஒழிங்க! இப்படியே நான் விடமாட்டேன்.”

சந்த்யா வந்து கதவை திறந்தாள்.

“ஓவரா குடிச்சிருக்கான் மேடம். நிக்கக்கூட முடியலை.”

“அவனை பெட்ரூம்ல கொண்டுவந்து படுக்க வைங்க. நான் பாத்துக்கறேன்” அவர்கள் செய்தார்கள். புறப்பட்டுப் போனார்கள். சந்த்யா அவன் காலணிகளைக் கழட்டினாள். அவனைச் சரியாகப் படுக்கவைத்தாள்.

“ஸாரி அண்ணி! இப்பக்கூட நான் ஸ்டெடியாத்தான் இருக்கேன்.”

“போதும்டா! உன்னை மூடி மறைக்க உங்கண்ணன்கிட்ட நான் படற பாடு கொஞ்சமில்லை. தெரிஞ்சா என்னை வெட்டிப் போடுவார். அவர் கீழே வந்தா நான் செத்தேன். பேசாமப் படு!”

“பசிக்குது அண்ணி!”

“கழுத்து வரைக்கும் குடிச்சிருக்கியே ராஸ்கல். இடமிருக்கா? கொண்டு வர்றேன். கேப்பேனு தெரியும். எனக்கு தினமும் உன்னோட போராட்டமா இருக்கு!”

போய் சாப்பாடு எடுத்து வந்தாள். அருகில் அமர்ந்து அவனுக்கு ஊட்டிவிட்டாள்.

“சூப்பரா இருக்கு சிக்கன் கிரேவி. நீ அண்ணி இல்லை, எனக்கு அம்மா!”

“போதும் ஐஸ் வச்சது. உங்கண்ணன் வந்துட்டா என் கதை கந்தல்... பட்றா!”

அவள் அவசரமாக வெளியே வந்தாள். படபடப்பில் வியர்வை பொங்க, அவசரமாக துடைத்துகொண்டு படியேறினாள்.

`நீ அண்ணி இல்லை! எனக்கு அம்மா!' அந்த வார்த்தைகள் காதில் ஒலிக்க, புன்னகை பூத்தது சந்த்யா முகத்தில்.

* * * * *

**வி**டிந்தது... இங்கே உத்தமன் வீட்டில், இரவே பூஜைக்கான ஏற்பாடுகளைச் செய்துவிட்டு உத்தமனும் ஜீவாவும் உறங்கப் போகும்போது, நள்ளிரவைக் கடந்துவிட்டது. காலை சீக்கிரமே எழுந்து இருவரும் குளித்து முடித்து, ஜீவா சமையல் வேலையில் இறங்கிவிட்டாள். அவளது தேகநிலை மோசமாக இருந்ததால் மூச்சு வாங்கியது.

"நான் பண்றேன் ஜீவா."

"இல்லீங்க. உங்களுக்கு ரசம், பொரியல்தான் தெரியும். இன்னிக்கு கொழுக்கட்டை, பாயசம், வடை, சுண்டல் எல்லாம் செய்யணும்."

கதவுக்கு வெளியே வந்து நின்றாள் பகவதி. கஷ்டமாக இருந்தது. தான் சொன்ன பொய், அக்காவை பாதிக்கிறது. திணறுகிறாள். பாவம்! அம்மா உள்ளே புலம்பிக்கொண்டேயிருந்தாள். உத்தமனுக்கு பகவதி பொய் சொல்லியிருக்கிறாள் என்பது நன்றாகவே தெரிந்தது. வாசலில் கார் வந்து நின்றது. உத்தமனின் அம்மா இறங்க, உத்தமனுக்கு சுருக்கென்றது.

"அம்மா வர்றாங்க ஜீவா!"

"ரெண்டாவது கலைஞ்சது அவங்களுக்குத் தெரியாதுங்க. தெரிஞ்சா என் பாடு தர்மசங்கடமாயிடும். இதை நீ அம்மாவுக்கு ஞாபகப்படுத்து பகவதி!"

வாசலுக்கு இருவரும் ஓடினார்கள்.

"வாங்க அத்தே!"

"இன்னிக்கு வரலஷ்மி பூஜை. நீங்க ரெண்டு பேரும் என்னைக் கூப்பிடலை. எனக்கு மனசு கேக்கலை. நானே புறப்பட்டு வந்துட்டேன். பூஜைக்கான ஏற்பாடுகள் நடக்குதா? நான் குளிச்சிட்டு வந்திர்றேன்" பேகை வைத்துவிட்டு நேராக

குளியலறைக்குப் போக, உள்ளே பகவதி அம்மாவிடம் சொல்ல, ஜீவா ஓடிவந்தாள்.

"அத்தை ரொம்ப சுத்த பத்தம். இன்னிக்கு பூஜை நாள். நீ தூரம். என்ன சொல்லுவாங்களோ தெரியலியே. எனக்கு பதற்றமா இருக்கு!"

மாமியார் குளித்துவிட்டு வந்துவிட்டார்.

"உங்கம்மா, பகவதி வந்திருக்காங்களா? எப்ப? கொஞ்ச நாளா இங்கேதான் வாசமா?"

"இல்லை அத்தே! நேத்துதான் வந்தாங்க."

"நம்பிட்டேன். அதே படுத்த படுக்கைதானா? நர்ஸையும்... அதான் பகவதியைச் சொல்றேன், கூட்டிட்டு வந்தாச்சா?" கேள்வியில் நக்கல் தெறிக்க, ஜீவா கோபமாக உத்தமனைப் பார்த்தாள்.

"நீ இன்னும் குளிக்கலையா பகவதி? பூஜை நாள்ல அக்காவுக்கு உதவி செஞ்சா தப்பில்லை."

"அத்தே, அவ நேத்திக்கு ராத்திரி தூரம்."

"என்னது தூரமா? இது பூஜை நடக்கற வீடு. இது தெரிஞ்சும் அவளை ஏன் இங்கே வச்சிருக்கீங்க? நம்ம வீட்டு சுத்தம் உனக்குத் தெரியாதா உத்தமா? அவளை உடனே அவ அண்ணன் வீட்டுக்கு அனுப்பு!"

"சரிம்மா, நான் கார்ல டிராப் பண்ணிர்றேன்."

"என்னடா உளர்ற? நீ குளிச்சாச்சு. நீ போகாதே."

"சரி பகவதி, நீ புறப்படு!" ஜீவா சொல்ல,

"இவ தொட்டுத்தானே அவங்கம்மாவை கவனிக்கறா. பூஜைக்கு மத்தில அவங்க பாத்ரூம் போகணும்னா நீ ஓடுவியா? அவங்களையும் பகவதி கூட்டிட்டுப் போகட்டும்."

"அம்மா! அத்தை பேஷன்ட். நான் கார்ல..."

“தேவையில்லை. கால் டாக்ஸி புக் பண்ணிக்குடு. ஜீவா நீ மசமசன்னு நிக்காதே. பூஜைக்கு நேரமாச்சு. வந்து வேலையைக் கவனி!”

உத்தமன் கால் டாக்ஸி ஏற்பாடு செய்ய, பல் கூட விளக்காமல், அம்மாவையும் அழைத்தபடி பகவதி புறப்பட்டுவிட்டாள். ஜீவாவுக்கு வேதனையாக இருந்தது. அம்மாவுக்கு அவமானமும் கோபமும் ஏற்பட்டது. ஆனால், பகவதிக்கு சந்தோஷமாக இருந்தது. உத்தமனுக்கு சரியான செருப்படி. பூஜை நாளில் ஒரு பொய்யைச் சொன்னாலும், அந்த அம்மனே ஜீவாவின் மாமியார் வடிவத்தில் வந்து நின்றது போலிருந்தது. காருக்குள் உட்கார்ந்தார்கள்.

“பாவம் ஜீவா! அந்தம்மா என்ன பாடு படுத்தப்போறாளோ? மாப்ளை பாவம்! வாயடைச்சுப் போயிட்டார். நம்மை அனுப்ப அவருக்கு மனசேயில்லை.”

“அப்ப சொல்ல வேண்டியதுதானே? சொன்னா அவங்கம்மா கேக்க மாட்டாங்களா? எல்லாம் வேஷம். கடவுள், நல்லவங்க பக்கம்தான்.”

“என்னடீ பேசற நீ? எனக்குப் புரியலை! மாப்ளையைக் கெட்டவர்னு சொல்றியா?”

“இது டாக்ஸி! குடும்ப விஷயம் இங்கே எதுக்கு? வாயை மூடிட்டு வா!”

‘இந்தமுறை தப்பித்தோம். எல்லா முறையும் இது நடக்குமா?’ கேள்வி ஒன்று பெரிதாக பகவதியின் முன் வந்துநின்றது.

**- தொடரும்**

# அத்தியாயம் 11

இங்கே சந்த்யா, வரலஷ்மி பூஜைக்கான ஏற்பாடுகளை காலையில் பிரம்மாண்டமாகச் செய்துகொண்டிருக்க, ஆட்கள் உதவி செய்ய, ராஜா குளித்துவிட்டு வந்தான்.

"சீக்கிரம் முடி சந்த்யா! நிறைய வேலை இருக்கு. இன்னிக்கு பட்ஜெட் மீட்டிங் இருக்கு. அவசரமா நான் போகணும்."

"எனக்குத் தெரியாதா? போன வாரமே எல்லா ஏற்பாடுகளையும் நான் செஞ்சு வச்சாச்சே. எதுக்கு டென்ஷன் படறீங்க? பூஜையை முடிச்சிட்டுப் போகலாம். நம்ம குடும்பத்துல இது விசேஷ பூஜை. நான் போய் பிரசாத்தை எழுப்பறேன். நீங்க ரெடியா இருங்க" மேலே வந்தாள்.

"பிரசாத்! எழுந்து வா. இன்னிக்கு பூஜை வீட்ல!"

"என்னால முடியலை அண்ணி! ஹேங்க் ஓவர் அதிகமா இருக்கு."

"ராஸ்கல். குடிக்கறதே தப்பு. அதுக்கும் ஒரு அளவு வேண்டாம்? சட்டுனு குளிச்சிட்டு வா. உங்கண்ணன் கண்டுபுடிக்காம பார்த்துக்கோ. வாடா."

கீழே வந்து பூஜையை அவள் ஆரம்பிக்க, பிரசாத் ஒரு மாதிரி சமாளித்து வந்துவிட்டான்.

"உன் முகமெல்லாம் வீங்கி கிடக்கு. குடிச்சவன் மாதிரி இருக்கே."

"நிறைய நேரம் தூங்கிட்டான். அதான்." சமாளித்தாள் சந்த்யா.

"நான் ஒண்ணும் தப்பாப் பேசலை அவனை. அதுக்குள்ள வக்காலத்து வாங்க வந்துடுவியே. இவனைக் கெடுக்கறதே நீதான். படிச்சிருக்கான் எல்லா திறமையும் இருக்கு. ஆனா ஊர்

சுத்தறான். வந்து நம்ம பிசினஸை பார்க்கலாம் இல்லையா? என்னிக்கு இவனுக்கு பொறுப்பு வரப்போகுதுனு எனக்குப் புரியலை. அவனுக்கே வந்தாலும் நீ விடமாட்டியா?''

''இதப் பாருங்க! பூஜை நாள்ல குழந்தையைக் கரிச்சுக் கொட்டணுமா? இது நல்லாருக்கா உங்களுக்கே? நாம ரெண்டு பேரும் வியாபாரத்தை முழுமையாப் பார்த்துக்கறோம். அது நல்லாவும் நடக்குது. இதுக்கு மேல என்ன வேணும்? அவன் வேலைகளை நான் செய்யறேன், போதுமா? அவனை ஒண்ணும் சொல்லாதீங்க.''

''சர்தான்! எங்கம்மா உயிரோட இருந்திருந்தாக் கூட இவன் மேல இந்த அளவு பாசம் காட்டியிருப்பாங்களான்னு தெரியலை'' கண்டிப்பது போல சொன்னாலும், ராஜாவின் குரலில் பெருமை பொங்கி வழிந்தது.

பிரசாத், அண்ணியின் தோள்களை அணைத்து, ''அதுல எந்த சந்தேகமும் இல்லை. அண்ணிதான் எனக்கு அம்மா. அண்ணியை சொன்னா, அந்த ஆண்டவனைக்கூட நான் விட்டுவைக்க மாட்டேன்.''

''சரி! நேரமாச்சு. பூஜையைத் தொடங்கலாம்.''

அவளே பூஜையை அழகாகச் செய்தாள். தீபாராதனை காட்டி, பிரசாத்துக்கு விபூதி குங்குமம் வைத்து, பூஜையை நிறைவு செய்தாள். சாப்பிட அழைத்தாள். அவளது சமையல். சாதாரண நாட்களில் வேலையாட்கள். பூஜை நாட்களில் சந்த்யாதான். அவளே பரிமாறினாள்.

''அண்ணி! உங்க சமையலை மிஞ்ச யாரும் இல்லை! பிரமாதம்.'' ஒரு பிடிபிடித்தான்.

''என்னங்க! பூஜை நாளா இருக்கு. குழந்தை கைல அம்பதாயிரம் பணம் நீங்களே குடுங்க!''

''எதுக்கு சந்த்யா?''

''நமக்கொரு குழந்தை இருந்தா செய்ய மாட்டோமா? இப்ப இவன்தானே குழந்தை? குடுங்க.''

"இந்த வீட்டுக்கு நிதி மந்திரி நீதான். நானே செலவுக்கு உங்கிட்டத்தான் கேட்டு வாங்கிட்டுப் போறேன். நீயே குடு!" அவளே கொண்டுவந்து தந்தாள். அவன் காதில் ரகசியமாக, "இதை இன்னிக்கே காலி பண்ணிடாதே! எல்லார்கிட்டேயும் கறாரா இருக்கற நான், உன்னை மட்டும் அவுத்து விட்டாச்சு. இதுக்கு ஒரு நாள் உங்கண்ணன்கிட்ட மாட்டப்போறேன். சரி! அண்ணன் வர்றார்..."

உள்ளே போன சந்த்யா, கேரியர் எடுத்து உணவுப் பொருள்களை பேக் செய்யத் தொடங்கினாள். ராஜா வந்தான்.

"நீ சாப்பிடலையா சந்த்யா?"

"நான் விரதம். பூஜை நாள்ல சாப்பிட மாட்டேன்னு உங்களுக்கு தெரியாதா?"

"இந்த மாதிரி பட்டினி இருந்து உடம்பைக் கெடுத்துக்காதே! சரி புறப்படு. நீயும் என்கூட ஆஃபீசுக்கு வா!"

"வர்றேன். போற வழில சென்ட்ரல் ஜெயில் வாசல்ல பத்து நிமிஷம் நிறுத்துங்க. நான் கொஞ்சம் உள்ளே போயிட்டு வந்திர்றேன்."

ராஜா முகம் மாறிவிட்டது. சிவந்து போனது.

"எதுக்கு? அந்தக் கொலைகாரியைப் பார்க்கப் போறியா? இது வேணுமா? தேவையில்லை. நான் அனுமதிக்க மாட்டேன். நீ போகக்கூடாது."

"நான் சொல்றதைக் கேளுங்க! வந்தனா இந்த வீட்ல பொறந்த பொண்ணு. இது பூஜை நாள். நம்மோட இருக்க அவ கொடுத்து வைக்கலை. நம்ம வீட்டு சாப்பாட்டையாவது அவ சாப்பிடட்டும். அதைத் தடுக்காதீங்க."

"நிறுத்துங்க அண்ணி. இந்த ஒரு விஷயத்துல மட்டும் நான் அண்ணன் பக்கம்தான். நல்ல குடும்பத்துல பொறந்துட்டு ஒரு கொலையைச் செஞ்சிட்டு, இன்னிக்கு ஆயுள் தண்டனை கைதியா இருக்கா. தூக்குல தொங்கவேண்டியவளை, நீங்கதான் ஆயுள் தண்டனைக்கு திருப்பி விட்டீங்க! அவளைப் பாக்கறது வேணுமா?"

"நீ சும்மா இருடா! வந்தனா இவருக்கு தங்கச்சி. உனக்கு அக்கா! அவ கொலைகாரியா இருந்தாலும் கூடப்பிறந்த பிறப்புங்கறது இல்லாமப் போயிடுமா? என் மேல நிஜமான பாசம் ரெண்டு பேரும் வச்சிருந்தா, நான் அவளைப் பாக்கறதைத் தடுக்காதீங்க."

"சரி விட்ரா பிரசாத்! இந்த ஒரு விஷயம்தான் எனக்கு இவகிட்ட பிடிக்கலை. சரி புறப்படு. பூஜை நாள்ல என் மூடு அப்செட்." சந்த்யா தயாராகிவிட்டாள்.

* * * * *

**ச**ந்த்யா, ராஜாவைக் கல்யாணம் செய்து வரும்போது, வந்தனா படித்துக்கொண்டிருந்தாள். பிரசாத்துக்கு 12 வயது. தாய், தகப்பனை இழந்த குழந்தைகள், சந்த்யாவின் ஆதரவில் வந்துவிட்டார்கள். முதல் ராத்திரியில் ராஜா சொன்ன முதல் வாக்கியமே,

"என் தம்பி, தங்கச்சிக்கு என்னை விட்டா யாரும் ஆதரவு இல்லை. நடந்த எல்லாம் உனக்குத் தெரியும். அவங்க அனாதைகள் ஆயிடக்கூடாது. நீதான் அவங்களை ஆதரிக்கணும்."

"இதப் பாருங்க. நான் உங்களுக்கு இப்ப இதுக்கு பதில் சொல்ல மாட்டேன். எனக்கு சொல்லிட்டு செய்யப் பிடிக்காது. நான் செஞ்ச பிறகு நீங்க சொல்லணும்."

அதுதான் இந்த 17 வருடங்களில் நடந்தது. அவளுக்குப் பிள்ளைகள் பிறக்கவில்லை. அவள் இவர்களுக்கு அம்மா ஆனாள். அதிலும், பிரசாத்துக்கு அவள் இல்லாமல் ஒரு நொடிகூட முடியாது. இனி கதைக்கு வருவோம். கார் ஜெயில் வாசலில் நிற்க, சந்த்யா இறங்கினாள். உணவு தர விசேஷ அனுமதி பெற்றிருந்தாள். ஆனால், காவலர்கள் தடுத்துவிட்டார்கள்.

"அம்மா! இங்கே ஒரு கைதி கையை அறுத்துகிட்டு தற்கொலை முயற்சி நடந்திருக்கு. அதனால யாரையும் அனுமதிக்கறதில்லை. சாப்பாட்டைக் குடுங்க. நாங்க குடுத்துர்றோம். இன்னொரு நாள் வாங்க."

சந்த்யா சாப்பாட்டை தந்துவிட்டு ஏமாற்றத்துடன் புறப்பட்டாள். காரில் ஏறினாள்.

"என் மனசு போலதான் ஆச்சு. இந்த நல்ல நாள்ல அந்தக் கொலைகாரியை நீ சந்திக்கறது எனக்குப் பிடிக்கலை சந்த்யா. போகலாம்."

* * * * *

இங்கே உத்தமன் அம்மா வந்து, பகவதியும் அம்மாவும் விரட்டப்பட்டதால், நேராக அண்ணன் வீட்டுக்கு வர, சாதனா வேலை செய்யத் திணறிக்கொண்டிருந்தாள்.

"என்ன? ஜீவா விரட்டி விட்டுட்டாளா?"

"இவ தூரம். மாப்ளையோட அம்மா அதை ஏற்க மாட்டாங்க. அதான் வந்துட்டோம். பாவம் ஜீவா, அங்கே தடுமாறி நிக்கறா."

"இங்கே நானும்தான் கஷ்டப்படறேன். அது உங்க கண்ணுக்குத் தெரியாதே! இப்ப நீங்க வந்து எனக்கென்ன உதவி? உங்களுக்கும் சேர்த்து வடிச்சுக் கொட்டணும்."

"ஏன்? செய்யேன். வருஷம் முழுக்க பகவதிதானே செய்யறா. நீ செஞ்சா தேஞ்சுபோவியா என்ன?"

"அம்மா! சண்டை போடவா திரும்பி வந்தோம்? பேசாம இருக்க மாட்டியா நீ? ஸாரி அண்ணி! இன்னிக்கு பூஜை நாள். வழியில்லை. நாளைக்கு நான் குளிச்சிட்டு உள்ளே வந்துர்றேன்."

பூஜைக்காக சாதனா போட்ட சாம்பிராணி புகையில் அம்மாவுக்கு மூச்சுத்திணறல் தொடங்கிவிட்டது. உடனே பகவதி தகுந்த மாத்திரைகளைக் கொடுத்தாள். அப்படியும் சுவாசம் கட்டுப்படவில்லை. அளவுக்கு மீறி இரைக்க, வீட்டில் தயாராக வைத்திருந்த நெபிலைசரைப் பொருத்தினாள் பகவதி. அதற்கும் அடங்காமல் போக, பகவதி பதற்றமாகிவிட்டாள்.

"ஏண்டீ, வீடே பத்திக்கிட்டு எரியற மாதிரி சாம்பிராணி போடுவியா?" சம்பத் சள்ளென விழ, சாதனா ஆவேசமாகிவிட்டாள்.

"இதுங்க வந்து நிக்கும்னு நான் கண்டேனா? பூஜைன்னா இதெல்லாம் போடறதுதான். இந்த வீட்ல கற்பூரம், ஊதுபத்தி மணம் எங்கே? சதா மூத்திர நாற்றம்தானே?"

"அ...து... நான் வாங்கிட்டு வந்த வ...ர...ம்."

"அம்மா! மூச்சிரைக்கும்போதுகூட அண்ணியை எதிர்க்கணுமா? அண்ணே! நீ ஆட்டோவுக்கு சொல்லு. ஆஸ்பத்திரிக்குப் போனாத்தான் இது அடங்கும். சீக்கிரம் அண்ணே."

"அதானே பார்த்தேன். இந்த மாசம் பச்சா வைக்கலியேனு நெனச்சேன். அண்ணன் மளிகைக் கடனை அடைச்சப்ப சந்தோஷப்பட்டேன். இப்ப டபுளா செலவு தீட்டப்போகுது. எனக்கு இந்த ஜென்மத்துல விடியாது."

சம்பத் ஆட்டோ கொண்டுவந்தான். அம்மாவால் நடக்கக்கூட முடியவில்லை. பகவதியும் சம்பத்தும் தாங்கிப்பிடித்து ஆட்டோவில் கொண்டுவந்து ஏற்றினார்கள். பகவதி ஏறிக்கொண்டாள்.

"நீ போ பகவதி! நான் பின்னால பைக்ல வர்றேன். நீ டாக்டரைப் பார்த்துடு!"

சாதனா வெளியே ஓடிவந்தாள்.

"ஒருநிமிஷம்நில்லுங்க. இனிபிரைவேட்ஆஸ்பத்திரிகட்டுப்படி ஆகாது. நான் சொல்ற ஆஸ்பத்திரிக்கு கொண்டுபோங்க!"

"சாதனா! அங்கே மணிக்கணக்கா காத்திருக்க வச்சு எல்லா டெஸ்டும் எடுக்கச் சொல்லுவாங்க. அம்மா இப்ப இருக்கற நிலைல அது வேலைக்கு ஆகாது. நீ நம்ம ஆஸ்பத்திரிக்கே போ பகவதி. நான் பின்னால வர்றேன்."

சம்பத்சிலசமயம்முடிவுகளைபடக்கெனஎடுப்பான்.அதன்பிறகு பின்விளைவுகள் கடுமையாக இருக்கும் என்பதும் அவனுக்குத் தெரியும். அதைப்பற்றி அவன் கவலைப்படுவதில்லை. ஆட்டோ ஓடத்தொடங்கியது. அம்மாவின் மூச்சிரைப்பு உச்சகட்டத்தை எட்டி, உயிரே போய்விடுமோ என்ற நிலைக்கு வந்துவிட்டது. இந்த நேரம் விதிவசமாக ஆட்டோ நின்றுவிட, அவன் திரும்பத் திரும்ப முயல, நகரவில்லை. அவன் இறங்கிப் பார்க்க, எந்த முயற்சியும் எடுபடவில்லை. பகவதி நெருப்பில் நின்றாள். இறங்கி வேறு வண்டி பிடிக்க முடியுமா? அம்மா தாங்குவார்களா?"

"வண்டி போகாதும்மா. இறங்குங்க!"

"ஒரு ஆட்டோ புடிச்சுக் குடுங்களேன்."

பகவதி கெஞ்ச, எந்த வண்டியும் நிற்காமல் போக, சம்பத்தை புறப்படவிடாமல் சாதனா சண்டை வலிக்க, பகவதி சாலையில் புழுவாகத் துடிக்க, பிரசாத் காரில் வந்துகொண்டிருந்தான். இந்த நேரம் பகவதி, அம்மாவை பிடித்து இறக்க, பாரம் தாங்காமல் பிடி நழுவி சாலையில் அம்மா விழ, பிரசாத் கார் ஏறத்தாழ உரசியபடி வந்து நின்றது. அவன் பதறி இறங்க, பகவதி கடுப்பானாள்.

"இடியட்! காரா ஓட்டறே? ஒரு பேஷன்டை வச்சிட்டு தடுமாறி நிக்கறேன். நீ அவங்க மேல ஏத்திட்டுப் போவியா? உங்களுக்கெல்லாம் கண்ணு முதுகுலயாடா இருக்கு?"

கூட்டம் கூட, பகவதியின் கூச்சலைப் பார்த்து பிரசாத் சட்டையை நாலு பேர் பிடிக்க, தள்ளுமுள்ளு ஆனது.

"இப்ப சண்டையா முக்கியம்? அந்தம்மா சாகற மாதிரி இரைக்குது பாருங்க!"

பிரசாத் படக்கென சட்டையை விடுவித்துக்கொண்டு,

"பிடிங்க சார்! வாங்க மேடம்! எந்த ஆஸ்பத்திரினு சொல்லுங்க. நானே கூட்டிட்டுப் போறேன். நீங்களும் வண்டில ஏறுங்க!" அம்மாவை அவனே ஏற்றினான். அவளும் ஏறிக்கொண்டாள். ஆஸ்பத்திரி விலாசம் சொன்னாள்.

"அது எங்களோட ஆஸ்பத்திரிதான். தைரியமா வாங்க!"

கார் வேகமாக ஓடத் தொடங்கியது. ஒரு புது அத்தியாயத்துக்கான ஆரம்பம் அது என்பது அப்போது பகவதிக்கு தெரியாது.

**- தொடரும்**

# அத்தியாயம் 12

**பி**ரசாத்தின் அந்த ஆடி கார் ஆஸ்பத்திரி வாசலில் வந்து நிற்க, செக்யூரிட்டி சல்யூட் அடித்து கதவைத் திறக்க வர,

“உடனே ஸ்ட்ரெச்சர் கொண்டு வாங்க! ஒரு பேஷன்ட் வந்திருக்காங்க! சீக்கிரம்!”

“சின்னவர் ஒரு பேஷன்டை கொண்டு வந்திருக்கார்” என்ற செய்தி உள்ளே போன நொடியில், தலைமை டாக்டரே வாசலுக்கு வந்துவிட்டார். உடனே ஸ்ட்ரெச்சரும் வர, மளமளவென அம்மா அவசர சிகிச்சைப் பிரிவுக்குக் கொண்டு செல்லப்பட, ஒரு ராயல் ட்ரீட்மென்ட் ஆரம்பமானது. மிரண்டாள் பகவதி. டாக்டர்கள் ஓடினார்கள். மளமளவென செயல்பட்டார்கள்.

“இவங்க இங்கேயுள்ள வழக்கமான பேஷன்டுதான். ரொம்ப மாசங்களா இங்கேதான் பாக்கறாங்க.”

“அடடா! நம்ம சின்னவர் சிபாரிசுன்னா, இவங்களை இன்னும் நல்லா கவனிச்சிருப்போமே!”

உள்ளே சிகிச்சை தொடங்க, பிரசாத் டாக்டர்களிடம் பேசிக்கொண்டிருக்க, பகவதியிடம் ஒரு பதற்றம் தொற்றிக்கொண்டது. பெரிய இடம் என எண்ணி நாளைக்கு பில்லும் பெரிதாக வந்தால், அண்ணி மண்டையை உடைப்பாள். இதை இப்போதே பேசிவிட வேண்டும். பகவதி பிரசாத்தை நெருங்கினாள். அவன் டாக்டரிடம் சீரியசாகப் பேசிக்கொண்டிருந்தான். பகவதி தள்ளியே நின்றாள். அரை மணியில் பெரிய டாக்டர் வெளியே வந்தார்.

மூச்சுத்திணறல் ரொம்ப அதிகமாயிருக்கு. ஆக்சிஜன் வச்சிருக்கோம். இப்ப படிப்படியா கன்ட்ரோலுக்கு வருது.

நாலு நாள் அட்மிஷன்ல இருக்கட்டும். சரி பண்ணிடலாம். சாயங்காலம் தனி ரூமுக்கு மாத்திடலாம்.''

''சூப்பர் டீலக்ஸ் ரூமா குடுத்துடுங்க.''

''சரி சார்!'' அவர்கள் விலக, பகவதி பதற்றமாக அவனை நெருங்கினாள்.

''சார்! அதெல்லாம் வேண்டாம். நாங்க வசதி படைச்சவங்க இல்லை. எங்களால சூப்பர் டீலக்ஸ் ரூமுக்கெல்லாம் பணம் கட்ட முடியாது. எங்கம்மா இந்த ஆஸ்பத்திரி பேஷன்டுதான். ஒரே ரூம்ல உள்ள மூணு படுக்கைல ஷேர் எடுத்துப்போம். ஜெனரல் வார்ட். அதுபோதும்.''

''மேடம்! நான் உங்களை பணம் கட்டச்சொல்லலையே? இது எங்க ஆஸ்பத்திரி. நான் காரை வேகமா ஓட்டி ஏறத்தாழ உரசற மாதிரி கொண்டுவந்து நிறுத்தினேன். அதுக்கு இது அபராதம். நான் கட்டறேன். நான் வேணும்னு செய்யலை. ஆனாலும் நீங்க வாய்க்கு வந்தபடி பேசிட்டீங்க. பரவால்லை! உங்க சூழ்நிலை அப்படி. நீங்க கவலைப்பட வேண்டாம். குணப்படுத்தி உங்கம்மாவை அனுப்பறது என் பொறுப்பு.''

பகவதி பேசத் தோன்றாமல் நின்றாள். சம்பத் வந்துவிட்டான். அவனைத் தனியாக அழைத்துபோய் எல்லாம் சொன்னாள். அண்ணனை அழைத்துவந்து அறிமுகப்படுத்தினாள்.

''நான் பிரசாத். இந்த ஆஸ்பத்திரிக்கு நாங்கதான் ஓனர்.''

''சந்த்யா மெடிக்கல் பவுண்டேஷன்ஸ்னு இருக்கே.''

''அது எங்க அண்ணி பேரு. அவங்கதான் எல்லாத்துக்கும் முதலாளி.''

'இங்கேயும் அண்ணியா?'

மனதுக்குள் நினைத்துக்கொண்டாள் பகவதி.

''சரிங்க! நான் சாயங்காலம் வந்து பாக்கறேன். என்ன வேணும்னாலும் கேளுங்க! செய்வாங்க. உங்களுக்கு விஐபி ட்ரீட்மென்ட் நடக்கும். எதுக்கும் நீங்க பணம் கட்ட வேண்டாம். வர்றேன் சார்.''

அவன் வேகமாக நடக்க, அண்ணனும் தங்கையும் பிரமித்தார்கள். மாலை நாலு மணிக்கு அம்மாவை சூப்பர் டீலக்ஸ் அறைக்கு மாற்றினார்கள். அது ஒரு நட்சத்திர ஓட்டல் அறை போலிருந்தது. ஏசி, டெலிபோன், டீவி என சகல வசதிகளும். இந்த அறைக்கென்றே தனி நர்ஸ், அவ்வப்போது வந்து பார்க்கும் டாக்டர்!

அம்மா விழித்துவிட்டாள். மூச்சிரைப்பு சுத்தமாக இல்லை. ஆனால், பிரமிப்பு அதிகமானது.

"என்ன பகவதி இது? இந்த அறைக்கு என்ன வாடகை?"

"ஒரு நாளைக்கு பத்தாயிரம் ரூபாய்."

"யாருடி பணம் கட்டறது?"

"அவர் பெயர் பிரசாத்" என ஆரம்பித்து, பகவதி சகலமும் சொன்னாள்.

"பகவதி! இதைக் கேட்ட அதிர்ச்சில அம்மா வாயைப் பிளந்துடப்போறாங்க! அம்மா! அவர் செஞ்ச தப்புக்கு, இந்த ஒரு தரம்தான் ராஜ வைத்தியம். எப்பவும் கிடைக்கும்னு எதிர்பார்க்காதே. சாதனாவை கூட்டிட்டு வந்தா, இந்த மாதிரி ஒரு ஆள் ஓசில கிடைக்கறான்னு தெரிஞ்சா, இங்கே ஆயா வேலைக்கு சேர்ந்துடுவா."

சொல்லிவிட்டு சம்பத் சிரிக்க, ரொம்ப நாள்களுக்குப் பிறகு பகவதியும் வாய்விட்டுச் சிரித்தாள்.

"ஓவரா செலவாகுதுன்னு உன் பொண்டாட்டி கண்டபடி பேசினாளே. அவளை இங்கே வந்து பார்க்க சொல்லுடா."

"அம்மா! இது தற்காலிகம்தான். ஒரு நாள் சுகத்தை நெனச்சு ஓவரா அலட்டிக்காதே! நாளைக்கு வீட்டுக்கு போய் அண்ணி முகத்துலதான் முழிச்சாகணும். நமக்கு அதுதான் நிரந்தரம். கொஞ்சம் அடங்கறியா?"

* * * * *

**மா**லையில் பிரசாத் வந்தான். அந்த நேரம் சம்பத் இல்லை. பகவதி மட்டுமே இருந்தாள்.

"எல்லாம் வசதியா இருக்கா? நீங்க நாலஞ்சு நாள் தங்கி ரெஸ்ட் எடுத்துட்டுப் போகலாம்."

"ரொம்ப நன்றி தம்பி" நர்ஸ் வர, இருவரும் வெளியே வந்தார்கள்.

"சார்! இந்த மாதிரி வசதிகள் எங்களை மாதிரி மனுஷங்களுக்கு தாக்குப்பிடிக்க முடியாது. குணமாயிட்டா, நாளைக்கேகூட எங்கம்மாவை டிஸ்சார்ஜ் பண்ணிடுங்க. அல்லது ஜெனரல் வார்டுக்கு மாத்திடுங்க! நீங்க விபத்தை உண்டாக்கலை. உங்க மேல தப்பும் இல்லை. அதுக்கு இத்தனை பெரிய அபராதம் வேண்டாம். நான் ஓவராப் பேசிட்டேன். அதுக்கு நீங்க காட்டற ஈடுபாட்டை பார்த்தா, எனக்கு ரொம்ப குற்ற உணர்ச்சியா இருக்கு சார்."

அவன் ஏதோ பதில் சொல்ல வாயெடுக்க, போன் வந்தது. கொஞ்சம் தள்ளிப்போய் பேசினான். குரலை இறக்கிப் பேசினான்.

"சரி, நான் இப்பவே வர்றேன்!" இந்தப் பக்கம் திரும்பினான். "நாளைக்கு நான் வந்து பாக்கறேன். நீங்க இங்கேதானே ஸ்டே? ராத்திரி உங்களுக்கு சாப்பாடு நல்ல ஓட்டல்லேருந்து வரும். உங்கம்மாவுக்கு ஆஸ்பத்திரில குடுத்துடுவாங்க. பை."

வேகமாக நடந்தான். ஒரு திரைப்பட நாயகன் போல வசீகரமாக இருந்தான். ஒவ்வொரு அசைவிலும் பணக்காரத்தனம் தெரிந்தது. ஆனால், கண்ணியமாக இருந்தான். பணம் படைத்தும், இளமை இருந்தும் கண்ணியமாக இருக்க முடிகிறது! உத்தமனைப் போன்ற பொறுக்கிகளுக்கு மத்தியில் இப்படி ஒரு மனிதனா?

* * * * *

அதேநேரம் வீட்டில் சம்பத் உள்ளே நுழைய, ஏற்கனவே அவனைக் காலையில் வறுத்து எடுத்திருந்த சாதனா, இன்னமும் அந்த ஆத்திரம் அடங்காமல் அவன் வந்ததும்,

“எவ்ளோ முன்பணம் கட்டிட்டு வந்தீங்க அந்த ஆஸ்பத்திரில? உங்கம்மாவுக்கு வைத்தியம் பார்த்து நம்ம குடும்பம் அழியப்போறது உறுதி!”

“வாயை மூடு சாதனா. பேசவும் ஒரு அளவு இருக்கு. என்ன நடந்ததுன்னு தெரிஞ்சா நீ இப்படிப் பேசமாட்டே?” என ஆரம்பித்து சகலமும் சொல்ல, சாதனா ஆச்சர்யப்பட்டாள். ஆனால், அதை வெளியே காட்டிக்கொள்ளவில்லை. உள்ளே பொறாமையாக இருந்தது.

‘மாமியார் கிழவிக்கு இப்படி ஒரு வாழ்வா? எனக்குக் கிடைக்காத ராஜயோகம் இந்தக் கிழவிக்கு ஏன்?’

“ஏன் பேசலை? இது யாரால வந்தது?”

“குருட்டாம் போக்குல ஒரு குற்ற உணர்ச்சில எவனோ ஒரு லூசுப் பையன் செஞ்ச செலவு. இது நிரந்தரமா? இங்கேதானே வந்தாகணும்? அவன் உங்கம்மாவை அவன் வீட்டுக்கு கூட்டிட்டுப் போவானா?”

“என்ன செஞ்சாலும் உனக்கு சாதகமாத்தான் பேசுவியா? சரி! ஆஸ்பத்திரிக்கு வந்து ஒரு நடை அம்மாவை பார்த்துடு.”

“ஏன்? ஏசி சுகத்தை உங்கம்மா அனுபவிக்கற அந்தக் கண்கொள்ளாக் காட்சியை நானும் கண்டு ரசிக்கணுமா? ஒரு மாசம் இருந்துட்டு வரச் சொல்லுங்க! இங்கே நான் நிம்மதியா இருப்பேன். யாரோ ஒரு புண்ணியவான் ஒரு நாள் தந்த சுகத்துக்காக என்னை நீங்க எதிர்க்காதீங்க. காலம் முழுக்க நான்தான் உங்களைப் பராமரிக்கணும்.”

ஜீவா போன் செய்தாள். சம்பத் எடுத்து அம்மா அட்மிட் ஆன விவரம் மட்டும் சொல்ல, ஜீவா பதறிவிட்டாள்.

“நானும் அவரும் இப்பவே வந்து பாக்கறோம்.”

“வேண்டாம் ஜீவா. வீட்டுக்கு வந்த பிறகு நீ வரலாம். இப்ப பிரச்னை எதுவும் இல்லை.”

உத்தமன் வாங்கிப் பேசினான். “பகவதி அங்கேதான் இருக்காளா?”

“ஆமாம் மாமா.”

* * * * *

**மா**லை ஏழு மணி வாக்கில் உத்தமன் மட்டும் ஆஸ்பத்திரிக்கு வந்தான். அந்த நேரம் சம்பத், பகவதி இருக்க, வசதிகளைப் பார்த்து உத்தமன் வாய் பிளக்க, சம்பத் விவரம் சொல்லி,

“காரணம் பகவதிதான் மாமா. அந்த பிரசாத் ரொம்ப நல்ல மாதிரி!”

“இது சந்த்யா மல்ட்டி ஸ்பெஷாலிட்டி ஹாஸ்பிடல். இங்கே எல்லா வசதிகளும் உண்டு. அதோட எம்.டி. ராஜாதானே? இது யாரு பிரசாத்?”

“அவரோட தம்பியா இருக்கும்! எங்க அண்ணி பேருன்னு சொன்னார்!”

“சரி! செஞ்ச தப்புக்கு பரிகாரம் தேடிட்டான் பெரிய மனுஷன். இல்லைனா விட்ருவோமா? நீ புறப்படு சம்பத். பகவதிக்கு நான் சாப்பாடு வாங்கித் தர்றேன்.”

சம்பத் புறப்பட்டு போனதும், ”மாப்ளே! நீங்க வந்துட்டாலே மனசுக்கு ஒரு ஆறுதல் வந்துடுது. அந்த தம்பியும் நல்லவர்.”

“அத்தே! பணக்காரனுங்க சுயநலக்காரங்க. நம்பிடாதீங்க. தான் மாட்டிக்கக்கூடாதுனு நஷ்டஈடு தந்திருக்கான். பகவதியோட புத்திசாலித்தனம்.”

சொல்லிவிட்டு ஒரு காமப் பார்வையை வீச, பகவதி எரிச்சலானாள்.

“அத்தையை நர்ஸ் பார்த்துப்பா. நானும் நீயும் ஓட்டலுக்குப் போகலாம் வா.”

சொன்ன நொடியில் ஓர் ஆள் உள்ளே நுழைந்து உணவு வகைகளைப் பரப்ப, அத்தனையும் உயர்தர நட்சத்திர ஓட்டல் உணவு.

“என்ன வேணும்னாலும் சின்னவர் சொல்லச் சொன்னார் மேடம்!”

அவன் பவ்யமாக வெளியேற, உத்தமன் வாயடைத்துப் போனான். இரண்டு டாக்டர்கள் வந்து பரிசோதிக்க, அவர்கள் தந்த மரியாதை உத்தமனை பொறாமைப்பட வைத்தது.

“கொஞ்சம் வெளில இருங்க சார் ரெண்டு பேரும்.”

இருவரும் வெளியே வர, காரிடார் காலியாக இருந்தது.

“உன்னை அனுப்பவே எனக்கு இஷ்டமில்லை செல்லக்குட்டி. எங்கம்மா வந்து தொலைச்சிட்டாங்க.” சொன்னபடி அவள் தோளில் கை போட, தட்டிவிட்டாள்.

“இது ஆஸ்பத்திரி! வெக்கமால்லை உனக்கு? அலைவியா? வேற எண்ணமே கிடையாதா உனக்கு? ஒரு கோடீஸ்வரன் நல்லதை செஞ்சிட்டு, எட்டிக்கூடப் பார்க்காம இருக்கான். நீ ஒரு செயினை வாங்கிப் போட்டுட்டு, என்னை அடைய நினைக்கறியா? மனுஷனா நீ?”

அவள் இதுவரை இந்த மாதிரி பேசியதே இல்லை. உத்தமன் ஆடிப்போனான்.

“என்னா? பேச்செல்லாம் ஒரு மாதிரி வருது?”

“என் வீட்ல உன் மானத்தை வாங்க முடியலை. எங்கம்மா இருக்காங்க. உன் வீட்ல எங்கக்கா இருக்காங்க. இது பொது இடம்.”

“ஓ... அப்படியா? சூப்பர் டீலக்ஸைத் தாண்டி நீ வீட்டுக்கு வந்துதானேடீ ஆகணும்? அந்த பிரசாத் குற்ற உணர்ச்சியால உங்கம்மாவுக்கு இந்த வசதிகளைச் செய்யலை. ரசகுல்லா மாதிரி இருக்கற உனக்காக செஞ்சிருக்கான். அவனும் ஆம்பளைதாண்டி. பணக்கார ஆம்பளை. தூண்டில் போடறான். உனக்குப் புரியலை. சீக்கிரம் புரியும். நீயே எங்கிட்ட வருவே.

உனக்கு வேற வழியில்லை. வர வைப்பேன்டி” ஆவேசமாக உத்தமன் வெளியேற, பகவதி அதிர்ச்சியில் நின்றாள்.

*‘பிரசாத் எனக்குத்தூண்டில் போடறானா? அதற்காகவா இத்தனை வசதிகள்? உள்நோக்கம்தான் காரணமா? மனிதாபிமானம் இல்லையா?’*

**- தொடரும்**

# அத்தியாயம் 13

**உ**த்தமன் வீட்டுக்குள் நுழைந்தான். ஜீவா ஓடிவந்தாள்.

*"அம்மாவை பார்த்துட்டு வர்றீங்களா? எப்படி இருக்காங்க? நானும் வர்றேன்னு சொன்னேனில்லை?"*

*"நீ ஸ்ட்ரெயின் எடுக்க வேண்டாம்னு சொன்னா புரிஞ்சுக்க மாட்டியா? அத்தைக்கு எந்தப் பிரச்னையும் இல்லை. நாளைக்கே வீட்டுக்கு போயிடுவாங்க. பகவதி கூடவே இருக்கா."*

*"உத்தமா! இங்கே வா! என்ன பிரச்னை ஜீவாவுக்கு? ஏன் ரத்தசோகை வந்த மாதிரி வெளிறிக்கிடக்கா? எந்த வேலையும் செய்யவிடாம அவளை ஏன் நீ தடுக்கற? நீ எப்ப கடைசியாக் குளிச்சே ஜீவா? முதல் அபார்ஷன் முடிஞ்சு மாசக் கணக்காச்சே. இன்னமுமா அடுத்தது உண்டாகலை? டாக்டர்கிட்ட நானே வந்து கேக்கறேன்! டாக்டர் துளசி எனக்குத் தெரிஞ்சவதான்."*

ஜீவாவுக்குப் பதற்றமாகவும் எரிச்சலாகவும் இருந்தது.

*"விடேன்மா. நான் பார்த்துக்க மாட்டேனா?"*

*"என்னத்த நீ பாக்கறே? உனக்குக் கல்யாணமே லேட்டு. இப்ப முப்பத்தி அஞ்சு. இனியும் தாமதிக்கலாமாடா? இன்னிக்கு டாக்டருக்கு நான் போன் போடறேன். உன் மாமியார் மேல நீ காட்டற அக்கறையை இதுல காட்டாம இருக்கே! என்னவோ போ. நான் கோயிலுக்குப் போகணும்."*

அம்மா புறப்பட்டுப் போக, ஜீவா நொந்துபோனாள்.

*"என்னங்க! அத்தை விடமாட்டாங்க போலிருக்கு. இங்கேதான் இனிமே இருக்கப் போறாங்களாம். எத்தனை நாளைக்கு மறைக்க முடியும்?"*

“அதெல்லாம் இருக்க மாட்டாங்க. எதையாவது சொல்லி அம்மாவை நான் பேக் பண்ணிர்றேன். அம்மா இருந்தா எனக்கு இடைஞ்சல். நெனச்சது எதுவும் நடக்காது.”

“நீங்க என்ன நெனச்சீங்க? அது நடக்காம போக அத்தை என்ன தடை?”

“அது... அது... வந்து, கொஞ்ச நாளைக்கு உனக்கு ரெஸ்ட் குடுத்துட்டு அப்புறமா குழந்தைக்கு முயற்சி செய்யலாமில்லையா? விடு. நான் பாத்துக்கறேன். இந்தப் பேச்சு போதும். எனக்குத் தூக்கம் வருது.”

“நீங்க வெளில சாப்டாச்சா?”

“இல்லை. பசிக்கலை” அவன் போய் படுத்துவிட்டான். உள்ளே ஒரு புழுக்கம்.

`யாரந்த பிரசாத்? ஒரே பார்வையில் முன்பின் தெரியாத ஒரு பகவதிக்கு இத்தனை பெரிய உதவியா? ஏன்? லட்டு மாதிரி இருக்கும் இவள் மேல் கண் வைத்துவிட்டானா? பணக்காரப் பையன். நினைத்ததை நடத்தும் சக்தி உண்டு. புத்தம் புது மலரான பகவதியை எனக்கு முன்னால் இன்னொருவன் கொத்திக்கொண்டு போக விடக்கூடாது. அந்த பிரசாத் பற்றி விசாரிக்க வேண்டும்!’

அறவே தூக்கம் போனது. ஒரு தவிப்பு படரத் தொடங்கியது. விடிந்தது.

* * * * *

**ஆ**ஸ்பத்திரியில் அம்மா நல்ல உறக்கத்தைத் தொடர்ந்து பளிச்சென கண்களை விழிக்க, பகவதி குளித்து முடித்திருந்தாள். டாக்டர் வந்து பார்த்தார்.

“குட்! இப்ப எந்தப் பிரச்னையும் இல்லை. வழக்கமான பலவீனம் இருக்கு. மருந்துகளை சாப்பிடட்டும். மாதம் ஒரு முறை செக்கப் வாங்க. சார் வரட்டும். பேசின பிறகு முடிவெடுக்கலாம்.”

அரை மணியில் பிரசாத் வந்தான். நேராக டாக்டரை பார்த்துவிட்டுத்தான் வந்தான்.

"எப்படி இருக்காங்க அம்மா?"

"இப்ப எந்தப் பிரச்னையும் இல்லை சார். இன்னிக்கு நாங்க வீட்டுக்குப் போகலாமா?"

"ஏன் அவசரப்படறீங்க பகவதி? இருந்து நாலு நாள் பார்த்துட்டுப் போங்களேன். ஏதாவது வசதி குறையுதா? சொல்லுங்க!"

"வசதி அதிகமா இருக்கு சார். இதுக்கெல்லாம் எங்களுக்குத் தகுதி இல்லை. குணமாயாச்சு. அம்மாவுக்கு நிரந்தர க்யூர் இல்லை. அப்புறம் எதுக்கு இருக்கணும்?"

"அந்த தம்பி சொல்லுதே... இருந்துட்டுப் போகலாமே பகவதி?"

"அம்மா! இலவசமா எதையும் அனுபவிக்கக்கூடாது. அது எனக்குப் பிடிக்கலை. இவருக்கு நம்மகூட இதுக்கு முன்னால பழக்கம் உண்டா? இவர் எதுக்கு நமக்குச் செய்யணும்? வேண்டாம்மா! இப்ப இவர் செஞ்சா பதிலுக்கு நாம ஏதாவது செஞ்சாகணும்! அதுக்கு நம்மகிட்ட என்ன இருக்கு? சொல்லு!"

"இருக்கு பகவதி. உங்ககிட்ட இருக்கு" பிரசாத் சொல்ல, திக்கென நிமிர்ந்தாள் பகவதி.

'மாமா சொன்னது சரியா? இவனுக்கு உள்நோக்கம் இருக்கா? தூண்டில் போடறானா? பணக்காரக் குறும்பு ஆரம்பமாகி விட்டதா?'

"பகவதி! உன்கிட்ட இருக்குனு நான் சொன்னது என்ன தெரியுமா? உன்னோட நல்ல குணம். எதையும் இலவசமா ஏத்துக்கக் கூடாதுங்கற உயர்ந்த பண்பு. இந்தக் குணம் எத்தனை பேருக்கு இருக்கும்? தன்மானமும் சுயமரியாதையும் உள்ள பெண்கள் தேவதைகளுக்குச் சமம். எனக்கு இந்த மாதிரி நட்பு பெருமை. நீங்க விரும்பினா இன்னிக்கே டிஸ்சார்ஜ் ஆகலாம். நான் தடுக்கலை. ஆனா, இவங்க என் அம்மாவை போல. இனிமே இவங்களுக்கு இங்கே இலவச சிகிச்சைதான். பணக்காரங்க நாங்க எத்தனையோ பாவங்களை செய்யறோம். இந்த மாதிரி ஓரிரு புண்ணியத்தை நாங்க செய்யறதைத் தடுக்காதீங்க பகவதி!"

பகவதி ஆடிப்போனாள்.

‘மாமா சொல்வது போல இவன் மோசமானவன் அல்ல. நல்ல நோக்கத்துடன் செய்யும் உதவி இது. இவன் காமுகன் அல்ல. கண்ணியமானவன்தான். நான் இவனைச் சந்தேகப்படக்கூடாது.’

“சரி பகவதி! உங்களுக்காக ஒரு விஐபி கார்டு தருவாங்க. அம்மாவை நீங்க எப்ப வேணும்னாலும் இங்கே கூட்டிட்டு வரலாம்! அதுக்காக நீங்க எந்தத் தயக்கமும் காட்ட வேண்டாம் பகவதி. என் நம்பரையும் உங்களுக்குத் தந்துட்டுப் போறேன்.”

மிகவும் கண்ணியமான பேச்சு. தப்பான ஒரு பார்வைகூட இல்லை. இவனை ஏன் மாமா தப்பாகப் பேச வேண்டும்? அம்மாவுக்கு என் மூலம் கிடைத்த வசதிகளுக்காக பொறாமையா? என்றும் அவன் நிழலில் நாங்கள் நிற்க வேண்டும் என்ற எண்ணமா? அப்போதுதான் என்னை ஆள முடியும் என்ற காமவெறியா?

கேள்வி மேல் கேள்வி வந்தது. பிரசாத் புறப்பட்டுவிட்டான். சற்று நேரத்தில் அவனது கார்டு, விஐபி அடையாள அட்டை, எல்லாம் வந்தது. தேவையான மருந்துகளை தந்து, டிஸ்சார்ஜ் சம்மரியும் தந்தார்கள். ஆஸ்பத்திரி காரும் வந்தது. ராஜமரியாதையுடன் அம்மா, பகவதியை அனுப்பிவைத்தார்கள். புறப்படும் முன்பே அண்ணனுக்கு பகவதி போன் செய்ய, சம்பத் வந்துவிட்டான். அவனுடன் வீடு திரும்பினார்கள். சாதனா ஆஃபீஸ் போயிருந்தாள். அம்மா பிரசாத்தைப் புகழ்ந்துகொண்டிருக்க,

“தாராளமா இன்னும் நாலு நாள் அங்கே இருந்திருக்கலாம். இவ தடுத்துட்டா. தன்மானம் பாக்கறா. இங்கே என்ன மானம் வாழுது? நான் வசதியா ஒரு நாள் வாழ்ந்துட்டா, அது என் புள்ளைங்களுக்கே பொறுக்காது! நான் வாங்கிட்டு வந்த வரம் அது.”

“அம்மா! யாரோ ஒருத்தர் நல்லது செஞ்சார்! அவர் இனிமேலும் செய்யத் தயார். ஏத்துக்கணுமாங்கறது நம்ம முடிவு. பேசாமப் படு!”

* * * * *

அதற்குள் அங்கே உத்தமன், பிரசாத் பற்றிய விவரங்களை சேகரிக்கத் தொடங்கிவிட்டான். தெரிந்த வட்டாரத்தில் கேட்டுத் தகவல்களை பொறுக்க,

“சந்த்யா க்ரூப் ராஜாவின் தம்பிதானே? அவன் படிச்சதே வேஸ்ட். ஊரைச் சுத்தறான். அண்ணனுக்கு உதவியா எதுவும் செய்யலை. அவங்க அண்ணி ஓவரா அவனுக்கு இடம்கொடுத்து வச்சிருக்காங்க! எல்லா கல்யாண குணங்களும் உண்டு. மது, ட்ரக்ஸ், பொம்பளை விவகாரம் நிறைய உண்டு. பக்கா ப்ளே பாய் அவன். அழகான பொண்ணுங்களைப் பார்த்தா எப்படியாவது வலை வீசிடுவான். அவங்களை வீழ்த்திடுவான். அதுக்கு நிறைய செலவழிப்பான். அவங்க பலவீனம் தெரிஞ்சு, அதை தனக்கு சாதகமா மாற்றிப்பான். ராஜா செல்வாக்குள்ள தொழிலதிபர். அதனால சட்டம், காவல் எல்லாமே அவன் கைலதான்.”

உத்தமன் உற்சாகமாகிவிட்டான். அவனுக்குத் தகவல் தந்த நண்பர்கள் பேசும்போது அதைப் பதிவு செய்துவிட்டான். அன்று மாலையே ஜீவாவை அழைத்துக்கொண்டு சம்பத் வீட்டுக்கு வந்துவிட்டான். அம்மா மாப்பிள்ளையைப் பார்த்ததும் கொஞ்சம் அழுது புலம்பி, கண்ணீர் விட்டு,

“இனி எனக்காக யாரும் செலவழிக்க வேண்டாம். எப்ப நான் வந்தாலும் அங்கே ராஜவைத்தியம்னு அந்தத் தம்பி ஒரு கார்டும், போன் நம்பரும் பகவதிகிட்ட தந்தாச்சு.”

“நான் நினைச்சது சரியாப் போச்சு. அவன் இந்த வசதிகளைச் செய்யறது உங்க மேல பரிதாபப்பட்டோ, இல்லை மனிதாபிமானம் காரணமாகவோ இல்லை.”

“என்ன சொல்றீங்க மாமா?” சம்பத் கேட்க,

“நான் இந்த ராயல் ட்ரீட்மென்டை பார்த்து சந்தேகப்பட்டேன். அது சரியா போச்சு. நான் சொன்னா ஏதோ பொறாமைல பேசறேன்னு நினைப்பீங்க! அது இல்லை. இதைக் கேளுங்க!”

செல்போனை இயக்கினான். அவர்கள் பிரசாத் பற்றிப் பேசியது பதிவாகியிருந்தது.

“பகவதி அழகா இருக்கா. அவளை அந்தப் பையன் கண்ணு வச்சிட்டான். அதுக்காகத்தான் இத்தனை வசதிகளும். புரியுதா? அத்தையை வச்சு பகவதியை வளைக்க முடிவு செஞ்சிட்டான்.”

அத்தனை பேரும் அதிர்ந்துபோனார்கள்.

“அந்தப் பையனைப் பார்த்தா அப்படித் தெரியலையே? கண்ணியமா இருந்தானே!” அம்மா சொல்ல,

“அம்மா! கண்ணியமானவங்கனு நாம நினைக்கற யாரும் கண்ணியமா இருக்கறதில்லை. நமக்கொரு உதவியோ, பரிசுப் பொருளோ தந்தா, அதுல உள்நோக்கம் நிச்சயமா இருக்கும்.”

பகவதி சொல்ல, உத்தமன் முகம் வெளிறிப்போக, சாதனா இதைக் கவனித்தாள்.

“நீயும் அவனைச் சந்தேகப்படறியா பகவதி?”

“போன நிமிஷம் வரைக்கும் தோணலை. அம்மா! நான் சலுகைகள் வேண்டாம்னுதானே சொன்னேன். அடுத்தமுறை இந்த கார்டை நான் உபயோகப்படுத்தறதா இல்லை. இதைப் பாரு! எதையாவது குடுத்து என்னை விலைக்கு வாங்க யாராலும் முடியாதும்மா! அதை நீ புரிஞ்சுக்கோ.”

இப்போதும் சாதனா கண்களில் கேள்வி தொங்கியது.

“நமக்கு யாரும் நல்லது செய்ய மாட்டாங்க! அப்படி செஞ்சா அதிலும் ஒரு வில்லங்கம்! நம்ம ராசி அப்படி!” அலுத்துக்கொண்டாள் சாதனா!

“மாப்ளை பாவம்! நம்ம மேல உள்ள அக்கறையால தகவல் சேகரிச்சிருக்கார்.”

“அவங்க பிரசாத் பற்றி தப்பா பேசுவாங்கனு முன்கூட்டியே இவருக்கு தெரியுமா அக்கா? கரெக்டா பதிவு பண்ணி கொண்டுவந்திருக்கார்? இது இருக்கலாம். நான் மறுக்கலை. ஆனா, அவரைப் பற்றி சொன்னவங்க நல்லவங்கனு என்ன உத்தரவாதம்? அக்மார்க் முத்திரை வச்சிருக்காங்களா?”

“மாமாவை நீ சந்தேகப்படறியா பகவதி?”

கோபமாக ஜீவா கேட்க,

"இதுக்கு பேரு சந்தேகம் இல்லக்கா! விசாரணை. மாமா இந்தக் குடும்பத்துக்காக நிறைய செய்யறார். அதுக்கு யாராவது காரணம் கற்பிக்கறாங்களா?"

உத்தமன் நிலைகுலைந்தான்.

'இவள் நேரடித் தாக்குதலில் இறங்குகிறாள். இவள் எதையும் பேசக்கூடும். இந்தப் பேச்சை மாத்தணும். வளர விடக்கூடாது!'

"நீ ஆத்திரப்படாதே ஜீவா! பகவதி தப்பா எதுவும் பேசலை! அவ என்னை விமர்சிக்கவும் இல்லை. நான் வெளியாள் இல்லை. வீட்ல ஒருத்தன். பகவதி என்னைச் சொல்வாளா? பிரசாத்துக்கு எதிரா பேசினவங்க நல்லவங்கதானானு கேக்கறா. இதுவும் நல்ல கேள்விதானே? பேசறது யாருன்னு பாக்காதே! பேசற விஷயம் என்னானு பாரு! இந்தப் பேச்சு போதும். அத்தை வீடு திரும்பியாச்சு. நாம புறப்படலாம். இனி பகவதி அவன் உதவிகளை ஏற்க மாட்டா."

"கொஞ்சம் தண்ணி குடு பகவதி" உள்ளே வந்தான்.

"யாரோ ஒருத்தனை ஆதரிச்சு, என் மேல நாசூக்கா கல் வீசறியா? இன்னும் ஒரு மண்டலம்... நாப்பத்தி எட்டு நாள்கள். அதுக்குள்ளே உன்னை அடைஞ்சு காட்டறேண்டி. இது சவால். ஆடு புலி ஆட்டம் ஆரம்பம்!"

விரலை உயர்த்திவிட்டு வெளியேற, பகவதி சொடக்குப் போட்டாள், திரும்பினான்.

"என் நகத்தைக்கூட உன்னால தொட முடியாது. முடிஞ்சா முயற்சி பண்ணுடா! சவாலை ஏத்துக்க நான் தயார்!"'

- தொடரும்

# அத்தியாயம் 14

பிரசாத் காலை குளித்துவிட்டு சாப்பிட வந்தான்.

சந்த்யா வந்து பரிமாறினாள்.

"அண்ணி! கொஞ்சம் பணம் வேணும். அவசர செலவு இருக்கு அண்ணி. சீக்கிரம் குடு அண்ணி."

"என்ன செலவுன்னு சொல்லு. இனிமே எல்லாச் செலவுகளுக்கும் கணக்குக் காட்டச்சொல்லி உங்கண்ணன் உத்தரவு. அதை நான் மீறினா, எனக்கு டோஸ் விழும். அதிருக்கட்டும்! நம்ம ஆஸ்பத்திரில யாருக்கோ ராஜ வைத்தியம் நடந்திருக்கு. அவங்களுக்கு சூப்பர் டீலக்ஸ் ரூமெல்லாம் தந்து, பெரிசா செஞ்சியாம். யாரது? சீஃப் டாக்டர் சொன்னார். கிட்டதட்ட அவங்க தொடர்பா நம்ம ஆஸ்பத்திரி லட்ச ரூபாய்க்கு மேல செலவழிச்சிருக்காம். அந்த அளவுக்கு எனக்குத் தெரியாத முக்கிய நபர் யாருடா? அதுமட்டுமில்லை, அந்த பேஷன்டுக்கு விஐபி கார்டு குடுத்தியாம். என்ன சங்கதி?"

"அண்ணி! ஏறத்தாழ அவங்க மேல காரை நான் இடிச்சிட்டேன்! வயசானவங்க. அதுதான் பரிகாரம்!"

"போதும்டா. நீ ஈ.சி.ஆர் ரோட்ல ஆக்சிடெண்ட் பண்ணி ஒரு ஆள் செத்து, அதுக்காக உங்கண்ணன் கோர்ட்டுக்கு அலையலியா? லட்சக் கணக்குல நாங்க நஷ்டஈடு தரலியா? அப்ப நீ கவலைப்பட்டியா? இப்ப உருகறே!"

"இல்லை அண்ணி! அது அது வந்து...!"

"அட்மிட் பண்ணின அம்மா பேரு கல்யாணி. அவங்களை கூட்டிட்டு வந்தது அழகான பொண்ணு. பேரு பகவதி. அவளுக்கு வலைவீச இது ஆரம்ப ஏற்பாடா? சொல்லுடா."

“அண்ணி... இது அபாண்டம்! நானா? என்னையா? எப்படி அண்ணி இப்படி ஒரு குற்றச்சாட்டை சொல்ல உங்களுக்கு மனசு வந்தது?”

“நடிக்காதே! எனக்குத் தெரியாதா உன்னோட மன்மத விளையாட்டுகள்? வேண்டாம். என்னை நீ ஏமாற்ற முடியாது. புரியுதா?” அவன் காதைப் பிடித்துத் திருகினாள்.

“உனக்கும்கல்யாணவயசுவந்தாச்சு. சீக்கிரமாஒருபொண்ணைப் பார்க்கணும். இவளையே விசாரிக்கட்டுமா?”

“அண்ணி! கல்யாணமெல்லாம் வேண்டாம் இப்ப!”

“அப்படீன்னா, அவகூட கொஞ்ச நாள் டேட்டிங் நடத்திட்டு அவளைக் கழட்டி விட்ருவே இல்லையா? உன் பழக்கம் அதுதானே? சரி, சாப்டுட்டு புறப்படு.”

அவன் கை கழுவினான். அங்கிருந்து விலக, அவன் செலவுக்கு அண்ணி பணம் தந்தாள். அவன் நன்றி சொல்லிவிட்டு காரை எடுத்தான். ஆஸ்பத்திரியிலிருந்து பகவதி வீட்டு நம்பரை வாங்கி வைத்திருந்தான். அதற்கு டயல் செய்தான். பகவதி அம்மாவுக்கு மருந்து தரும் நேரம், போன் அடித்தது. உத்தமனிடம் சவால் விட்ட பிறகு பகவதி தூங்கவேயில்லை.

’உத்தமன் சுமத்தியது பழியா? அழகான பிரசாத் செய்த உதவியில் உத்தமனுக்குப் பொறாமை. போகும்போக்கில் நாலு பேரை அழைத்து ப் பதிவுசெய்திருக்கலாம். உத்தமன் எதற்கும் துணிந்த நபர்தான். அதைவைத்து பிரசாத்தை சந்தேகப்படக்கூடாது.’ போனை எடுத்தாள்.

“நான் பிரசாத் பேசறேன். பகவதி இருக்காங்களா?”

“பகவதிதான் பேசறேன்.”

“அம்மா எப்படி இருக்காங்க? அவங்களால பேச முடியும்னா, குடுங்களேன்!”

தந்தாள். அம்மாவுக்கு மகிழ்ச்சி. அவன் என்ன பேசினான் என்பது தெரியவில்லை. பேசிவிட்டு வைத்துவிட்டான். அம்மா புகழ்ந்து தள்ளிக்கொண்டிருந்தாள்.

“மாப்ளை ஏதோ தப்பா புரிஞ்சுகிட்டார். அந்தப் பையன் நல்லவன். இல்லைனா வயசான எங்கிட்ட எதுக்கு பேசணும்? என்ன உதவி வேணும்னாலும் செய்யறேன்னு சொல்றார். நல்ல மனசு.”

பகவதி தனியாக வந்தாள்.

‘உத்தமன் சொல்வது போல தப்பான ஆளாக இருந்தால், என்னிடம் மட்டும்தானே பேசுவான்? அம்மாவைக் கேட்டு அம்மாவிடம் மட்டும் பேசிவிட்டு, என்னிடம் வரவேயில்லையே? நிச்சயமாக பிரசாத் தப்பான நபர் அல்ல!’ பிரசாத்தின் அழகும் கம்பீரமும் கண்ணுக்குள் நின்றது. ஆண்மை நிறைந்த அந்தக் குரல் காதுக்குள் ரீங்காரமிட்டது.

‘பிரசாத்தை நான் தப்பாக எடை போடக்கூடாது. உத்தமன் நல்லவன் அல்ல. உத்தமன் ஒருவரை மோசம் என்றால், அந்த நபர் நிச்சயமாக நல்லவர்தான்! நானே பிரசாத்துக்கு போன் செய்து நன்றி சொல்ல வேண்டும்.’

அம்மா அழைக்க மற்ற வேலைகளில் மூழ்கிப்போனாள்.

* * * * *

**அ**ங்கே உத்தமன் கொதி நிலையில் இருந்தான். சொடக்கு போட்டு அழைத்து சவாலை ஏற்றுக்கொண்டுவிட்டாள்.

“என் நகத்தைக்கூட நீ தீண்ட முடியாதுடா.”

மரியாதையும் தொலைந்துவிட்டது. இவள் எதற்கும் துணிந்தவள்தான். அடக்க வேண்டும். இவள் என் காலடியில் விழ வேண்டும்.

உத்தமனின் அம்மா வீட்டுக்குள் வந்தாள்.

“ஜீவா இங்கே வா!”

“என்னத்தே, சொல்லுங்க!”

“டாக்டர் துளசியை நான் கோயில்ல பார்த்தேன். உனக்கு ரெண்டாவதும் கலைஞ்சு போச்சாமே! நீ ரெண்டாவது உண்டானதே எனக்குத் தெரியாது. அதுக்குள்ள கலைஞ்சு

போச்சா? உன் கர்ப்பப்பை ரொம்ப பலவீனமா இருக்காம். கொஞ்ச நாளைக்கு கர்ப்பம் தரிக்கக்கூடாதுனு துளசி சொல்றா. நான் இடிஞ்சு போயிட்டேன். என் பிள்ளைக்கு அழகு, பெரிய பதவி, கை நிறைய பணம், சொந்தமா வீடு, கார்னு என்ன இல்லை? ஆனா, இதையெல்லாம் ஆள ஒரு குழந்தை இல்லையே. ஊரும் உலகமும் என்ன பேசும் அவனை? எங்க வம்சத்துல யாருக்கும் இந்த மாதிரி ஆனதில்லை!"

அம்மா பொரிந்து தள்ள, ஜீவா உடைந்துபோய் அழுதாள்.

"பெத்த அம்மாவுக்குக்கூட நீ சொல்லலியேடா உத்தமா!"

"எப்படீம்மா சொல்றது? நீ ஒரு பொம்பளையா இருந்தும் ஒரு பொண்ணோட மனசு உனக்குப் புரியலியே? நீ தாறுமாறா பேசி ஜீவா மனசை நோகடிக்கறியே. இது நியாயமா? இதனாலதான் உங்கிட்ட சொல்லலை."

"ஒரு தாய் தன் ஆதங்கத்தைப் பேசக்கூடாதா?"

"உன் மகளா இருந்தா இப்படி நீ பேசுவியா? இல்லை, பகவதியோட அம்மா அவளைப் பேசுவாங்களா? உன் மாமியார் புத்தியை நீ காட்டறியா? இது தர்மமா?"

"என்னடா நீ இப்படிப் பேசற?"

"நீ பேசலாம். நான் பேசக்கூடாதா? ஜீவா பாவம். வாயில்லாப் பூச்சி. அவளை யாரு வதைச்சாலும் நான் பார்த்துட்டு சும்மா இருக்க மாட்டேன்."

அவனது பாசம் கண்டு, தனக்காக அவன் பெத்த அம்மாவையே எதிர்ப்பது கண்டு பூரித்துப்போனாள் ஜீவா.

"இதப் பாரம்மா! எனக்கு ஜீவாதான் முக்கியம். அவ அழக்கூடாது. ஒரு நல்ல மனைவியை அழவைக்கறவன் ஆம்பளையே இல்லை. நீ இனிமே இங்கே இருக்க வேண்டாம். புறப்படு!"

"பெத்த அம்மாவையே விரட்டறியாடா? இது நல்லாருக்கா?"

"நீ என் பொண்டாட்டியைப் புண்படுத்தறியே! அவ கண்ல ரத்தம் வடியுது. தாய்மை நாம கேட்கறப்ப கிடைக்காது.

குழந்தை கிடைக்க வேண்டிய நேரத்துலதான் கிடைக்கும். நீ இங்கேயிருந்தா சும்மா இருக்க மாட்டே. அவளைக் குத்திக் குத்தி ரணமாக்குவே. தம்பி இருக்கானே! அவன்கிட்ட போ. நீ புறப்படு.''

''என்னங்க! எனக்காக உங்கம்மாவை நீங்க பகைச்சுக்க வேண்டாம். அந்தப் பாவம் எனக்கு வேண்டாம்.''

''போதும்டி நீ ஆடற நாடகம்! என் பையனை எங்கிட்டேயிருந்து பிரிக்கற பாவத்துக்கு நீ பெரிசா இழக்கப்போறே. இப்பவே அந்த இழப்பு தொடங்கியாச்சு.''

''பாருங்க, உங்கம்மா சாபம் விடறாங்க. வேண்டாங்க.''

''நீ பேசாம இரு ஜீவா. எனக்கு நீதான் முக்கியம். அம்மா இனி இங்கே இருக்கக்கூடாது. விடமாட்டேன்.''

''நானும் மானங்கெட்டவ இல்லைடா. இனி இந்தப் படி ஏற மாட்டேன்.''

ஆவேசமாக புறப்பட்டுவிட்டாள். ஜீவாவுக்கு ஒரு குற்ற உணர்ச்சி இருந்தாலும் பெருமிதமாக இருந்தது. 'எப்பேர்பட்ட கணவன்? யாருக்கு வாய்க்கும் இந்தக் கொடுப்பினை?'

அவன் காலில் விழுந்தாள்.

''என்ன ஜீவா இது? எனக்கு உன்னைவிட யார் முக்கியம்?''

வாய் இதைச் சொன்னாலும் உள்ளே வேறொரு குரல் பேசியது.

'உன் தங்கச்சியை என் வீட்ல வச்சு நான் அடையணும். அதுக்கு எங்கம்மா தடையா இருக்கக்கூடாது.'

இது தெரியாத ஜீவா, உத்தம கணவனுக்காக உருகி வழிய, அவன் உத்தமன் அல்ல! அவனது இன்னொரு முகம் விகாரம் என்பது அவளுக்கு தெரியவில்லை.

* * * * *

இங்கே வீட்டில் ஏதோ ஒரு மளிகைப் பொருள் போதவில்லை என பகவதி வெளியே புறப்பட்டாள்.

“அரை மணி நேரம் தனியா இருப்பியா? நான் ரேஷனுக்கும் போகணும்.”

“மெதுவா வாடி. இப்ப என் உடம்புல தெம்பு இருக்கு.”

பகவதி வெளியே வந்து பத்து தடவை யோசித்து பிரசாத்துக்கு போன் போட்டாள். அவன் உடனே எடுக்க,

“நான் பகவதி பேசறேன்!”

“பகவதினா யாரு?”

“அதுக்குள்ள மறந்தாச்சா? ஆஸ்பத்திரி அம்மா! காலைல கூடப் பேசினீங்களே! அம்மாகிட்ட பேசிட்டு வச்சிட்டிங்க. அதான் நன்றி சொல்லலாம்னு உங்களுக்குப் பேசறேன். நான் வெளில வந்துதான் பேசறேன்.”

“வெளிலனா எங்கே இருக்கீங்க?”

“எதுக்கு கேக்கறீங்க?”

“உங்கம்மாவுக்கு ஒரு ஹெல்த் ட்ரிங்க் வச்சிருக்கேன். அதை யார்கிட்டேயாவது குடுத்து விடணும். அதான்!”

“ஏன்? நீங்க எங்க வீட்டுக்கு வரக்கூடாதா?”

“வேண்டாங்க! அது நல்லா இருக்காது. நீங்க வெளில எங்கே இருக்கீங்கனு சொன்னா நான் குடுத்துட்டுப் போயிர்றேன்.”

அவள் இடம் சொல்ல, சில நொடிகளில் கார் வந்து நின்றது. அவன் போட்டிருந்த டிஷர்ட்டும், ஜீன்ஸும் பிரமாதமாக இருந்தது. பொருளை வாங்கிக்கொண்டாள்.

“நான் வர்றேன் பகவதி!”

“ஏன் இப்படி ஓடறீங்க பிரசாத்?”

“நான் ஆம்பளை. உங்களை யாரும் தப்பா நினைக்கக்கூடாது பாருங்க! என்னால எதுக்கு பிரச்னை?”

“கோடீஸ்வரனா இருந்தும் இத்தனை பண்பாட்டோட இருக்கீங்க, ஆச்சர்யமா இருக்கு.”

அவளே அறியாமல் அவளது அழகை ஓரக்கண்ணால் அள்ளிப் பருகினான். அந்தச் சாதுர்யம் அவனுக்குக் கைவந்த கலை.

*"சரி! உங்களை உங்க வீட்டு வாசல்ல டிராப் பண்ணட்டுமா?"*

*"வீடு அடுத்த தெருவுலதான். நான் நடந்தே போயிடுவேன்!"*

*"அம்மாவுக்கு எப்ப, என்ன வேணும்னாலும் சொல்லுங்க. நான் வரட்டா?"*

அவன் கேட்கும் நேரம், அந்த வழியாக வந்த உத்தமன் இவர்களைப் பார்த்தான். அடிவயிறு பற்றி எரிந்தது.

*'ஆஹா! வெளில சந்திக்கற அளவுக்கு வந்தாச்சா? என் பொக்கிஷத்து மேல நீ கண் வச்சிட்டியாடா? விடமாட்டேன்!'*

வெறியுடன் பற்களைக் கடித்தான். பகவதி முகமெல்லாம் சிரிப்புடன் பிரசாத்துக்கு கையசைத்துக்கொண்டிருந்தாள்.

**- தொடரும்**

# அத்தியாயம் 15

**ப**கவதி மளிகை, ரேஷன் வேலைகளை முடித்துக்கொண்டு முக்கால் மணி நேரத்தில் வீட்டுக்குள் நுழைய, உத்தமன், சம்பத் இருவரும் இருந்தார்கள். சாலையில் உத்தமன் இவர்களைப் பார்த்ததை பகவதி பார்க்கவில்லை.

"அண்ணே! என்னாச்சு? எதுக்கு நீ இப்ப வீட்டுக்கு வந்திருக்கே?"

சாதனா சமையல்கட்டிலிருந்து வெளியே வந்தாள். பகவதி பயந்துவிட்டாள்.

`நான் போன நேரம் அம்மாவுக்கு பிரச்னையா?'

"கேளுங்க அத்தே? எங்கே ஊர் சுத்திட்டு வர்றானு கேளுங்க அவளை!"

உத்தமன் குரல் உயர்த்த,

"அம்மா! நான் மளிகை, ரேஷனுக்கு போறதா உங்கிட்ட சொல்லிட்டுத்தானே போனேன்?"

"அப்படிச் சொல்லிட்டு வேற எங்கே போனானு கேளு சம்பத்!"

பகவதிக்குப் புரிந்துவிட்டது.

"நீ எதுவும் கேக்க வேண்டாம் அண்ணே! நானே சொல்றேன். காலைல பிரசாத் போன் பண்ணி அம்மாகிட்ட பேசினார். அவர் வச்சிட்டார். நன்றி சொல்ல நான் போன் பண்ணினேன். அவர் அம்மாவுக்கு ஹெல்த் ட்ரிங்க் வச்சிருக்கறதா சொன்னார். கொண்டுவந்து தந்தார். இந்தாம்மா புடி."

அம்மா அதை வாங்குவதற்குள் உத்தமன் பாய்ந்து பறித்தான்.

"இதுல அவன் ஏதாவது கலந்திருப்பான். அத்தைக்கு மயக்கம் வரும். மறுபடியும் ஆஸ்பத்திரிக்கு போகவேண்டியிருக்கும்.

அங்கே வச்சு அவனோட ஆட்டம் ஆரம்பமாகும்! இதை இப்பவே நான் உடைச்சிர்றேன்!"

"உடைங்க! நானும் எல்லாத்தையும் உடைக்கறேன்."

உத்தமன் வெளிறிப்போனான்.

"மாப்ளை! எதுக்கு உங்களுக்கு வீண் சந்தேகம்? அந்தப் பையன் தப்பான பையன்னு எனக்கும் தோணலை."

"என்னத்தே, ஃபைவ் ஸ்டார் வசதிகளைத் தந்ததும் பல்லை இளிச்சிட்டு நீங்களும் அவன் பக்கம் பேசறீங்களா?"

"ஏண்டா சம்பத், நீ எதிலும் தலையிட மாட்டியா? உன் தங்கச்சியைப் பாதுகாக்கற அபிப்ராயமே உனக்கில்லையா?"

"அதில்லை மாமா! நீங்க இத்தனை சீரியஸா யோசிக்கற அளவுக்கு எதுவும் தப்பா நடக்கலையே?"

"இதுவரைக்கும் நடக்கலை. இனி நடக்கும். அவன் கோடீஸ்வரப் பையன். செல்வாக்குள்ளவன். ரொம்ப வேகமா இருக்கான். நீயும் தங்கச்சியும் காலைல எழுந்தா ஆஃபீஸ் போயிடறீங்க. வயித்துப் பொழப்பு. போய்த்தான் ஆகணும். இங்கே அத்தையும் பகவதியும் தனியா. பகவதிக்கு அவனால ஒரு பிரச்னைனா அத்தையால என்ன செய்யமுடியும்?"

"மாப்ளை! நீங்க ஏதேதோ சொல்றீங்க! எனக்கு வயித்தைக் கலக்குது. என்னடா சம்பத் இது?"

"எனக்கும் புரியலைம்மா! சரி மாமா! அதுக்கு இப்ப என்ன செய்யலாம்?"

"அப்படிக் கேளுடா! இது புத்திசாலித்தனம்! இந்த வீடு பாதுகாப்பு இல்லை. அதனால என் வீட்டுக்கு அத்தை, பகவதி ரெண்டு பேரையும் கூட்டிட்டுப் போறேன். அது பாதுகாக்கப்பட்ட பிரதேசம். பக்கத்துல காவல் நிலையம். நம்ம வீட்டுப் பொண்ணை நாமதான் பாதுகாக்கணும். புரியுதா? நான் எதுக்கு இருக்கேன்? இங்கே பார்த்துக்கற அத்தையை பகவதி அங்கே பார்த்துக்கறா. ஜீவாவும் சந்தோஷமா இருப்பா!"

திரும்பி சாதனாவைப் பார்த்தான்.

`நீயும் சந்தோஷமாக இருப்பாய்' என்ற செய்தி கண்களில் இருந்தது. அவள் அதைப் புரிந்துகொண்டாள்.

"அண்ணன் சொல்றது நியாயம்தான். இத்தனை வசதிகளை ஒரு பணக்காரன் தர்றான்னா, அதுக்கு உள்நோக்கம் இல்லாம இருக்காது! நீங்க கூட்டிட்டுப் போங்கண்ணே!"

"மாப்ளே! உங்கம்மாவும் இருக்காங்களே?"

"அவங்க தம்பி வீட்டுக்கு நேத்திக்கே போயாச்சு அத்தே!"

சரக்கென நிமிர்ந்தாள் பகவதி.

"ம்! துணிகளை எடுத்து வச்சிட்டு புறப்படு பகவதி. அத்தே! இனி உங்களுக்கு அந்த ஆஸ்பத்திரி வேண்டாம். நான் வேற நல்ல ஆஸ்பத்திரி ஏற்பாடு பண்றேன். புறப்படுங்க! சம்பத், கொஞ்ச நாளைக்கு இவங்க ரெண்டு பேரும் அங்கியே இருக்கட்டும்."

"சரி மாப்ளை! வர்றோம்!"

"அம்மா! நீங்க நாலு பேர் மட்டும் முடிவெடுத்தா போதாது. நான் வரணும். இங்கே அண்ணன் வீடும் அக்கம்பக்கம் உள்ள வீடுதான். எந்தப் பிரச்னையும் வராது. யாரும் என்னை எதுவும் செய்ய முடியாது. ஒரு கௌரவமான பணக்காரப் பையன் அப்படியெல்லாம் அத்துமீறி நடக்கவும் மாட்டான். ஒருத்தரை பற்றி முழுசா தெரியாம பழி சுமத்தக் கூடாது. அது தப்பு."

"நான் சொல்றது தப்புனு சொல்றியா?" உத்தமன் சீற,

"நான் யாரையும் விமர்சிக்கலை. எனக்கு என் மேல நம்பிக்கை இருக்கு. எல்லாருமே ஒரு முடிவை எடுக்கறதும், அதுக்கு ஒரு சிலர் ஆதரவு தெரிவிக்கறதும், அவங்க சுய சந்தோஷம் கருதித்தான்!"

உத்தமன், சாதனா இருவர் முகங்களும் வெளிறியது.

"நீ அவன் பணத்துக்கு மயங்கினியா? இல்லை, அவனுக்கே...!"

"இதுக்கு எனக்கு பதில் சொல்லத் தெரியும். எங்கக்கா, அண்ணன் ரெண்டு பேரை நெனச்சு நான் மௌனமா இருக்கேன்."

"இதுக்கென்னடி அர்த்தம்? எனக்குப் புரியலை!" அம்மா கேட்க,

“விடுங்க அத்தே. அவ உளறலுக்கெல்லாம் விளக்கம் கேக்காதீங்க. இப்ப நீங்க வரப்போறீங்களா இல்லையா?”

“அவ வரணுமே மாப்ளை!”

“நீ போம்மா. நான் வரலை. எனக்கு எங்கண்ணன் வீடுதான் சொர்க்கம். உன்னை நிச்சயமா மாமா கூட்டிட்டுப் போகமாட்டார். வயசான உன்னை யாரும் மதிக்க மாட்டாங்க. ஆனா, மதிக்கற மாதிரி வேஷம் போடுவாங்க. சரியா?”

“நான் கிளம்பறேன். எனக்கு இந்த வீட்ல மரியாதை இல்லை. இனி நான் வரலை!”

உத்தமன் உதார் காட்ட,

“அய்யோ மாப்ளை! அப்படிச் சொல்லாதீங்க! சம்பத், அவரை சமாதானப்படுத்துடா. நம்மைத் தாங்கிப்பிடிக்கற மாப்ளை மனசு நோகக் கூடாதுடா!”

“பாவம் அண்ணன்! எவ்ளோ அக்கறையா இருக்கார். அங்கே போனாத்தான் என்ன? இதை ஜீவா கேள்விப்பட்டா, நம்ம வீட்டுக்கே வரமாட்டா. ஏற்கனவே நொந்து கிடக்கா. இதுவும் சேரணுமா?”

சாதனா புலம்ப, சம்பத் பகவதியிடம் வந்தான்.

“எதுக்கு இந்தப் பிடிவாதம்? போய் ஒரு மாசம் இருந்துட்டுத்தான் வாயேன். என்ன கஷ்டம் அங்கே உனக்கு? இங்கியாவது இவ பேசுவா. அங்கே எந்தப் பிரச்னையும் இல்லையே பகவதி?”

‘அண்ணே! சொன்னா நீ தாங்குவியா? இல்லை, அக்காதான் தாங்குவாளா? குடும்ப கௌரவம் கருதி நான் நெருப்புல நிக்கறேன் அண்ணே’ உள்ளே குமுறல்.

பகவதி யோசித்தாள் சில நொடிகள்.

‘என் நகத்தைகூட நீ தீண்ட முடியாதுனு சவால் விட்டிருக்கேன். அம்மாவும் அக்காவும் இருக்கற வீடு அது. மீறி என்ன நடந்துடும்?’

“சரி போகலாம்! நான் துணிகளை எடுத்து வைக்கறேன்.”

உள்ளே வர, வழக்கம்போல பின்பற்றினான் உத்தமன். இதை சாதனா பார்த்துக்கொண்டேயிருந்தாள்.

"என்னடா தங்கம்? பிரசாத் நல்லவனோ, கெட்டவனோ அது எனக்குத் தெரியாது. ஆனா, அவனை சாக்கா வச்சு, உன்னை இங்கிருந்து தூக்கிட்டேன் பார்த்தியா? நான் சவால் விட்டபடி ஒரு மண்டலம் நாப்பத்தி எட்டு நாள்கள். அதுல ஒண்ணு குறைஞ்சாச்சு. கவுன்ட் டௌன் ஸ்டார்ட் நௌ."

"கொஞ்சம் இருடா! எனக்கும் புரியுது. எப்படி சமாளிக்கணும்னும் எனக்கு தெரியும்!"

"உங்கக்காவுக்கு நீ உடைச்சிட்டா அவ நொந்து சாவா. உங்கம்மா அதிர்ச்சில சாவாங்க! நஷ்டம் உங்க குடும்பத்துக்குத்தான். பார்த்து நடந்துப்பேன்னு நம்பறேன்."

வெளியே சிரித்தபடி வந்தான்.

"தங்கச்சி! உன் ஸ்டைல்ல ஒரு காஃபி போடு! குடிச்சிட்டுக் கிளம்பறேன்."

"அண்ணே! சாப்டுட்டுப் போகலாமே."

"வேண்டாம்மா! ஜீவாவை விட்டுட்டு நான் எப்பவும் சாப்பிடறதில்லை. பகவதி வர்றாளே! இனி முழுச் சாப்பாடுதான்!"

வெளியே வந்த பகவதியைப் பார்த்துக் கண்ணடித்தான். அதையும் சாதனா கவனித்தாள். அம்மாவை தயார்செய்து பகவதி புறப்பட்ட நேரம், வாசலில் அந்தப் படகுக் கார் வந்து நின்றது.

"யாரது?" குழப்பத்துடன் உத்தமன் பார்க்க, அம்மாவுடன் ஏறத்தாழ வாசலுக்கே வந்துவிட்டாள் பகவதி. கூடவே சாதனாவும் சம்பத்தும். காரைவிட்டு சந்த்யா இறங்கினாள். யாரெனப் புரியவில்லை.

"இங்கே பகவதி யாரு?"

"நான்தான்!" பகவதி முன்னால் வந்தாள்.

சந்த்யா தோழமையுடன் அவள் தோளில் கை போட்டாள்.

"எங்கேயாவது வெளில புறப்படறீங்களா?"

"நீங்க யாரு?"

"உள்ளே போய் பேசலாமா?"

"ஸாரி! வாங்க!" உள்ளே அழைத்து வந்தாள் பகவதி. மற்றவர்களும் பின்தொடர,

"இவங்கதான் அம்மாவா? வணக்கம்மா. நான் சந்த்யா! சந்த்யா க்ரூப் கம்பெனியோட எம்.டி."

பகவதிக்குப் புரிந்துவிட்டது. உத்தமனுக்கும் புரிய, ஏதேதோ கற்பனைகள் ஓட,

"என் கொழுந்தனார்தான் பிரசாத். பேருக்கு அண்ணி. ஆனா நான் அம்மாதான். அவன் உங்களை எங்க ஆஸ்பத்திரில சேர்த்து ட்ரீட்மெண்ட் பண்ணினதை எங்கிட்ட சொன்னான். பிரசாத் எங்கிட்ட எதையும் மறைக்க மாட்டான். என்னைக் கேட்டுதான் எதையும் செய்வான். போகட்டும். அவன் ஒரு நல்ல காரியத்தை செஞ்சிட்டு வந்திருக்கான். வயசானவங்களுக்கு செய்யறது கடவுளுக்குச் செய்யற சேவை. நான் அவனை அப்படித்தான் வளர்த்திருக்கேன். அதனால எனக்கு ரொம்ப சந்தோஷம். அவன்கிட்ட விவரம் கேட்டுட்டு உங்களைப் பார்க்க வந்தேன். அவனையும் கூப்பிட்டேன். அவன் வரலைனு சொல்லிட்டான். ரொம்ப கூச்ச சுபாவம். உங்களுக்கு என்ன உதவி வேணும்னாலும் நீங்க இனி என்னையே கேக்கலாம். என் கார்டு தர்றேன். பகவதி! நீ நாளைக்கு கம்பெனில என்னை வந்து பாக்கறியா?"

"சரி மேடம்! கொஞ்சம் பால் கொண்டு வரட்டுமா?"

"இல்லைம்மா. எனக்கு நிறைய வேலை இருக்கு. நாளைக்கு காலைல பத்து மணிக்கு நீ வந்துடு. வர்றேன்மா!"

மற்றவர்கள் யாரையும் மதிக்காமல் காரில் ஏறிவிட்டாள். கார் புறப்பட்டுப் போனது.

"இவங்க எதுக்கு வந்தாங்க? ஏன் பகவதியை நாளைக்கு வரச்சொல்றாங்க?" சாதனா கேட்க,

“நீ போகவேண்டிய அவசியம் இல்லை பகவதி!” உத்தமன் சொல்ல,

“ஏன் போகக்கூடாது? வந்து கூப்பிட்டது பிரசாத்தா இருந்தா சந்தேகப்படலாம். ஆனா, அவங்கண்ணி கூப்பிடறாங்க. அதுவும் இவங்க சாதாரண ஆளில்லை. ஒரு சர்வதேச கம்பெனியோட எம்.டி. பெரும் கோடீஸ்வரி. பிரசாத்தை தன் மகனுக்கு சமமா கருதறாங்க. பிரசாத் ஒரு பொறுக்கியா இருந்தா, உள்நோக்கத்தோட எனக்காக எங்கம்மாவுக்கு ட்ரீட்மென்ட் குடுத்திருந்தா, அதை அண்ணிகிட்ட சொல்லியிருப்பாரா? அவர் கண்ணியமானவர், சொல்லிட்டார். இவங்களும் அதை ஏத்துக்கிட்டு, அம்மாவைப் பார்க்க வந்திருக்காங்க. நாம சில சமயம் நம்ம சுயலாபத்துக்காக தப்புக் கணக்கு போட்டு, அதை மத்தவங்க மேல ஏத்தக்கூடாது.”

“சரி! அவங்க எதுக்கு வேணும்னாலும் வந்திருக்கட்டும். நாம புறப்படலாம்” உத்தமன் அவசரப்பட,

“வேண்டாம். ஒரு பணக்காரனால எனக்கு ஆபத்து வரும்னுதானே, இங்கிருந்து என்னை அப்புறப்படுத்தறீங்க! அது இல்லை. அவங்க கண்ணியமானவங்கனு அவரோட அண்ணி வீடு தேடிவந்து சொல்லிட்டுப் போயிட்டாங்க. நல்ல அண்ணிகளும் இங்கே இருக்காங்க.”

சாதனா முகம் மாறியது.

“அதனால பாதுகாப்பு பயம் இங்கே இல்லை. போக வேண்டாம். அம்மா உள்ளே வா.”

“இல்லைடி! மாப்ளை சொன்னதுக்காக...”

“நான் வரலை. நீ என்னண்ணே சொல்ற?”

“வேண்டாம் மாமா! பகவதி சொல்றது நியாயம்தான். அவங்க இங்கியே இருக்கட்டும்.“

சாதனா முறைத்தாள்.

பகவதி, உத்தமன் அருகில் வந்தாள். “உள்ளே வந்து ஒரு வாய் காஃபி குடிச்சிட்டுப் போங்க!”

அவன் உள்ளே வர,

"நல்லவங்களுக்கு எப்பவும் தெய்வம் துணை. உன் கவுன்ட் டவுன் எப்பவுமே ஸ்டார்ட் ஆகாது. ஒட்ட நறுக்கிடுவேன். புறப்படு."

உத்தமன் முகத்தில் எரிமலை வெடித்தது.

**- தொடரும்**

# அத்தியாயம் 16

**உ**த்தமன் வெறியுடன் இருந்தான். 'எல்லா ஏற்பாடுகளையும் செய்து, ஏறத்தாழ பகவதி வீட்டுக்கு வந்துவிடுவாள் என்ற நிலையில், பிரசாத்தின் அண்ணி வந்து என் ஆசையில் மண்ணைப் போட்டுவிட்டாளே! இவள் ஏன் வீடு தேடி வர வேண்டும்? கோடீஸ்வரி...! பிரசாத், பகவதிக்கு உதவ என்ன காரணம்? தப்பான எண்ணம் இல்லையா? நான் அவனைப் பற்றி சரியாக எதுவும் கேள்விப்படவில்லையே? வீடு தேடிவந்து அந்த சந்த்யா ஏன் மரியாதை தர வேண்டும்? பகவதிக்கு அழைப்பு வேறு. வேறு ஏதாவது எண்ணமா? பகவதிக்கு கோடீஸ்வர வாழ்க்கை அமைந்துவிடுமா? அப்படி நடந்தால் என்னைக் காலடியில் போட்டு இடறிவிடுவாள். இப்போதே சவால் பொறி பறக்கிறது. உயரத்தில் உட்காரும் யோகம் வந்தால் என் நிலை என்ன?'

உத்தமன் எப்போதாவது குடிப்பான். இரண்டு அபார்ஷன் நடந்து, டாக்டரும் எச்சரிக்க அன்று குடித்தான். ஆஃபீஸ் வேலை என்று வீட்டுக்கே வரவில்லை. எந்த ஒரு சூழலிலும் தன் இமேஜை உத்தமன் விட்டுத்தர மாட்டான். இப்போதும் தனக்கு பகவதி கிடைக்க மாட்டாளோ என்ற வெறுப்பில் குடிக்க வந்தான். அவன் நண்பனுக்கும் அழைப்பு தந்தான். அவனுக்கு இவனது வெளி வேஷங்கள், சபலம் எல்லாம் தெரியும். அந்த விஸ்வாதான், உத்தமனுக்கு பகவதி மேல் சபலத்தை ஏற்றிவிட்டவன்.

"அவளுக்கு நாதியில்லைடா. யார் ஆதரவும் இல்லை. உன் மனைவியால உனக்கு இனி பிள்ளை பெற்றுத் தர முடியும்னு எனக்கு தோணலை. பகவதி செவ்வாழை கணக்கா இருக்கானு நீதான் சொன்னே. அவளை அடையாம விடாதே."

உசுப்பேற்றி விட்டவன் அவன். இப்போது அடுத்தகட்ட ஏமாற்றம். குறுக்கே வரும் பிரசாத். இருவரும் பாரில் உட்கார, புலம்பிவிட்டான் உத்தமன்.

“ஒருவேளை பகவதியை பிரசாத்துக்கு கட்டிவைக்கற எண்ணம் அந்த சந்த்யாவுக்கு இருக்கா? அப்படி இருந்தா, பகவதி சத்யமா என்னை மதிக்க மாட்டா. அந்தக் குடும்பமே என்னை நாய் மாதிரி பார்க்கும். இப்படி ஒரு திருப்பம் வரும்னு நான் எதிர்பார்க்கலை. எனக்கு பகவதி வேணும்டா.”

“டேய்! அவங்க மல்ட்டி மில்லியனர் குடும்பம். என்னதான் அழகா இருந்தாலும், சோத்துக்கு செத்த இந்த பகவதியையா தன் மச்சினனுக்கு கட்டி வைப்பா அந்த சந்த்யா? எனக்கு அப்படித் தோணலை. இதுல வேற ஏதோ உள்குத்து இருக்குடா. அவசரப்படாதே! பொறு. அப்படி நீ நினைக்கற மாதிரி நடந்தா, அதை எப்படி கெடுக்கறதுனு நான் உனக்கு சொல்றேன்! இப்ப பதற்றமில்லாம இரு!”

உத்தமன் அவனோடு சேர்ந்து குடித்தான். கொஞ்சம் சாப்பிட்டு முடித்து வீட்டுக்கு வந்தான். அம்மா உறங்கியிருந்தாள். ஜீவா, பகவதியின் கறுப்பு நிற சேலையைக் கட்டியிருந்தாள். உத்தமன் பகவதி நினைப்பு தவிர, கொஞ்சம் போதை எல்லாம் இருந்ததால் ஜீவாவை நெருங்க,

“என்னங்க! டாக்டர் கொஞ்ச நாளைக்கு எதுவும் வேண்டாம்னு சொல்லலியா? அதை மறந்துட்டீங்களா?”

உத்தமன் காதில் ஏறவில்லை. போதையில் அவளை பகவதியாக நினைத்து, அவள் மறுத்தும் கேட்காமல் அவளை அடையத் தொடங்கினான்.

* * * * *

**அ**தே நேரம், இங்கே நண்பர்களுடன் ஊரைச் சுற்றிவிட்டு பிரசாத் வீட்டுக்கு தாமதமாக வந்தான்.

“என்னடா? இன்னிக்கு தெளிவாத்தானே இருக்கே?”

“அண்ணி! என்னிக்கும் நான் கெட்டவன் இல்லை. எப்பவாவதுதான் கெட்டவன். இப்ப தெளிவா இருக்கேன். சொல்லு அண்ணி! பயங்கரமா பசிக்குது.”

அவனுக்கு சாப்பாடு எடுத்து வைத்தாள். பக்கத்தில் இருந்து பரிமாறினாள்.

“நான் இன்னிக்கு அந்த பகவதி வீட்டுக்கு போனேன்டா பிரசாத்.”

பிரசாத் படக்கென நிமிர்ந்து உட்கார்ந்தான்.

“என்னண்ணி சொல்றே? அந்த பகவதி வீட்டுக்கா? எதுக்கு?”

இதைக் கேட்கும்போது அவன் கண்களில் வெளிச்சம், கொஞ்சம் பதற்றம் எல்லாம் தெரிந்தது. கூடவே அண்ணி எதற்குப் போனாள் என்ற கேள்வியும் இருந்தது.

சந்த்யா சகலமும் கவனித்தாள்.

“ஏண்டா, நீ ஒரு சேவையை செஞ்சிருக்கே? அதைப் பாராட்டி, அவங்க வீட்டுக்கு நான் போகக்கூடாதா?”

“போகலாம் தப்பில்லை, இருந்தாலும் நீ இருக்கற அந்தஸ்த்துக்கு இப்படியெல்லாம் செய்வியா? என்னால நம்ப முடியலை!”

“இதப் பாரு. உன்னை நான் சுதந்திரமா விட்டிருக்கேன். உன்னோட கல்யாண குணங்கள் எல்லாம் எனக்குத் தெரியும். உன் வயசு அப்படீன்னு நான் கண்டுக்கறதில்லை. இவளுக்கும் நீ உதவி செஞ்சது அவ அழகுல மயங்கித்தான்னு எனக்கு தெரியும்! என்னதான் உன் மனசுல எண்ணம்?”

“அண்ணி! கேள்வி புரியலை. நான் எப்பவுமே என்னைத் தேடி வர்ற பெண்கள் கிட்ட மட்டும்தான் பழகுவேன்னு உனக்கே தெரியும். நீ எனக்கு நல்ல ஒரு தோழி அண்ணி. எங்கம்மா உயிரோட இருந்தாக்கூட இந்த அளவுக்கு நான் பேச முடியாது. நீதான் என்னைப் புரிஞ்சுகிட்டவ அண்ணி.”

“அதனாலதான் ஓவரா ஆட்டம் போடற நீ! உங்கண்ணனுக்கு தெரிஞ்சா என்னாகும்? சரி விடு. நீ இப்ப பகவதி பத்தி என்னதான் சொல்ல வர்றே?”

“அவ கச்சடா இல்லை அண்ணி! ரொம்ப டீசண்டா இருக்கா. அது மட்டும் நிச்சயம்.”

“அப்புறம் நீ ஏண்டா பழகற?”

“அண்ணி! பெண்கள்ல ஒரு நல்ல தோழி இருக்கக்கூடாதா? உள்நோக்கம் இல்லாம பழகக்கூடாதா என்ன?”

“அத்தனை நல்லவனா நீ?”

கேட்டுவிட்டு சிரித்தாள் சந்த்யா.

“சரி! நீ போய் படு. மிட்நைட் தாண்டியாச்சு. குட்நைட்!”

அவன் போன பிறகு சந்த்யா அங்கேயே நின்றாள். ஒரு நொடி பகவதியின் முகம் வந்துபோனது. பெண்களே பொறாமைப்படும் அழகு... அந்த கம்பீரம்... சமீபத்தில் இப்படி ஒரு பேரழகியைப் பார்க்கவில்லை. தலையை ஆட்டிக்கொண்டாள் சந்த்யா.

* * * * *

**ப**கவதி காலையில் வழக்கம் போல சீக்கிரமே குளித்து தன் வீட்டு வேலைகளை கவனிக்கத் தொடங்கினாள். அம்மா அழைத்தாள்.

“பகவதி! உன்னை வரச்சொன்னாங்களே அந்தப் பணக்காரி. எதுக்கு? உனக்கு அவ கம்பெனில வேலை தரப்போறாளா?”

“எனக்கெப்படி தெரியும்மா?”

“வேலை தந்தாலும் நீ போக முடியுமா?”

“அரசாங்க வேலை கிடைச்சே நான் போகலியே? இதுக்கா போகப்போறேன்? அந்தக் கவலை உனக்கு வேண்டாம். கூப்பிட்ட மரியாதைக்கு போய் பார்த்துட்டு வந்திர்றேன்!”

“கண்டிப்பா போ பகவதி! அவங்க சாதாரண ஆட்கள் இல்லை. அந்த மாதிரி ஆட்கள் வீடு தேடி வர்றது பெரிய விஷயம். நமக்கும் நாலு பேர் வேணுமில்லையா? நீ போயிட்டு வா. அத்தை இப்ப நல்லாத்தானே இருக்காங்க?”

சாதனா தன் பங்குக்கு சொல்ல, சம்பத் நெருங்கினான்.

“நான் உன்னை கொண்டுபோய் விடறேன் பகவதி!”

“வேண்டாம்ணே! அண்ணியை நீ ட்ராப் பண்ணு. நான் ஆட்டோ புடிச்சு போயிடுவேன்.”

பகவதி வேலைகளை முடித்துவிட்டு புறப்பட்டாள். பகவதியிடம் ஒரு கேள்வி இருந்தது. ‘அத்தனை பெரிய கோடீஸ்வரி ஏன் வீடு தேடி வர வேண்டும்? கண்ணியமாக

நடந்துகொண்டு, அம்மாவிடம் மட்டும் நலம் விசாரித்துவிட்டு, எனக்கும் அழைப்பு தந்து விட்டுப் போய்விட்டாள். வேறு யாரையும் மதிக்கவில்லை. ஏன்? எதற்கு இந்த வரவு? மரியாதை நிமித்தம் சந்திப்பா? அந்த அளவுக்கு நாங்கள் பெரிய ஆட்கள் இல்லையே? சரி போய் பார்க்கலாம்.'

புறப்பட்டு நேராக அவர்களது தலைமை அலுவலகம் வந்துவிட்டாள். சந்த்யா தந்த கார்டில் அதுதான் இருந்தது. இவள் வருவதற்கு பத்து நிமிடங்கள் முன்பாகவே உத்தமன் காரில் வந்து, ஓர் ஓரமாக காரை நிறுத்திவிட்டு காத்திருந்தான். அந்த ஆஃபீசில் உத்தமனுக்கு ஒரு அதிகாரியைத் தெரியும். உத்தமன் கம்பெனிக்கு இவர்களுடன் வியாபாரப் பிணைப்பு உண்டு. அதனால் அந்த அதிகாரி நெருக்கம்தான். பகவதி ஆட்டோவை விட்டு இறங்கி உள்ளே போக, உத்தமனும் அவளை இடைவெளி விட்டுப் பின்தொடர்ந்தான். பகவதி உள்ளே வந்தாள். வரவேற்பில் தன் பெயரைச் சொல்லி, எம். டி. மேடம் வரச்சொன்னதாக சொல்ல, அவளைக் காத்திருக்க சொல்லிவிட்டு தகவல் போனது. உத்தமன் அந்த அதிகாரியை அழைக்க, அவர் வந்துவிட்டார்.

"என்ன இன்னிக்கு?"

"சொந்த வேலையா வந்தேன். ஒரு சின்ன எச்சரிக்கை. அங்கே நிக்கறா பாருங்க ஒரு பொண்ணு! அவளுக்கு பகவதினு பேரு."

"அழகா இருக்காளே!"

"அதுதான் விவகாரம். தன்னோட இந்த அழகுதான் அவளுக்கு மூலதனம். அதை வச்சு கடையை போட்ருவா. இப்ப உங்க எம்.டி. மேடம் வரச்சொல்லி இங்கே வந்திருக்கா. சந்த்யா மேடத்துக்கு இவளைப் பற்றி தெரியாம இருக்கலாம். அதனால உங்களை எச்சரிக்கத்தான் வந்தேன். ஜாக்ரதை! கவனிங்க! இவளுக்கு இங்கே தப்பித்தவறி வேலை குடுக்க விடாதிங்க! கம்பெனி நாறிடும். எனக்கு தகவல் சொல்லுங்க!"

உத்தமன் விஷமச் சிரிப்புடன் வெளியே வந்தான்.

பகவதிக்கு அழைப்பு வந்தது. உள்ளே வந்தாள். சந்த்யா சுழல் நாற்காலியில் கம்பீரமாக அமர்ந்திருந்தாள்.

“குட் மார்னிங் மேம்.”

“ம்! அப்படி ஒக்காரு!”

வீட்டுக்கு வந்தபோது இருந்த கனிவு இப்போது இல்லை. ஒரு மாதிரி ஆணவம் தெரிந்தது. சரி! அந்தப் பதவிக்குள்ள கெத்து! இருக்கத்தானே செய்யும்?

“என்னை எதுக்கு வரச்சொன்னீங்க மேம்?”

“வரச்சொன்னதும் என்ன எதிர்பார்த்து நீ வந்தே?”

“நான் பொதுவா, யார்கிட்டேயும் எதையும் எதிர்பாக்கறதில்லை மேம்! மிஸ்டர் பிரசாத் உதவி செஞ்சப்பக்கூட அதை ஏத்துக்க நான்தயங்கினேன். இன்னும் நாலு நாட்கள் இருக்க சொன்னப்பக் கூட நான் மறுத்தேன்.”

“இங்கே நல்ல வேலையா தந்தா ஜாயின் பண்ணுவியா?”

“இல்லை மேம்! என் அம்மாவை பார்த்துக்க யாரும் இல்லை. அரசாங்க வேலை வந்தும் நான் போக முடியாம ஆனதுக்கு அம்மாதான் காரணம். அதனால வேலையை எதிர்பார்த்து நான் வரலை மேம்.”

“குட்! தெளிவாப் பேசறே. நல்லது! நேரா நான் விஷயத்துக்கு வர்றேன். எங்க பிரசாத் உனக்கு மனிதாபிமானத்துல உதவி செஞ்சு, ஆஸ்பத்திரில விஐபி கார்டு தரலை. உன் அழகுல மயங்கிட்டான். அதனால உதவிகளைச் செஞ்சான்.”

பகவதி நிமிர்ந்து உட்கார்ந்தாள்.

“என்னோட பிரசாத்துக்கு நான் உறவால அண்ணி. ஆனா, உணர்வால அம்மாவுக்கும் மேல! அவன் என்ன கேட்டாலும் நான் வாங்கித் தருவேன். அவன் ராஜா வீட்டுக் கன்னுக்குட்டி. அவனுக்கு உன் மேல நாட்டம் இருக்கு. அதுக்காக உன்னை அவன் கல்யாணம் செஞ்சுப்பான்னு கற்பனையை நீ ஓட விட வேண்டாம். அவனுக்கு அதுல நாட்டமில்லை. உன்னை மாதிரி அன்னாடங்காச்சி அவனுக்கு மனைவி ஆகவும் முடியாது.”

பகவதி எழுந்துவிட்டாள்.

“இரு, நான் முடிக்கலை. அதனால அவன் உன்கூடப் பழகி கொஞ்சம் ஜாலியா இருக்கணும்னு நெனச்சா, அதை நான் தடுக்கலை. எனக்கு தடையும் இல்லை. அவன் விளையாட்டுப் பிள்ளை. இந்த மாதிரி அவனோட சில்லறை விளையாட்டுகளை நான் தடுக்கறதில்லை. அதுக்காக, அவன் செலவழிக்கற சில லட்சங்களை நான் பொருட்படுத்தறதும் இல்லை! இதைச் சொல்லத்தான் உன்னைக் கூப்பிட்டேன்.”

பகவதி எழுந்தாள்.

“உனக்கு பேரு அண்ணியும் இல்லை. அம்மாவும் இல்லை. அதெல்லாம் புனிதமான சொற்கள். உனக்குப் பேரே வேற. அதை நான் சொல்ல என் நாக்கு கூசுது. நான் நல்ல குடும்பத்துல பொறந்தவ! நான் இங்கே காறித்துப்பி என் எச்சிலை கேவலப்படுத்த விரும்பலை. நீயெல்லாம் ஒரு பொம்பளை. உன் இனத்துல பொறந்த எனக்கு அவமானமா இருக்கு.”

வேகமாக பகவதி வெளியேற,

இப்படி ஒரு அவமானத்தை இதுவரை சந்திக்காத சந்த்யா, வெறியுடன் எழுந்தாள்.

- தொடரும்

# அத்தியாயம் 17

**ப**கவதி ஒரு மாதிரி நொந்துபோய் வெளியே வந்தாள்.

'ச்சே! ஆண்கள்ல யாருமே நல்லவங்க இல்லையா? உத்தமன் ஒரு மாதிரி காமுகன்னா, நான் நல்லவன்னு நம்பின பிரசாத்தும் ஒரு ப்ளே பாய்தானா? அம்மாவுக்கு செஞ்ச உதவிகள் அத்தனைக்கும் உள்நோக்கம் இருக்கா? என்னை அடைய அவன் கொடுத்த விலைதான், இந்த ஆஸ்பத்திரி செலவுகளா? ஒரு ஆள் செயின் வாங்கித்தந்து அடையப் பார்க்கிறான்! இவன் வேற வழியால வர்றானா? அதுக்கு அம்மா ஸ்தானத்துல இருக்கற ஒரு பெண்ணே உடந்தையா? பணக்காரப் பெண்கள் எதுக்கும் துணிஞ்சவங்களா?'

வெளியே வந்தவள் அப்படியே நின்றுவிட்டாள். அதே நேரம் ஆஃபிசில் இருக்கப் பிடிக்காமல் சந்த்யா கோபமாக வெளியே வர, அந்த அதிகாரி உத்தமனின் நண்பர்... செக்கில் கையெழுத்து வாங்க உள்ளே வந்தார்.

"நான் இப்ப போறேன்! நாளைக்கு பாக்கலாம்."

"மேம்! இது ரொம்ப அவசரம். இன்னிக்கே போயாகணும்."

"எல்லாத்தையும் கடைசி நேரத்துலதான் கொண்டு வருவீங்களா? பொறுப்பே இல்லையா உங்களுக்கெல்லாம்?"

உடனே கையெழுத்திட்டு அதைத் தூக்கி வீசினாள். காஃபி கொண்டுவந்த ப்யூன், அவர் மேல் மோதி காஃபி சிதற, அவனை ஓங்கி அறைந்தாள் சந்த்யா. அந்த மாதிரி அவள் நடப்பது இதுவே முதன்முறை! வேகமாகச் சென்று காரில் ஏறிவிட்டாள். அலுவலகமே ஸ்தம்பித்தது. அவள் போன சில நொடிகளில் சேர்மன் ராஜா உள்ளே வர, சற்று தாமதித்து அவரிடம் வந்த பி.ஏ...

"மேம், சுத்தமா மூட் அவுட்" என நடந்ததைச் சொல்ல,

"அவங்களை சந்திக்க யாராவது வந்தாங்களா?"

"ஒரு பொண்ணு வந்தா. அழகா இருந்தா. பதினஞ்சு நிமிஷம் இருந்தா. அவளும் வரும்போது சிரிச்சுகிட்டே வந்தா. போகும்போது முகம் சிவந்து வெளியே போனா. அவளாலதான் மேமுக்கு மூட் அவுட்னு தெரியுது சார்."

"சரி! நான் பேசிக்கறேன். நீங்க வேலையைப் பாருங்க."

அந்த அதிகாரி உள்ளே வர, போன் அடித்தது. எடுத்தால் உத்தமன். விவரம் கேட்க,

"நீங்க சொன்ன மாதிரி அவ ஏடாகூடம்தான் போலிருக்கு!" எனத் தொடங்கி நடந்ததைச் சொல்ல,

"அப்ப அவளுக்கு வேலை தரலை?"

"நீங்க வேற. உதைக்காம விட்டதே பெரிசு!"

உத்தமன் உற்சாகமாகிவிட்டான். அதே நேரம் குழப்பமாகவும் இருந்தது.

"என்ன கோபம் சந்த்யாவுக்கு? ஏன் பகவதியை அழைத்தாள்? கூப்பிட்டு வச்சு அவமானப்படுத்திட்டாளா? பகவதி என்ன பேசினா? எப்படி தெரிஞ்சுகறது? பகவதியைக் கேட்ரலாமா? எங்கிட்ட நிச்சயமா சொல்ல மாட்டா! ஆனா விடக்கூடாது. இவளை சந்த்யாவுக்கு பிடிக்கலைனா, பிரசாத் நெருங்க முடியாது. எனக்கு அதுபோதும். பகவதி எனக்குத்தான். யாரும் போட்டிக்கு வரக்கூடாது. வர விடமாட்டேன்."

* * * * *

**ப**கவதி வீட்டுக்கே வரப் பிடிக்காமல் கோயிலில் போய் உட்கார்ந்துவிட்டாள். வீட்டில் அண்ணி உட்பட எல்லாருக்கும் ஒரு எதிர்பார்ப்பு இருக்கும். சந்த்யா வரச்சொன்னது வேலை தரத்தான் என ஒரு கற்பனை இருக்கலாம். நான் என்ன சொல்வது? பிரசாத் பெண் பித்தன். அவனுக்கு கம்பெனி கொடு என சந்த்யா சொன்னதாக சொல்ல முடியுமா?

சொல்லேன். இவர்களை நீ இழுத்து மூடவேண்டிய அவசியம் என்ன?

இல்லைதான். ஆனால், இது அம்மா மூலம் உத்தமனுக்குப் போகும். பிறகு, அவன் ஆட்டம் அதிகமாகும். தெரிந்தோ தெரியாமலோ அவன் கணிப்பு சரியாகிவிட்டது. அதனால் அவன் மரியாதை கூடும். பகவதிக்கு பாதுகாப்பு வேண்டும் எனச் சொல்லி, என்னை நிச்சயமாக அவன் கொண்டுபோக எல்லா வேலைகளும் செய்வான்.

தலை சுழன்றது பகவதிக்கு. வீட்டுக்குப் போகவே பிடிக்கவில்லை. வெறுப்பாக இருந்தது.

என் மாதிரி நியாயமான பெண்களுக்கு இந்தப் பூமில பாதுகாப்பே இல்லையா?

ஆலய மணி அடித்தது. கடவுளை பார்க்கக்கூடப் பிடிக்கவில்லை. அப்படியே தூணில் சாய்ந்து உட்கார்ந்தாள்.

* * * * *

**வீ**ட்டுக்குள் ஒரு மாதிரி வெறியுடன் நுழைந்தாள் சந்த்யா. உடம்பு முழுக்கப் பற்றி எரிந்தது. வேகமாகப் போய் ஷவருக்கு கீழே நின்றாள். வெகு நேரம் நின்றாள். தண்ணீர் பட்டும் எரிச்சல் அடங்கவில்லை. வெளியே வந்து தலைகூடத் துவட்டாமல் அப்படியே உட்கார்ந்தாள். பகவதியின் வார்த்தைகள் ஊசியாகக் குத்தியது.

‘உனக்குப் பேரு அண்ணியும் இல்லை! அம்மாவும் இல்லை. அது வேற. சொல்லவே நாக்கு கூசுது. பெண் குலத்துக்கே நீ அவமானச் சின்னம். உன் மேல காறித்துப்பி என் எச்சிலை களங்கப்படுத்த நான் விரும்பலை!’

‘இந்த அளவுக்கு என்னைப் பேசிய ஒருத்தி உயிரோடு வெளியே போயிருக்கிறாள். அவளை விடலாமா? அவ கதை முடியணும் உடனடியா!’

வெறியுடன் போனை எடுத்தாள். ஏதோ ஒரு நம்பரை டயல் செய்யப் போனாள். போன் அடித்தது. எடுத்தாள். ராஜாதான்.

“சந்த்யா! என்னாச்சு உனக்கு? நான் ஆஃபீஸ்ல ஆத்திரப்பட்டாலும், நீதான் என்னைத் தடுத்து நிறுத்துவே. உன் மெச்சூரிட்டி யாருக்குமே இல்லையே. இன்னிக்கு நீ ரொம்ப

மோசமா நடந்ததா தகவல் வந்தது. என்ன கோபம் உனக்கு? நான் இப்ப வீட்டுக்கு வரவா? என்ன பிரச்னை?''

சந்த்யா யோசித்தாள்.

'அவசரப்படக்கூடாது. நான் பிரசாத்துக்கு தரும் சலுகைகள் இவருக்குத் தெரியாது. அதுவும் இந்த மாதிரி தப்பான சலுகைகளை நானே வழங்குவது தெரிந்தால், இவரிடம் எனக்கு மரியாதை குறைந்துவிடும். என் தம்பியைக் கெடுக்கறியா?னு கேட்டு என்னை வெறுக்கக்கூட வாய்ப்பிருக்கு! அது பல விபரீத விளைவுகளை உண்டாக்கிவிடும். கூடாது.'

''சந்த்யா! ஏன் பேசாம இருக்கே? நீ இன்னும் உன் கோபத்திலிருந்து மீண்டு வரலியா? யாரந்த பொண்ணு? அவளாலதான் பிரச்னையா?''

சந்த்யா அதிர்ந்தாள்.

'நேரடியாக விஷயத்துக்கு வந்துவிட்டாரா? இது உடையக்கூடாது. சமாளிக்க வேண்டும்.'

''நீங்க நினைக்கற மாதிரி எதுவும் இல்லை. அந்தப் பொண்ணை நான்தான் வரச்சொன்னேன், வேலை தர! அதை விடுங்க! அவளுக்கும் என் கோபத்துக்கும் தொடர்பில்லை. இது ஒரு புது புராஜக்ட் விஷயமா வந்த பிரச்னை. பார்ட்டி தப்பான வழில பிசினஸ் பிடிக்க பாக்கறாங்க. அதனால டென்ஷன். இதை நான் டீல் பண்ணிக்கறேன். நீங்க உள்ளே வர வேண்டாம். விட்ருங்க!''

போனை வைத்துவிட்டு உள்ளே வந்தாள். ஈரக்கூந்தல் காய்ந்திருந்தது. அதை அள்ளி முடிந்தாள்.

'உன்னை கொல்லக்கூடாதுடி. என்னை கேவலமா எடை போட்டவள் நீ. இதுவரைக்கும் யாரும் பேச முடியாத வார்த்தைகளைப் பேசினவ. உன்னை அசிங்கப்படுத்தாம நான் ஓய மாட்டேன். அது உறுதி. உன்னைக் கொல்றது சுலபம். வேண்டாம். நீ கேவலப்படணும். இதுக்கு நான் என்ன செய்யணுமோ அதைச் செய்யணும்! யார்கிட்ட மோதறே நீ? இந்த சந்த்யாகிட்ட மோதி யாரும் ஜெயிச்சதா சரித்திரமே இல்லை. நீ தைரியசாலியா? துணிச்சல்காரியா? எதுவானாலும்

நீ நெருப்புல கை வச்சிட்டே. வெந்து போகாம நீ வெளியே வர முடியாது.'

"அண்ணி! நீங்க ஆஃபீஸ் போனீங்களா இன்னிக்கு?"

கேட்டபடி பிரசாத் உள்ளே நுழைய, உஷாராகிவிட்டாள் சந்த்யா. 'இவன்கிட்ட ஜாக்ரதையா பேசணும். அவ ஒருவேளை இவன்கிட்ட பேசி உடைச்சிட்டாளா? அப்படித் தெரியலியே? இவன் இயல்பா இருக்கானே!'

"எதுக்கு கேக்கறே பிரசாத்?"

"நம்ம ஆஃபீஸ் மல்ட்டி பர்ப்பஸ் ஹால் ஒரு நாளைக்கு எனக்கு வேணும். நண்பர்களுக்கு பார்ட்டி தர."

"அதெல்லாம் வேண்டாம். ஸ்டார் ஓட்டல்ல வச்சுக் குடு. அதை விடு. அந்த பகவதியை நீ பார்த்தியா அப்புறமா?"

"இல்லை அண்ணி. ஏன் கேக்கற?"

"அவளுக்கு வேலை தர்றேன்னு கூப்பிட்டேன். வேண்டாம்னு சொல்லிட்டுப் போயிட்டா. நீ நல்ல மனசோட அவளுக்கு உதவி செஞ்சே. ஆனா, அவ உன்னை ஒரு ப்ளே பாயா நினைக்கறாடா பிரசாத். நேரா சொல்லலைன்னாலும் அவ பேச்சுல நான் புரிஞ்சுகிட்டேன். இந்த மாதிரி பொண்ணுங்க திமிரை அடக்கணும்டா."

"அப்படியா சொல்றா?"

"நேரடியா சொல்லலை. ஆனா, பேச்சுல திமிர் தெரியுது. உன்னை அந்த மாதிரி அவ எடை போட்டப்ப எனக்குப் பிடிக்கலை. பிரசாத் என் செல்லப்பிள்ளைனு நான் சொல்ல, என்னையே கொஞ்சம் கேவலமா பேசிட்டா!"

"என்ன பேசினா?" பிரசாத் கொதித்து எழ,

"இருடா. அவ அழகா இருக்கா. உனக்கும் அவளைப் புடிச்சிருக்கு. ஆணவம் புடிச்ச அழகை அடக்கறது உன்னை மாதிரி பசங்களுக்கு ஒரு சவால்தானே? அதை செஞ்சு காட்டு. அவ திமிரை அடக்கு."

“அண்ணி! நான் பார்த்த வரைக்கும் அவ கண்ணியமான பொண்ணா இருந்தாளே...”

“அது நீ போட்ட தப்புக் கணக்கு. அப்படி அவ இருந்தா, இப்ப நீ பேசிப் பாரு, மாற்றம் தெரியும். நல்லது செய்யறவங்களை, நான் வீடு தேடிபோய் மரியாதை குடுத்தும், ஆஃபீசுக்கு கூப்பிட்டும் அவ திமிரா இருந்தா, அவளுக்கு இன்னொரு முகம் இருக்குனுதானே அர்த்தம்?”

“சரி அண்ணி! நான் பார்த்துக்கறேன்.” அவன் விலகிப் போனதும் சிரித்தாள் சந்த்யா.

‘உன்னைஉசுப்பிவிட்டாச்சு. என்மேலஉள்ளகண்மூடித்தனமான பாசம், அவ உன்னை எதிர்கொள்ளப்போற அணுகுமுறை, நீ அவகிட்ட படப்போற அவமானம் எல்லாம் சேர்ந்து நிச்சயமா உன்னை உசுப்பிவிடும். இது நடந்தே தீரும். அப்ப அவளுக்குத் தெரியும் இந்த சந்த்யா யாருன்னு?’

* * * * *

**ப**கவதி வீட்டுக்குத் திரும்பினாள். அண்ணி சீக்கிரமாகவே திரும்பியிருந்தாள். சம்பத்தும் இருந்தான்.

“பகவதி! வேலை தரத்தானே உன்னை அவங்க கூப்பிட்டாங்க? தந்தாச்சா? ஆர்டர் வாங்கிட்டியா? அதான் இவ்ளோ லேட்டா?” அடுக்கடுக்காக சாதனாவின் கேள்விகள்.

“வேலை தரத்தான் கூப்பிட்டாங்க! நான் வேண்டாம்னு சொல்லிட்டேன்.”

“பைத்தியமா நீ? நல்ல வேலை வரும்போது விடுவாங்களா?”

“என்னண்ணி இப்படிப் பேசறீங்க? அரசாங்க வேலைக்கே என்னை நீங்க யாரும் போகவிடலை. இதுக்கு போகச் சொல்றீங்க! அம்மாவை யார் பாத்துக்கறது? இப்பவும் அதே பிரச்னைதானே?”

“அவங்க ஆஸ்பத்திரில ராஜ வைத்தியம். ஒரு நர்ஸ் தர மாட்டாங்களா நமக்கு? உனக்கு வேலையும் ஆச்சு. கோடீஸ்வர நட்பு. இதை விடலாமா? உனக்கேன் புத்தி வேலை செய்யலை?”

சாதனா கேட்க, பகவதி பதில் பேச வாய் திறக்க, வாசலில் கார் வந்து நின்றது. பிரசாத் இறங்கினான்.

'இந்த ஸ்த்ரீ லோலன் என்ன தைரியத்துல வீட்டுக்கே வர்றான்? இவனை என்ன செய்யலாம்?'

சம்பத் பார்த்துவிட்டான்.

"பிரசாத் வீட்டுக்கே வந்துட்டாரே!" வாசலுக்கு ஓடிச்சென்று சம்பத் வரவேற்க, பிரசாத் தயக்கத்துடன் உள்ளே வந்தான். குடும்பமே பிரசாத்தை வரவேற்க, முதலில் அம்மாவிடம் சென்று நலம் விசாரித்தான். கனிவாகப் பேசினான்.

"தம்பி! உங்கண்ணி வீடு தேடிவந்து இவளை அழைச்சும், அவங்க தந்த வேலையை இவ மறுத்துட்டா. அதுக்கு நாங்க மன்னிப்பு கேட்டுக்கறோம்."

"பகவதியோட சுயமரியாதைக்கும் தன்மானத்துக்கும் வாழ்த்து சொல்லத்தான் நான் இங்கே வந்தேன்!"

**- தொடரும்**

# அத்தியாயம் 18

பகவதி எதுவும் பேசாமல் அவன் முகத்தைக்கூடப் பார்க்காமல் வேறு புறம் திரும்பி நிற்க, அவன் அவளை ஓரக்கண்ணால் பார்த்தபடி,

"பணம், பதவியைப் பெரிசா நினைக்கற இந்த உலகத்துல, அதுக்கு கொஞ்சமும் மரியாதை தராம, ஆஸ்பத்திரில அம்மா அட்மிட் ஆன சமயத்துல கூட வசதிகளை பகவதி ஏற்கலை. இப்ப அண்ணி அழைச்சும் வேலை வேண்டாம்னு சொல்லிட்டாங்க. நல்லது! அம்மாவை பார்த்துக்கறது பகவதி கடமை இல்லையா? செய்யட்டும். நான் அவங்களைப் பாராட்டத்தான் வந்தேன். நான் வர்றேன்!"

வாசலை நோக்கி அவன் நடக்க, சம்பத் பின்னால் ஓடினான்.

"நீங்க எத்தனை பெரிய மனுஷன்! அண்ணியும் அன்னிக்கு வீடு தேடி வந்தாங்க. இப்ப நீங்க! என் தங்கச்சி உங்களை அவமானப்படுத்தலை. அது அவளோட இயல்பு. நான் ஸாரி கேட்டுக்கறேன்."

"பரவால்லை. இந்த மாதிரி பெண்கள் கோடில ஒருத்தர் கூட இருக்க மாட்டாங்க. பெருமைப்படுங்க."

அவர்கள் பேசுவதை ஒரு ஓரமாக நின்று கேட்டாள் பகவதி. பிரசாத் போய்விட்டான். உள்ளே வந்தான் சம்பத்.

"உனக்கென்ன அத்தனை அகங்காரம்? அவர்கிட்ட நாலு வார்த்தைகள் பேசினா பல்லு கொட்டிப் போயிடுமா? பெரிய மனுஷங்க கோபத்துக்கு ஆளாகணுமா?"

சம்பத்தை தொடர்ந்து அம்மா, அண்ணி இருவரும் அவளை வறுத்துக் கொட்ட, பகவதி பதிலே பேசவில்லை. பேசவும் முடியாது. சந்த்யா பேசியதைத் தொடர்ந்து இவன் ஆழம் பார்க்க

வந்திருக்கிறான் என்று சொல்ல முடியுமா? ஆனால், ஒரே ஒரு உறுத்தல் மட்டும் பகவதியிடம் இருந்தது.

'எத்தனை கண்ணியமான பேச்சு? இந்த அளவுக்கு ஒருவனால் நடிக்க முடியுமா? அவனது அண்ணியே அவனைப்பற்றி தவறாகச் சொல்வாளா? அவனைதப்பான நபர் என ஒதுக்க ஏனோ மனசு கேட்கவில்லை. என்னையும் மீறி, அவன் மேல் எனக்கு ஈடுபாடு இருக்கா?'

சம்பத், சாதனா வெளியே போய்விட்டார்கள். அம்மா உறங்கத் தொடங்க, வீடு பெருக்க வந்த பகவதி, சோஃபாவுக்கு அடியில் அந்த லெதர் பை கிடப்பதைப் பார்த்தாள். அவன் உட்கார்ந்த இடம். அவன் பொருளா இது? அதைக் கையில் எடுக்க, உள்ளே செல்போன் அடிக்கும் சத்தம் கேட்க, எடுத்தாள்.

"நான் பிரசாத் பேசறேன். என் பேக் எங்கே இருக்கு? எந்த இடத்துல விட்டேன்னு தெரியலை."

"நான் பகவதி பேசறேன். எங்க வீட்லதான் விட்டிருக்கீங்க."

"'நான் தெருக்கோடிக்கு இன்னும் பதினஞ்சு நிமிஷத்துல வர்றேன். உங்கண்ணன்கிட்ட குடுத்து விட முடியுமா?"

"நானே வர்றேன்!" அம்மாவிடம் சொல்லிவிட்டுப் புறப்பட்டாள். அதில் கணிசமாக பணமும் இருந்தது. தெருக்கோடிக்கு வந்தாள். பத்து நிமிடங்களில் கார் வந்தது. பிரசாத் இறங்கி வந்தான். அவள் பையை நீட்டினாள்.

"எல்லாம் சரியா இருக்கானு செக் பண்ணிக்குங்க!"

"உங்க மேல சந்தேகப்பட்டா நான் மனுஷனா இருக்க முடியாது. தேங்க்ஸ்."

"ஒரு நிமிஷம்! எதுக்கு இந்த வேஷம்? முதல்ல வீட்டுக்கு வந்து நடிச்சாச்சு. அடுத்தபடியா வேணும்னே பையை விட்டுட்டு, இப்ப திரும்பவும் ஒரு சந்திப்பு. நீ ஒரு பக்கா பிளேபாய்னு எனக்குத் தெரியும்! உங்களுக்கெல்லாம் பொம்பளையை விரட்டறதுதான் வாழ்நாள் சாதனையா?"

"இன்னும் இருக்கா பேச?"

“இதுல மானங்கெட்ட சங்கதி எதுன்னா, நீ ஊர் பொறுக்கறதுக்கு உங்கண்ணியே உதவியா? அவ ஒரு பொம்பளைதானா? இதுல அம்மானு பெருமை வேற. மாமாவுக்கு பெண்பால் மாமியா? அவளை இனி நீ அப்படிக் கூப்பிடு!”

அவள் பேசப் பேச முகம் சிவந்துகொண்டே வந்த பிரசாத், தாளமுடியாமல் அவளை ஓங்கி அறைந்துவிட்டான். நல்ல காலம், அந்த நேரம் தெருவில் யாரும் இல்லை. கன்னத்தை பிடித்துக்கொண்டு நிமிர்ந்த பகவதி,

“உன்னைத் திருப்பி அடிக்க எனக்கு எத்தனை நேரமாகும்? முடியாதுனு நெனச்சியா? ஆனா, உன்னை மாதிரி ஒரு அழுக்கு படிஞ்சவன் மேல என் கை படக்கூடாதுனு மௌனமா இருக்கேன். அந்தக் கேடுகெட்டவளை சொன்னா கோபம் வருதா உனக்கு? அம்மானா என்னானு தெரியுமாடா உங்க ரெண்டு பேருக்கும்? அந்தப் புனிதமான வார்த்தையைப் புழுதில போட்டுப் புரட்டாதீங்க. ராஸ்கல்!”

அவள் வேகமாக நடக்க, அப்படியே உறைந்து நின்றான் பிரசாத்! அவனுக்கு சில நொடிகள் தலை சுழன்றது. காரில் ஏறி அதை எப்படியோநகர்த்திகொண்டு வீட்டுக்கு வந்துவிட்டான். வீட்டில் யாரும் இல்லை. படுத்துவிட்டான். பொட்டில் அறைந்த மாதிரி வார்த்தைகள். காதுக்குள் நெருப்பை அள்ளிக்கொட்டியதை போலிருந்தது.

‘மாமாவுக்கு பெண்பால் மாமியா? இனி அவளை நீ அப்படிக் கூப்பிடு!’

திரும்ப திரும்ப அந்தச் சொற்கள் நாராசமாக ஒலித்தது. அண்ணி மேல் அவனுக்கு உயிர். அம்மாவை அவன் உணர்ந்ததில்லை. இத்தனை செல்லமாக எந்த அம்மாவாலும் வளர்க்க முடியாது. அந்த அண்ணியை படுகேவலமாக விமர்சித்த ஒருத்தியை நான் எப்படி உயிரோடு விட்டேன்? ஆனால், அவள் பேசியதில் ஒரு சொல்கூடத் தப்பில்லையே? அப்படீன்னா எது தப்பு? நானா, இல்லை அண்ணியா?”

* * * * *

மறுநாள்காலை உத்தமன் பொறுக்க முடியாமல் வந்துவிட்டான்.

"நீ பிரசாத் ஆஃபீசுக்கு போனதா கேள்விப்பட்டேன் பகவதி! எதுக்கு?"

"அதையேன் கேக்கறீங்க மாப்ளை? இவளுக்கு நல்ல வேலை தர அந்தம்மா தயாரா இருந்திருக்காங்க! இவ வேண்டாம்னு சொல்லிட்டு வந்திருக்கா. அந்த பிரசாத் வீடு தேடிவந்து இவளைப் பாராட்டறார். இவ அவர்கிட்ட முகம் கொடுத்து பேசலை. இப்படி நடந்தா எப்படி? நமக்கும் நாலு மனுஷங்க வேணுமா வேண்டாமா? பகவதி ஏன் இப்படி எல்லாரையும் விட்டு விலகறானு எங்க யாருக்கும் புரியலை! நீங்களாவது கொஞ்சம் பேசுங்க மாப்ளை!"

உத்தமன் விஷமமாகப் பார்த்தான்.

"அத்தே! நீங்க யாரும் பகவதியைச் சரியா புரிஞ்சுகலை! பணக்கார சகவாசம் வேண்டாம்னு அவ ஒதுங்கியிருக்கா. அதுல என்ன தப்பு அத்தே?"

"பாருடி! இப்பவும் மாப்ளை உன் பக்கம்தான்! அவரைப் புரிஞ்சுகோ!"

பகவதிக்கு அம்மாவை வெட்டிப்போடத் தோன்றியது.

"பகவதி! நீ உள்ளே வா! நான் கொஞ்சம் பேசணும்!" உத்தமன் சொல்ல,

"போடீ! மாப்ளை சொல்றதைக் கேளு. மாப்ளே! அவளுக்கு நல்லா புத்தி சொல்லி அனுப்புங்க! உங்க பேச்சையாவது அவ கேட்கட்டும்."

"தேவையில்லை! அவர் என்ன பேசறதா இருந்தாலும் இங்கியே பேசட்டும்!"

"எனக்கு பயப்படறியா பகவதி?" அருகில் வந்து மெதுவாக உத்தமன் கேட்க,

"எனக்கு யார்கிட்டயும் பயமில்லை. சட்னிக்கு தாளிக்கலை இன்னும்! வேலை இருக்கு எனக்கு. நீ பேசிட்டு இரு அம்மா!"

அவள்உள்ளேபோக, "அத்தே! நான்உள்ளேபோய்பேசட்டுமா?"

"போங்க மாப்ளே! இது உங்க வீடு!" உத்தமன் உள்ளே வந்தான்.

"என்ன? நீ சந்த்யா கிட்ட போயிட்டு கொஞ்சம் கோபமா வெளில வந்ததா தகவல் வந்தது. எங்க பிரசாத்தை வளைச்சுப் போடாதேனு உன்னை எச்சரிக்கை பண்ணினாளா அந்த சந்த்யா? வேற எதுக்கு ஒரு பெரிய மனுஷி கூப்பிடுவா? அசிங்கப்பட்டு வந்தியா? உன்னை ஆழம் பார்க்க வந்தானா அந்த பிரசாத்? அதனால வாயடைச்சு போச்சா உனக்கு? இதப் பாரு, உத்தமனை விட்டா உனக்கு நாதியில்லைனு புரியுதா? பணக்காரங்களை நீ அலட்சியப்படுத்தின காரணமா, உன் குடும்பமே உன் மேல கொலை காண்டுல இருக்கா? எப்படி கதை மாறுது பார்த்தியா?"

அவள் பேசவில்லை.

"சவால் விடறியா? யார்கிட்ட? இந்த உத்தமன்கிட்டயா? என்ன சொன்ன? என் கவுன்ட் டவுன் ஸ்டார்ட் ஆகாதா? இப்ப, இந்த நிமிஷம் அது ஸ்டார்ட் ஆயாச்சுடி!"

அவளை வேகமாக நெருங்கி, கட்டி அணைத்து முத்தமிட முயற்சிக்க, வேகமாகத் திரும்பினாள் பகவதி. அடுப்பில் இருந்த தாளிக்கும் கரண்டி தகதகவென ஜ்வாலையை உமிழ, அதை அவனது கையில் அவள் இழுக்கப்போக, உத்தமன் சரக்கென விலக, பகவதி கையிலிருந்து அது நழுவி, உத்தமன் தொடை மேல் இறங்க, உத்தமன் வேட்டி கட்டிவந்த காரணமாக நேராக இடது தொடையை அது பதம் பார்க்க, உத்தமன் அலறித் துடிக்க, வெளியே இருந்த அம்மா காதில் அது விழுந்தது.

"என்னடீ ஆச்சு? மாப்ளை ஏன் சத்தம் போடறார்?"

உத்தமன் துடித்துக்கொண்டிருந்தான்.

"கவுன்ட் டவுன் ஸ்டார்ட் ஆயிடுச்சா சார்? நான் வேணும்னே செய்யலை. என்னை முத்தமிட நீ வந்தப்ப, நான் பதறி விலகினேன். பலன் உன் தொடை பழுத்ததா? இதுல என் தப்பு எதுவும் இல்லை. தாளிக்கற கரண்டி, இன்னும் ரெண்டங்குலம் விலகியிருந்தா, உன் காமத்துக்கு முற்றுப்புள்ளி விழுந்திருக்கும்."

கதறிக்கொண்டிருந்தான் உத்தமன். அம்மா நொண்டி நொண்டி உள்ளே வர,

"அத்தைக்கு வேற எதுவும் தெரிய வேண்டாம்!"

அம்மாவிடம் விவரம் சொல்லிவிட்டு, ஆட்டோவை அழைக்கப் போனாள். ஆட்டோ வந்தது. அவனைப் பிடித்து ஏற்றினாள் ஆட்டோவில். அது புறப்பட்டது. உத்தமன் துடித்துக்கொண்டே வந்தான். அடுத்த தெருவில் ஆஸ்பத்திரி. அங்கே டாக்டர் பார்த்தார்.

"இந்த இடத்துல எப்படிப் பட்டது?"

திரும்பி நின்று சிரித்தாள் பகவதி. உத்தமனுக்கு இன்னும் எரிச்சல் அதிகமானது.

"அவர் சமைக்கும்போது தாளிக்கற கரண்டி நழுவி பட்ருச்சு டாக்டர்!"

"படக்கூடாத இடத்துல பட்டிருந்தா நிலைமை என்னாகியிருக்கும் சார்?"

'இந்த மாதிரி நாய்களுக்கு அதுதான் நடந்திருக்கணும்! அக்கா நல்லவ. நடக்கலை.'

மனசுக்குள் நினைத்து கொண்டாள் பகவதி. காயங்களுக்கு மருந்து போட்டு டாக்டர் கட்டிவிட்டார்.

"காயம் ஆறற வரைக்கும் பேண்ட் போடாதீங்க! வேட்டியே போதும். லீவு போட்டு ரெஸ்ட் எடுங்க! ஒருவேளை காய்ச்சல் வந்தா, மருந்து எழுதியிருக்கேன். அதைப் போடுங்க." வெளியே வந்தார்கள்.

"என் வீட்ல என்னைக் கொண்டுபோய் விடமுடியுமா?"

"நாங்க மனுஷங்களுக்கு உதவி செய்வோம். மிருகங்களை மதிக்க மாட்டோம். கொண்டுபோய் விடறேன். இது உனக்கு ஒரு திருப்புமுனையா இருக்கட்டும். இனி சபலங்களுக்கு முற்றுப்புள்ளி வை!"

அக்கா வீட்டுக்கு வந்து நுழைய, அவனைப் பிடித்துக்கொண்டு பகவதி வர, ஜீவாவும் மாமியாரும் கதற, சகலமும் பகவதி சொல்லி முடித்தாள்.

*"நீ ஏண்டா அவங்க வீட்ல சமைக்கப்போனே?"*

*"அவர் சமைக்க வரலை அத்தே. அம்மாவுக்கு தானே ஒரு நாட்டு மருந்து தயாரிச்சு தர்றதா சொன்னார். நான் பண்றேன்னு சொன்னேன். அவர் கேக்கலை. அதுல தாளிப்பு கரண்டி விழுந்து இப்படி ஆயிடுச்சு."*

*"பொண்டாட்டி வீட்டை ஓவரா கட்டிக்கிட்டு அழுதா இப்படித்தான்."*

*"அக்கா! பத்திரமா பார்த்துக்கோ! அம்மாவை விட்டுட்டு வந்திருக்கேன். நான் வர்றேன்."*

திரும்பி அவனைப் பார்த்தாள். அதில் நக்கலும் நையாண்டியும் நிறைய இருந்தது. அது உத்தமனை அதிகமாக உசுப்பியது.

**- தொடரும்**

# அத்தியாயம் 19

இரவு ஏழு மணிக்கு சந்த்யா வீடு திரும்பினாள். கார் இருப்பதால், வீட்டில் பிரசாத் இருப்பது தெரிந்தது. உள்ளே கம்ப்யூட்டர் அறைக்கு வந்தாள். அவன் இல்லை. நேராக பெட்ரூமுக்கு வந்தாள். பிரசாத் சுருண்டு படுத்திருந்தான்.

“பிரசாத்! உடம்பு சரியில்லையா ஒனக்கு? எப்ப வீட்டுக்கு வந்தே? பகல்ல இன்னிக்கு சரக்கா? மட்டை ஆயிட்டியா?”

விசுக்கென எழுந்தான்.

“வேண்டாம் அண்ணி. இப்படியெல்லாம் பேசாதே. நான் எப்படியோ நாசமாப்போறேன். அது என்னோட போகட்டும். உன் பேரு கெட வேண்டாம்!”

குமுறிக் கொந்தளித்தான். அருகில் வந்து உட்கார்ந்தாள். அவனைத் தொட்டுப் பார்த்தாள்.

“ஜுரம் எதுவும் இல்லை! ஏன் இப்படி பதற்றமா இருக்கே? நீ பேசறதே எனக்குப் புரியலை! என்னாச்சு? என் பேரு எங்கே கெட்டுப்போச்சு?”

அவன் பதிலே பேசவில்லை.

“நீ அந்த பகவதியைப் பார்த்தியா? எங்கே? எப்ப?”

பிரசாத் உடனே பொரிந்து தள்ளிவிட்டான்.

“உன்னை அவ தப்பா விமர்சனம் பண்ணினதும் பொறுக்க முடியாம அறைஞ்சிட்டேன். ஆனா, அவ அதுக்காக கொஞ்சமும் கலங்கலை. துணிச்சல்காரியா இருக்கா. நாக்கை புடுங்கிக்கற மாதிரி கேள்வி கேக்கறா. நீ, நான் ஆசைப்பட்ட எல்லாத்தையும் எனக்குத் தந்து, என்னை ஒரு மகாராஜாவா ஆக்கி வச்சிருக்கே. உன் மேல தப்பில்லை. எங்கிட்ட நீ வச்ச பாசம் அப்படி. ஆனா,

இதோட மறுபக்கம் ஒண்ணு இருக்குனு எனக்கு இப்பத்தான் புரியுது அண்ணி!''

அதிர்ச்சியுடன் அவனைப் பார்த்தாள் சந்த்யா!

''மறுபக்கமா? என்ன சொல்ற நீ?''

''என்னை உல்லாசபுரில நீ நடமாட விட்டாலும், அத்தனையும் தப்புக் காரியங்கள்தானே? அண்ணன் உட்பட இது வெளில யாருக்கும் தெரியாது. நான் கொஞ்சம் நீக்கு போக்கா இருக்கறது உனக்குக்கூடத் தெரியாதுனுதானே எல்லாரும் நம்பறாங்க. ஆனா, அது உடையற மாதிரி அவகிட்ட நீயே உன் தோலை உரிச்சுக் காட்டிட்டியே அண்ணி? இப்ப அவ கேவலமா பேச அதுவே காரணமாயிடுச்சே. என்னை யார் பேசினாலும் நான் தாங்கிப்பேன். உன்னை சொன்னப்ப தாங்கிக்க முடியலை அண்ணி.''

சில நொடிகள் இறுகிக் கிடந்தாள் சந்த்யா!

''ஏன் அண்ணி பேசலை?''

''கண்ணா! நீ பணக்காரன். ராஜா வீட்டு கன்னுக்குட்டி. கொஞ்ச நாள் நீ ஆனந்தமா எல்லாத்தையும் அனுபவிக்கணும்னுதான், நான் உன்னை ஃப்ரீயா விட்டிருக்கேன். அப்புறமா நேரம் வரும்போது நானே உன்னை பிசினஸ்ல இறக்குவேன். நீதான் இந்தப் பெரிய சாம்ராஜ்யத்தை ஆளப்போறே. எவளோ ஒரு பகவதி என்னைப் பேசிட்டா, அதுக்குப்போய் கலங்கி நிப்பியா? தூக்கிப் போட்டுட்டு வாடா. அவளை இனி நீ பாக்காதே. தள்ளு கழுதையை! எதுக்கு நான் அவ வீட்டுக்குப் போனேன்? ஏன் அவளை ஆஃபீசுக்கு வரச்சொன்னேன்? உனக்கு அவளைப் புடிச்சிருக்கு. அவளும் சம்மதிச்சா, நீ ஜாலியா இருக்கத்தான். டேட்டிங் நம்ம சொசைட்டில புதுசா என்ன? சரி விடு, அவளை மறந்துட்டு நிம்மதியாத் தூங்கு!''

சொல்லிவிட்டு சந்த்யா இந்தப் பக்கம் வந்தாள். தன் அறைக்குள் போய் உட்கார்ந்தாள். உடல் திகுதிகுவென பற்றி எரிந்தது. பகவதியின் அழகான முகம் வந்துபோனது. பெண்களே பொறாமைப்படும் பேரழகு.

'நீ அழகிங்கற திமிராடீ? யார்கிட்ட? ஆஃபீசுக்கு நான் கூப்பிட்டப்ப வந்து கேவலமா பேசினே! இப்ப வீடு தேடிவந்த பிரசாத்தை மதிக்கலை. ரோட்ல வச்சு அவன்கிட்ட அடி வாங்கியும் உன் திமிர் அடங்கலையா? அவனையே உலுக்கற மாதிரி கேள்விகளா? இதுக்கெல்லாம் காரணம் உன் அழகுதானே? அதை சிதைக்கறேண்டி! என்னை நீ மாமினு சொல்றியா? உன்னளவுல அதை நிஜமாக்கறேன்! நீ சீரழிஞ்சாத்தாண்டி உன் திமிர் அடங்கும்.'

யாருக்கோ போன் செய்தாள். பகவதி வீட்டு விலாசத்தைச் சொன்னாள்.

"இவ பேரு பகவதி. பார்க்க ரொம்ப அழகா இருப்பா. இவ குடும்பம், உறவுக்கார குடும்பம், இப்படி ஒட்டுமொத்தமா இவ ஜாதகமே இன்னும் இருபத்தி நாலு மணி நேரத்துல என் கைக்கு வரணும். அப்புறமா என்ன வேணும்னு சொல்றேன். உடனே செய்."

உத்தரவிட்டாள். சாய்ந்து உட்கார்ந்தாள். முகத்தில் கொலை வெறி கூத்தாடியது.

* * * * *

**அ**டுத்து வந்த இரண்டு நாள்களில் உத்தமன் புழுவாகத் துடித்தான். அப்படி ஒரு வலி. இவனால் விரட்டப்பட்ட அம்மா வேறொரு கல்யாணத்துக்காக வந்தவள், மகன் அடிபட்டதால் மறுபடியும் இங்கேயே தங்கிவிட, உத்தமனுக்கு எரிச்சல் அதிகமானது. அங்கே அம்மா புலம்பிக்கொண்டிருந்தாள். சம்பத், சாதனாவிடம் சகலமும் சொல்ல, அவர்கள் பார்த்துவிட்டு வந்தார்கள். சாதனாவுக்கு சந்தேகமாக இருந்தது.

'இது தானாக விழுந்த கரண்டியா? இல்லை, பகவதி சூடு வைத்துவிட்டாளா?'

அம்மாவின் புலம்பல் அதிகமாக இருந்தது. பகவதி கொஞ்சம்கூடக் கவலைப்படாமல் இருக்க, சாதனாவின் சந்தேகம் வலுத்தது.

"இன்னிக்கு ஞாயித்துகிழமை! சம்பத் வீட்ல இருக்கான். நீ போய் மாப்ளையை ஒரு நடை பார்த்துட்டு வாயேன் பகவதி! ஜீவா பாவமில்லையா?"

"இல்லைம்மா! அவங்களை தொந்தரவு பண்ண வேண்டாம்."

"கடவுள்தான் ஜீவாவுக்கு துணை. மாப்ளை பேருக்கு ஏற்ற மாதிரி உத்தம புருஷன். அவருக்கு ஏன் இந்தக் கஷ்டம்?"

"கடவுள் யாருக்கு எதை எங்கே தரணுமோ அங்கே தருவார். "

"இதுக்கு என்னடீ அர்த்தம்?"

"எல்லாத்துக்கும் விளக்கம் கேக்காதே! புரியவேண்டிய நேரத்துல புரிஞ்சா போதும்! நான் பலசரக்கு கடை வரைக்கும் போயிட்டு வந்திர்றேன்."

கடைக்கு வந்தாள் பகவதி. தேவையான பொருள்களை எழுதித் தந்தாள். காத்திருந்தாள். கார் வந்து நின்றது. பிரசாத் இறங்கினான்.

"இதப் பாருங்க! வம்பு பண்ண நான் வரலை. ஆனா, ரெண்டு நாளா நான் தூங்கலை. உங்க பேச்சு என்னைப் பாதிச்சதால தூங்கலை. ஒண்ணே ஒண்ணை சொல்லத்தான் உங்க வீடு தேடி வந்தேன். நல்லவேளை இங்கே பார்த்துட்டேன். நான் ப்ளே பாய்தான், மறுக்கலை. ஆனா, விரும்பி வர்ற பெண்கூட மட்டும்தான் பழகுவேன். உங்களை மாதிரி நல்ல பெண்கள் மேல என் நிழல்கூடப் படியாது. இதை நீங்க நம்பலாம். இதைச் சொல்லத்தான் வந்தேன். இது நம்ம கடைசி சந்திப்பா இருக்கட்டும். நான் வர்றேன். அடிச்சதுக்கு மன்னிப்பு கேட்டுக்கறேன். உங்க வார்த்தைகள் தந்த வலி போகலை. குட் பை!"

காரில் ஏறிவிட்டான். அது புறப்பட்டது. பகவதி ஒரு மாதிரி அதிர்ந்துபோய் நின்றாள்.

அவன் பேச்சில் ஒரு நிஜம் தெரிந்தது. பேசும்போது வருத்தம் குரலில் மண்டிக்கிடந்தது. அந்தக் குரல் கரகரத்து, கண்களில் நீர் கோர்த்துவிட்டது. இது நடிப்பல்ல! இந்த அளவுக்கு

ஒருவரால் நடிக்கவும் முடியாது. அப்படி என்னிடம் இவனுக்கு நடிக்கவேண்டிய அவசியம் என்ன? தான் ஒரு ப்ளே பாய் என்பதை எதற்காக என்னிடம் ஒப்புக்கொள்ள வேண்டும்? பல கேள்விகள் அவளுக்கு வரும் நேரம்,

"அம்மா! நீங்க கேட்ட சாமான்கள் தயார். எடுத்துட்டுப் போங்க!" பைகளை கையில் எடுக்க, ஒரு கார் வந்து நின்றது. அதிலிருந்து இரண்டு பேர் படபடப்பாக இறங்கினார்கள்.

"பகவதி யாரிங்கே?"

"நான்தான். ஏன்?"

"உங்கம்மாவுக்கு திடீர்னு மூச்சிரைப்பு அதிகமாகி, அவங்களை கூட்டிட்டு உங்கண்ணன் ஆஸ்பத்திரிக்குப் போறார். உங்களை அங்கே வரச்சொன்னார்."

"எந்த ஆஸ்பத்திரி?" அலறிவிட்டாள் பகவதி.

"சந்த்யா மல்ட்டி ஸ்பெஷாலிட்டி ஆஸ்பத்திரிதான். வண்டில ஏறுங்க!"

பகவதி ஏறிவிட்டாள். படபடப்பாக இருந்தது.

'இப்பத்தானே பிரசாத் வந்தார்? அவருக்கு தகவல் சொல்ல போனும் இல்லையே. நான் என்ன செய்வேன்?'

அவளுக்கு அழுகை பீறிட்டது. அந்த நேரத்தில் மூளை சுத்தமாக இயங்கவில்லை. கார் ஓடிக்கொண்டிருந்தது. கண் மூடி அம்மாவுக்காக பிரார்த்தனை செய்தாள். இருபது நிமிஷங்கள் கடந்தும் கார் ஓட, சந்தேகம் வந்தது. கண்களைத் திறந்தாள். நகரை விட்டு பாதை மாறி கார் வேறு எங்கோ ஓட,

"எங்கே போறீங்க? அந்த ஆஸ்பத்திரி சிட்டிலதானே இருக்கு? இது பாடி கடந்து போகுது. எங்கே போறீங்க? நீங்க யாரு?"

"பேசாம வா. பேசினா நடக்கறதே வேற!"

முன்னால் இருந்தவன் திரும்பி அவள் கழுத்தில் கூர்மையான கத்தியை வைத்தான். பகவதி இதை எதிர்பார்க்கவில்லை. கார் வேகம் பிடித்தது. சரக்கென பிரதான சாலையை விட்டு

ஒற்றையடிப் பாதையில் இறங்கியது. அதில் குலுங்கி ஓடத் தொடங்கியது.

'என்னை யார் கடத்த வேண்டும்? என்ன அவசியம்? யார் வேலை இது? உத்தமனா? சேச்சே! அந்த ஆளுக்கு சபலம் இருக்கலாம்! அதுக்காக ஆள் கடத்தற அளவுக்கு தைரியமோ, அதுக்கான மூளையோ நிச்சயமா இருக்காது. இது உத்தமனா இருக்க வாய்ப்பே இல்லை. வேற யார் எதிரி?' சட்டென சந்த்யாவின் உருவம் வந்துபோனது. அவளது கோட்டைக்குள் நுழைந்து, அவளையே அசிங்கப்படுத்திவிட்டு வந்தவள் நான். அவள் கோடீஸ்வரி. நிச்சயமாக அவமானம் தாங்க மாட்டாள். அவளுக்கு ஆள் பலம், போலீஸ் துணை, பண பலம், செல்வாக்கு எல்லாம் உண்டு. நிச்சயமாக திட்டமிட்டு அவள்தான் செய்திருக்க வேண்டும். இதற்கு பிரசாத்தும் உடந்தையோ? அவன் முதலில் என்னை ஆழம் பார்க்க வந்து, என் இருப்பிடத்தை அந்த சந்த்யாவுக்கு தெரிவித்துவிட்டு, இந்தக் கடத்தல் நடந்திருக்கா?

இதிலிருந்து நான் தப்பிக்க முடியுமா? என்னை என்னை செய்யப் போறாங்க?'

கேள்விகளைத் தாண்டி பயம் வந்தது.

'நான் ஒரு சாதாரணப் பெண். என்னால் இவர்களை எதிர்த்துப் போராட முடியுமா?'

வயல்வெளிக்கு மத்தியில் தனியாக ஒரு ஓட்டு வீடு இருந்தது. அதன் முன் பம்ப் செட் எல்லாம் இருந்தது. அங்கே கார் போய் நிற்க, இவளை பலவந்தமாக பிடித்து இறக்கினார்கள். பகவதி அவர்களிடம் எதுவும் கேட்கவில்லை. இங்கிருந்து பலவந்தமாக ஓடினாலும் இவர்கள் பிடித்துவிடுவார்கள்.

அவளை இழுத்துவந்து ஓர் அறைக்குள் அடைத்தார்கள். கதவு வெளியே பூட்டப்பட்டது. அந்த அறைக்குள் ஒரு கட்டில் இருந்தது. மின்விசிறி சுழன்றது. மூலையில் ஒரு பானை. அதில் குடிக்கத் தண்ணீர். ஜன்னலைத் திறந்தால் பசுமையான வயல்வெளி. கண்ணுக்கு எட்டிய தூரம் வரை வீடுகள் இல்லை! பிரதான சாலை வெகு தூரத்தில் தெரிந்தது. குழப்பமாக இருந்தது.

இங்கே வைத்து என்னை என்ன செய்யப்போறாங்க? கொல்லப்போறாங்களா? அதனால என்ன லாபம்?

“உன்னை அம்மா, அண்ணினு சொல்லிக்காதே. மாமாவுக்கு பெண்பால் என்ன? மாமியா? அதுதான் நீ!”

சுருக்கென்றது பகவதிக்கு!

‘என்னை மானபங்கம் செய்து, அசிங்கப்படுத்தப் போறாங்களா?’

தலை சுழன்றது பகவதிக்கு!

**- தொடரும்**

# அத்தியாயம் 20

மளிகைக் கடைக்கு போய் ஒரு மணி நேரம் கடந்தும் பகவதி திரும்பாமல் போக அம்மாவுக்கு பதற்றமாகிவிட்டது.

"சம்பத்! பகவதி போய் ரொம்ப நேரமாச்சுடா. இன்னும் வரலை. எனக்கு பயம்மா இருக்கு. அடுத்த தெருதானே! நீ போய் பார்த்துட்டு வாடா."

"அவ என்ன பச்ச குழந்தையா? வருவா."

"அவளுக்கு ஒரு செல்போனும் வாங்கித்தர மாட்டீங்க! அவ தாமதப்பட்டா தகவல் சொல்வா இல்லை? போய் பாருடா சம்பத்!"

சம்பத் சட்டையை மாட்டிக்கொண்டு கடைக்கு வந்தான்.

"பகவதி வீட்டுக்குப் போயாச்சா?"

"உங்கம்மாவுக்கு எப்படி இருக்கு? ஆஸ்பத்திரில சேர்த்தாச்சா? அவங்களை கூட்டிட்டு நீங்க ஆஸ்பத்திரிக்கு போறீங்கனு கார்ல வந்தவங்க தங்கச்சியைக் கூட்டிட்டுப் போனாங்க!"

"என்னது... கார்ல வந்து தங்கச்சியைக் கூட்டிட்டுப் போனாங்களா? அம்மா நல்லாத்தானே இருக்காங்க? வந்தது யாரு?"

சம்பத் மிரண்டான். 'என்ன நடக்குது? வந்தது யாரு?'

"சார்! நான் மளிகை கட்டற நேரம், வேறொருத்தர் கார்ல வந்து தங்கச்சிகிட்ட ஏதோ மன்னிப்பு கேக்கற மாதிரி பேசிட்டு போனார். அப்புறமா இந்த கார் வந்தது. ஏதாவது பிரச்னையா?"

சம்பத்துக்கு எதுவும் புரியவில்லை. ஒரு மாதிரி கலவரமாக இருந்தது.

‘பகவதிக்கு ஆபத்தா? கார்ல வந்து அம்மா ஆஸ்பத்திரிக்குனு எதுக்கு பொய் சொல்லணும்?’

நேராக வீட்டுக்கு வந்து சம்பத் சகலமும் சொல்ல, அம்மா கதறி,

“அய்யோ, பகவதிக்கு என்னாச்சு? யார் வந்து அவளை கார்ல கூட்டிட்டு போனது? மாப்ளைக்கு சொல்லுடா உடனே.”

“அம்மா! நீ கூச்சல் போட்டு ஊரைக் கூட்டாதே! மாமா நடக்கற நிலையிலா இருக்கார்? ஜீவாவை பயப்படுத்தணுமா?”

“என்னங்க! நான் ஒண்ணு சொல்லட்டுமா? அந்த சந்த்யா வீடு தேடி வந்தாங்க. இவளுக்கு வேலை தர ஆஃபீசுக்கு வரச்சொன்னாங்க! இவ போய் அதை வேண்டாம்னு உதறிட்டு வந்திருக்கா. அப்புறமா பிரசாத் இங்கே வந்தப்பவும் இவ முகம் கொடுத்து பேசலை. பகவதிக்கு தான் அழகுங்கற ஆணவம் அதிகம். பெரிய மனுஷங்களை அதுவும் ஆஸ்பத்திரில அத்தனை உதவிகளை செஞ்சவங்களை அலட்சியப்படுத்தினா, அவங்க சும்மா இருப்பாங்களா?”

“அவங்க ஏதாவது செஞ்சிருப்பாங்கனு சொல்றியா சாதனா? சேச்சே! அவங்க அத்தனை மலிவானவங்களா? ஆனா ஒண்ணு! மளிகையை கட்டற நேரத்துல கார்ல ஒருத்தர் வந்து பேசிட்டுப் போனார்னு அண்ணாச்சி சொன்னார். ஒருவேளை பிரசாத்தா இருக்குமோ?”

“பேசிட்டு நிக்காதேடா சம்பத்! ஏதாவது செய்டா. அய்யோ! பகவதிக்கு என்னாச்சுனு தெரியலியே!”

“என்னங்க! ஆஸ்பத்திரி ஃபைலை எடுத்துப் பேசி, பிரசாத் நம்பரை கேக்கலாம்.”

சாதனா செயல்பட, ஃபைலில் அவன் கார்டு இருந்தது. சம்பத் போன் செய்ய, பிரசாத் எடுத்தான்.

“நான் பகவதியோட அண்ணன் சம்பத் பேசறேன்!” என ஆரம்பித்து சகலமும் சொல்ல, பிரசாத் பதறிவிட்டான்.

“முதல்ல கார்ல வந்தது நான்தான். உங்க வீட்டுக்குத்தான் வந்தேன். வழில பகவதியைப் பார்த்துட்டேன். நின்னு பேசினது நான்தான்.”

“எதுக்கு மறுபடியும் எங்க வீட்டுக்கு? என்ன நோக்கம் உங்களுக்கு? பகவதி மேல கோவப்பட்டு, நீங்கதான் ஏதாவது பண்ணீட்டிங்களா? வேண்டாங்க! நீங்க பெரிய மனுஷங்க. என் தங்கச்சி நடந்துகிட்டது உங்களுக்குப் புடிக்கலைனா, நான் மன்னிப்பு கேட்டுக்கறேன். அவளை ஒண்ணும் செஞ்சிடாதீங்க.”

“சம்பத்! நாங்க அப்படிப்பட்ட ஆட்கள் இல்லை. அந்த மாதிரி பேசாதீங்க. நான் இப்பவே வர்றேன். தேவைப்பட்டா போலீசுக்கு போகலாம். எங்கண்ணி கிட்ட நான் பேசறேன். நான் வர்றேன். பகவதியை உங்ககிட்ட கொண்டுவந்து சேர்க்கறது என் பொறுப்பு!”

“சாதனா! பிரசாத் கண்ணியமாத்தான் பேசறார்! அவரை சந்தேகப்பட வேண்டாம்!”

இவர்கள் பேசிக்கொண்டிருக்கும் நேரம், அம்மா ஜீவாவுக்கு போன்போட்டு விவரம் சொல்லிவிட, அவள் கதறி ஆர்ப்பாட்டம் செய்து, புருஷனிடம் சொல்ல, போன் கை மாற, உத்தமன் பேசத் தொடங்கினான்.

“நான் தலை தலையா அடிச்சுக்கறேன். நீங்க யாரும் கேக்கலை. இது அந்த பிரசாத் வேலைதான். அவங்கள்லாம் எதுக்கும் துணிஞ்சவங்க! பகவதிக்கு அவன் எதுக்கு உதவணும்? உள்நோக்கம் இருக்கு. இவ வீடு தேடிவந்தவனை அலட்சியப்படுத்திட்டா. அவன் விடுவானா? தூக்கிட்டான். அவங்க பணமும் செல்வாக்கும் பேசும்!”

“இப்ப என்ன மாமா செய்யறது?”

“போலீசுக்குப் போகலாம். நம்ம பேச்சு எடுபடுமா? ஆதாரமில்லாம பெரிய மனுஷங்க மேல புகார் தந்துட்டு வாழ முடியுமா? விட்ருவாங்களா? நான் யோசிக்கறேன்! ஏதாவது செய்யணும்!”

அங்கே ஜீவா கதறிக்கொண்டிருக்க,

‘தொடைல சூடு வைக்கறியாடீ? உனக்கு கஷ்டகாலம் தொடங்கியாச்சு!’

உத்தமனுக்கு உள்ளே ஓர் ஆனந்தம் மலர்ந்தது.

* * * * *

இங்கே பிரசாத் பதற்றமாக வந்தான். சம்பத் உட்பட யார் முகத்திலும் சிரிப்பில்லை.

"இதப் பாருங்க... எங்களால பகவதிக்கு எந்த ஒரு சேதாரமும் வராது. பகவதியைப் பழி வாங்கி எங்களுக்கு என்ன லாபம்? நீங்க நம்புங்க. வாங்க என்னோட! போலீஸ்ல ஒரு புகார் குடுங்க. உங்க தங்கச்சிங்கற காரணமா அதை நீங்கதான் தர முடியும். நான் எங்க செல்வாக்கை வச்சு பகவதியை வெளில கொண்டுவர்றேன்."

"வேண்டாம் தம்பி. அவ ஒரு பொண்ணு. நாளைக்கு இது வெளில தெரிஞ்சா, அவ வாழ்க்கையே கேள்விக்குறியாகும்!" அம்மா கதற,

"அப்படி எதுவும் நடக்காம நாங்க பாத்துக்கறோம். வாங்க சம்பத், நீங்க சொன்னதும் முதல்ல அண்ணிக்கு போன் பண்ணினேன். அவங்க பட்ஜெட் மீட்டிங்ல இருக்காங்க!"

சொல்லும்போது போன் அடித்தது. அண்ணிதான்! பிரசாத் பதற்றமாக விவரம் சொல்லி, "நான் பகவதி அண்ணன் சம்பத் கூட கமிஷனர் ஆஃபீஸ் கிளம்பிட்டு இருக்கேன் அண்ணி."

"வேண்டாம். நான் இப்பவே போன் பண்ணி அவர்கிட்ட பேசிடறேன். சம்பத்கிட்ட குடு!"

கை மாற, "சம்பத்! பகவதிக்கு எதுவும் ஆகாது. நான் மீட்டுக் கொண்டு வர்றேன். தைரியமா இருங்க! பிரசாத்தை உடனே வீட்டுக்கு வரச்சொல்லுங்க."

பிரசாத் நேராக வீட்டுக்கு வந்தான். அண்ணி அப்போதுதான் வந்திருந்தாள்.

"யாரண்ணி பகவதியைக் கடத்தியிருப்பாங்க?"

"பிரசாத்! அவ அழகான பொண்ணு! அழகு எப்பவுமே ஆபத்துதான்!"

“அண்ணி! கோவப்படாதே. அவ உங்கிட்ட கோவப்பட்டு கொஞ்சம் கசமுசானு பேசியிருக்கா. அந்தக் கோபத்துல நீதான் ஏதாவது... ஸாரி அண்ணி!”

“நீ என்னை என்ன நெனச்சாலும் நான் கோவப்பட மாட்டேன். நானும் ஒரு பொண்ணுதான். உனக்கு புடிச்சிருந்தா பழக விடலாம்னு நெனச்சேன். அவ அதுக்குத் தயாரா இல்லைனு தெரிஞ்சப்ப விட்டாச்சு. ஏழை குடும்பம். வேலை தர நினைச்சேன். அவ சம்மதிக்கலை. போகட்டும். அவ எனக்கு எதிரியா என்ன? அவளோட இளமையும் அழகும்தான் அவளுக்கு எதிரி. காப்பாத்திடலாம். நான் பாத்துக்கறேன்.”

“ஸாரி அண்ணி! நான் உன்னையே சந்தேகப்பட்டு கேள்வி கேட்டது தப்புதான்.”

“நீ என் குழந்தைடா! போ! அவ வந்துடுவா!”

பிரசாத் உள்ளே போக, தன் அறைக்குள் வந்த சந்த்யா, தனி மொபைலை எடுத்தாள்.

“என்னடா? பத்திரமா இருக்காளா? சாப்பிட ஏதாவது குடுத்தீங்களா?”

“அவ சாப்பிடலைம்மா. எப்படி தப்பிக்கறதுனு குறியா இருக்கா.”

“சரி! கோவிந்தம்மா இருக்காளா? அவளைக் கூப்பிடு.”

அந்த குண்டான கோவிந்தம்மா போனை எடுக்க, இங்கே உத்தரவிட்டாள் சந்த்யா.

“இப்பவே செய்! தாமதிக்காதே!”

அந்த கோவிந்தம்மா கையில் பழ ரசத்துடன் உள்ளே வந்தாள்.

“இதைக் குடி கண்ணு. இல்லைனா மயக்கம் வரும்.”

மறுத்தாள் பகவதி.

“குடிக்கலைன்னாலும் உனக்கு மயக்கம் வரும்டி!”

பலவந்தமாக பகவதியை லாக் செய்து, ஒரு துணியால் அவள் மூக்கு வாயை கோவிந்தம்மா பொத்த, சில நொடிகளில் பகவதி மயக்கத்துக்கு போனாள்.

* * * * *

இங்கே வீட்டில் அத்தனை பேரும் நரக வேதனையில் இருந்தார்கள். வாசலில் கார் வந்து நிற்க, ஜீவாவும், நடக்க முடியாமல் உத்தமனும் வந்துவிட்டார்கள்.

"இத்தனை வலியிலும் மாப்ளை வந்துட்டார். அய்யோ! பகவதிக்கு என்னாச்சுனு தெரியலியே!"

"நிச்சயமா இது அந்தப் பெரிய மனுஷங்க வேலைதான். சந்தேகமேயில்லை! நான் சொன்னப்ப யாரும் கேக்கலை!"

உத்தமன் புலம்ப, வாசலில் கார் வந்து நின்றது. சந்த்யா, பிரசாத் இருவரும் இறங்கி வந்தார்கள்.

"யாரும் கவலைப்படாதீங்க! இன்னும் ஒரு மணி நேரத்துல பகவதி இருக்கற இடம் தெரிஞ்சிடும். நான் கமிஷனருக்கே தகவல் தந்தாச்சு. எல்லா பக்கமும் போலீஸ் தேடுது. தைரியமா இருங்க!"

"நீங்க கோடீஸ்வரங்க! எங்களால உங்களை எதிர்க்க முடியாது. எங்க பகவதியை விட்ருங்க." உத்தமன் சொல்ல,

"என்ன சார் இது? எங்களையே சந்தேகப்படறீங்களா? உங்களுக்காகத் தொடர்ந்து உதவி செய்யற எங்களை ஏன் இப்படி அசிங்கப்படுத்தறீங்க?"

சந்த்யா உத்தமனிடம் சீற, பிரசாத் கோபமாக உத்தமனை நெருங்கினான்.

"எங்கண்ணிக்கு மத்தவங்களுக்கு உதவத்தான் தெரியும். இந்த மாதிரி தப்பாப் பேசாதீங்க!"

சந்த்யாவுக்கு போன் வந்தது. எடுத்தாள்.

"அப்படியா? கண்டுபுடிச்சிட்டீங்களா? எங்கே? பத்திரமா இருக்காளா பகவதி? நாங்க இப்பவே வர்றோம். நாங்க வந்து

கூட்டிட்டு போறோம். பிரசாத் வாடா! சம்பத் நீங்களும் வாங்க! பகவதிக்கு எந்த ஆபத்தும் இல்லை. போலீஸ் மீட்டாச்சு. வாங்க!''

சம்பத், பிரசாத்... சந்த்யாவின் காரில் ஏற, கார் புறப்பட்டது.

"அவங்க நல்லவங்கதான். அதை யாரும் புரிஞ்சுகாம தப்பு தப்பா பேசறோம்.'' ஜீவா ஆதங்கப்பட,

"எப்படியோ என் பொண்ணு முழுசா வந்தா சரி!''

அம்மா பெருமூச்சுவிட, அங்கே கார் வேகம் பிடித்தது. பிரசாத், சம்பத் இருவருமே பதற்றத்தில் இருக்க, சந்த்யா தொடர்ந்து போனில் பேசிக்கொண்டிருந்தாள். அரை மணி நேரத்தில் அந்தக் களத்துமேட்டு வீட்டை கார் அடைய, இவர்களுக்கு முன்னதாக ஒரு போலீஸ் வாகனம் நின்றது.

"போலீஸ் வந்தாச்சா அண்ணி?''

"வந்தாச்சு! பகவதியை மீட்டாச்சு. வா! அங்கே போய் பேசிக்கலாம்.''

கார் நிற்க, இவர்கள் உள்ளே போக, நாலைந்து போலீஸ்காரர்கள், அவர்களது பிடியில் மூன்று முரட்டு ஆட்களும் அந்தக் குண்டான பெண்மணியும்.

"எங்கே என் தங்கச்சி?'' சம்பத் பதற, உள்ளே கை காட்ட, மூவரும் உள்ளே வர, பகவதி சோர்வாக அமர்ந்திருந்தாள்.

"என்னாச்சு பகவதி உனக்கு? வெளில வா!''

பகவதி வெளியே வந்தாள். மிரட்சியுடன் பார்த்தாள். அந்த அதிகாரி பேசினார்.

"இந்த மூணு பேரும், இந்த பொம்பளையும், அழகான பொண்ணுகளைத் தேடிப்புடிச்சு, கடத்தி, தப்பான தொழில்ல ஈடுபடுத்தறவங்க. பகவதி இவங்க கண்ல மாட்டியிருக்கா. திட்டம் போட்டு கடத்திட்டாங்க. இந்த கோவிந்தம்மா, பகவதிக்கு மயக்கம் தந்து கொஞ்ச நேரத்துல வேற இடத்துக்கு மாற்ற இருந்தாங்க. மேடம் புகார் தந்த காரணமா, நாங்க புடிச்சிட்டோம். பகவதிக்கும் மயக்கம் தெளிஞ்சாச்சு.''

சந்த்யா பகவதியை நெருங்கினாள்.

“உனக்கு வேற எதுவும் ஆகலையே?”

தன் உடை கூட கசங்காததை பகவதி அறிந்தாள். உடலிலும் எந்த மாற்றமும் இல்லை.

“இல்லை. நான் சரியாத்தான் இருக்கேன்.”

“அண்ணி நடவடிக்கை எடுக்கலைனா, அய்யோ நெனச்சுக்கூட பார்க்க முடியலை.”

பிரசாத் பதறியதை சந்த்யா பார்த்தாள்.

“ஆஃபீசர்! நாங்க இந்தப் பொண்ணை கூட்டிட்டுப் போகலாமா? இந்தத் தகவல் வெளில வந்துடாம பார்த்துக்குங்க! போகலாம்.”

“நீங்க ஒரு ஸ்டேட்மென்ட் தரணும் மேம். உங்க ஆஃபீஸ்ல வந்து வாங்கிக்கறோம்!”

அந்த நாலு பேரையும் உதைத்து போலீஸ் வண்டியில் ஏற்றினார்கள்.

இவர்கள் காரில் ஏற,

“மேடம்! ரொம்ப நன்றி! என் தங்கச்சியை எந்த சேதாரமும் இல்லாம மீட்டுக் குடுத்திட்டீங்க!”

சம்பத் கைகூப்பி நன்றி சொன்னான்.

ஆனால், பகவதியின் நெஞ்சுக்குள் ஒரு காரணம் புரியாத பதற்றம் இருந்தது. என்னவோ ஒரு தப்பு இருப்பதாகப்பட்டது.

‘என்ன தப்பு?’

**- தொடரும்**

# அத்தியாயம் 21

**வீ**ட்டு வாசலில் கார் வந்து நின்றது. பகவதியை சம்பத் அழைத்து வர, அம்மா எழுந்து பாய்ந்து ஓடி வர, தடுமாறி விழப்போக, சம்பத் தாங்கிப்பிடிக்க, அம்மா கதறிவிட்டாள்.

"உன்னை முழுசா பாக்க முடியுமானு நான் துடிச்ச துடிப்பு கொஞ்சமில்லை. உனக்கு ஏதாவது ஆகியிருந்தா என் உயிர் அப்பவே போயிருக்கும்!"

அம்மா கதற, அக்கா ஜீவா அவள் பங்குக்கு அழ, அண்ணி சாதனா மட்டும் இந்தக் கண்ணீர் நாடகத்தை மௌனமாக பார்த்துக்கொண்டிருந்தாள். சந்த்யா, பிரசாத்தை சம்பத் அழைத்து உள்ளே உட்கார வைக்க, பகவதியின் அருகில் உத்தமன் வந்தான்.

"இந்த பெரிய மனுஷங்க காற்று கூட இனிமே உன் மேல பட வேண்டாம்."

"மாமா! அப்படிப் பேசாதீங்க! மேடம்தான் போலீஸ் உதவியோட பகவதியைக் காப்பாத்தியிருக்காங்க. அவங்க செல்வாக்கும் உடனடி நடவடிக்கையும் இல்லைனா, பகவதியை விற்க ஏற்பாடு நடந்திருக்கு. தப்பான இடத்துல போய் சீரழிஞ்சிருப்பா. அவங்களுக்கு நம்ம குடும்பமே கடமைப்பட்டிருக்கு. தப்பா யாரும் பேசாதீங்க!"

"அண்ணி! வா போகலாம். நல்லதை செஞ்சாலும் இவங்களுக்குப் புடிக்காது போலிருக்கு. இனிமேலும் இங்கே இருந்தா உனக்கது மரியாதை இல்லை."

சந்த்யா அருகில் வந்தாள். பகவதியின் தோளில் கை பதித்தாள்.

"ஜாக்ரதையா இரு, வர்றேன்."

பகவதி, பிரசாத் அருகே வந்தாள்.

“ஸாரி பிரசாத், மத்தவங்க பேசினதுக்கு நான் உங்ககிட்ட மன்னிப்பு கேட்டுக்கறேன்! உங்களுக்கு ரொம்ப நன்றி பிரசாத்.”

“அதை அண்ணிக்கு சொல்லுங்க பகவதி! உங்களை மீட்டது அவங்கதான். உங்க மாமா வாயை அடக்கி வைங்க.”

இருவரும் காரில் ஏறிவிட்டார்கள்.

பகவதி உள்ளே வந்து படுத்துவிட்டாள்.

‘மீட்டது சந்த்யா! அப்படியானால் கடத்தியது யார்? என்னைக் கடத்தும் அவசியம் யாருக்கு? போலீஸ் உதவி இருந்தாலும், சரியான இடத்துக்கு வந்து ஒரு மணி நேரத்தில் என்னை மீட்க முடியுமா? கோவிந்தம்மா எனக்கு ஏன் மயக்க மருந்து தந்தாள்? என்னை விற்க என்று காரணம் சொன்னாலும் எங்கோ இடிக்குதே. பிரசாத் நிச்சயமாக நல்லவன். ஆனால், சந்த்யா நல்லவளா? சமீபத்தில் அவளை கேவலமாகப் பேசியது நான்தானே? இதில் உள்குத்து என்னவோ இருக்கு.’

உத்தமன் உள்ளே வந்தான்.

“எனக்கு சூடு வச்சதுக்கு தெய்வம் உன்னை தண்டிச்சிடுச்சு பார்த்தியா? பல பேர்கிட்ட நீ சீரழிய, என் ஒருத்தனுக்கு இணங்கினா கௌரவமா இருக்கலாம் இல்லையா?”

ஜீவா உள்ளே வந்துவிட்டாள்.

“என்னைவிட உன் மாமாதான் துடிச்சுப் போனார்! சரி வாங்க போகலாம்.”

“பகவதியை நாம கூட்டிட்டுப் போகலாமா ஜீவா? பாதுகாப்பா இருப்பா!”

“அக்கா! அவர் மறுபடியும் சூடு படணுமானு கேளு.”

உத்தமன் மிரள,

“என்னடி பேசற நீ?”

“இல்லைக்கா! நான் அங்கே இருந்தா உங்க ரெண்டு பேருக்கும் கஷ்டம்னு சொன்னேன்! நீ புறப்படுக்கா.”

* * * * *

மறுநாள் காலை பகவதி வேலைகளை முடித்துவிட்டு கடைக்கு புறப்பட்டாள்.

"நீ போகாதே பகவதி! எனக்கு பயம்மா இருக்கு!" அம்மா தடுக்க,

"தேவைக்கு போய்தானேம்மா ஆகணும்? அடுத்த தெருதானே? நீ பயப்படாதே."

"உங்கண்ணி ரெண்டு நாள் லீவு போடக்கூடாதா? அவ மனசுல இரக்கமே இல்லைடி!"

அம்மா டிவி பார்த்தபடி பேச, திரும்பிய பகவதி கண்களில் டிவி பட, அந்தக்காட்சி அதிர்ச்சி தந்தது. ஒரு டாஸ்மாக் கடை வாசலில் ரகளை நடந்துகொண்டிருக்க, போலீஸ் வாகனம் வந்து நிற்க, குடிமகன்கள் ரகளை செய்ய, அதில் தன்னை கடத்திச்சென்ற இருவரும், அந்தக் குண்டான கோவிந்தம்மாவும் இருந்தார்கள்.

'கைது செய்து அழைத்துச் செல்லப்பட்டவர்கள் எப்படி டாஸ்மாக் வாசலில்? அதுவும் சுதந்திரமாக வேடிக்கை பார்த்தபடி?'

அடையாறுக்கு அருகில் உள்ள கடை என செய்தி வாசிப்பவர் சொல்ல, பகவதி உடனே வீட்டு போனில் பிரசாத்தை அழைத்தாள்.

"என்ன பகவதி? ஏதாவது பிரச்னையா?"

"உடனே நியூஸ் சேனல் பாருங்க! புதிய தலைமுறைதான். பார்த்துட்டே பேசுங்க!"

அவன் போட, அதே காட்சி ஓடிக்கொண்டிருந்தது.

"என்னை விற்கப் பார்த்தவங்க மூணு பேரையும் போலீஸ் கைது பண்ணினாங்களா இல்லையா? அந்த மூணு பேரை அடையாளம் தெரியுதா?"

"ஆமாம் பகவதி! அவங்கதான்!"

"அதுக்குள்ள போலீஸ் வெளில விட்டாச்சா?"

"கொஞ்சம் இரு! நான் அண்ணிக்கு இப்பவே போன் பண்றேன்."

"வேண்டாம். அதைச் செய்யாதீங்க! இதை கையும் களவுமா பிடிக்கணும். உடனே போலீசுக்கு தகவல் குடுத்து விவரம் சொல்லுங்க பிரசாத். அதுவும் அண்ணிக்குத் தெரிய வேண்டாம். நான் சொன்னா காரணம் இருக்கும். அவங்க மூணு பேரும் தப்பிக்க கூடாது பிரசாத்."

"நான் ஏற்பாடு பண்றேன். நீ கவலைப்படாதே. நான் கமிஷனர்கிட்ட பேசறேன்."

அடுத்த பதினைந்து நிமிஷங்களில் பிரசாத் கார் வந்து நின்றது.

"பகவதி! என் கூட வாங்க!"

"தம்பி! அவளை எங்கே கூட்டிட்டுப் போறீங்க? என்ன நடக்குது இங்கே? எனக்கு பயம்மா இருக்கு."

"அம்மா! பிரசாத் நல்லதைத்தான் செய்வார். நீ தைரியமா இரு!" காரில் ஏறிவிட்டாள்.

"நான் கமிஷனர் ஆஃபீஸ்ல பேசி நடவடிக்கை எடுக்கச் சொல்லியாச்சு. நீ கவலைப்படாதே. ஏன் அண்ணிக்கு தெரிய வேண்டாம்னு சொல்ற? இப்பக்கூட நீ அவங்களை நம்பலியா பகவதி?"

அவள் பதிலே பேசவில்லை. கமிஷனர் அலுவலகம் வந்துவிட்டார்கள். உயர் அதிகாரி இருந்தார். அவரிடம் பிரசாத் விவரம் சொல்ல,

"நீங்க சொன்ன மூணு பேரையும் லோக்கல் போலீசை வச்சு புடிச்சாச்சு. இங்கே கொண்டுவர்றாங்க!"

"ஏற்கனவே பகவதியைக் கடத்தி பிராத்தல்ல ஈடுபட வைக்க முயற்சி பண்ண கும்பல் அது. அரெஸ்ட் பண்ணினவங்களை யார் வெளில விட்டது?"

"எந்த போலீஸ், எப்ப எங்கே அரெஸ்ட் பண்ணினாங்க?"

"கமிஷனர் ஆஃபீஸ்னுதான் அண்ணி சொன்னாங்க!"

"சான்ஸே இல்லை. இங்கே உங்கண்ணி அந்த மாதிரி எந்தப் புகாரும் தரலை. இங்கிருந்து எந்த போலீசும் நீங்க சொன்ன

லொகேஷனுக்குப் போகவும் இல்லை. எங்க ரெக்கார்ட்ல எதுவும் இல்லை. அதுவும் சந்த்யா மாதிரி ஒரு தொழிலதிபர் புகார் செஞ்சா, ரெக்கார்ட் இல்லாம இருக்குமா? உங்கண்ணிக்கு உடனே போன் போட்டுப் பேசுங்க.''

பிரசாத் போனைப் போட, பகவதி தடுத்தாள்.

''ஒரு நிமிஷம் பிரசாத்! இப்படி வாங்க! அவர் சொல்றது கரெக்ட். போலீஸ் வரலை.''

''என்ன உளர்ற? அங்கே போலீஸ் வேன் நிக்கலை? இவங்களை அரெஸ்ட் பண்ணலை? நீயும்தானே பார்த்தே? பைத்தியமா உனக்கு?''

''அதெல்லாம் உங்கண்ணி செட்டப். அடியாட்களுக்கு போலீஸ் வேஷம் போட்டு நடத்தின நாடகம்.''

''போதும் நிறுத்து. இதுக்கு மேல நீ ஒரு வார்த்தை பேசினா நடக்கறதே வேற. ஒரு நாடகம் நடத்தவேண்டிய அவசியம் என்ன அண்ணிக்கு?''

''காரணம்... ஆளை வச்சு என்னைக் கடத்தினதும் அவங்கதான். நீங்க உள்ளே வந்தப்ப தன் தோல் உரிஞ்சிடும்னு புதுசா ஒரு திரைக்கதையை எழுதிட்டாங்க. சரியா?''

''இது அபாண்ட பழி! உன்னை மீட்டதுக்கு அவங்களுக்கு நீ செலுத்தற நன்றிக்கடனா இது? இப்பவே நான் அண்ணிகிட்ட பேசறேன்!''

''அவங்க மானம் போகும். செய்ங்க!''

அந்த மூன்று பேரையும் போலீஸ் கைது செய்து இழுத்து வர, அவர்கள் முகம் வெளிறிக் கிடக்க,

''இவங்களை உள்ளே வச்சு உதைங்க! உண்மை வெளில வரும்.''

பகவதி சொல்ல, அவர்களை லாக்கப்புக்கு கொண்டுபோய் விசாரணை தொடங்க, பிரசாத் சந்த்யாவுக்கு போன் செய்து விவரம் சொல்ல, சந்த்யா அதிர்ச்சியின் உச்சிக்கு போனாள். இதை அவள் கொஞ்சம் கூட எதிர்பார்க்கவில்லை. அந்த அதிகாரியின் பெயரை கேட்க, அவர் ஒரு எஸ்.பி. எனத் தெரிய, அவருக்கும்

மேலே உள்ள உயர் அதிகாரிக்கு போன் போட்டுப் பேசினாள். அவர் கரன்சிக்கு மயங்கும் ஆசாமி.

இங்கே லாக்கப்பில் வைத்து இவர்களை பிரித்தெடுக்க தொடங்கினார்கள்.

"அரெஸ்ட் ஆன நீங்க எப்படி வெளில வந்தீங்க?" கேட்டு அடிக்க, பிரசாத் காத்திருக்க,

"உங்கண்ணி சாயம் வெளுத்துப் போச்சா? கொஞ்ச நேரத்துல தெரியும் பாருங்க."

பிரசாத் பதில் பேசாமல் காத்திருக்க, இங்குள்ள அதிகாரிக்கு போன் வந்தது. அவர் பேசினார். பத்து நிமிஷங்கள் பேசினார்.

"மிஸ்டர் பிரசாத்! இங்கே வாங்க! உங்கண்ணி சந்த்யா புகார் தந்தது நிஜம்தான். அம்பத்தூர் போலீஸ் இவங்களை கைது பண்ணியிருக்கு. அரசியல் செல்வாக்குல இவங்க வெளில வந்துட்டாங்க. இனி நாங்க பாத்துக்கறோம். பிரச்னை இருக்காது. நீங்க போகலாம்." இருவரும் வெளியே வந்தார்கள்.

"போதுமா? அண்ணி புகார் தந்ததும் உன்னை மீட்டதும் நிஜம்தான். இவங்க வேற செல்வாக்குல வெளில வந்தா அதுக்கு அண்ணி என்ன செய்வாங்க? கூசாம அவங்க மேல பழி போட்டியே. உன் மேல கொஞ்சம் பரிதாபப்பட்டா, அதை கெடுத்துப்பியா?"

அவன் போன் அடிக்க, எடுத்தான்.

"அண்ணி! வேற ஏதோ தப்பு நடந்திருக்கு! இப்ப க்ளியர் ஆயாச்சு!"

"பகவதி புத்திசாலிடா! வெளில வந்தவங்களை தேடிப்புடிச்சு உள்ளே போட்டுட்டா பாரு. அவளைப் பாராட்டணும்! அவகிட்ட போனைக் குடு." அவன் தந்தான்.

"வாழ்த்துகள். நீ புத்திசாலிதான்! இந்த மூணு பேரையும் மாட்டி விட்டதுக்காக சொல்லலை. நான் கூட்டிட்டு வந்தது போலீசே இல்லைனு கெஸ் பண்ணிட்டியா? அதுதான் நிஜம். பிரசாத் கிட்ட இதை நீ சொல்லப் போறியா? நீ கரடியாக் கத்தினாலும்

என்னைப் பற்றி சொன்னா அவன் நம்ப மாட்டான். உன்னைக் கடத்த சொன்னதும் நான்தான். மீட்டதும் நான்தான். எதுக்கு?"

மிரண்டாள் பகவதி.

"இப்ப வேண்டாமே! நீ கமிஷனர் ஆஃபீஸ் வாசல்ல என் முட்டாள் கொழுந்தனார் கூட நின்னுகிட்டு பேசற சங்கதி இது இல்லை. உனக்கு தைரியம் இருந்தா, நான் சொல்ற இடத்துக்கு என்னைப் பார்க்க வா. பயப்படாதே! உன்னை இனி கடத்த மாட்டேன். நான் கூப்பிட்டாலே நீ ஓடிவருவே. அது எப்படீன்னு எனக்குத் தெரியும். நேரம், இடம், நாள் எல்லாம் குறிச்சு நான் சொல்றேன். தைரியமா வருவியா?"

திரும்பி பிரசாத்தை அவள் பார்த்தாள்.

"என்ன? நாம பேசறதை ஸ்பீக்கர்ல போடறியா? முட்டாள் கொழுந்தனாரும் கேக்கட்டும். இல்லை ரெக்கார்ட் பண்ணி அவனுக்கு போட்டுக் காட்டறியா?"

"அண்ணி என்ன சொல்றாங்க?" பிரசாத் கேட்க,

"ஒண்ணும் இல்லை. சரி! நான் வச்சிர்றேன்."

"கொஞ்சம் இரு தங்கம்! நீ என்னை சீண்டி பார்த்துட்டே! பேசக்கூடாத வார்த்தைகளை பேசிட்டே. இப்ப பிரசாத்தை துணைக்கு வச்சிட்டு உன் அதிமேதாவிதனத்தையும் காட்டிட்டே. அதனால இனி நான் யாருன்னு உனக்கு காட்ட வேண்டாமா? ஆடு புலி ஆட்டத்துக்கு நான் தயார். ஆட்டத்தை எப்ப தொடங்கணும்னு நாம நேர்ல சந்திக்கும்போது பூவா, தலையா போட்டுப் பாத்துடலாமா? வச்சிர்றேன்! போனை பிரசாத் கிட்ட குடு."

போன் கை மாற,

"சொல்லு அண்ணி!"

"பகவதியை பத்திரமா அவ வீட்ல கொண்டுபோய் விட்ரா. எனக்கு அவளை நெனச்சா ரொம்பப் பெருமையா இருக்கு. அவளுக்கு நல்லதா ஏதாவது செய்யணும். புத்திசாலிகளை எப்பவும் நம்ம பக்கத்துல வச்சுக்கணும்."

பிரசாத் பூரிப்புடன் காரில் பகவதியை ஏறச் சொன்னான்.

"அண்ணி உன் மேல அளவு கடந்த மரியாதை வச்சிருக்காங்க. அதை நீயே புரிஞ்சுப்பே!"

'ஆடு புலி ஆட்டத்துக்கு நான் தயார். பூவா, தலையா போட்டுப் பாத்துடலாமா?'

**- தொடரும்**

# அத்தியாயம் 22

இரவு ஒன்பது மணிக்கு பிரசாத் மொட்டை மாடியில் நடந்துகொண்டிருந்தான். அவனது பணக்கார நட்பு ஒன்று போன் செய்து, அன்று இரவு நட்சத்திர ஓட்டலில் நடக்கும் பார்ட்டி பற்றி ஞாபகப்படுத்த,

"நான் வரலைடா! வர்ற மூட்ல இல்லை. வச்சிடு."

"நல்ல ஃபிகர்கள் கிடைக்கும்டா. தவற விடாதே. வெறும் லட்ச ரூபாய்ல ஒரு ராத்திரில சொர்க்கம் பாக்கலாம்டா."

"வேண்டாம்! லீவ் மீ அலோன்" கத்தினான். அண்ணி படியேறி வந்தாள்.

"யாரு மகேஷா? ஸ்டார் நைட்டுதானே? போயிட்டு வாயேன். உனக்கு புடிக்குமே! நான் டேபிள் புக் பண்ணியாச்சு உனக்காக."

"வேண்டாம் அண்ணி! எனக்கு மனசே சரியில்லை."

"ஏன்? என்னாச்சு? நம்ம அண்ணியைப் புரிஞ்சுக்காம அந்த பகவதி பழி சுமத்தறாளே! இது சரியில்லையேன்னு கலங்கறியா?"

"அண்ணி! அது... அப்படியெல்லாம் இல்லை அண்ணி!"

"உங்கண்ணியே கடத்தி, போலீஸ் நாடகம் ஆடி, மீட்டிருக்காங்கனு சொல்றாளா?"

பிரசாத் ஆடிப்போனான்.

"எ... எப்படி அண்ணி? நீ... சரியா?"

"டேய் நீ ஆம்பளைடா. லேடீஸ் சைக்காலஜி உனக்குப் புரியாது. அவளும் என்னை மாதிரி புத்திசாலி! அதை நான் புரிஞ்சுக்க மாட்டேனா? அவளைச் சொல்லி தப்பில்லை. மாட்டிக்கிட்டது அவதானே? அவளை கன்வின்ஸ் பண்ணி எனக்கு எதுவும்

ஆகப்போறதில்லை. ஆனா, ஒரு புத்திசாலிப் பெண்ணை இழக்க நான் தயாரா இல்லை!"

"எனக்குப் புரியலை அண்ணி!"

"அவ நம்ம கோட்டைக்குள்ளே வரணும்! அதாவது, நம்ம கம்பெனில அவ சேரணும்! அவ புத்தி நமக்குப் பயன்படணும்."

"அவ வருவானு எனக்குத் தோணலை!"

"நான் வரவழைக்கறேன். நிச்சயமா வருவா. அது போகட்டும்! என்னைத் தப்பாப் பேசினவங்க முகத்துல கூட நீ முழிக்க மாட்டே. ஆனா, இவளை நீ எதுவும் செய்யலையே! அது ஏன்?"

"அ... அது... அது... இப்பக்கூட அவகிட்ட எனக்கு கோவம்தான் அண்ணி."

"படவா! உன் குரல் இப்ப உனக்கே கேக்கலை! எங்கிட்டயே நடிப்பா? நான் பகவதிக்கு போன் பண்றேன் காலைல! நீ போய் அவளை நம்ம ஆஃபீசுக்கு கூட்டிட்டு வந்துடு! காலைல பதினொரு மணிக்கு."

"எதுக்கு அண்ணி?"

"அவளுக்கு நம்ம கம்பெனில பெரிய பதவி காத்திருக்கு. அவ சேரணும்."

"வேண்டாம் அண்ணி! அவ ஒப்புக்க மாட்டா. உன்னை அவமானப்படுத்துவா."

"ஒப்புக்க வைக்கறேன். அது என் பிரச்னை! கூட்டிட்டு வர்றது மட்டும்தான் உன் வேலை! போய்ப் படு, குட்நைட்!"

அண்ணி போய்விட்டாள். பிரசாத்துக்கு குழப்பமாக இருந்தாலும், அண்ணியே பகவதியை சந்திக்க வாய்ப்பை உண்டாக்கித் தருவது சந்தோஷமாக இருந்தது. உள்ளே நடக்கப்போகும் ஒரு ரகசிய யுத்தம் அவனுக்குப் புரியவில்லை.

* * * * *

**“நீ**ங்க இன்னும் தூங்கலியா? காயம் ஓரளவுக்கு ஆறியிருக்கில்லையா?”

ஜீவா கேட்க, உத்தமன் திரும்பினான்.

“அந்த சந்த்யா பார்வையே சரியில்லை. பகவதிக்கு அவளால பிரச்னை வரும்னு எனக்குத் தோணுது. உங்கம்மா, பகவதி ரெண்டு பேரும் இங்கே வந்துட்டா பாதுகாப்பா இருக்கும்.”

“சம்பத் பாத்துக்க மாட்டானா? உதவி செஞ்சு காப்பாத்தினவங்களை ஏன் சந்தேகப்படறீங்க? பேசாமத் தூங்குங்க! எப்ப வேலைல ஜாயின் பண்றீங்க?”

“இந்த வாரக் கடைசில! நான் மொட்டை மாடில போய்ப் படுக்கறேன்.”

எழுந்து போனான். காயம் ஆறியிருந்தது. காயம் பகவதியின் நினைவுகளை அதிகமாகக் கிளறிவிட்டது. அதேநேரம் பிரசாத்துக்கு பகவதி நன்றி சொன்னதும், அவள் கண்களில் இருந்த ஏதோ ஒன்றும், உத்தமனுக்கு சுருக்கென்றது.

“நான் இங்கே காத்துக்கிட்டிருக்கேன். உன்னை அவன் கொண்டு போகக்கூடாது. விடமாட்டேன்.”

உள்ளே அனலடித்தது. பகவதியின் வனப்பு வந்து வந்து பாடாய்ப் படுத்தியது. வெளிக்காயம் ஆறி உள் காயம் பெரிதானது. நாளைக்கே நான் பகவதியை போய்ப் பாக்கணும்.

மனசு உத்தமனுக்கு ஒரு நிலையில்லாமல் அலை பாய்ந்துகொண்டிருந்தது.

‘ஜீவாவுக்கு கர்ப்பப்பை பலவீனம். நிச்சயமாக இனி குழந்தை பிறக்க வாய்ப்பில்லை. நான் ஏன் சுத்தி வளைக்கணும்? பகவதிக்கும் இந்த ஜென்மத்துல சம்பத் கல்யாணம் செஞ்சு வைக்கப்போறதில்லை. நோயாளி மாமியார். நான் எதுக்காக பின் வழியால போகணும்? அந்தப் பணக்கார பிரசாத் கைக்கு பகவதி போகக்கூடாது. அதை நான் தடுத்தே ஆகணும்! இனி நேரடித் தாக்குதல்தான். பகவதி என் சொந்தமாகணும்.’

உத்தமனிடம் ஒரு தீவிரம் புறப்பட்டது.

'நாளைக்கே என் வேலையை நான் ஆரம்பிக்கப் போறேன்.'

* * * * *

**கா**லையில் பகவதி சீக்கிரமே எழுந்து வேலைகளை முடித்துவிட்டு சஷ்டி கவசம் படிக்க உட்கார்ந்தாள். அம்மா அழைக்க,

"என்னை கவசம் படிக்க விடறியாம்மா? எனக்கு இனி முருகன்தான் பாதுகாப்பு! அதுக்காவது விடுங்க!"

வாசலில் கார் வந்து நின்றது. உத்தமன் இறங்கி வந்தான். அம்மா வரவேற்க, சம்பத், சாதனா புறப்பட்டுப் போயிருக்க,

"அத்தே! நாளை முதல் வீட்ல ஒரு பூஜைக்கு ஏற்பாடு பண்ணியிருக்கேன். குழந்தை வேண்டி புத்ரகாமேஷ்டி பூஜை. கொஞ்சம் பெரிசா பண்ணப்போறேன். ஜீவா அதைத் தனியா சமாளிக்க முடியாது. அதனால பகவதி வரணும். நீங்களும் வந்துடுங்க!"

"சரி மாப்ளை. சம்பத் வந்ததும் சொல்லிட்டு நாங்க வர்றோம்."

"யாரைக் கேட்டு நீ சம்மதிக்கறே? நான் வர முடியாது!"

"ஏன் முடியாது? உங்கக்காவுக்கு குழந்தை பிறக்கறது உனக்குப் பிடிக்கலையா? நீங்கள்லாம் அதுக்கு ஒத்துழைக்க மாட்டீங்களா? எனக்கு அசிங்கமா இருக்கு. ஒரு பிள்ளைக்கு தகப்பன் ஆகற தகுதி எனக்கில்லைனு என்னை வெளில கேவலமாப் பேசறாங்க. நான் காரணமில்லை. என் மனைவிதான் காரணம்னு சொல்லாம நான் பழியை சுமந்துகிட்டு நிக்கறேன்! ஒரு பூஜைல கலந்துக்கக்கூட உங்களால முடியாதா?"

ஜீவாவை பழி சுமத்தி உத்தமன் இதுவரை பேசியதில்லை. அம்மாவுக்கு சுருக்கென்றது. ஆனால், அவன் சொல்வதில் நியாயம் இருப்பதால் கேள்வியும் கேட்க முடியவில்லை.

"நாங்க வர்றோம் மாப்ளை. நீங்க இதுவரைக்கும் இந்த மாதிரி மனசு புண்பட்டுப் பேசினதில்லை. ஆனா, ஜீவா காது பட இந்த மாதிரி பேசிடாதீங்க மாப்ளே! அவ தாங்கமாட்டா. நாங்க நீங்க சொல்றதைக் கேக்கறோம் மாப்ளை."

“இல்லைம்மா! என்னால வர முடியாது.”

“என்ன பேசற நீ பகவதி? அவர் சொல்றது உன் காதுல விழலை? ஒரு ஆம்பளை மனசு எந்த நேரத்துல எப்படி மாறும்னு தெரியாது. இது உங்கக்கா வாழ்க்கை. மாப்ளை பேருக்கு ஏற்ற மாதிரி உத்தமர்தான். அவர் மனசு நோகற மாதிரி நடக்கக்கூடாது, புரியுதா? நாங்க வர்றோம் மாப்ளை. நீங்க ஒக்காருங்க. பகவதி நீ போய் காஃபி போடு. மாப்ளை சாப்டுட்டுப் போகலாம். நீங்க தப்பா எடுத்துக்காதீங்க.”

பகவதி உள்ளே போக, உத்தமன் பின்பற்றி வந்தான்.

“அம்மாடி! ரொம்ப நாள் பொறுத்துக்க மாட்டேன். ஒரு குண்டு வீசினப்ப, உங்கம்மா வெலவெலத்துப் போகலை?”

“நான் இதுக்கெல்லாம் அசர மாட்டேன். நீ ஒரு பொறுக்கினு போட்டு உடைப்பேன்.”

“உடைச்சுக்கோ... ஜீவாவுக்கு புள்ளை பெத்து தர்ற தகுதி இல்லை. அதை ஈடுகட்ட பகவதியைக் கட்டி வைங்கனு நேரடியா வருவேன். இனிமே நானும் சுத்தி வளைக்கப் போறதில்லைடி என் செல்லக்கிளி. தேதிகூட குறிச்சிட்டேன், நம்ம கல்யாணத்துக்கு! துணிஞ்சிட்டேன் நான்! பாக்கறியா? இன்னிக்கு ஒரு முத்தமாவது தராம நான் போக மாட்டேன்!”

நெருங்கிவிட்டான்.

“அடுப்புல பால் கொதிக்குது. எடுத்து உன் மூஞ்சில ஊத்துவேன். நானும் எதுக்கும் துணிஞ்சவதான்.”

வாசலில் கார் ஹாரன் கேட்டது. படக்கென வெளியே வந்துவிட்டாள் பகவதி! உடனே பெல் அடித்தது. கதவைத் திறந்தாள். பிரசாத் நின்றான்.

“வாங்க பிரசாத்!”

அந்தக் குரலில் கடுப்பான உத்தமன் வெளியே வர,

“பகவதி! நீங்க ஆஃபீஸ் வரைக்கும் வரணுமே! அண்ணி கூட்டிட்டு வரச்சொன்னாங்க. நேத்தே உங்ககிட்ட சொன்னாங்களாம்!”

“சரி பிரசாத், நான் ரெடியாகறேன்.”

“தேவையில்லை. எதுக்கு நீ அவங்க கூப்பிட்டாப் போகணும்? அதெல்லாம் வேண்டாம்” உத்தமன் சீற,

“பிரசாத்! அஞ்சே நிமிஷம்! நான் டிரஸ் சேஞ்ச் பண்ணிட்டு வந்துர்றேன்!”

உள்ளே போய் கதவைச் சாத்திக்கொண்டாள். உத்தமனின் ஆத்திரம் முழுக்க பிரசாத் பக்கம் திரும்பியது.

“ஏன் அவளை தொந்தரவு பண்றீங்க? ஒரு தடவை கடத்தல் நடந்து நாங்க பட்ட பாடு போதாதா? அவளை நான் அனுப்ப மாட்டேன்.”

“பகவதியே வரத் தயாரா இருக்கும்போது நீங்க யாரு சார் தடுக்க? அம்மா! நானே கொண்டுவந்து விட்டுர்றேன்.”

“அத்தே! இது சரியில்லை. நீங்க தடுத்து நிறுத்துங்க அவளைப் போக விடாதீங்க.”

“மாப்ளே! கோவப்படாதீங்க! அவளை மீட்டதே அவங்கதான். அவங்க கூப்பிட்டு அவ போகலைனா நல்லா இருக்காது. எனக்கும் ராஜ வைத்தியம் நடந்தது. பணம் படைச்சவங்களை எதுக்கு மாப்ளை பகைச்சுக்கணும்? நாளைக்கு நாங்க ரெண்டு பேரும் கட்டாயம் வர்றோம்.”

பகவதி பளிச்சென உடைமாற்றி புது ரோஜா போல வெளியே வந்தாள். உத்தமனுக்கு அவள் அழகை ரசிப்பதைவிட, அதை பிரசாத் ரசிக்கிறானோ என்ற பொறாமையில் கண்கள் விரிந்தது.

“போகலாம் பிரசாத். அம்மா, நான் போயிட்டு வர்றேன்!”

உத்தமனை கால் தூசிக்கு சமமாகக் கருதி திரும்பிக்கூடப் பார்க்காமல் பிரசாத்தை பின்பற்றி நடந்தாள். இருவரும் ஜோடியாக நடப்பதைப் பார்த்து உத்தமனுக்கு கொலைவெறி உண்டானது. பிரசாத் முன்கதவைத் திறந்துவிட, பகவதி உட்கார, கார் புறப்பட்டது. உத்தமன் செத்தே போனான். அவனும் ஆவேசமாகப் புறப்பட்டான். அந்த காரைப் பின்தொடர்ந்தான்.

“அவர் யாரு பகவதி? நம்மை ஃபாலோ பண்ற மாதிரி தெரியுது!”

“எங்கக்கா புருஷன்! பேரு உத்தமன். பேருக்கும் குணத்துக்கும் சம்பந்தமேயில்லை!”

“புரியலை பகவதி.”

“இப்ப எதுவும் புரிய வேண்டாம். நேரம் வரும்போது நானே சொல்றேன்!”

“அவர் உங்க குடும்பத்தை ஓவரா டாமினேட் பண்றாரா?”

“ஆமாம்! உங்க அண்ணி மாதிரி.”

“தேவையில்லாம அவங்களை ஏன் இழுக்கறே? அவங்க உன்னை என்ன செஞ்சாங்க? உன் மேல எத்தனை மரியாதை வச்சிருக்காங்க தெரியுமா? இந்த அழைப்புக்கு என்ன காரணம் தெரியுமா? நீயே பிரமிச்சுப் போயிடுவே.”

“போதும் உங்க அண்ணி புராணம்! நீங்க வந்து கூப்பிட்ட காரணமா வர்றேன்.”

லேசான எரிச்சலுடன் பெரிய கட்டிட வாசலில் காரைச் செருகினான். பிரம்மாண்ட பத்து மாடி கட்டிடம். ‘சந்த்யா க்ரூப் ஆஃப் கம்பெனீஸ்’ என்ற பெயர்ப்பலகை. இவன் உள்ளே வந்தபோதே பலர் வணங்க, லிஃப்ட்டுக்குள் நுழைந்து ஏழில் வெளிவந்து, ரிசப்ஷனில் சொல்ல, ஏற்கனவே ஒருமுறை வந்த இடம்தான்! பத்தே நிமிடங்களில் அழைப்பு வர, இருவரும் உள்ளே நுழைய,

“வா பகவதி! ஒக்காரு! என்ன சாப்பிடறே?”

“எதுவும் வேண்டாம்.”

“சரி! நான் நேரா விஷயத்துக்கு வர்றேன். சமீபத்துல வெளில வந்த ரெண்டு குற்றவாளிளை உன் சாதுர்யத்தால புடிச்சு உள்ளே போட்டுட்டே! இந்த மாதிரி புத்திசாலிதான் எனக்கு மார்க்கெட்டிங் டிவிஷன்ல வேணும். பெரிய பதவி. நீ நெனச்சுக்கூட பார்க்க முடியாத சம்பளம். உனக்கான ஆர்டர் தயார். பிரசாத்! நீ கொஞ்சம் வெளில இரு. நான் பகவதிக்கிட்ட தனியாப் பேசணும்.”

“சரி அண்ணி!” பிரசாத் எழுந்து வெளியேற,

“என்னை நீயே கடத்திட்டு நீயே மீட்டது எதுக்கு? இந்தப் பதவி எனக்கு எதுக்கு? அவசியம் இல்லை. இதுல ஏதோ ஒரு உள்குத்து இருக்கு. என்ன அது?”

சிரித்தாள் சந்த்யா.

“நீ புத்திசாலிதான். உள்குத்து இதுதான்! அந்தப் பெரிய டிவியைப் பாரு!”

ரிமோட்டை சந்த்யா இயக்க, திரையில் வந்த காட்சி கண்டு பகவதி அலறிவிட்டாள்.

**- தொடரும்**

# அத்தியாயம் 23

ரிமோட்டை சந்த்யா இயக்க, திரையில் வந்த காட்சி கண்டு பகவதி அலறிவிட்டாள். தாளமுடியாமல் தன் கண்களை மூடிக்கொண்டாள். தன் உடல் முழுக்க கூசிப்போக, அந்த நொடியே செத்துவிட்டால் தேவலை என எண்ணம் போனது.

"கண்களைத் திற! நீ மூடிக்கிட்டு என்ன லாபம்? கண்களை நீ மூடிட்டா மத்தவங்க இதைப் பாக்காம போயிடுவாங்களா?"

"என்ன சொல்ற நீ?"

அதிர்ச்சியுடன் பகவதி கேட்க, சந்த்யா அதை அணைத்தாள். பகவதியின் உடல் இன்னமும் நடுங்கிக்கொண்டிருந்தது. திரையில் கண்ட காட்சியில் அவளது உயிர், மானம் எல்லாம் இருந்தது. உடம்பில் ஒட்டுத்துணி கூட இல்லாமல், அவளது நிர்வாண கோலம்! பல ஆங்கிளில் எடுக்கப்பட்ட படங்கள்.

"இது... இது... எப்படி?"

"உன்னால யூகிக்க முடியலை? கோவிந்தம்மா உன்னை பலவந்தமா மயக்கப்படுத்தினாளே! அது எதுக்கு? நான் சொல்லித்தான் அப்படி செஞ்சா. உன்னை மயங்க வச்சு, ஆடைகளை களைத்து இந்த வீடியோ! உனக்கு எதுவும் தெரியாது. முடிஞ்சதும், உன் டிரஸ் கசங்காம உனக்கு அவளே கட்டி விட்டுட்டா. அதனால உனக்குப் புரியலை. உன்னை கடத்திட்டுபோய் எந்த சேதாரமும் இல்லாமத் திரும்பினது எப்படீன்னு நீ குழம்பிப் போயிருக்கே இல்லையா?"

"நீ ஒரு பொம்பளைதானா? ஒரு பொண்ணை இந்த மாதிரி அசிங்கப்படுத்த உனக்குக் கூசலை? நீ பெண்ணா? இல்லை பேயா?"

"இரம்மா! அவசரப்படாதே! நீ எனக்கு ஒரு வகைல நன்றி சொல்லணும். இதோட நான் விட்டதுக்கு சந்தோஷப்படு.

உன்னை மயக்கப்படுத்தி, என்ன வேணும்னாலும் செஞ்சிருக்க முடியும். அங்கியே மூணு மொரட்டு ஆம்பளைங்க இருந்தாங்க! செஞ்சேனா? உன்னை முழுசா பார்த்தது ஒரு பெண்தான். அவதான் இந்த வீடியோவை எடுத்தா. இப்ப நான் பாக்கறேன். உன் கற்புக்கு இந்த நிமிஷம் வரைக்கும் எந்த சேதாரமும் இல்லைம்மா. அதுக்காக நன்றி சொல்லு."

பகவதி நடைப்பிணமாக நின்றாள்.

"ஒக்காரு! இனிமே பேசத் தொடங்கலாமா?"

"என்ன பேசப்போறே நீ?"

எழுந்து வந்தாள் சந்த்யா. அவளை ஏற இறங்கப் பார்த்தாள்.

"பெண்களே பொறாமைப்படற அழகு. இதை நான் வியாபாரப்படுத்தினா, பல உயரங்களைத் தொடமுடியும். அதுக்கெல்லாம் ஆள் இருக்கு. நீ சொன்னியே மாமினு... அந்தப் பட்டத்துக்கு நியாயம் கற்பிக்கட்டுமா?"

பகவதி உடல் நடுங்கியது.

"என் ஆஃபீசுக்கு வந்து என்னையே தாறுமாறாப் பேசி சவால் விட்டியா? ஆடு புலி ஆட்டத்துக்கு நீ தயாரா? நான் தயார்."

"இதப் பார். நீ உன் கொழுந்தனார் கூட என்னைத் தப்பான வழில சேர்த்துவிட அசிங்கமா பேசினப்ப, நான் உன்னை மாமினு சொன்னேன். எந்த மானமுள்ள பொண்ணும் அதைத்தான் பேசுவா."

"இன்னமும் உன் திமிர் அடங்கலைடி. என்ன சொன்னே? மானமுள்ள பொண்ணா? அது இப்ப என் கைல. ஒரு பட்டனைத் தட்டினா, நெட்ல உலகம் முழுக்க உன் மானம் கொடிகட்டிப் பறக்கும். அப்புறமா நீ மட்டுமில்லை, உன் குடும்பமே நாண்டுகிட்டு சாகணும். ரெடியா? செஞ்சிடலாமா?"

"உனக்கு இப்ப என்ன வேணும்?"

"குட்! நீ புத்திசாலிடி. உன்கிட்ட எனக்குப் புடிச்சது இதுதான். கற்பூரம் மாதிரி புடிச்சுகிட்டு வியாபாரம் பேசத் தயாரா இருக்கியே!"

"இது வியாபாரம் இல்லை. வாழ்க்கை! நான் விடுபடணும்."

"சிக்கின பட்சியை ரிலீஸ் பண்ண நான் என்ன முட்டாளா? அதுக்கா இத்தனை பாடுபட்டேன்?"

"நான் ஒரு ஏழை! சொந்தக் குடும்பத்துல அடிமையா இருக்கேன். என்னால உனக்கு என்ன லாபம்? எதுக்கு என்னை அசிங்கப்படுத்த ஆசைப்படற?"

"இந்த சந்த்யாவோட கேரக்டர் என்ன தெரியுமா? என்னை யாராவது அசிங்கப்படுத்திட்டா, அவமானப்படுத்திட்டா, நஷ்டப்படுத்திட்டா, சாவுக்கும் மேல உள்ள வலியை அவங்களுக்கு காட்டாம நான் ஓய மாட்டேன்! இந்த பிரசாத், என் முட்டாள் கொழுந்தனார், எனக்கு ஏன் அடிமையா இருக்கான்? அதுக்கொரு கதை இருக்கு. அது அவனுக்கே தெரியாது. நான் சொல்ற எல்லாத்தையும் கேட்டு, எனக்கு எல்லா உரிமைகளையும் தந்து, என் புருஷன் ராஜா ஏன் என் காலடில கிடக்கார்? அதுக்கொரு கதை இருக்கு. தூக்கு தண்டனைக் கைதியா, செய்யாத கொலைக்கு ரெட்டை ஆயுள் தண்டனையோட ஜெயில்ல இருக்காளே என் நாத்தனார் வந்தனா! அதுக்கு யார் காரணம்? குடும்ப உறவுகளையே மன்னிக்காத நான், உன்னை எதுக்குடி மன்னிக்கணும்?"

பகவதிக்கு மிரட்சியாக இருந்தது.

"இத்தனை கதைகளோட சுருக்கமும் உனக்கேன்? என்னை பற்றி நீ தெரிஞ்சுக்க ஒரு முன்னோட்டம்! நீ இதை வெளில சொல்ல மாட்டே! இதையல்ல, இனி எதையுமே சொல்ல மாட்டே! காரணம் உன் மானம் என் கைல உள்ள பென் டிரைவ்ல. நீ வாயைத் திறக்க முடியாது. சரி! கதைச் சுருக்கம் போதும், வியாபாரத்துக்கு வருவோம். நீ காலம் முழுக்க எனக்கு அடிமையா இருக்கணும்."

"எப்படி? என்னால என்ன செய்யமுடியும்?"

"முடியும்! நீ புத்திசாலி! என் கம்பெனில உனக்கு பெரிய பதவி தரப்போறேன். நல்ல சம்பளம். எல்லாம் முறையா நடக்கும். நீ உடனே வேலைல சேரப்போறே."

"என் அம்மாவை பார்த்துக்க ஆளில்லை. நான் வேலைல சேர முடியாது."

"மானம் பெரிசா? அம்மா பெரிசா? அதெல்லாம் உன் பிரச்னை. எனக்குத் தெரியாது, நீ வேலைக்கு வர்றே! உன் புத்தி எனக்கு மூலதனம். உன்னைத் தப்பா நான் பயன்படுத்த மாட்டேன். நீ என்னை மீறி நடந்தா, அதையும் செய்வேன். இந்த வீடியோ அப்பப் பேசும்!"

பகவதிக்கு வேறு வழியே இல்லை. இவள் சொல்வதைக் கேட்டுத்தான் தீரவேண்டும்.

"இதப் பார்! இதை உங்கண்ணன் அல்லது உன் அக்கா புருஷன்கிட்ட சொல்லி, தப்பிக்க நீ வழி தேடினா, அடுத்த நாளே ஊர் முழுக்க இதை போஸ்டர் அடிச்சு ஒட்டுவேன். பிரசாத் கிட்ட நீ போட்டுக்குடுக்க நெனச்சா, இன்னும் விபரீதமாகும். முதலாவதா, அவன் உன்னை கழுத்தை புடிச்சு தள்ளுவான். அந்த முட்டாளுக்கு குலசாமியே நான்தான். என்ன சொல்ற?"

பகவதி பேசாமல் நின்றாள்.

"இனி நீ பேச எதுவும் இல்லை. என் சொல்லுக்கு தலையாட்டறது மட்டும்தான் உன் வேலை."

இன்டர்காமில் உத்தரவிட்டாள்.

"நீ கான்வெண்ட்ல படிச்ச பொண்ணு. உனக்கு ஆங்கிலம் சரளம். கம்ப்யூட்டர்ல டிப்ளமா! உனக்கு எல்லா டாலண்ட்டும் உண்டுனு எனக்குத் தெரியும். ஆனா பாவம், நோயாளி அம்மாவுக்கு ஆயாவா, சம்பாதிக்கற அண்ணிக்கு வேலைக்காரியா, குடும்ப அடிமையா ஆயிட்டே! என்ன பாக்கற? உன் ஜாதகமே என் கைல! பெரிய பதவியை ஒருத்திக்கு நான் தர்றேன்னா, தகவல்களை சேகரிக்காம தர மாட்டேன். வர்த்தகம் என் ரத்தத்துல ஊறியிருக்கு."

அவளது பிரதான பி.ஏ. உள்ளே வர,

"அந்த அப்பாயின்ட்மெண்ட் ஆர்டரைக் குடுங்க!" வாங்கி பகவதி கையில் தந்தாள்.

“படிச்சுப் பாரு. இப்ப முதல் மார்க்கெட்டிங் டிவிஷன்ல நீ ஒரு முக்கிய ஆபிசர். பயிற்சிக் காலம் ஒரு மாசம். அதுக்கு ஸ்டைபெண்ட் மாசம் முப்பதாயிரம். அப்புறம் கன்ஃபர்ம் பண்ணிட்டா, உன் சம்பளம் பிடித்தம் போக எழுபதாயிரம் ரூபாய். உனக்கு கம்பெனி கார் உண்டு. மற்ற எல்லா வசதிகளும் உண்டு. படிப்படியா உயர்வுகளும் உண்டு. கையெழுத்து போட்டு வாங்கு. இன்னிக்கு ஜாயின் பண்ணிட்டு வீட்டுக்கு போ. இங்கே உனக்கு தனி ரூம் உண்டு. சேர்மன் வந்துட்டாரா?”

“ம்! வந்தாச்சு மேம்!”

“வா பகவதி. சேர்மன் என் வீட்டுக்காரரர் ராஜா. ஜனாதிபதி. நான் எம்.டி. பிரதான மந்திரி. பிரசாத் ஜே.எம்.டி... டம்மி!”

வெளியே வர, பிரசாத் காத்திருக்க,

“நீயும் வா பிரசாத். உங்கண்ணன் ரூமுக்குப் போறோம்.”

அங்கே போய் ராஜாவுக்கு பகவதியை அறிமுகப்படுத்தி எல்லா விவரங்களையும் சொன்னாள்.

“பகவதி இன்னிக்கு ஜாயின் பண்றா.”

“நீ முடிவெடுத்தா சரியா இருக்கும் சந்த்யா. ஆல் த பெஸ்ட் பகவதி. எம்.டி.யை கேட்டு எல்லாம் செய்ங்க. நான் சேர்மனா இருந்தாலும், கம்பெனில பவர்ஃபுல் இவங்கதான். பார்த்து நடங்க!”

பகவதிக்கென ஒதுக்கப்பட்ட பெரிய ஏசி அறையில் அவளை உட்காரவைத்து, பதவிப் பிரமாணமும் செய்துவைத்தாள் சந்த்யா. கம்பெனி அதிகாரிகளை அழைத்து பகவதியை எல்லாருக்கும் அறிமுகப்படுத்தினாள். அவர்களை அனுப்பிவிட்டு,

“சரி! இன்னிக்கு நீ புறப்படலாம். நாளைக்கு காலைல எட்டரைக்கு உன் வீட்டு வாசல்ல கார் நிக்கும். நீ தயாரா இருக்கணும். அம்மா, ஆட்டுக்குட்டினு சுணங்கினா...” என நிறுத்த,

“இல்லை! நான் தயாரா இருப்பேன்.”

“பிரசாத்! பகவதியை கொண்டுபோய் விடு. பகவதி! உனக்கான செல்போன் இது. நீ உபயோகப்படுத்தலாம். பில்லை கம்பெனி கட்டிடும். புறப்படு!”

இருவரும் வந்து காரில் ஏற, பகவதியின் புது போன் அடிக்க, சந்த்யாதான்.

“பகவதி! உன் போன்ல, நீ யார்கிட்ட என்ன பேசினாலும், அது எனக்கு கேட்கும். அந்த மாதிரி ஆப் அதுல இருக்கு! அதனால ஜாக்ரதையா இருப்பேனு நினைக்கறேன். உன் பாதங்களை கணக்குப் போட்டுத்தான் பூமில நீ பதிக்க முடியும். ஒரு தப்பான ஸ்டெப் கூட உன்னை உலகம் முழுக்க கொண்டுபோயிடும். சரியா?”

கார் புறப்பட்டது.

“பார்த்தியா? எத்தனை பெரிய உயரத்துக்கு உன்னை அண்ணி கொண்டுபோயிருக்காங்க? இதைப் புரிஞ்சுகாம நீ அண்ணியைத் தப்பா விமர்சனம் செஞ்சியே! உங்க வீட்ல என்ன சொல்லுவாங்க?”

“தெரியலை. என்ன சொன்னாலும் வேலைல சேர்ந்தாச்சு. அது மாறாது.”

அவனது கேள்விகளுக்கு அளந்து அளந்து ஓரிரு வார்த்தைகளில் பதில்.

“ஏய்! என்னாச்சு உனக்கு? அண்ணிதான் உனக்கு முதலாளி! என்னை நீ அப்படி நினைக்க வேண்டாம். நான் உன் நண்பன்தான்! என்கிட்ட நீ இயல்பா பழகலாம்.”

“பழக என்ன இருக்கு? மரியாதை இருக்கறது நல்லது. முதலாளிதான் நீங்களும்.”

“நானும் சில முடிவுகளை எடுத்திருக்கேன். நாளைக்கு அதை சொல்றேன்.”

‘இவன் என்ன முடிவை எடுத்திருக்கான்? இவனால் குழப்பம் வருமா? இல்லை, எனக்கு வெளிச்சம் வருமா? மாட்டிக்கொண்டுவிட்டேன். முள்ளில் முழு சேலையும்

விழுந்தாகிவிட்டது. இவனால்தான் அதை எடுக்க முடியும். ஆனால், இவன் அண்ணியின் அடிமை. எது பேசினாலும் அவளிடம் போய் ஒப்பித்துவிடுவான். இவனை என் பக்கம் திருப்ப வேண்டும். எனக்கும் சந்த்யாவுக்கும் நடக்கும் ஆடு புலி ஆட்டத்தில் இவனை நான் களமிறக்க முடியுமா?'

**- தொடரும்**

# அத்தியாயம் 24

உத்தமன் தன் வீட்டில் குமுறிக்கொண்டிருந்தான்.

"உன் வீட்ல சுத்தமா எனக்கு மரியாதையே இல்லை. இனிமே அந்தப்படி மிதிக்க மாட்டேன் நான்."

"கொஞ்சம் மெதுவாப் பேசுங்க! அத்தை உள்ளே இருக்காங்க. ஏற்கனவே எங்க வீட்டு ஆட்களை அத்தைக்கு சுத்தமா புடிக்காது. இதுல உரக்க நீங்க பேசினா, அத்தை சலங்கை கட்டி ஆடுவாங்க. நீங்க எதுக்கு அங்கே போனீங்க? என்ன மரியாதை குறைஞ்சு போச்சு? கதவை சாத்திட்டு வந்து பேசுங்க!" ஜீவா சொல்ல,

புத்ர காமேஷ்டி பூஜையிலிருந்து ஆரம்பித்து அவன் சொல்லிக்கொண்டே வந்தான்.

"இதப் பாருங்க! உங்கம்மா இருக்கும்போது, எங்கம்மா இங்கே வந்தா பிரச்னை ஆகும். ரெண்டு சம்பந்திங்க ஒரே வீட்ல தங்கறது ஒரே உறைல ரெண்டு கத்தி இருக்குற மாதிரி. இதை மனசுல வச்சு பகவதி மறுத்திருப்பா."

"அதெல்லாம் சரி. அந்த பிரசாத் வந்தான். அண்ணி கூப்பிடறாங்கனு சொன்னான். நான் தடுத்தேன். என்னை ஒரு மனுஷனாவே மதிக்காம, பகவதி அவன் கூடப் போறா. ஒரு ஆபத்தைக் கடந்தாச்சு. திரும்பவும் சிக்கணுமா?"

"அவங்கதான் பகவதியைக் காப்பாத்தி கொண்டுவந்திருக்காங்க! உங்களுக்கேன் அவங்களைப் புடிக்கலை? நாளைக்கு இந்த பூஜை அவசியமா?"

"உனக்கு குழந்தை வேணுமா வேண்டாமா?"

"பூஜை பண்ணினா புள்ளை பொறந்துடுமா?"

"எனக்கு வேணும்டி. வெளில தலைகாட்ட முடியலை. நீ ஆம்பளையானு கேக்கற மாதிரி பார்வைகள் துளைக்குது. தப்பு

என் மேலயா? எனக்கும் டெஸ்ட் எடுத்தாங்க இல்லை? எந்த ஒரு குறையும் இல்லைனு மெடிக்கல் ரிப்போர்ட் இருக்குதில்லை? அப்புறம் நான் எதுக்குடி அவமானப்படணும்?"

இதுவரை நடக்காத நேரடித் தாக்குதல் தன் மேல் பாய, நிலைகுலைந்தாள் ஜீவா. அவளால் நிற்கக்கூட முடியவில்லை. சத்தம் கேட்டு மாமியார் வந்தேவிட்டாள்.

"என்னடா பிரச்னை உங்களுக்குள்ள? சத்தம் வாசல் வரைக்கும் கேக்குது!"

அம்மாவை விரட்ட வேண்டும். பகவதி இங்கே வரும்போது அம்மா இருக்கக்கூடாது. இதுதான் சந்தர்ப்பம்.

"புருஷன் மனைவிக்குள்ளே ஆயிரம் இருக்கும். கதவை சாத்திட்டுப் பேசறோம். தொறந்துட்டு வந்து நிக்கறியே! உனக்கு வெக்கமால்லை?"

"என்னடா பேசற நீ? நான் உன்னை பெத்தவடா!"

"அதுக்காக பெட்ரூமுக்குள்ள வருவியா? நாகரிகம் தெரியாது உனக்கு? அம்மாவுக்கும் சில வரம்புகள் இருக்குனு நான் உனக்கு சொல்லித் தரணுமா?"

"என்னங்க! என்ன பேசறீங்க நீங்க? அத்தைகிட்ட இந்த மாதிரி பேசலாமா?"

"நடிக்காதேடி. ஒரு புள்ளையைப் பெத்துக்க வழியில்லை. ஆனா, முந்தானைல என் பிள்ளையை முடிஞ்சு வச்சிருக்கே. உங்க வீட்டு ஆளுங்க இங்கே ஆட்சி நடத்தறாங்க. அதான் பெத்த அம்மாவை இவன் அவமானப்படுத்தறான். நானும் இங்கே வர மாட்டேன்னு சொல்லிட்டு, மானங்கெட்டு வந்து நிக்கறேன். நீ இதுல இவனைத் தூண்டி விட்டுட்டு நாடகமா ஆடற? நான் போறேன்! இனி வரமாட்டேன்!"

அம்மா அழுதுகொண்டே புறப்பட,

"பாருங்க, பேசினது நீங்க! பழி எனக்கு. என்னை நீங்க குத்திக்கிழிச்சது அத்தைக்கு தெரியுமா? அவங்களைக் கூப்பிடுங்க!"

"வேண்டாம், போகட்டும். நாளைக்கு பூஜை நடக்கும். அதுக்கு பகவதி வரலைனா, உன் வீட்டு சொந்தங்களை நீ மறந்துடு."

உள்ளே போய் விட்டான்! ஜீவா செயலிழந்து நின்றாள்.

'அம்மா, மனைவி என யாரையும் விட்டுவைக்காமல், நெருப்பை வாரிக்கொட்டி விட்டார். இதுவரைக்கும் இவர் இந்த மாதிரி பேசியதில்லை. குழந்தையில்லாக் குறை, இவரையும் அவமானப்படுத்தியிருக்கு. அந்த வலி தாளாமல் கத்திவிட்டார், தப்பில்லை! என்னை இதுநாள் வரை பூ மாதிரி நடத்தியவர். அவருக்கொரு சங்கடம் என்றால் நான் அதைப் புரிஞ்சுகணும்! குழந்தை பிறக்கலைனா, நான் என்ன செய்வேன்?'

ஜீவாவுக்கு தலை சுற்றியது. நிற்கக்கூட முடியாமல் அப்படியே கட்டிலில் சரிந்தாள்.

* * * * *

**வீ**ட்டு வாசலில் கார் நின்றது.

"சரி! நீங்க புறப்படுங்க சார்!"

"ஏய்... பகவதி! இதென்ன பழக்கம்? பிரசாத்னு அழைச்ச நீ, எதுக்கு இப்ப சார்னு கூப்பிடறே? நான் வீட்டுக்குள்ள வரக்கூடாதா? உனக்கு வேலை கிடைச்ச சந்தோஷ செய்தியை என் வாயால நான் சொல்றேன்!"

"வேண்டாம்! அண்ணன், அண்ணி ஆஃபீஸ் விட்டு வந்த பிறகு நானே சொல்லிக்கறேன். இதுல நிறைய பிரச்னை இருக்கு. தயவுசெஞ்சு நீங்க புறப்படுங்க சார்!"

கும்பிட்டாள்! பிரசாத்துக்கு என்னவோ போலாகிவிட்டது. அவள் அவனை மதிக்காமல் உள்ளே போய்விட, பிரசாத் முகம் சிவந்து காரில் ஏறினான். பகவதி உள்ளே வந்தாள்.

"என்னடீ பகவதி இத்தனை நேரம்? சாதனாவும் இல்லை. நான் திண்டாடிப் போனேன். காஃபி போட்டு குடிக்கறதுக்குள்ளே வியர்த்து, விறுவிறுத்துப் போச்சு. நீயில்லாம ஒரு நொடி கூட என்னால இருக்க முடியாதுடி பகவதி!"

பகவதி கவலையுடன் அம்மாவைப் பார்த்தாள்.

"போகட்டும்! ஏன் இத்தனை நேரம்? எதுக்காக உன்னைக் கூப்பிட்டா அந்த சந்த்யா? எல்லாம் விவரமா சொல்லு. சம்பத், சாதனா வந்ததும் நாம சொல்லிட்டு ஜீவா வீட்டுக்குப் போகணும். மாப்ளை வேற கோபமா போயிருக்கார். அது வேற கவலையா இருக்குடி பகவதி!"

அம்மா மூச்சுவிடாமல் பேசினாள்.

பகவதி எதுவும் பேசாமல் உள்ளே போக,

"ஒரு வாரத்துக்கு நமக்குத் துணிகளை எடுத்து வை. பூஜை முடிய எத்தனை நாளாகுமோ? மாப்ளை மனசு கோணாம நடக்கணும். அவர் கிட்ட நீ மன்னிப்பு கேட்ரு பகவதி!"

பகவதி மாலை வரை எதுவும் பேசவில்லை. சம்பத், சாதனா வர, அம்மா ஒன்று விடாமல் எல்லாம் ஒப்பித்து,

"நாளைக்கு காலைல வர்றோம்னு தகவல் சொல்லிட்டா, மாப்ளையே கார் எடுத்துட்டு வந்துடுவார்."

"பகவதி! உன்னை எதுக்கு அந்த பிரசாத் வந்து கூட்டிட்டுப் போனார்?"

"நான் கேட்டேன் சம்பத்! இப்ப வரைக்கும் அவ பதில் சொல்லலை. மாப்ளையை மதிக்கலை. இவ ஏன் இப்படி நடக்கறானு தெரியலை! நீயாவது கேட்டு சொல்லு."

சம்பத்திடம் அந்த வேலைக்கான உத்தரவை எடுத்துத் தந்தாள் பகவதி. சம்பத் படித்துவிட்டு வாயை பிளந்துவிட்டான்.

"அம்மா! பகவதிக்கு பிரசாத் கம்பெனில பெரிய வேலை கிடைச்சிருக்கு. ஒரு மாச பயிற்சி முடிஞ்சா, மாசம் எழுபதாயிரம் சம்பளம். அவ வேலைல சேர்ந்தாச்சு."

இதைக் கேட்டு சாதனா அதிர்ச்சியும் பொறாமையும் கலந்து வெளியே வந்தாள்.

"என்னடா சொல்ற? எழுபதாயிரம் சம்பளமா? இவ கல்லுளி மங்கி. எங்கிட்ட இதை சொல்லவேயில்லை."

"சரி! நீ வேலைல சேர்ந்துட்டா, உங்கம்மாவை யாரு பார்த்துக்கறது?"

சாதனா கேட்க,

"அந்த பிரசாத் தம்பி அதுக்கான ஏற்பாடுகளை நிச்சயமா செய்யும்."

"இல்லைம்மா! இதுல பிரசாத்துக்கு எந்தச் சம்பந்தமும் இல்லை. வேலை தந்தது சந்த்யா. அவங்க எந்தப் பொறுப்பையும் எடுத்துக்க மாட்டாங்க!"

"அப்படீன்னா என்னை யாரு பாத்துக்கறது?" அம்மா அலற,

"உனக்காக பகவதி இவ்ளோ நல்ல வேலையை விடமுடியுமா? அவ போய்த்தான் ஆகணும்."

"சரி! உங்கம்மாவை ஜீவாகிட்ட கொண்டுபோய் விடுங்க! அவ பார்த்துக்கட்டும். அவளும் ஒரு பொண்ணுதானே? அவளுக்கும் கடமை இருக்கில்லையா?"

"அவங்க எல்லாருக்கும் கடமை இருக்கு. ஆனா, உனக்கு மட்டும் இல்லவேயில்லையா? சம்பத் என் பிள்ளை! முதல் பொறுப்பு அவனுக்குத்தான்."

"சரி! அவரை பாத்துக்க சொல்லுங்க!"

"அவன் ஆம்பளை! அம்மாவா இருந்தாலும் அவனுக்கொரு எல்லை இருக்கில்லையா? நீதான் பாக்கணும்."

"வேலையை விட்டுட்டு உங்களுக்கு பணிவிடை செய்யணுமா? எங்களுக்கு எதிர்காலம் இல்லையா? இப்படிப் பேச உங்களுக்கு வெக்கமா இல்லை? நீங்க என்ன உங்க பிள்ளைக்கு சொத்து பத்தும், மஞ்சக்காணி நிலமுமா வச்சிருக்கீங்க?"

"அண்ணி! ஏன் இத்தனை கடுமையாப் பேசறீங்க?"

"என்னடீ? பெரிய வேலை கிடைச்சதும் வாய் நீளுதா? அத்தனை பொறுப்பு உனக்கிருந்தா, நீ இந்த வேலைக்குப் போகாதே. உங்கம்மாவை பார்த்துக்கோ."

“என்னடா சம்பத், அவ பேசிட்டே போறா நீ பேசாம இருக்கே? இது நியாயமா? பகவதி! அரசாங்க உத்யோகத்துக்கு நேர்முகம் வந்தும் அன்னிக்கு நீ போகலை. இப்பவும் போகாதே. ஜீவாவால முடியாது. எனக்கு உன்னை விட்டா யாரும் இல்லைடி.”

அம்மா கதறி அழத் தொடங்க, பகவதி நொந்துபோனாள். இது நடக்கும் என்று அவளுக்குத் தெரியும். ஆனால் போகாவிட்டால், குடும்ப மானமே காற்றில் பறக்கும் என்று இவர்களிடம் சொல்ல முடியுமா?

“இல்லைம்மா! நான் போய்த்தான் ஆகணும்! கையெழுத்து போட்டாச்சு.”

“ஏண்டீ போட்ட? அம்மா ஒரு கையாலாகாதவனு தெரிஞ்சும் ஏண்டீ கையெழுத்து போட்ட? நாளைக்கு மாப்ளை கிட்ட இதைச் சொன்னா அவரும் கோவப்படுவார். ஏற்கனவே அவர் கோபமா இருக்கார். இப்ப அதிகமாகும்.”

போன் அடித்தது. சம்பத் போய் எடுத்தான். ஜீவாதான்!

“பகவதிகிட்ட குடு சம்பத்!”

கை மாற, “பகவதி! மாமா உன் மேல பயங்கர கோபமா இருக்கார். நாளைக்கு பூஜை! நீ வரலைனு சொன்னியாம். நீங்க ரெண்டு பேரும் வந்தே ஆகணும். இப்பவே கால் டாக்சி புக் பண்ணிட்டு புறப்பட்டு வாங்க.”

“இல்லைக்கா! நான் வரலை. அம்மாவை அண்ணன் கொண்டுவந்து விடும்.”

“ஏன்? உனக்கென்ன? அந்த அளவுக்கு நீ பெரிய மனுஷி ஆயிட்டியா?”

தனக்கு வேலை கிடைத்த விவரத்தை சொல்லி, பதவி, சம்பள விவரத்தையும் சொன்னாள்.

“நான் ஜாயின் பண்ணியாச்சு. காலைல எட்டு மணிக்கு கம்பெனி கார் வந்துடும். நான் போகாம இருக்கக்கூடாது.”

“அம்மாவை யார் பாத்துக்கறது?”

"நீதான் தற்காலிகமா பாத்துக்கணும்கா! நிரந்தரமா ஏதாவது ஏற்பாடு செய்யலாம்."

இதைக் கேட்டுக்கொண்டே உத்தமன் வர, ஜீவா அவனிடம் சகலமும் சொல்ல, உத்தமன் முகம் மாறிவிட்டது.

"அவ அந்த கம்பெனிக்கு வேலைக்கு போகக்கூடாது. இத்தனை பெரிய சம்பளத்துல வேலையா? ஏதோ உள்நோக்கம் இருக்கு. காரணமில்லாம, ஏதோ ஒரு லாபமில்லாம அவளுக்கு இத்தனை பெரிய சம்பளத்துல அந்த சந்த்யா வேலை தர மாட்டா. இது ஆபத்து. பணம் வருதுன்னு எல்லாரும் வாயைப் பிளக்காதீங்க. நான் விடமாட்டேன். அவகிட்ட போனைக் குடு. நான் பேசணும்."

"பகவதி! மாமா பேசணுமாம்! பேசு."

பகவதி மறுப்பதற்குள் போன் கை மாற,

"நீ அங்கே வேலைக்கு போக வேண்டாம். நான் உன்னை அனுமதிக்க மாட்டேன். அந்த சந்த்யா நோக்கம் எனக்கு புரிஞ்சுபோச்சு. உன்னை யாருக்காவது அவ வித்துடுவா. புரியுதா?"

பகவதி அறைக்குள் நுழைந்தவாறு குரலை தழைத்துக்கொண்டாள்.

"நீ யாரு அனுமதிக்க? உனக்கென்ன உரிமை? அந்த சந்த்யா என்னை வித்தாலும் தப்பில்லை. உன்னை மாதிரி ஒரு பொறுக்கி நாயை வீட்ல வச்சிட்டு, எனக்கு என்ன பாதுகாப்பு? என் கால்ல நான் நிக்கணும். நான் போவேன். வைடா போனை."

"அத்தனை திமிராடீ உனக்கு? இந்த வேலைல உன்னை சேர விடாம நான் தடுக்கறேன். பாக்கறியா?"

"முடிஞ்சா பாருடா! உன்னால ஒரு ஆணியையும் புடுங்க முடியாது!"

கொதிநிலையில் நின்றான் உத்தமன்.

**- தொடரும்**

# அத்தியாயம் 25

**ப**கவதி தூக்கியெறிந்து பேசி, போனை கட் செய்ய, உத்தமன் எரிமலையாகிவிட்டான். 'அவள் இந்த மாதிரி பேசியதை வெளியில் காட்டிக்கொள்ளவும் முடியாது. அதே நேரம் இது மானப் பிரச்னை. அடா புடா போட்டுப் பேசும் அளவுக்கு இறங்கிவிட்டாள். என்னால் இதை வெளியில் சொல்ல முடியாது என்ற தைரியம். தன் காலில் பெரிய சம்பளத்தில் நிற்கப்போகும் துணிச்சல்! அதனால் பகவதி கை ஓங்குகிறது. வேலையில் சேர்ந்து ஒரு சம்பளம் வாங்கிவிட்டால், திமிர் உச்சம் தொட்டுவிடும். விடக்கூடாது... அந்த வேலைக்கு அவளை போக விடக்கூடாது. அவள் இங்கே வந்தே ஆகவேண்டும். என்னிடம் உள்ள ஒரே துருப்பு சீட்டு ஜீவாதான். அவளை ஆட்டத்தில் இறக்க வேண்டும். பகவதி என் கைப்பிடிக்கு வந்தே ஆகவேண்டும்' வேகமாக யோசிக்க தொடங்கிவிட்டான். ஜீவா அருகில் வந்தாள்.

*"என்ன சொல்றா பகவதி? ஏன் உங்க முகம் ஒரு மாதிரி இருக்கு? ஏதாவது அலட்சியமாப் பேசினாளா?"*

*"எப்படிப் பேசாம இருப்பா? எழுபதாயிரம் சம்பளத்துல வேலை! பெரிய பதவி! அந்த பிரசாத் கோடீஸ்வரன். பக்கா ப்ளேபாய்! நடிக்கறான்! அழகான இவளை அனுபவிச்சிட்டு, சக்கையாத் தூக்கி வெளில போடப்போறான். அதுக்காகத்தான் உங்கம்மாவுக்கு ராஜ வைத்தியம்... இந்தக் கடத்தல் நாடகம். இப்ப பெரிய பதவி... இவ அழகை அனுபவிக்கற வெறி... இவளை யாருக்காவது அவங்க வித்தாக்கூட ஆச்சர்யமில்லை!"*

*"போதும் நிறுத்துங்க! என்னால கேக்க முடியலை. எனக்கு தலை சுத்துது!"*

*"இப்ப தலை சுத்தும். கூடின சீக்கிரம் உங்க குடும்ப மானம் காத்துல பறக்கும்டி. நான் சொல்றது உங்க யாருக்கும் புரியாது.*

எனக்கு யாரைக் கண்டும் பொறாமை இல்லை. என்னை அவ அலட்சியப்படுத்திட்டா. அவங்க யாரும் இங்கே வர வேண்டாம். நீயும் உன் பிறந்த வீட்டை மறந்துடு. பூஜை கேன்சல். எனக்கு அப்பாவாகற யோகம் இந்த ஜென்மத்துல இல்லை. நான் அவமானப்பட்டு சாகறேன்!''

அப்படியே தலையில் கை வைத்து உத்தமன் உட்கார, ஜீவாவுக்கு விறுவிறுவென ரத்தம் தலைக்கு ஏறியது. உடம்பு முழுக்க ஒரு நடுக்கம் பரவியது. நரம்புகளில் ஒரு நர்த்தனம் ஆரம்பமானது. போனை எடுத்தாள்.

* * * * *

**அ**தே நேரம் அங்கே பெரிய விவாதம் தொடங்கியிருந்தது.

''மாப்ளை என்னடி சொன்னார்?'' அம்மா கேட்க,

''நான் இந்த வேலைக்குப் போகக்கூடாதாம்.''

''மாப்ளை இதைத்தான் சொல்வார்னு எனக்குத் தெரியும்.''

''நான் சொன்னப்ப புடிக்கலை. அண்ணன் சொன்னப்ப சரியா? எல்லா வீட்டிலும் மாப்ளைக்கு தலையாட்டுவீங்க! அதையே மருமகள் சொன்னா எதிர்ப்பீங்க! காலம், காலமா குடும்பங்கள்ல நடக்கற அநீதிதானே இது?''

சாதனா தன் கொடியை ஏற்ற,

''அண்ணி! யார் சொன்னாலும் இதுல நான் கேக்கறதா இல்லை! எங்கம்மா மூணு பேரை பெத்திருக்காங்க. நான் மட்டும் பலிகடாவா? இத்தனை நாள் இருந்தாச்சு. இனி அதுக்கான வாய்ப்பில்லை.''

சம்பத்தே அதிர்ந்துபோனான். போன் அடிக்க, எடுத்தான். ஜீவாதான்!

''சம்பத்! அம்மாக்கிட்ட குடு!''

அவள் குரலில் என்றுமில்லாத அனல்... போன் அம்மா கைக்கு வர,

“அம்மா! என்னை வாழாவெட்டியாக்க எல்லாரும் சேர்ந்து கங்கணம் கட்டிட்டு வேலை செய்யறீங்களா? என்னிக்கும் பேசாத மனுஷன், பேசக்கூடாத வார்த்தைகளைப் பேசறார். அவர் மேல தப்பில்லை. இத்தனை நாள் என்னை அவர் தாங்கினதே அதிகம். நம்ம குடும்பத்துக்காக அவர் எத்தனை செஞ்சிருக்கார்? எப்படியெல்லாம் பாடுபட்டிருக்கார். அந்த நன்றியே உங்களுக்கெல்லாம் இல்லையா? அவரைப் பெத்த அம்மாவைக் கூட அவர் விரட்டி விட்டாச்சு. பழி சுமக்கறார். அந்த மனுஷன் உடைஞ்சு போயாச்சு. இருக்கற கோவத்துல அவர் என்னைத் தள்ளி வச்சாக்கூட நான் கேள்வி கேக்க முடியாது. நான் நாசமாப் போகணும்னு நீயும் ஆசைப்படறியா? அந்த வேலைக்குப் போனா பகவதி சீரழிஞ்சு போவானு அவர் நம்பறார். அவரோட கணக்கு தப்பாதும்மா.”

“அப்படியெல்லாம் பேசாதே ஜீவா. மனசுக்கு கஷ்டமா இருக்குடி.”

“பூஜையை அவர் நிறுத்தியாச்சு. எனக்கு குழந்தை இனி பிறக்காதுனு அவர் வாயால சொல்றார். இதைக் கேட்டும் நான் உயிரோட இருக்கணுமாம்மா?”

அதற்கு மேல் பேச முடியாமல் ஜீவா கதறி அழ, அம்மா இங்கே அழ, படக்கென சம்பத் போனை வாங்கி ஜீவாவிடம் பேசத் தொடங்க, ஜீவா அவனிடம் கதற, சம்பத் அதிர்ந்தான். பத்து நிமிடங்கள் பேசினான்.

“அப்படியெல்லாம் நடக்காது ஜீவா! ஏற்கனவே நீ பலவீனமான பொண்ணு! அழாதே! நான் இதுக்கு வழி சொல்றேன். அம்மா, பகவதி ரெண்டு பேரையும் இப்பவே கொண்டுவந்து நானே விடறேன். பூஜையை மாமா நிறுத்த வேண்டாம். நான் அவர் கிட்ட மன்னிப்பு கேக்கறேன். நீ அழாதே!”

இணைப்பைத் துண்டித்தான்.

“பகவதி! நீயும் அம்மாவும் ரெடி ஆகுங்க! நானே உங்களைக் கொண்டுபோய் விடறேன்.”

“இல்லைண்ணே! நான் அங்கே போகமுடியாது.”

“ஏன் போக முடியாது? அவ உனக்கு அக்காதானே? அவ வீட்டுக்கு நீ போனதேயில்லையா? ஒரு பூஜை... அதுவும் குழந்தை பாக்யம் வேண்டி பூஜை நடக்குது. நாமும் அதுக்குத்தானே ஆசைப்பட்டோம். நீ வர மாட்டேன்னு சொன்னதால அவர் கடுப்பாகி, அவளை தாறுமாறாப் பேசியிருக்கார். அவ நொறுங்கிப் போயிருக்கா. இது நல்லதா பகவதி? எதுக்கு இந்தப் பிடிவாதம்? ரெண்டு பேரும் புறப்படுங்க.”

“அண்ணே! அந்த வேலைல நான் சேர்ந்தாச்சு. அக்ரிமெண்ட்ல கையெழுத்துப் போட்டாச்சு. இனி மீற முடியாது. உனக்கு என் பிரச்னை புரியலியா?”

“எனக்கு வரக்கூடிய சூழ்நிலை இல்லைனு சொல்லிடு!”

“அப்படியெல்லாம் சொல்ல முடியாதும்மா. அவ பயப்படறதுல நியாயம் இருக்கு. பகவதி! நீ ஒண்ணு செய்! ஜீவா மனசும் கோண வேண்டாம். ரெண்டு பேரும் அங்கே போங்க! நீ அங்கிருந்து வேலைக்குப் போ. கம்பெனி காரை அங்கே அனுப்ப சொல்லு. அவங்களுக்கு பூஜைனு சொல்லு. ஆனா நீ போய்த்தான் ஆகணும்.”

“மாப்ளை போக விடமாட்டார் இவளை.”

“அந்தாள் யாரும்மா என்னைத் தடுக்க? நான் பேச வேண்டாம்னு பாக்கறேன். பொறுமைக்கும் ஒரு எல்லை உண்டு.”

படக்கெனத் திரும்பினாள் சாதனா. அவளது சந்தேகம் வலுத்தது.

“பகவதி! நீ போகலைனா, அவர் கோபம் அதிகமாகி, ஜீவாவுக்கு பாதிப்பா அது முடியணுமா? அவளை அவர் நோகடிச்சா அவ தாங்குவாளா? அம்மா உடல்நிலை பாதிச்சா, பிரச்சனை நமக்குத்தானே? உன் ஒருத்தி பிடிவாதம் காரணமா, பல விபரீத விளைவுகளை நாம சந்திக்கணுமா? சொல்லு பகவதி!”

‘அண்ணே! என்னால பேச முடியலை. ஒரு பாட்டுல வர்ற மாதிரி, ‘ஒருபுறம் வேடன்... ஒரு புறம் நாகம்... இரண்டுக்கும் நடுவே அழகிய கலைமான்’ இதுதான் என் நிலை. நான் வெளில சொல்ல முடியுமா?’

உள்ளே குமுறினாள்.

"விட்ராசம்பத்! அங்கே ஜீவா சாகட்டும். இங்கே நான்! அப்புறமா இவளுக்கு எந்தப் பாரமும் இல்லை! நிம்மதியா கை நிறைய சம்பளத்தோட வாழலாம்."

"இல்லைம்மா! என்னால நீங்க யாரும் சாக வேண்டாம். அந்தப் பாவத்தை நான் சுமக்கவும் வேண்டாம். அண்ணே! எங்க ரெண்டு பேரையும் அக்கா வீட்ல கொண்டுபோய் விடு. நான் தயார்."

"சம்பத்! அங்கே வந்து நீங்க ரெண்டு பேரும் மாப்ளைகிட்ட மன்னிப்பு கேட்ருங்க! புரியுதா? நமக்குனு ஓடிவர அவர் ஒருத்தர்தான் இருக்கார்."

பகவதி நொந்துபோய் துணிகளை பேகில் அடுக்கினாள்.

* * * * *

இரவு எட்டரைக்கு வாசலில் கால் டாக்சி வந்து நிற்க, ஜீவா எட்டிப்பார்த்தாள். அம்மா சகிதம் மூன்று பேரும் உள்ளே நுழைய,

"வாண்ணே! அம்மா, வா! ஒக்காருங்க!"

சம்பத் உள்ளே வர, முதுகை காட்டிக்கொண்டு உத்தமன் நிற்க,

"ஸாரி மாமா! நடந்த சம்பங்களுக்கு நான் மன்னிப்பு கேட்டுக்கறேன். இது முக்கியமான பூஜை! நிறுத்த வேண்டாம். நீங்க சொல்ற வரைக்கும் அம்மா, பகவதி இங்கேதான் இருப்பாங்க. எங்களுக்கு உங்களை விட்டா யாரு மாமா இருக்காங்க? மன்னிச்சிடுங்க மாமா!"

உத்தமன் வெளியே வர, அம்மா மன்னிப்புக் கேட்டு அழ,

"விடுங்க அத்தே! நீங்க என் அம்மா ஸ்தானம்! மன்னிப்பெல்லாம் கேக்கக்கூடாது. உங்க பொண்ணுக்கு ராங்கித்தனம் அதிகம். இப்பக்கூட பேசாம நிக்கறா பாருங்க."

"பகவதி! மன்னிப்பு கேளு மாமாகிட்ட. அவர் கால்ல விழு உடனே. மாப்ளை சொன்ன மாதிரி நட! மாப்ளை, அவ அந்த வேலைக்கு போக மாட்டா. உங்களை மீறி நடக்க மாட்டா. நீங்க வருத்தப்படாதீங்க. சின்னப் பொண்ணு, தெரியாமப் பேசிட்டா. மனசுல வச்சுக்காதீங்க மாப்ளே."

அம்மாவைக் கொலை வெறியுடன் பார்த்தாள் பகவதி.

'மாப்ளை சொல்றதை நான் கேக்கணுமா? அவன் கூட என்னை படுக்க சொல்றான். படுக்கட்டுமா? உன் மகள் ஜீவா நிரந்தர வாழாவெட்டியா ஆகட்டுமா? நான் வாய் திறந்தா குடும்பமே நாறுமே! இதெல்லாம் புரியாமப் பேசறியேம்மா. உன் மாப்ளை கடைஞ்செடுத்த காமுகன்னு தெரிஞ்சா, நீ தாங்குவியா?'

"அத்தே! பகவதி மன்னிப்பெல்லாம் கேக்க வேண்டாம். அது என் குடும்பம். என்னிக்கும் நான்தான் உங்க மாப்ளை. சம்பத், சாப்டுட்டு போடா! தங்கச்சிக்கும் பேக் பண்ணிட்டுப் போ."

"வேண்டாம் மாமா, நேரமாச்சு! நான் புறப்படறேன். பூஜைல நானும் ஒரு நாள் வந்து கலந்துக்கறேன். ஜீவா, நீ எதுக்கும் வருத்தப்படாதே. நான் வர்றேன் பகவதி."

பகவதி வாசல் வரை வந்தாள்.

"நீ நாளைக்கு இங்கிருந்தே வேலைக்குப் போ. அதை யாராலும் தடுக்க முடியாது."

உள்ளே வந்தார்கள்.

"பகவதி! உங்க மாமா சொல்றதைக் கேட்டா எனக்கே பயம்மா இருக்கு. நீ அந்த வேலைல போய் மாட்டிக்காதே!"

"இல்லைக்கா! அக்ரிமெண்ட் சைன் பண்ணியாச்சு. போகலைனா, பிரச்சனை ஆகும்."

"ஆகாம உன் மாமா பார்த்துப்பார். அது என்ன அக்ரிமெண்டுன்னு சொல்லு. இவருக்கு தெரிஞ்ச லாயர்கள் நிறைய உண்டு."

"வாங்க! சொல்றேன்!"

பகவதி அழைக்க, உத்தமன் அதை எதிர்பார்க்கவில்லை. உள்ளே வந்தான்.

"உங்கக்காவை ஆட்டத்துல இறக்கி, உன்னை இங்கே கொண்டுவந்துட்டேன் பார்த்தியா? உன்னை அந்த வேலைக்குப் போகவிடாம தடுக்க என்னால முடியாதா? பாக்கறியா? நாளைக்கு நீ போக மாட்டே."

"போவேன். எல்லாம் சொல்லுவேன். நீ தொடைல எப்படி சூடு வாங்கினே! இன்னும் எங்கிட்ட என்னல்லாம் செருப்படி வாங்கப்போறேன்னு இப்பவே சொல்லுவேன். எங்கம்மாவுக்கு, அக்காவுக்கு உன் சுயரூபம் என்னானு உன் தோலை உரிச்சுக் காட்டுவேன். எங்கண்ணனுக்கு உன் வெறி தெரிஞ்சா, உன்னை வகுந்துடுவான். நான் நாளைக்கு அந்த வேலைக்கு போகணும். நீ தடுத்தா, நல்ல பூஜை இங்கே நடக்காது. எங்கக்கா உனக்கு பூஜை நடத்துவா. எந்த பூஜை நடக்கணும்னு நீ முடிவுசெய்!"

சொல்லிவிட்டு அவள் பார்த்த பார்வையில், அக்னி கொழுந்து விட்டெரிந்தது.

**- தொடரும்**

# அத்தியாயம் 26

பிரசாத் இரவு உறங்கவில்லை. 'பெரிய உத்யோகம், பெரிய சம்பளம், பேர் சொல்லும் கம்பெனி சகலமும் இருந்தும் பகவதியிடம் ஏன் சந்தோஷம் இல்லை? என்ன காரணம்? அவள் காலில் நிற்கும் வாய்ப்பு கிடைத்தும், அதை மகிழ்ச்சியாக ஏன் ஏற்றுக்கொள்ளவில்லை? பிரசாத் என அழைத்தவள், திடீரென முதலாளியாக மதிக்கிறாள். வீட்டுக்குள் என்னை ஏன் அழைக்கவில்லை? இத்தனை உயரத்தில் தூக்கி வைத்தும், அண்ணி மேல் அவளுக்குள்ள கோபம் போகவில்லையா? தனக்கு பிடிக்காததை பகவதி ஏற்க மாட்டாளே! போனமுறை அண்ணியை அசிங்கப்படுத்திவிட்டு போனவள், இந்தமுறை எப்படி உடனே வேலையை ஒப்புக்கொண்டாள்? என்ன நடக்கிறது உள்ளே?'

பொதுவாக பிரசாத் இப்படியெல்லாம் மனசை போட்டு அலட்டிக்கொள்ளும் ஆள் அல்ல! தன் சுகம் மட்டுமே பெரிது என நினைக்கும் கேரக்டர். இந்த பகவதியின் சந்திப்புக்கு பிறகு உள்ளே பல மாற்றங்கள்! அவள் ஒதுங்கி போனாலும் நான் விடக்கூடாது. ஏற்கனவே மனசுக்குள் ஒரு தீர்மானம் இருந்தது. வாசலில் கார் சத்தம் கேட்டது. அண்ணன் வந்துவிட்டார். குளித்து சாப்பிட உட்காருவார்... கொஞ்சம் அவகாசம் தந்து கீழே வந்தான். அண்ணனுக்கு அண்ணி பரிமாற,

"என்னடா பிரசாத், சாப்பிட்டியா?"

"அப்பவே ஆச்சு அண்ணே! உங்கிட்ட நான் கொஞ்சம் பேசணும்!"

"அண்ணிதானே உன் தோஸ்து! எங்கிட்ட எதுவும் நீ சொல்ல மாட்டியே?"

"குழந்தை என்னவோ சொல்ல வர்றான். என்னானு கேப்பீங்களா? அதை விட்டுட்டு... நீ சொல்லுடா."

"அண்ணே! நான் கம்பெனிக்கு வந்து ஏதாவதொரு பொறுப்பை வகிக்கணும்னு நீ பலமுறை சொல்லியிருக்கே! எங்கிட்ட இதுக்காக நீ கோவப்பட்டதும் உண்டு! இல்லையா?"

"நீ எங்கே கேட்டே? அப்படியே நீ தலையாட்டினாலும், இவ உன்னை செல்லம் குடுத்து கெடுத்து வச்சிருக்காளே!"

"நான் நாளைலேருந்து கம்பெனிக்கு வர்றேன். எனக்கு பொறுப்புகளை குடு. நான் இனி வொர்க் பண்றேன்!"

ராஜா தன் கைகளை கிள்ளிப் பார்த்துக்கொண்டான்.

"சந்த்யா! இது கனவில்லையே? என் தம்பியா பேசறான்? நம்ப முடியலியே? நீ நல்லா கேளு அவனை."

சந்த்யா முகம் மாறிவிட்டது. அதில் இருந்த சிரிப்பு அணைந்தது.

"என்ன சந்த்யா பேசாம இருக்கே? நீயும் இதை நம்பலியா?"

"நான் நம்பறேன். நம்ம குழந்தையை நான் நம்பாம யாரு நம்புவாங்க? வரட்டும்! இதுக்குத்தானே நாம காத்திருந்தோம். அவனுக்கு ஒரு நாள் பொறுப்பு வரும்னு எனக்கு நம்பிக்கை உண்டுங்க. நாளைக்கே வரட்டும். பொறுப்புகளை ஏத்துக்கட்டும். இதைவிட சந்தோஷம் என்ன இருக்கு?"

"தேங்க்ஸ் அண்ணி! என்னை சரியா புரிஞ்சுகிட்டது நீங்க மட்டும்தான்."

ராஜா உறங்கிய பிறகு, சந்த்யா பாலுடன் பிரசாத் அறைக்கு வந்தாள்.

"இதைக் குடி! பொறுப்பு காரணமா கம்பெனிக்கு வர்றியா? இல்லை, பகவதிக்காக வர்றியா?"

"அண்ணி! அப்படியெல்லாம் இல்லை."

"நீ வாடா! அவ கூட பழகு. ஜாலியா இரு. நான் தடுக்கலை. அதுக்காக, ஆஃபீஸ் வேலைகளை செஞ்சு நீ கஷ்டப்படணும்னு இல்லை, புரியுதா?"

"அவ அந்த மாதிரி பொண்ணு இல்லை அண்ணி! எனக்கும் அப்படி அவளை நினைக்க முடியலை. அவ தொடர்பா நிறைய

கேள்விகள் இருக்கு எனக்கு. ஏதோ ஒரு கட்டாயத்துலதான் இந்த வேலையை அவ ஒப்புக்கிட்டிருக்கா. அது என்னானு தெரியணும் அண்ணி."

சந்த்யாவுக்கு சுருக்கென்றது.

"உங்கிட்ட அவ சொன்னாளா ஏதாவது?"

"சரியா பேசலை அண்ணி. பிரசாத்னு கூப்பிட்டவ, சார்னு கூப்பிடறா. தப்பா இருக்கு அண்ணி."

"மரியாதை தெரிஞ்ச பொண்ணு! நீ படு. குட் நைட்!"

அவன் உறங்கியதும் சந்த்யா முகம் விகாரமானது.

* * * * *

இரவு உணவை முடித்துக்கொண்டதும், அம்மா அருகில் வந்தாள்.

"மாப்ளை உன்கிட்ட என்ன பேசினார்? நீ அந்த வேலைக்கு போகவேண்டாம்னு சொன்னதை நீ கேட்டியா?"

ஜீவா வந்தாள்.

"அம்மா! பூஜை நாளை மறுநாள்தான். கொஞ்சம் ஏற்பாடுகளை செய்ய அவகாசம் வேணும்னு அவர் சொல்றார். வேண்டிய பொருட்களை நாங்க ரெண்டு பேரும் நாளைக்கு வாங்கிட்டு வந்திர்றோம்."

"சரி ஜீவா! சமையல் வேலைகளை பகவதி பார்த்துப்பா. அவதான் வேலைக்கு போகலையே!"

உத்தமன் உள்ளே வந்தான். அவனை ஆழமாக பகவதி பார்க்க,

"ஜீவா! பகவதி புது வேலைல சேரட்டும். நான் தடுக்கலை. நல்ல வேலை. நாளைக்கு அவ போகட்டும். எனக்கு தடை இல்லை!"

"வேண்டாம் மாப்ளை! நீங்க சொன்னா, சொன்னதுதான். அதுல மாற்றுக் கருத்தே இல்லை. அவ போயிட்டா, என்னை யார் பாத்துக்கறது?"

உத்தமன் பகவதியைப் பார்த்து விஷமமாக சிரிக்க, பகவதி திரும்பினாள்.

"என்னை உனக்காக நேர்ந்து விட்டிருக்கா? வேற யாரையும் உன்னால கட்டுப்படுத்த முடியாது. என் வாழ்க்கையை நீ நாசம் பண்ணுவியா? நம்ம குடும்பத்துல என்ன நடக்குதுன்னு புட்டு புட்டு வச்சிட்டு, நான் தற்கொலை பண்ணிக்கட்டுமா? அப்புறமா உன்னை யார் பார்த்துப்பாங்க? நான் வாழணும்னு ஆசையே யாருக்கும் இங்கே இல்லையா? அடாவடி பண்றவங்களுக்கு அடங்கி போயிட்டு அப்பாவிகளை தண்டிப்பீங்களா?"

அம்மா மிரண்டுவிட்டாள். கூடவே உத்தமனும் சலசலத்தான்.

'இவள் இருக்கும் மனநிலையில் எல்லாம் சொல்லிவிடுவாளா?'

"அத்தே! அவ வாழ்க்கையைக் கெடுக்கற உரிமை யாருக்கும் இல்லை. அது நியாயமும் இல்லை. அவ போகட்டும், தடுக்காதீங்க."

"மாப்ளை... ஜீவா கஷ்டப்படக்கூடாதேனுதான்..."

"அண்ணியை உன்னால அடக்க முடியாது. அக்கா மேல பரிதாபம். அப்ப நான்? நான் ஏமாந்தவளா? எனக்கு நாதியில்லைனுதானே எல்லாரும் ஏறி மிதிக்கறீங்க? ஓரளவுக்குத்தான் உறவுகளுக்கு மரியாதை தருவேன். இல்லைனா, நான் உடைச்சு பேச ஆரம்பிப்பேன்!"

அம்மா இதை எதிர்பார்க்கவில்லை.

"விடுங்க அத்தை! உங்களை நாங்க பாத்துக்கறோம். அவ போகட்டும். ஜீவா! நீ உங்கம்மா கூடப் போய் படு. அவளை தனியா விடுங்க!"

படக்கென திரும்பினாள் பகவதி. அந்தப் பார்வையில் கொலை வெறி இருந்தது. உத்தமன் உள்ளே போய்விட, ஜீவா பின்தொடர்ந்தாள். பகவதி வந்து படுத்துவிட, அம்மா அருகில் வந்து அவள் கைகளை பிடிக்க, பகவதி உதறினாள்.

"என்கிட்ட எதுவும் பேசாதே. உன்னைப் பார்த்தாலே எனக்கு எரிச்சலா வருது. நீயும் கொஞ்சம் நன்றியோட நடந்துகோ."

இரவு பகவதி உறங்கவில்லை. காலை நாலுக்கே எழுந்து குளித்து, சாமி கும்பிட்டு, சமையல் கட்டுக்குள் நுழைந்தாள். சமையலை தொடங்கிவிட்டாள். ஐந்து மணிக்கு எழுந்து உத்தமன் வந்தான்.

“கரண்டியை அடுப்புல போடட்டுமா? தாளிக்கத்தான் கேட்டேன்.”

“இதப் பாரு பகவதி... நான் நெனச்சிருந்தா உன்னைப் போகவிடாம தடுத்திருக்க முடியும். செய்யலை! உன்னை நான் பார்த்து பயந்துட்டேன்னு தப்புகணக்கு போடாதே! உன்னை எப்படி அடையணும்னு எனக்கு தெரியும். நீ என் கோட்டைக்குள்ளே வந்தாச்சு. படிப்படியா எல்லாம் நடக்கும். பல கைகள் பட்டு நீ சீரழியணுமா? இல்லை, எனக்கு ரெண்டாம் தாரமா இருக்கறது கௌரவமா? நீயே முடிவெடு!”

அவன் போய்விட்டான்... ஒரு நொடி செயலிழந்து நின்றாள் பகவதி.

‘இவன் சொல்வதில் நிஜம் இருக்கு. எந்த உண்மையும் தெரியாமல் ஒரு வெறியில் பேசறான். ஆனா, உண்மை அதுதான். சந்த்யா என்னை என்ன செய்யப்போறா? இத்தனை பெரிய சம்பளத்தை தந்து வேலைக்கு வைக்க என்ன அவசியம்? அவளுக்கு ஏதோ ஒரு பெரிய நோக்கம் இருக்கு. அவளோட வலைல நான் சிக்கியாச்சு. எப்படி தப்பிக்க போறேன்?’

கேள்வி கழுத்துக்கு மேல் கத்தியாக தொங்கியது. ஒரு நொடி ஏன் வாழ வேண்டும் என்று தோன்றியது. இத்தனை போராட்டங்களையும் நான் கடக்க முடியுமா? சந்த்யாவிடம் நான் சிக்கியதை யாரிடம் சொல்ல முடியும்? அதுக்கு ஆதாரம் இருக்கா? ஆத்திரத்தில் அதை அவள் வலைதளத்தில் ஏற்றிவிட்டால் முடிந்தது என் கதை.’

“ஏன் நீ இத்தனை சீக்கிரம் எழுந்து வேலை பாக்கறே பகவதி?” கேட்டபடி ஜீவா வர,

“நீ முடியாதவ. எல்லாத்தையும் நான் செஞ்சு வச்சிட்டு ஆஃபீஸ் போயிட்டா, உனக்கு கஷ்டமில்லையேக்கா! என்னால முடிஞ்ச உதவி.”

“அதெல்லாம் வேண்டாம். நான் பார்த்துப்பேன். அம்மாவை நான் பாத்துக்கறேன். நீ நிம்மதியா போயிட்டு வா. ஆனா, ஜாக்ரதையா இரு. இவர் பேசறதை பார்த்தா எனக்கு பயம்மா இருக்கு. அம்மாகிட்ட சமாதானமா நாலு வார்த்தைகள் பேசிட்டு போ. நேத்து நீ பேசின பேச்சுல அம்மா அப்செட்.”

“சரிக்கா.”

வேலைகளை முடித்து அம்மாவையும் சமாதானப்படுத்தினாள். தயாரானாள். ஏற்கனவே கம்பெனிக்கு இந்த அட்ரஸை அவள் தந்த காரணமாக கம்பெனி கார் இங்கே வந்து நின்றது. டிரைவர் வந்து அழைக்க, தயாராக இருந்தாள் பகவதி. இவர்களிடம் சொல்லிக்கொண்டு வாசலுக்கு வர, உத்தமன் கூடவே வந்தான்.

“ஒரு நிமிஷம் பகவதி. நான் சில வார்த்தைகள் பேசணும். பலி கொடுக்கப்போற ஆட்டை மஞ்சள் தெளிச்சு, மாலை போட்டு, பலி பீடத்துக்கு வெட்ட கொண்டுபோவாங்க, புரியுதா? இந்தப் பதவி... மஞ்சள் நீர்! இந்த எழுபதாயிரம் சம்பளம்... மாலை! இந்த மரியாதைகள் உன்னை யாருக்கோ பலி கொடுக்க! புரியுதா?”

பகவதி சிரித்தாள்.

“நீயும் கசாப்பு கடைக்காரன்தானே? நான் இப்ப நிக்கறதும் கசாப்பு கடை வாசல்லதான். உள்ளே வந்தாலும், இதுவும் பலி பீடம்தான்! ஆடு நனையுதேனு ஓநாய் அழ வேண்டாம்.”

காரில் ஏறிவிட்டாள். உத்தமன் முகம் சிவக்க நின்றான்.

“உன் திமிரை நான் அடக்கறேண்டி!”

* * * * *

**கா**ரை விட்டு இறங்கி, ஏழாவது மாடியில் வெளிப்பட்டு வரவேற்பை அடைந்தாள் பகவதி. விவரம் சொல்லிவிட்டு காத்திருந்தாள்.

“சந்த்யா மேம் இன்னும் வரலை. ஆனா, சேர்மன் சார் வந்தாச்சு. சொல்லவா?”

“சொல்லுங்க!”

சொன்னதும் அழைப்பு வந்தது. உள்ளே வந்து அவரது அறை வாசலை நெருங்க, சேர்மன் ராஜா வெளியே வந்து,

"வாங்க பகவதி! வெல்கம். சரியான நேரத்துக்கு வந்துட்டீங்களே! பங்சுவாலிட்டி எனக்கு ரொம்ப பிடிக்கும். ஒக்காருங்க!"

கதவை திறந்துகொண்டு பிரசாத் வந்துவிட்டான். பகவதி எழுந்து நின்று வணங்க,

"மிஸ் பகவதி! இந்த ஆஃபீஸ் பக்கம் தலைவச்சு படுக்காத என் தம்பி, இன்று முதல் பொறுப்பை ஏத்துக்க போறான். ஆச்சர்யம். நீங்க வந்த ராசி ஒரு அதிசயம் நடந்திருக்கு. ஆல் த பெஸ்ட். உங்க வேலையைத் தொடங்கலாம்!"

அவள் வெளியே வர, பிரசாத் பின்னால் ஓடிவந்தான்.

"பகவதி! இங்கே உனக்கு ரூம் இருக்கு. ஆனா எனக்கில்லை! அண்ணி வர்ற வரைக்கும் நான் உன் ரூம்ல ஒக்காரட்டுமா?"

"சார்! நீங்க இங்கே முதலாளி. நான் உங்க ஊழியர். இப்படியெல்லாம் கேக்காதீங்க! வாங்க!"

இருவரும் அறைக்குள் நுழைய,

"பகவதி! ராத்திரி முழுக்க நான் தூங்கலை. என்னை குடையற கேள்வியை நான் கேட்டுர்றேன். ஏதாவதொரு கட்டாயத்தின் பேர்ல இந்த வேலையை நீங்க ஒப்புக்கிட்டீங்களா?"

சரக்கென திரும்பினாள் பகவதி.

'சொல்லிவிடலாமா? இவனால் என்னை மீட்க முடியுமா?'

அவள் நிமிர, கதவை திறந்துகொண்டு சந்த்யா நுழைந்தாள்.

- தொடரும்

# அத்தியாயம் 27

**க**தவை திறந்துகொண்டு சந்த்யா உள்ளே நுழைந்தாள்.

“என்னடா? சீக்கிரமே வந்துட்டியா? இந்த நேரத்துக்கு பெட்டை விட்டு எழுந்திருக்க மாட்டியே. முதல் நாள் அடிச்ச சரக்கோட மப்பு போயிருக்காதே உனக்கு? இன்னிக்கு இங்கே வந்து நிக்கற?”

“அண்ணி! என்னை பகவதி தப்பா நினைக்கப்போறா. அவ எதிர்ல இந்த மாதிரி பேசாதே. நான் இனிமே குடிக்கறதா இல்லை!”

“நீயா? நம்பிட்டேன். இவன் இப்ப முதல் கம்பெனி பொறுப்புகளை எடுத்துக்க போறானாம் பகவதி. மத்யானம் வரைக்கும் இருக்கானா பாரு? இவனோட பலான ஸ்நேகிதங்கள் இவனை இருக்க விடாது. ஏண்டா, அந்த மீனாட்சி கூட ஃபிஷர்மென் கோவுல இன்னிக்கு டேட்டிங்கா உனக்கு? காலைல நாலு போன் பண்ணிட்டா எனக்கு. பகவதி, நீ தப்பா எடுத்துக்காதே. இவன் விளையாட்டுப் பிள்ளை. தமிழ்ல சொன்னா கொஞ்சம் நாகரிகமா இருக்கோ?”

“அண்ணி! என் ரூம் எது?”

“படவா! எந்த ஓட்டலல்ல? எனக்கென்ன தெரியும்? நீ கேட்ட பணத்தை நான் தர்றேன். நீ எங்கே ரூம் போடறேனு எனக்குத் தெரியுமாடா?”

முகம் சுளித்தாள் பகவதி.

“அண்ணி! நான் இங்கே ஜே.எம்.டி. எனக்கு இங்கே எது ரூம்?”

“ஓ... நீ அதைக் கேக்கறியா? உனக்கில்லாததா? எதை வேணும்னாலும் எடுத்துக்கோ.”

“அண்ணி! நான் சீரியசா பேசறேன். நான் பொறுப்புகளை நிஜமாவே எடுத்துக்க வந்திருக்கேன். நீ விளையாடினது போதும்!”

“பகவதி! அழகான பொண்ணுகளை பார்த்தா இவன் அபாரமா நடிப்பான். நீ உங்கண்ணன் ரூமுக்குப் போடா. நான் வர்றேன். நான் பகவதிக்கு ட்யூட்டி அலகேட் பண்ணணும். நீ போ!”

எரிச்சலுடன் பிரசாத் விலக, கதவைச் சாத்தினாள் சந்த்யா.

“லுக் பகவதி. நீ நேத்திக்கு ஜாயின் பண்ணியாச்சு. உனக்குள்ளே ஒரு பெரிய கேள்வி இருக்கும். பெரிய கம்பெனில எழுபதாயிரம் சம்பளம் தந்து எதுக்கு நமக்கு வேலை? வேற திறமைசாலிகளே இல்லையானு கேள்வி, உனக்கு மட்டுமில்லை, உன் குடும்பத்துக்கே வந்திருக்கும். பதில் உண்டு. காரணம் உண்டு. ஆனா, கேள்விகளைக் கேக்கற இடத்துல இப்ப நீ இல்லை. நீ எனக்குப் பிடிக்காம ஒரு அங்குலம் அசைஞ்சாக்கூட பென்டிரைவ் வெளில வரும். போகட்டும், என்னோட முட்டாள் கொழுந்தனார் திடீர்னு எதுக்கு இன்னிக்கு வேலைக்கு வரணும்? உனக்காக! உன் கூட இருக்கத்தான். அவன் உன் கூட ஜாலியா பொழுதைக் கழிக்க நினைச்சா, நான் தடுக்க மாட்டேன்.”

“நான் மானங்கெட்டவ இல்லை.”

பகவதி சீறினாள்.

“எப்படியெப்படி? மானமா? இனிமே நீ அப்படியெல்லாம் பேசக்கூடாது. அது என் கைல இருக்கு. இதப் பார்! பிரசாத் கிட்ட நீ ஏதாவது பேச நினைச்சா, உன் கழுத்தை நீ அறுத்துக்கறதுக்கு சமம். பார்த்தே இல்லை? அவன் என்னைத் தாண்டி அடுத்த அடி எடுத்து வைக்க மாட்டான். ஜாக்ரதை! இப்போதைக்கு நிஜம்மாவே கம்பெனில வேலை செய். உனக்கான பணிகள் நிறைய இருக்கு. அதுக்கான அதிகாரிகளை அனுப்பறேன்!”

வெளியேறினாள்.

பகவதி பெருமூச்சுடன் உட்கார்ந்தாள்.

இங்கே ஒரு முதலை! வீட்டுக்கு போனால் ஒரு திமிங்கலம். நான் யாருக்கு பலியாகப் போறேன்? கணவர், கொழுந்தனார் இருவரும் இவள் கைப்பிடியில். நாத்தனார் சிறையில். என்ன இவள் நோக்கம்? யார் இவள்? சொந்த குடும்பத்துக்கே இவள் ஏன் சூன்யம் வைக்கிறாள்? பிரசாத் அடிப்படையில் நல்லவனா? அவனை இந்த மாதிரி ஒரு மயக்கத்தில் இவள் ஆழ்த்தி வைத்திருக்காளா?'

இரண்டு பெண் அதிகாரிகள் வந்தார்கள். அவள் பார்க்க வேண்டிய வேலைக்கான பெரிய பட்டியலை நீட்டினார்கள். நாற்பது கடந்த பெண்மணிகளாக இருந்தார்கள். முகத்தில் ஒரு சிரிப்போ, ஸ்நேக பாவமோ அறவே இல்லை. ஒரு ரௌடித்தனம் தெரிந்தது.

"எல்லா டேட்டாக்களும் கம்ப்யூட்டர்ல இருக்கு. பார்த்துக்கோ. ஏதாவது சந்தேகம் இருந்தாக் கேளு. ஒரு வாரம்தான் நாங்க வழி காட்டுவோம். அப்புறமா நீதான் செய்யணும். உனக்கு டெய்லி டார்கெட் இருக்கு. ராத்திரி பத்து மணியானாலும் அதை முடிக்காம நீ போகமுடியாது. புரியுதா?"

குரலில் மிரட்டல் இருந்தது.

வேலைகளின் அளவை பார்த்ததும் முதலில் மிரட்சியாக இருந்தது. வேலைக்கே போகாத பெண். எந்த ஆஃபீஸ் நடைமுறைகளும் தெரியாது. என்னால் முடியுமா? முடிந்துதான் தீரவேண்டும். இங்கிருந்து நான் தப்பிக்க முடியாது.

ஆயாசமாக இருந்தது. முதலில் மனசளவில் துவண்டு போனாள். சில நொடிகளில் அவளுக்கே உரித்தான தன்னம்பிக்கை தலை தூக்க, நிமிர்ந்து உட்கார்ந்தாள்.

வாழ்க்கைல முடியாதது எதுவும் இல்லை. குடும்பத்தில் தினசரி சந்திக்காத போராட்டங்களா? பார்த்துவிடலாம். படிக்க படிக்க முதலில் ஒன்றுமே புரியவில்லை. படிப்படியாக விளங்கத் தொடங்க, ஒரு தைரியம் வந்தது. முடியும் என்ற நம்பிக்கை வந்துவிட்டது.

அந்தப் பெண்கள் சந்த்யாவிடம் வந்து ரிப்போர்ட் செய்ய,

“இன்னிக்கு இருந்து வாட்ச்பண்ணுங்க. பத்து மணிக்கு குறைஞ்சு அவ போகக்கூடாது. கம்பெனி கார் குடுத்திருக்கில்லை? போகட்டும். மற்றபடி, நல்ல சாப்பாடு, ஜூஸ் வகையறாக்கள் எல்லாம் குடுங்க. அவ சோர்ந்து போகக்கூடாது. இவ நமக்கு பெரிய மூலதனம். புரியுதா?” இன்டர்காம் ஒலிக்க எடுத்தாள்.

பிரசாத் அறைக்குள் நுழைந்தாள். அவனுக்கும் ஏராளமான வேலைகளைத் தந்திருந்தாள். நாளை முதல் அவன் வரவே கூடாது. பயந்து இந்தத் திசையில் தலை வைத்துப் படுக்கக்கூடாது என ஏற்பாடு செய்திருந்தாள்.

* * * * *

**வீ**ட்டில் பூஜைக்கான சகல பொருட்களையும் உத்தமனும், ஜீவாவும் வாங்கி வந்திருந்தார்கள். எல்லா ஏற்பாடுகளும் நடக்க, இரவு எட்டாகிவிட்டது.

“மாப்ளே! பகவதியை இன்னும் காணலையே! அந்த ஆஃபீசுக்கு போன் போடுங்க!”

“அத்தே! அதுக்குத்தான் நான் சொன்னேன். நீங்க கேக்கலை! சரி பேசறேன்.”

அதற்குள் பகவதியே பேசிவிட்டாள்.

“அக்கா! நான் வர பத்து தாண்டும். கார் இருக்கு. கவலைப்பட வேண்டாம்.”

விவரம் சொல்ல, உத்தமன் குதித்தான்.

“நல்லாருக்கா இது? கல்யாணமாகாத பொண்ணு. இது தேவையா? நான் சொன்னா, அவ கேக்கறதில்லை. நீங்க யாராவது பேசுங்க!”

இங்கே விவாதம் போய்க்கொண்டிருக்க, அங்கே பகவதி விறுவிறுப்பாக கம்ப்யூட்டரில் இயங்கிகொண்டிருந்தாள். அவளுக்கு வேலை பிடிபட்டுவிட்டது. நேரம் பத்தை நெருங்க, ஏற்கனவே சந்த்யா போயிருக்க, அந்த முரட்டு பெண்களில் ஒருத்தி மட்டும் இருந்தாள். மாலை ஐந்து மணிக்கு போன பிரசாத்

செக்யூரிட்டி மூலம் விவரம் தெரிந்து கொஞ்சம் பதற்றமாக ஆஃபீஸ் வந்தான்.

“நீ போகலையா பகவதி?”

“வேலை முடியலை சார்!”

“அப்படியென்ன பொல்லாத வேலை?”

அந்த முரட்டுப் பெண் வந்துவிட்டாள். அவளைப் பிடித்து பிரசாத் விளாச,

“மேம் உத்தரவு சார். நாங்க என்ன செய்வோம்?”

“இது தப்பு! இனிமே இந்த மாதிரி செய்யாதீங்க! பகவதி புறப்படு!”

“ஸாரி சார்! எனக்கு மேலதிகாரி மேம்தான்! நீங்க இல்லை. நீங்க எதுக்கு வந்தீங்க? எனக்கு கார் குடுத்திருக்காங்க! நீங்க போங்க சார்.”

அவள் புறப்பட, பிரசாத்துக்கு அவமானமாகிவிட்டது. பகவதி வாசலில் இறங்கிவிட்டாள். பின்னால் வந்தான் பிரசாத்.

“பகவதி, ஒரு நிமிஷம்! நான் ப்ளேபாயா ஜாலியா இருக்கறவன்தான். ஆனா, உன்னை பார்த்த முதல் எங்கிட்ட ஒரு மாற்றம் வந்திருக்கு. உன் அழகை ரசிக்க இந்த ராத்திரி பத்து மணிக்கு நான் இங்கே வரலை. நீ போகலைனு தெரிஞ்சு உன் மேல உள்ள அக்கறையால பதற்றத்தோட நான் வந்திருக்கேன். நீ என்னைப் புரிஞ்சுகோ. நான் உன்னை ட்ராப் பண்றேன்!”

“தேவையில்லை! தேங்க்ஸ்... மேம் கார் குடுத்திருக்காங்க! குட்நைட்.”

காரில் ஏறிவிட்டாள். அந்த முரட்டு தாரா சகலமும் பார்த்துக்கொண்டு நின்றாள். உடனே போன் போட்டு நடந்ததை சந்த்யாவுக்கு ஒப்பிக்க தொடங்கினாள்.

காரில் உட்கார்ந்த பகவதி கண்களை மூடிக்கொண்டாள். பிரசாத் வந்து நின்றதும், படபடப்பாக பேசியதும் உள்ளே ஓடியது. பிரசாத் எப்படி வேணும்னாலும் இருக்கட்டும். ஆனா, என்னைப்

பொறுத்த வரைக்கும் நிச்சயமா தப்பா இல்லை. அவன் பார்வை கூட எல்லை தாண்டலை.

'ஒரு ப்ளேபாய்க்கு அழகான பெண் எதிர்ல இருந்தா, கண்கள் நிச்சயமா கட்டுப்பாட்டை மீறி கண்டபடி அலையும். அவனால் காமத்தை கட்டுப்படுத்த முடியாது. உத்தமனைப் பார்க்கும்போது, அழகு, பணம், தகுதி எல்லாம் இருந்தும், பிரசாத் எல்லை தாண்டவில்லை. இன்னிக்கு எனக்கு முன்னால சந்த்யா வேணும்னே பிரசாத்தைக் கேவலப்படுத்தினா. எதுக்கு? நான் அவனைக் கேவலமா நினைக்கவா? அம்மாவை ஆதரிச்ச முதல் இப்ப வரைக்கும் பிரசாத் தப்பா இல்லை. முட்டாள் கொழுந்தனார்னு சொல்றா. எங்கிட்ட தன் சுயரூபத்தை உரிச்சுக் காட்டறா. நான் என்ன செய்யணும்? என்னை பிரசாத்தால மீட்க முடியுமா? அப்படீன்னா, நான் பிரசாத்தை மீட்கணும்.'

இந்தச்சிந்தனை கொஞ்சம் வினோதமாக இருந்தது. 'அண்ணியை கடவுளா நினைக்கறவன், என் பேச்சுக்கு மரியாதை தருவானா?'

'நிச்சயம் தருவான். என் மேல உள்ள அக்கறைல பத்து மணிக்கு இங்கே வந்தவனை என் பக்கம் நான் திருப்ப முடியாதா?'

வீட்டு வாசலில் கார் நிற்க,

"நாளைக்கு காலைல எட்டு மணிக்கு வந்துடுங்க."

உள்ளே வந்தாள். மணி பத்தரை.

"ரொம்ப நல்லாருக்குடி. இப்படி பத்தரை மணியானா என்ன அர்த்தம்? நாளை முதல் நீ வேலைக்குப் போகவேண்டாம்."

அம்மா சீற, பகவதியின் செல்போன் அடித்தது. பிரசாத் அழைத்தான்.

"வீட்டுக்குப் போய் சேர்ந்தாச்சா பகவதி?"

உத்தமன் பார்த்துக்கொண்டிருந்தான். இந்த போனை சந்த்யா ஒட்டு கேட்பாள் என்பது பகவதிக்கு தெரியும்.

"மிஸ்டர் பிரசாத்! விடமாட்டீங்களா? கம்பெனி கார் தரும்போது பத்திரமா வரமாட்டேனா? நீங்க இனி போன் பண்ணினா, சந்த்யா

மேம் கிட்ட நான் கம்ப்ளெயிண்ட் பண்ண வேண்டிவரும். வைங்க!"

அங்கே கேட்டுக்கொண்டிருந்த சந்த்யா முகத்தில் வெற்றிப் புன்னகை. இங்கே உத்தமனுக்குக் குழப்பம்.

பகவதி உள்ளே வந்து மெல்லச் சிரித்தாள்.

'இந்த பகவதியோட ஆட்டம் தொடங்கியாச்சு!'

**- தொடரும்**

# அத்தியாயம் 28

**ச**ந்த்யா தன் அறைக்குள் குறுக்கும் நெடுக்குமாக நடந்துகொண்டிருந்தாள். முகம் சிவந்து கிடந்தது. நேரம் இரவு பதினொன்று. ராஜா வந்து சாப்பிட்டு படுத்தாகிவிட்டது. இன்னும் பிரசாத் வந்த பாடில்லை. கார் சத்தம் கேட்டது. சந்த்யா எட்டிப்பார்த்தாள். பிரசாத் இறங்கி உள்ளே வந்தான். அவன் எதுவும் சாப்பிடாமல் அவன் அறைக்குப் போய்விட, பத்து நிமிஷங்கள் கழித்து, சந்த்யா அவனுக்கான உணவுகளை ஹாட் கேஸில் வைத்து எடுத்து வந்தாள்.

*"ஏன் சாப்பிட வரலை?"*

*"எனக்குப் பசிக்கலை!"*

*"பொய் சொல்லாதே! நீ பசி தாங்கமாட்டே. உனக்கு புடிச்ச பன்னீர் புலாவ், சிக்கன் க்ரேவி, முட்டை பரோட்டா ரெடியா இருக்கு. வேணும்னா ஒரு கட்டிங் விட்டுட்டு சாப்பிடு."*

*"அண்ணி! எனக்கு வேண்டாம். சாப்பிடற மனநிலைல நானில்லை."*

*"எப்படி இருப்பே? நீ ஒரு கோடீஸ்வரன்! கம்பெனியோட ஜே.எம்.டி. நீயேண்டா உன் மரியாதையைக் கெடுத்துட்டு ராத்திரி பத்து மணிக்கு ஆஃபீசுக்கு போய், அவகிட்டப் பேசி, வீட்டுக்கும் போன் பண்ணி அவ கிட்ட மூக்குடைஞ்சு வந்து நிக்கற? அவ ராங்கிக்காரி. உனக்கிது தேவையா?"*

*"ஒரு கர்வம் புடிச்சவளை நீயேன் வேலைக்கு சேர்த்தே?"*

*"முட்டாள். அது வர்த்தகம். அவ புத்தியை நான் பயன்படுத்திக்கறேன். உனக்கு அவ அழகுல மோகம் இருந்தா கூப்பிடு. அதுதானே உன் பழக்கம்?"*

*"அவ அந்த மாதிரி பொண்ணு இல்லைனு நான் சொன்னேனே அண்ணி?"*

“உனக்கு தெரியுமா, அவ எந்த மாதிரி பொண்ணுனு? பேசாதே. உன்னை மாதிரி பசங்களுக்கு அழகான பெண்களோட ஒடம்பு மட்டும்தான் கண்ணுக்கு தெரியும். அதைத்தாண்டி பல சங்கதிகள் இருக்குடா. விட்ரு பிரசாத். முட்டாள் மாதிரி நடந்துக்காதே. அவளுக்காக நீ கம்பெனிக்கு வர்றதா இருந்தா, அதை உடனே நிறுத்து. இல்லைனா, தொடர்ந்து நீ அவமானங்களை சந்திக்கவேண்டி வரும். அண்ணியா பேசலை, உன் அம்மாவா பேசறேன். இதைச் சாப்பிட்டு போய்த் தூங்கு. நாளை முதல் பழைய பிரசாத்தா ஜாலியா இரு. குட் நைட்.”

சந்த்யா போய்விட ஹாட் கேஸைத் திறந்தால் மணம் பரப்பும் உணவுகள். பசியில் கண்களை இருட்டியது. ஆனால் சாப்பிட பிடிக்கவில்லை.

‘ஏன் நீ என்னைப் புரிஞ்சுகலை பகவதி? என்னை ஒரு ப்ளே பாயா மட்டும் நினைக்கறியா? உன் சங்கதில நான் அப்படி இல்லைனு எப்படி நான் புரியவைப்பேன்? அண்ணி என்னை அசிங்கப்படுத்தறாங்க!’

உடை மாற்றிக்கொண்டு கட்டிலில் வந்து உட்கார, அவனது செல்போன் ஒலிக்க, ஏதோ ஒரு லேண்ட் லைன் நம்பர். முதலில் கடுப்பாகி துண்டித்தான். அடுத்தடுத்து அடிக்க எரிச்சலாகி,

“யாரது, இந்த பதினொரு மணிக்கு?”

“பிரசாத்! நான் பகவதி பேசறேன்!”

தேன்குரல் வழிய, நம்பாமல் ஒரு நொடி தடுமாறி, எதுவும் பேசாமல், இது பிரமையோ எனத் தடுமாற,

“பிரசாத்! நான் பகவதிதான் பேசறேன். நம்புங்க! ஐயாம் ஸாரி பிரசாத்! வேணும்னே உங்களை நான் புண்படுத்தலை. அலட்சியப்படுத்தவும் இல்லை. என் சூழ்நிலை அப்படி. உங்க மேல எனக்கு வருத்தமோ கோபமோ இல்லை. நிறைய மரியாதை இருக்கு பிரசாத்.”

“ஆனா அண்ணி எப்படிப் பேசறாங்க தெரியுமா? என்னைப் புடிச்சு காச்சி எடுத்துட்டாங்க பகவதி. நாளை முதல் நான்

ஆஃபீசுக்கே வர வேண்டாம்னு நெனச்சேன். ஏன்னா, என்னை நீ மதிக்கமாட்டே."

"இல்லை பிரசாத்! அந்தத் தப்பை மட்டும் நீங்க பண்ணாதீங்க. கண்டிப்பா ஆஃபீஸ் வாங்க. எனக்குள்ள ஒரே பாதுகாப்பு அங்கே நீங்கதான்."

"பாதுகாப்பா? புரியலை!"

"ஒரு போன் கால்ல எல்லாத்தையும் புரியவைக்க முடியாது. மேம் குடுத்த மொபைல் அது. அதுக்கு போன் பண்ணினா நான் உங்களை மதிக்க மாட்டேன். ஆஃபீஸ்ல நான் கொஞ்சம் கெடுபிடியாத்தான் நடப்பேன்."

"ஏன் அப்படி? யாருக்காக? அண்ணிகிட்ட உன் பிரச்னைகளை நீ சொன்னா, அவங்க பார்த்துப்பாங்க."

"அய்யோ பிரசாத்! என் பிரச்னையே அவங்கதான்."

"அண்ணியைத் தப்பா பேசாதே!"

"ஓகே, வச்சிர்றேன். நம்ம நட்பு தொடர வாய்ப்பில்லை."

"இரு! அவசரப்பட்டு வச்சிடாதே! நான் பேசணும்."

"உங்கண்ணி உங்களுக்கு தெய்வமா இருக்கட்டும். ஆனா என் சங்கடங்கள் வேற. நிறையப் பேச முடியலை. இங்கேயும் எனக்கு சிக்கல். நாளைக்கு ஆஃபீஸ்ல சந்திப்போம். ரெண்டு பேரும் மாட்டியிருக்கோம். பரஸ்பரம் கை கொடுத்தா கரையேறலாம். வச்சிர்றேன்."

பிரசாத் குழம்பிப்போனான். 'பரஸ்பரம் சிக்கலா? எனக்கென்ன பிரச்னை? கை கொடுத்தா கரையேறலாமா? யாரு? இப்ப நான் என்ன கடல்லயா நிக்கறேன்? ஒரே புதிரா இருக்கு!'

ஆனாலும் அவளே பேசியது சந்தோஷமாக இருந்தது. அவள் என்னை வெறுக்கவில்லை. இது போதாதா? இப்போது நன்றாகவே பசித்தது. ஒருபிடிபிடித்தான்உணவுப்பொருட்களை.

* * * * *

**கா**லையில் பகவதி எழுந்து வர, ஜீவா குளித்து முடித்து பாலை காய்ச்சிக்கொண்டிருந்தாள். மணி நாலுதான்.

"ஏன்கா இத்தனை சீக்கிரமா?"

"இன்னிக்கு பூஜையாச்சே! அவதானே பாடுபடணும்? நீ லீவு போடச்சொன்னா போடுவியா? இதுக்கு நாம இங்கே வந்தே இருக்க வேண்டாம். அவளுக்கு எந்த உதவியும் இல்லை. இன்னிக்கு ராத்திரி பத்தா? பன்னண்டா?"

"அம்மா! வேலைனு சேர்ந்தாச்சு. போய்த்தான் ஆகணும். அக்காவுக்கு தொந்தரவு வேண்டாம். உன்னைக் கொண்டுபோய் நம்ம வீட்ல விட்டுட்டு நான் ஆஃபீஸ் போறேன். கிளம்பு."

"எதுக்கு? அத்தையை அங்கே யாரு பாத்துப்பாங்க? எங்கேயும் போக வேண்டாம்! பூஜைக்கு அத்தை இருக்கட்டும்."

உத்தமன் சொல்ல,

"என் மேல பாசம் வச்சவர் மாப்ளை ஒருத்தர்தான்."

'நல்ல காலம்! உனக்கு அம்பத்தி எட்டு வயசு. இதுவே முப்பதா இருந்தா, உன்னை இவன் கிட்டேயிருந்து காப்பாத்தறது யாரு?'

உள்ளே எண்ணம் ஓட, பகவதிக்கு சிரிப்பை அடக்க முடியவில்லை.

"ஏண்டீ இப்ப சிரிச்சே? மாப்ளை என்ன நெனப்பார்?"

"ஏம்மா, சிரிக்கக்கூட மாப்ளையைப் பார்த்து பயப்படணுமா?"

ஜீவாவும் சிரித்துவிட்டாள். உத்தமனுக்கு பிடிக்கவில்லை.

"அக்கா! நான் கிளம்பறதுக்குள்ளே சமையலை முடிச்சிர்றேன். நீ பூஜைக்கான ஏற்பாடுகளை செய்."

மளமளவென செயல்பட்டு சகல வேலைகளையும் முடித்தாள். நடுவில் ஒரு சின்ன இடைவெளியில்,

"ராத்திரி லேண்ட் லைன்ல ரொம்ப நேரம் யார் கூடப் பேசினே பகவதி?" உத்தமன் கேட்க,

“என் முதலாளி பிரசாத் கூடத்தான். என் குரல் கேக்கணும்னு ஆசைப்பட்டார். பேசினேன். அவர் குரலும் மேன்லியா இருக்கும். குரல் மட்டுமில்லை, ஆளும் அப்படித்தான். ஹேண்ட்சம்!”

உத்தமனுக்கு உடம்பு முழுக்க ஆசிட் தடவியது போலிருந்தது. அதை ரசித்தாள் பகவதி.

‘சாவுடா! தினமும் உன்னைப் பேசியே சாகடிக்கறேன். இவ ஏண்டா இங்க இருக்கானு நீ நொந்து போகணும்.’

* * * * *

**அ**தே நேரம், காலையில் சீக்கிரமே ராஜா புறப்பட்டுவிட, சந்த்யா உறக்கத்தில் இருந்தாள். ராஜா காருக்கு வர, பிரசாத் பளிச்சென வந்து நின்றான்.

“அட! நீயும் புறப்பட்டாச்சா? அதுக்குள்ள பொறுப்பு வந்தாச்சா உனக்கு?”

“அண்ணி நிறைய வேலைகளை தந்திருக்காங்க. அந்த பகவதி நேத்து ராத்திரி பத்து வரைக்கும் வேலை பார்த்திருக்கா. நானும் அவ கூட சேர்ந்து வொர்க் பண்ணட்டுமா? அண்ணிகிட்ட நீ சொல்லு அண்ணே! இப்ப உன் கூட நான் கார்ல வரட்டுமா?”

“வாயேன். நிறைய பொறுப்புகளை நீ எடுத்துக்கோடா!”

கார் ஆஃபீசுக்கு வர, பகவதி காத்திருந்தாள். ராஜாவை வணங்கினாள்.

“கடுமையா உழைக்கறியாம்! சந்தோஷம். உன்னை பிரசாத் கெய்ட் பண்ணுவான். அவனுக்கு நீ உதவியா இரு. நல்லா பண்ணும்மா.”

உள்ளே போய்விட்டான்.

பகவதியின் அறைக்கு பிரசாத் வந்தான்.

“சொல்லு பகவதி, ஏன் அண்ணிக்கு போன் பேச்சு தெரியக்கூடாதுனு சொல்ற?”

"இங்கே ஆடியோ, வீடியோ சங்கதிகள் உண்டா?"

"அந்த சந்தேகம் உனக்கிருந்தா, என் கேபினுக்கு வா. கம்மான்."

இருவரும் வர,

"வேண்டாம் பிரசாத். உங்கண்ணியைப் பற்றி பேசினா உங்களுக்கு புடிக்காது. விட்ருங்க! நான் என் ரூமுக்குப் போறேன். எனக்கு டார்கெட் பிக்ஸ் பண்ணியிருக்காங்க. அதை முடிக்க பத்துக்கு மேலே ஆகும். என் செல்போன் பேச்சு பதிவுசெய்யப்பட்டு அவங்களுக்கு போகுது. நான் கடுமையா கண்காணிக்கப்படறேன். நீங்க நம்ப மாட்டீங்க! நான் வேற வழியில்லாம, ஒரு கட்டாயத்தின் பேர்லதான் இங்கே வேலைக்கு சேர்ந்திருக்கேன்."

"என்ன அது? அண்ணி தப்பானவங்க இல்லையே?"

"என்னை நீங்க நம்பலை. விடுங்க. நாம இனி பேச வேண்டாம்."

வாசலில் கார் ஹாரன் கேட்க,

"அண்ணி வந்தாச்சு. நீ உன் ரூமுக்குப் போ! அப்புறமா பேசிக்கலாம்."

பகவதி அவள் அறைக்கு வந்து கம்ப்யூட்டரை லாக் இன் செய்ய, உள்ளே நுழைந்தாள் சந்த்யா.

"எப்ப வந்தே? வேலைகளை எனக்கு மத்யானம் ரிப்போர்ட் பண்ணு."

"சரி மேம்."

சந்த்யா வெளியே வந்தாள். ராஜா எதிர்ப்பட்டான்.

"நம்ம பிரசாத்துக்கு நிறைய பொறுப்பு வந்தாச்சு. என் கூடத்தான் வந்தான்."

"என்னது, பிரசாத் வந்துட்டானா? வீட்ல அவன் தூங்கறான்னு நெனச்சேன் நான். இங்கே இருக்கானா?"

"எதுக்கு பகவதியை பத்து மணி வரைக்கும் இருக்க சொல்ற?"

"யாரு சொன்னது?"

"பிரசாத் சொன்னான். அவன் பகவதி கூட சேர்ந்து வொர்க் பண்ணட்டும்."

"எதுக்கு? அதெல்லாம் வேண்டாம்."

"என்ன தப்பு? வராதவன் வந்திருக்கான். அவனுக்கு அந்தப் பொண்ணு காரணமா பொறுப்பு வரட்டுமே. நான் சொல்ற எதையும் நீ கேக்க மாட்டே. இதையாவது கேளு. அவன் நிரந்தரமா ஆஃபீஸ் வரட்டும்."

ஆடிப்போனாள். ஆத்திரம் வந்தது சந்த்யாவுக்கு.

'என் சொல்லை மீறாதவன், யாரோ ஒரு பகவதிக்காக அண்ணன் சிபாரிசில் என்னை ஓவர்டேக் பண்றானா? நான் யாருன்னு பிரசாத்துக்கு தெரியலை.'

"சரிங்க! அப்படியே ஆகட்டும்."

நேராக பிரசாத் அறைக்கு வந்தாள்.

"என்னடா? என்னிக்கும் இல்லாம அண்ணன் சிபாரிசு புடிச்சு, நீ நெனச்சதை சாதிக்கப் போறியா? அண்ணியை இனி மதிக்க மாட்டியா?"

"அய்யோ அண்ணி! ஏன் இப்படிப் பேசற? நானே ஆஃபீஸ் பக்கம் வர்றது பெரிசில்லையா? நான் விரும்பினதை எப்பவுமே நிறைவேத்தறது நீதானே? இதுல உனக்கென்ன கஷ்டம்?"

சட்டென சிரித்தாள் சந்த்யா. நெருங்கி வந்து அவன் முன்னுச்சி கேசத்தை செல்லமாக கலைத்தாள்.

"உன் விருப்பத்தை என்னிக்கு நான் தடை செஞ்சிருக்கேன்? தாராளமா செய். எனக்கு வேலை நடக்கணும். உன் ரூம்ல சில வசதிகள் போதாது. இன்னிக்கு அவ கூட ஒக்காந்து வொர்க் பண்ணு. அதுக்குள்ள உன் ரூமை நான் ரெடி பண்றேன்."

"சரி அண்ணி! அப்படியே ஆகட்டும்."

பகவதி அறைக்குள் பிரசாத் நுழைய, தன் அறையில் சிஸ்டத்தை சந்த்யா திறக்க, திரையில் பகவதியும் பிரசாத்தும்.

"அண்ணி, உன் கூட சேர்ந்து என்னை வொர்க் பண்ண சொல்லிட்டாங்க! நான் சாதிச்சிட்டேன் பகவதி."

"சார். எனக்கு டார்கெட் முடிக்கணும். மேம், நம்ம ரெண்டு பேருக்குமா சேர்த்து வேலை அலகேட் பண்ற வரைக்கும் என்னை வேலை செய்ய விடுங்க. நீங்க என் வேலையைக் கெடுத்தா, நான் அவங்களுக்கு பதில் சொல்லணும். புரியுதா?"

பிரசாத் புரிந்துகொண்டான். இவள் பேசுவதில் ஏதோ சூட்சுமம் இருக்கு. அங்கே தன்னறையில் சந்த்யா சந்தோஷப்பட்டாள்.

'இவள் மானத்துக்கு பயந்து, நான் கிழித்த கோட்டைத் தாண்ட மாட்டாள்!'

ஆனால் சகலமும் தடம் புரளப்போகிறது என்பதை சந்த்யா அப்போது அறியவில்லை.

**- தொடரும்**

# அத்தியாயம் 29

பிரசாத் அந்த அறையில் இருந்த வரை பகவதி ஒரு வார்த்தை கூடப் பேசவில்லை. தன் வேலையில் முனைப்பாக இருந்தாள்.

"எனக்கு போரடிக்குது. நீ பேச மாட்டியா?"

"சார்! நான் பொழுதைப் போக்க இங்கே வரலை. உங்களுக்காக ஒதுக்கப்பட்ட வேலைகள் இருந்தா அதைப் பாருங்க. நீங்க முதலாளி! யாருக்கும் பதில் சொல்ல வேண்டாம். நான் அப்படியில்லை. வேலை செய்யவிடுங்க சார்!"

சரக்கென எழுந்து பிரசாத் வெளியேறினான். தன் அறைக்கு வர, வழியில் சந்த்யா.

"உன் ரூம் நாளைக்குத்தான் ரெடியாகும். இப்ப வேலை நடக்குது. நீ என் ரூமுக்கு வாடா."

"இல்லை அண்ணி! எனக்கு வெளில கொஞ்சம் வேலை இருக்கு. நான் போறேன்."

அவன் காருக்கு வர, ஒரு ஐம்பது கடந்த மனிதர் ஓடிவந்தார்.

"தம்பி! நீங்கதான் ராஜா சாரோட தம்பியா?"

"ஆமாம்! நீங்க யாரு? என்ன வேணும்?"

"இங்கே வெளில வேண்டாம். என் காருக்குள்ள வந்து ஒக்காருங்க! நான் பேசணும்."

பிரசாத் வந்து உட்கார,

"தம்பி! உங்க தாத்தா காலத்து ஆட்கள் நாங்க! எத்தனை பிரமாதமா பிசினஸ் தந்திருக்கோம் தெரியுமா? ஆனா இன்னிக்கு எங்களையெல்லாம் கழட்டி விட்டுட்டு தன் ஆட்களை

வேலைக்கு வச்சாச்சு உங்கண்ணி. சேர்மனைப் பார்க்கவே எங்களை விடறதில்லை. உங்கண்ணன் ரொம்ப நல்லவர். ஆனா, அவரைத் தன் பிடில வச்சிருக்கா உங்கண்ணி."

"நிறுத்துய்யா! எங்கண்ணி பத்தி எங்கிட்டயே நீ பேசறியா? தொலைச்சிடுவேன்."

கார் கதவைத் திறந்து பிரசாத் இறங்க,

"தம்பி! அவசரப்படாதீங்க! கண்மூடித்தனமா அந்தப் பிசாசை நம்பி எல்லாத்தையும் இழக்கப்போறீங்களா? உங்க குடும்பத்தை அழிக்கத்தான் அவ வந்திருக்கா. உன் அக்கா செய்யாத கொலைக்கு ஜெயில்ல இருக்கா. காரணம் இவதான். உங்க ரெண்டு பேரையும் இவ நிச்சயமா தெருவுல விடப்போறா."

பிரசாத் அந்த நபரை இழுத்துப்போட்டு அடிக்க, செக்யூரிட்டி ஓடி வர,

"இவனை கழுத்தைப் புடிச்சு வெளில தள்ளு."

காவலர்கள் அதைச் செய்ய, விவரம் தெரிந்து சந்த்யா வெளியே வந்துவிட்டாள். ராஜா உள்ளே மீட்டிங்கில் இருக்க,

"என்ன பிரசாத்? என்ன பிரச்னை?"

"உன்னை இவன் தாறுமாறா பேசறான் அண்ணி. அதான் உதைச்சேன்!"

அதற்குள் கம்பெனியின் பாதுகாவலர்கள் வந்து அந்த நபரை இழுத்துப்போக, அந்த மனிதர் சாபம் விட்டுக்கொண்டே போக,

"நீ உன் வேலையைப் பாரு பிரசாத். வர்த்தகத்துல தோத்துப் போனவங்க வாய்க்கு வந்தபடி பேசறது சகஜம். இது கரடுமுரடான உலகம்டா ராஜா. உனக்கிது வேண்டாம். என் ரூமுக்கு வா. இவன் ஒரு குடிகாரன். எல்லாப் பழக்கமும் உண்டு. இவனுக்காக நாங்க நிறைய இழந்திருக்கோம். சரி விடு! அதெல்லாம் உனக்கு வேண்டாம். வா."

"நான் என் ஸ்நேகிதனை பாக்கப்போறேன் அண்ணி!"

பிரசாத்திடம் ஒரு குழப்பம் இருந்தது. சந்த்யா வேலை நிமித்தம் நாலு மணிக்கே புறப்பட்டுவிட, ஐந்து மணிக்கு தன் டார்கெட்டை முடித்துவிட்டாள் பகவதி. சேர்மன் இருந்தார். அவரிடம் ரிப்போர்ட் செய்தாள்.

"வெரிகுட்! பத்து மணிக்கு முடிக்க வேண்டியதை அஞ்சுக்கே முடிச்சிட்டியா? நீ புறப்படும்மா!"

அவள் காருக்கு வர, பிரசாத் வந்து இறங்கினான்.

"என் கார்ல ஏறு பகவதி!"

"அது வேண்டாம். தகவல் உங்கண்ணிக்குப் போயிடும். எதுவா இருந்தாலும் இங்கியே சொல்லுங்க."

"இந்த செல்போனைப் பிடி! உனக்காக நான் வாங்கினது. டக்குனு உன் பேக்ல வை. நீ வீட்டுக்கு போன பிறகு நான் பேசறேன். நீ புறப்படு."

அவன் உள்ளே போய்விட்டான். பகவதி காரில் ஏறினாள். இதை ஒரு செக்யூரிட்டி கவனித்தான். செல்போன் தந்ததை கவனிக்கவில்லை.

ஆறு மணிக்கு பகவதி வீட்டுக்கு வர, அம்மா பதற்றத்தில் இருந்தாள்.

"நீயே வந்துட்டியா பகவதி? போன்ல நீ கிடைக்கலை."

"என்ன பிரச்னை? அக்கா எங்கே?"

"அதையேன் கேக்கற? பூஜை நல்லபடியா முடிஞ்சது இன்னிக்கு. அவளுக்கு வேலை அதிகம். ஒடம்புல தெம்பும் இல்லை. சரியா சாப்பிடவும் இல்லை. ஒரு மணி நேரம் முன்னால மயக்கம் போட்டு விழுந்து, மாப்ளை அவளை கார்ல கூட்டிட்டுப் போயிருக்கார். எனக்கு ஒடம்பெல்லாம் நடுங்குது. நீயும் இல்லை!"

"எந்த ஆஸ்பத்திரினு தெரியுமாம்மா?"

"எனக்கென்னடி தெரியும்? நீ மாப்ளைக்கு போன் பண்ணிப் பாரு."

உடனே பகவதி போன் செய்ய, உத்தமன் எடுத்தான். இடம் சொன்னான். "தற்காலிகமா அவளை அட்மிட் பண்ண சொல்லி, சிகிச்சை நடக்குது. இன்னும் மயக்கம் தெளியலை."

"நான் அங்கே வர்றேன்."

பகவதி உடனே புறப்பட்டாள். அம்மா பதறினாள். பகவதிக்கே கலக்கமாக இருந்தது. ஆட்டோ பிடித்து ஏறிவிட்டாள். அவள் கையில் பேக் பிரிக்காமல் பிரசாத் தந்த செல்போன் இருந்தது. இது உத்தமனுக்குத் தெரியக்கூடாது! வீட்டில் போய் பிரித்துக்கொள்ளலாம். ஆஸ்பத்திரிக்கு வந்துவிட்டாள். விவரம் கேட்டு உள்ளே போக, உத்தமன் காரிடாரில் உட்கார்ந்திருந்தான்.

"உள்ளே டாக்டர் இருக்காங்க! அவளுக்கு நினைவு திரும்பியாச்சு. கூப்பிடுவாங்க. நீ இப்படி வந்து ஒக்காரு."

கைகளைப் பிடித்தான். படக்கென உதறினாள்.

"அக்கா இப்படி இருக்கும்போதும் உன் சேட்டை ஓயலையா?"

நர்ஸ் வெளியே வந்து டாக்டர் அழைப்பதாக சொல்ல, இருவரும் உள்ளே போக, ஜீவா விழித்திருந்தாள்.

"எல்லாம் நல்ல சேதிதான் உத்தமன். ஜீவா கன்சீவ் ஆயாச்சு."

ஜீவாவின் முகம் குபீரென மலர்ந்தது.

"ரொம்ப சந்தோஷப்படாதீங்க. ஏற்கனவே ரெண்டு முறை கலைஞ்சிருக்கு. நான் பயப்படுத்தலை. எச்சரிக்கறேன். கர்ப்பப்பை இப்பவும் பலவீனமாத்தான் இருக்கு. முழுக்க பெட் ரெஸ்ட்ல வச்சுப் பார்த்துக்கணும். எந்த ஒரு அதிர்ச்சியும் கூடாது. இந்த முறை தப்பு நேர்ந்தா, இனி தாயாக வாய்ப்பில்லை. கவனம். மனசைத் தெளிவா, தைரியமா வச்சுக்குங்க. நல்லதே நடக்கும். நான் மருந்துகளை எழுதி தர்றேன். டயட் சார்ட் தர்றேன். அப்படியே ஃபாலோ பண்ணுங்க, சரியா? சந்தோஷமா இரு ஜீவா! இப்பவே வீட்டுக்கு கூட்டிட்டுப் போகலாம். காரை கவனமா ஓட்டுங்க. வாங்க உத்தமன்."

உத்தமன் முகத்தில் சந்தோஷம் இல்லை. பேயறைந்த தினுசில் இருந்தது. டாக்டருடன் நடக்க,

"எனக்கு பயம்மா இருக்கு பகவதி."

"எதுக்குக்கா? பூஜைக்கு உடனே பலன் கிடைச்சிருக்கு. குழந்தையும் நல்லபடியா பிறக்கும். நீ ஏன் கவலைப்படற? நாங்கள்லாம் இல்லையா?"

"உன் மாமா முகமே சரியா இல்லை! இதுவாவது நிலைக்கணுமேனு அவர் பயப்படறார். அவர் ஏக்கத்தை இந்தக் குழந்தை பிறந்துதான் போக்கணும்."

'அக்கா! நீ பாவம். அந்தாள் அதுக்காக கவலைப்படலை. நீ தாயாகாம இருந்தாத்தான் என்னை அடைய முடியும்னு கணக்கு போட்டிருக்கான். காமக்கணக்கை கடவுள் கலைச்சிட்டார்.'

உத்தமன் மருந்துகளுடன் வர, ஜீவாவை வீல்சேரில் வைத்து காருக்கு அழைத்து வந்தார்கள்.

"பகவதி! உங்கக்கா பின் சீட்ல படுத்துக்கட்டும்! நீ முன்னால வந்து ஒக்காரு."

"வேண்டாம்! நான் அட்ஜஸ்ட் பண்ணி ஒக்காந்துப்பேன்."

"அவர் சொல்றதைக் கேளுடி! உன் மாமா பக்கத்துல ஒக்கார என்ன கஷ்டம்? வெடுக்குனு பேசற! ஆனா, இப்படி ஒரு மரியாதை. ஒக்காரு பகவதி!"

ஜீவா பின் இருக்கையில் படுக்க, உத்தமன் விஷமப் புன்னகையுடன் முன் கதவைத் திறந்துவிட்டான். பகவதி ஒடுங்கி உட்கார்ந்தாள். உத்தமன் ஏறி உட்கார்ந்து காரை ஸ்டார்ட் செய்தான்.

"நிதானமா போகச் சொன்னாங்க டாக்டர். அவளுக்கு அதிர்வு கூடாது. நீ ஸ்பீட் பிரேக்கர் பாரு பகவதி. சீட் பெல்ட்டை போட்டுக்கோ."

அவளுக்கு அதை இழுத்து கொக்கியில் மாட்ட வரவில்லை.

"இரு! நான் போட்டு விடறேன்!"

அவன் அதை இழுத்து, அவள் மார்பில் கைகளை குறுக்காக ஊன்றி, அவகாசம் எடுத்துக்கொண்டு அதை மாட்டினான்.

மாட்டி முடிப்பதற்குள் சர்வாங்கமும் ஸ்பரிசித்து விட்டான். பகவதி நரகம் தொட்டாள். ஒரு சின்ன எதிர்ப்பைக்காட்டினாலும் அக்காவை அது பாதிக்கும்.

கார் ஓடத் தொடங்கியது. ஒரு கையால் லாவகமாக ஸ்டியரிங் பிடித்தபடி, அவனது இன்னொரு கை தாறுமாறாக சேட்டையில் இறங்க, பகவதியால் அக்காவை கருதி எதுவும் செய்ய முடியாத நிலை. இங்கே வார்த்தைகளால் எழுத முடியாத சேட்டைகள். ஒரு நொடியில் அவன் கையை உடைக்க பகவதியால் முடியும். ஓடும் கார்... கொஞ்சம் தடம் மாறினாலும் இழக்கப்போவது அக்கா! இது தெரிந்தே உத்தமனின் விளையாட்டு எல்லை மீறியது. பகவதிக்கு அவமானத்தில் உடல் கூசியது. கண்ணீர் கொப்பளித்தது. ஒரு தாய்மையைப் பாதுகாக்க, பாதி கற்பை காருக்குள் இழந்துகொண்டிருந்தாள் பகவதி.

'மங்கையராக பிறப்பதற்கே நல்ல மாதவம் செய்திட வேண்டும்' என்ற வாக்கியம் இங்கே பொய்யாகி கொண்டிருந்தது. ஏன் பெண்ணாகப் பிறந்தோம் என்று நொந்துபோனாள். புனிதமான தாய்மை! இந்தப் பாவி மகனும், ஒரு தாய் வயிற்றில்தானே பிறந்தான்? உன் அம்மாவிடம் இருந்த அதே அங்கங்கள்தானே எனக்கும்? அங்கே அது புனிதம்! இங்கே அது போகப் பொருளாகிவிட்டதா? ஆண் குலத்தின் மேல் வெறுப்பு உண்டானது. கார் வீட்டை அடைவதற்குள் செத்து செத்துப் பிழைத்தாள் பகவதி. ஒரு வழியாக வீடு வந்து சேர, உள்ளே வந்ததும் அம்மா பதற, உத்தமன் உற்சாகமாக விவரம் சொல்ல, அம்மா ஆனந்த கண்ணீர் வடித்து, மகளைக் கட்டியணைக்க,

"அத்தே, மெதுவா! இனி யாராவது கட்டிப்பிடிக்கணும்னா பகவதியைக் கட்டிப்பிடிங்க! ஜீவா ஒடம்பு குலுங்கக்கூடாது."

பகவதி உள்ளே வந்து டெட்டால் போட்டுக் குளித்தாள். அப்படியும் அருவருப்பு போகவில்லை. தன் உடம்பை நெருப்பால் கழுவும் வெறி வந்தது. வெளியே வந்தாள்.

"நீ ஏண்டி இப்ப குளிச்சே?"

'பொணம் என் மேல பட்டதால குளிச்சேன்மா' சொல்ல முடியவில்லை.

“மாப்ளை, இனி கவலையேபடாதீங்க. நாங்க ரெண்டு பேரும் பிரசவம் முடிஞ்சு குழந்தையோட முதல் பிறந்தநாள் வரைக்கும் இங்கேதான் இருப்போம்.”

“ஆமாம்மா! பகவதி வேலைக்குப் போகட்டும். ஆனா, இங்கேதான் இருக்கணும்.”

ஜீவா சொல்ல, பகவதி உள்ளே வந்தாள். உத்தமன் பின்தொடர்ந்தான்.

“இப்படி ஒரு கார் பயணத்தை என் வாழ்நாள்ல நான் அனுபவிக்கலை. அக்காவுக்கு அதிர்ச்சி கூடாதுனு நல்லா ஒத்துழைச்சேடா ராசாத்தி. அதே நெனப்போட எல்லாத்துக்கும் இனி ஒத்துழைப்பேனு நம்பிக்கை எனக்கிருக்கு.”

கன்னத்தைக் கிள்ளிவிட்டு அவன் நடக்க, பகவதி நொறுங்கிப் போனாள்.

**- தொடரும்**

# அத்தியாயம் 30

ஜீவா சந்தோஷத்தின் உச்சியில் இருந்தாள். கூடவே பயமும் இருந்தது. அம்மாவிடம் புலம்பினாள். இரவு பத்தரைக்கு பகவதியை அழைத்தாள்.

"பகவதி! இதுவாவது நிலைக்குமாடீ எனக்கு? ரெண்டு தடவை நான் இழந்தாச்சு. எனக்கு ரொம்ப பயம்மா இருக்கு. இது நிலைக்கலைனா, இனி நான் தாயாக முடியாதுனு டாக்டர் சொல்லியாச்சு."

"அக்கா! இந்த மாதிரி நீ பேசாதே. அது ரொம்பத் தப்பு. நெகட்டிவ் சிந்தனைகள்தான் நம்மை கீழே தள்ளுது. அதுலதான் ரத்த அழுத்தம் ஏறி, ஒடம்பு கொலாப்ஸ் ஆகும். இந்தக் கர்ப்பத்தை தக்கவச்சுக்கறது உன் கைலதான் இருக்கு. தைரியமா இரு."

"நீயும் அம்மாவும் இங்கியே இருங்க பகவதி."

"அக்கா! அப்படி இருந்தா உனக்கு பாரம்தான். நீயும் அவரும் மட்டும் இருந்தா எந்தச் சிக்கலும் இல்லை!"

"என்னடி பேசற நீ? மாப்ளை வேலைக்குப் போகவேண்டாமா? இவ தனியா இருக்க முடியுமா? வேலைகளை இவ செய்யவும் கூடாது. நீ வேலையை விடு. வீட்டோட இருந்து என்னையும் அவளையும் பார்த்துக்கோ. ஜீவாவுக்கு நாம செலுத்தற நன்றிக்கடன் அதுதான்."

"அத்தே! நல்லா சொல்லுங்க!"

உத்தமன் உள்ளே வந்தான்.

"அதுக்கான வாய்ப்பே இல்லை. கம்பெனி என் மேல சட்டபூர்வமா நடவடிக்கை எடுத்துடும்! நான் மாட்டுவேன்."

"என்ன பணம் கட்டணுமோ, அதை நான் கட்டறேன்."

"மாப்ளைதான் சொல்றாரில்லை? கேளேண்டி."

"இல்லைம்மா! அவங்களுக்கு பணம் பெரிசில்லை! எனக்குத்தான் சிக்கல். எல்லாத்துக்கும் ஆள் போட்டா ஆச்சு. அக்கா எந்த வேலையும் செய்ய வேண்டாம். நான் வாங்கற எழுபதாயிரம் சம்பளத்தையும் குடுக்கறேன். அக்காவை பராமரிக்கலாம்."

"ஏன்? மாப்ளைகிட்ட பணம் இல்லையா? அதிகப்பிரசங்கிதனமா பேசாதே! ஒரு சம்பளம் வாங்கலை. அதுக்குள்ள இப்படிப் பேசினா, மாப்ளை என்ன நினைப்பார்?"

அம்மாவை வெட்டிப்போடும் ஆத்திரம் வந்தது பகவதிக்கு!

"விடுங்க அத்தே! அவ கேக்க மாட்டா. நான் கெஞ்ச மாட்டேன். நான் பார்த்துக்கறேன். ஆனா, நீங்க ரெண்டு பேரும் போக வேண்டாம். நீங்க அவ கூட இருந்தா, அவ சந்தோஷப்படுவா!"

"நாங்க இருக்கோம் மாப்ளே!"

'உன்னை போக விடமாட்டேண்டி! காருக்குள்ள நெருப்பை நீ மூட்டியாச்சு. அது இப்ப கொழுந்து விட்டெரியுது. உன்னை அணைச்சாத்தான் அந்த நெருப்பு அணையும்டி.'

தன் கைப்பையை எடுத்துக்கொண்டு குளியலறை வந்து தாழ் போட்டுக்கொண்டாள். புது செல்போனை எடுத்தாள். பதினைந்து முறை அழைத்திருந்தான் பிரசாத். பகவதி போன் செய்தாள்.

"நான் தனி போன் வாங்கித் தந்தாலும் நீ எடுக்க மாட்டியா பகவதி?"

"ஸாரி பிரசாத். எடுக்க முடியாத சூழ்நிலை. அக்காவுக்கு மயக்கம். ஆஸ்பத்திரிக்கு போனேன். அவ கன்சீவ் ஆகியிருக்கா."

"வாழ்த்துகள்! கொஞ்ச நேரம் பேசலாமா பகவதி?"

"இங்கேயும் சந்தேகம் வரும் பிரசாத். எனக்கு நிறைய பிரச்சனைகள் இருக்கு. எதைனு நான் சொல்லுவேன்? மனசே சரியில்லை. சொல்லி அழ எனக்கு யாரும் இல்லை."

அவள் குரல் அழுகையில் உடைய, பிரசாத் பதறிவிட்டான்.

“என்னாச்சு பகவதி? இது உன் வீட்டுப் பிரச்சனையா? இல்லை, ஆஃபீஸ் விவகாரமா?”

“ரெண்டும்தான்! என் பிரச்சனை இங்கே, அக்கா குடும்பம்னா அம்மா நம்ப மாட்டாங்க. உங்கண்ணி காரணம்னா நீங்க ஏத்துக்க மாட்டீங்க. அதனால பேசி லாபமில்லை. நான் தனியாத்தான் போராடி ஆகணும்.”

“வேண்டாம். உனக்கு துணைக்கு நான் வர்றேன்!”

“இந்தத் துணை என் மனசுக்கா? இல்லை உடம்புக்கா?”

“ஸ்டாப் இட்! யூ இடியட். இதோட நம்ம நட்பை முறிச்சுக்கலாம். நான் ஜாலியான பேர்வழிதான். உன்னைப் பார்த்த பிறகு மாறத் தொடங்கிட்டேன். ஆனா, நீ என்னை நம்பலை! என் மேல உன் சந்தேகத்தோட நம்ம நட்பு தொடர வேண்டாம். குட் நைட் அண்ட் குட் பை!”

“பிரசாத், போனை வச்சிடாதீங்க. என்னை மாதிரி ஒருத்தி வாழ்க்கைல சந்திச்ச கசப்பான அனுபவங்களால எந்த ஆண்களையும் நம்ப முடியலை. நான் அதைச் சொன்னா புரிஞ்சுப்பீங்க!”

“இப்பவே சொல்லு.”

“ஒரு ராத்திரி போதாது. அம்மா கூப்பிடற சத்தம் கேக்குது. நாளைக்கு காலை அஞ்சு மணிக்கு, கடும்பாடி அம்மன் கோயிலுக்கு வரமுடியுமா?”

“திறப்பாங்களா?”

“ம்! புரட்டாசி மாசம் இல்லையா? ஏதோ ஒரு விசேஷ பூஜை இருக்கு. திறந்துடுவாங்க. வரமுடியுமா?”

“நான் தெருக்கோடிக்கு கார் கொண்டுவர்றேன். நீ ரெடியா இரு!”

வெளியே வந்துவிட்டாள். அதற்குள் அம்மாவுக்கு அவசரம்.

“எங்கே நீ? எத்தனை வாட்டி கூப்பிடறது?”

“ஏம்மா, நிம்மதியா பாத்ரூம் போகக்கூட விடமாட்டியா? வெந்நீர்தானே? கொண்டுவர்றேன். அக்கா படுத்தாச்சா?”

“ம்! சம்பத்துக்கு விவரம் சொல்லணும்!”

“நான் சொல்லிட்டேன்.”

நாலு மணிக்கு அலாரம் வைத்தாள். படுத்துவிட்டாள். அலாரம்அடிக்க, எழுந்து குளிக்கப் போனாள். குளித்து முடித்து வர, அக்கா எழுந்து வந்தாள்.

“அக்கா! இன்னிக்கு எனக்கு மார்னிங் ஷிப்ட். ராத்திரி போன் வந்தது. ஒரு நாள் வெளில ஆர்டர் பண்ணிக்கோ. ஸாரிக்கா, நான் ஏதாவதொரு கோயிலுக்கு போயிட்டு அப்படியே ஆஃபீஸ் போறேன். நீ கர்ப்பமானதுக்கு நன்றி சொல்லத்தான்!”

அவசரமாக உடை மாற்றிப் புறப்பட்டாள். அம்மாவிடம் சொல்ல, அம்மா புலம்பிக் கொட்ட, பகவதி வாசலில் இறங்கிவிட்டாள்.

“இருட்டு கூட இன்னும் பிரியலை. அதுக்குள்ள ஆஃபீஸ் வேலையா? எனக்கு பயம்மா இருக்குடி ஜீவா.”

தெருக்கோடிக்கு பகவதி கொஞ்சம் பதற்றமாக வர, கார் தயாராக இருந்தது. அதன் மேல் சாய்ந்து நின்றான் பிரசாத்.

“நான் நாலரைக்கே வந்தாச்சு பகவதி! போகலாமா?”

முன் கதவை அவன் திறந்துவிட, நேற்று நடந்த ஆபாசக் கூத்தை அவளால் மறக்க முடியவில்லை. தயங்கினாள்.

“ஓகே! என் மேல நம்பிக்கை இல்லைனா நீ பின்னால ஒக்காரு!”

பின் கதவைத் திறந்தான். அவனது பேச்சில், செயலில், பார்வையில் கண்ணியம் நிரம்பி இருந்தது. கார் ஓடத் தொடங்கியது.

“எனக்கு பயம்மா இருக்கு பிரசாத். ஷிப்ட்டுனு பொய் சொல்லிட்டு வந்திருக்கேன். எதுக்கு இந்தப் பொய்னு எனக்கே புரியலை. எனக்கு விடுதலை கிடைக்கும்னு எனக்கே நம்பிக்கை இல்லை பிரசாத்.”

கோயில் வந்துவிட்டது. அப்போதுதான் திறந்து ஆரம்ப பூஜைக்கான ஆயத்தங்கள் நடக்க, இருவரும் உள்ளே போனார்கள்.

“பொதுவா எனக்கும் கோயிலுக்கும் ரொம்ப தூரம் பகவதி! சரக்கடிச்சிட்டு உல்லாசமா வாழற ஒருத்தனுக்கும் கோயிலுக்கும் ஏதாவது சம்பந்தம் இருக்கா? எப்படி சாமி கும்பிடணும்னு கூட எனக்குத் தெரியாது பகவதி.”

“உங்கண்ணி நல்லதெல்லாம் கற்றுத் தரலையா உங்களுக்கு? தப்பான வழியை மட்டும்தான் காட்டியிருக்காங்களா? அவங்களுக்கு என்ன தெரியுமோ, அதைத்தானே சொல்லித்தர முடியும்?”

“போதும் நிறுத்து! எங்கண்ணியைத் தப்பா பேசவா இங்கே வரச்சொன்னே?”

“பிடிக்கலைனா போயிடுங்க பிரசாத். நானும் போறேன்.”

அவள் குரலில் ஆவேசம் இருந்தது.

“உங்களுக்கு வெல்லமா இருக்கறது, எனக்கு விஷமா இருக்கலாம். அவரவர் அனுபவங்களை வச்சுத்தான் பேச முடியும். நான் உங்கண்ணியைத் தப்பாத்தான் பேசுவேன். பிடிக்கலைனா, நாம இனி சந்திக்கவே வேண்டாம். இது ஆறுதல் தர்ற நட்புனு நம்பி வந்தேன். கிடைக்காதுனா போயிட்டே இருப்பேன்.”

“இரு கோவப்படாதே! உன்னை தேடிவந்து, உனக்கு ஆபத்து வந்தப்ப உன்னை மீட்டு, பத்திரமா உங்க வீட்ல ஒப்படைச்சு, இப்ப பெரிய பதவியும் தந்த அண்ணியை, ஏன் நீ வெறுக்கறேனு எனக்கு புரியலை பகவதி. யாருக்கு நன்றி செலுத்தணுமோ, அவங்களை வெறுக்கறது என்ன லாஜிக்னு எனக்குப் புரியலை. சரி! நீ சாமி கும்பிட்டுட்டு வா. அப்படிப் போய் ஒக்காரலாம்.”

“வேண்டாம். உங்களுக்கு கடவுளை உங்கண்ணி அறிமுகப்படுத்தலை. ஆனா, விடாம நம்பியும் இந்தக் கடவுள் என்னைத் தொடர்ந்து அசிங்கப்படுத்தது. அதனால் நானும் கும்பிடறதா இல்லை.”

"பின்ன எதுக்கு கோயிலுக்கு வந்தோம்?"

"பேச, ஒரு பாதுகாப்பான இடம்! வாங்க, அப்படி போய் உட்காரலாம்."

அதே நேரம் வீட்டில் உத்தமன் விழித்துவிட்டான். கிச்சனில் விளக்கெரிய பகவதியாக இருக்கலாம் என்ற சபலத்தில் எழுந்து வந்தான். ஜீவா நின்றாள்.

"நீ ஏன் எழுந்து வந்தே? பகவதி தூங்கறாளா?"

"அவளுக்கு காலை ஷிப்ட்டாம்! கோயிலுக்கு போயிட்டு ஆஃபீஸ் போறாளாம். போய் முக்கால் மணி நேரமாச்சு."

"எதுல போனா? இந்த அதிகாலைல எந்தக் கோயில் திறந்திருக்கும்?"

"புரட்டாசி மாசம்... கடும்பாடி அம்மன் கோயில்ல விசேஷ பூஜை உண்டு."

"அந்த ஏரியா மோசமான ஏரியா! ஏன் நீ அவளை அனுப்பினே? நான் போய் பாக்கறேன்!"

ஜீவா தடுத்தும் கேளாமல், பேருக்கு குளித்துவிட்டு, உத்தமன் பத்தே நிமிஷங்களில் காரை எடுத்துவிட்டான்.

"பாவம் மாப்ளை! மனசு பொறுக்கலை. சம்பத் கூட இத்தனை அக்கறை காட்ட மாட்டான்."

அம்மா அடுத்த மாலையை மாப்பிள்ளைக்குப் போட,

இங்கே கோயில் மண்டபத்தில் இருவரும் உட்கார, அம்மா காரணமாக தான் வீட்டுச் சிறையில் இருப்பதை பகவதி சொன்னாள்.

"அதுக்கு அண்ணி உனக்குப் பெரிய விடுதலைதானே தந்திருக்காங்க? நீ சந்தோஷப்பட வேண்டாமா?"

"இது விடுதலை இல்லை பிரசாத். ப்ளாக்மெயில். என் மானத்துக்கு வைக்கப்பட்ட செக். நான் மீளமுடியாத சிக்கல்ல உங்க அண்ணிகிட்ட மாட்டியிருக்கேன்."

"என்ன உளர்ற? உன்னை ப்ளாக்மெயில் பண்ணி, அண்ணிக்கு என்ன ஆகணும்? என்ன ப்ளாக்மெயில்?"

"நான் மட்டும் சிறைல இல்லை! எனக்கு இப்பத்தான் சிறைவாசம். ஆனா நீங்க ஆயுள் கைதி, உங்கக்கா மாதிரி. அவங்க சிறைல. நீங்க வீட்டுச் சிறைல!"

அவன் முகம் சிவந்துவிட்டது.

"எங்கக்கா ஒருத்தி ஜெயில்ல இருக்கானு உனக்கு யார் சொன்னது?"

"உங்கண்ணிதான் சொன்னாங்க! அவங்களை ஜெயிலுக்கு அனுப்பினதே உங்கண்ணிதான்!"

அவளை ஓங்கி அறைந்துவிட்டான் பிரசாத். நல்லவேளை, அந்த நேரம் யாரும் அங்கே இல்லை.

"நானும் போனா போகட்டும்னு நீ என்ன சொன்னாலும் சகிச்சுகிட்டு நீ கூப்பிட்டதும் இங்கே வந்தா, நீ அண்ணி பற்றி என்ன வேணும்னாலும் பேசுவியா? இனிமே நான் பொறுத்துக்க மாட்டேன். எங்கக்கா ஒரு கொலைகாரி. நானோ, அண்ணனோ அவளை எந்த ஜென்மத்திலும் மன்னிக்க மாட்டோம். இப்பவும் அவளுக்காக வக்காலத்து வாங்கற ஒரே ஜீவன் அண்ணிதான். அவங்களைப் பற்றி உனக்கு என்ன தெரியும்? இதுக்கு மேல நீ, அண்ணி பற்றி பேசினா, உன் சாவு என் கையாலதான்."

"கொல்லுங்க பிரசாத். இங்கியே கொன்னு போடுங்க. இந்த நரக வாழ்க்கைலேருந்து எனக்கு விடுதலை கிடைக்கட்டும்! அக்கா புருஷன், காமவெறி புடிச்ச மிருகம். என் மானத்தை ஏலம் போடத் துடிக்கற உங்கண்ணி. எத்தனை காலம் நான் தப்பிக்க முடியும்? ஒரு நல்லவர் கையால கோயில்ல வச்சு என் கதை முடியட்டும்! கொல்லுங்க!"

அவள் கதற, பிரசாத் மிரள, உத்தமன் கோயிலுக்குள் நுழைந்துகொண்டிருந்தான்.

- தொடரும்

# அத்தியாயம் 31

"இதுக்கு மேல நீ ஒரு வார்த்தை அண்ணி பற்றி தப்பாப் பேசினா, உன் சாவு என் கையாலதான்."

பிரசாத் சீற,

"கொல்லுங்க பிரசாத். அக்கா புருஷன்னு ஒரு காமுகன் என் கற்பை சூறையாட வீட்ல துடிக்கறான்! உங்கண்ணி என் மானத்தை ஏலம் போடக் காத்திருக்காங்க. எதுக்கு நான் வாழணும்? ஒரு நல்லவர் கையால கோயில்ல வச்சு என் சாவு நடக்கட்டும். கொல்லுங்க பிரசாத்."

பகவதி கூச்சலிட, பிரசாத் மிரள, உத்தமன் கோயிலுக்குள் நுழைந்துகொண்டிருந்தான். முதலில் இவர்களைப் பார்க்கவில்லை.

"பகவதி! நீ என்ன சொல்ற? அண்ணி, உன் மானத்தை ஏலம் போடறாங்களா? ஏன் இப்படி தப்பா புரிஞ்சுகிட்டுப் பேசற?"

உத்தமன், கண்கள் அலை பாய பிரகாரத்தில் வந்து கொண்டிருந்தான். பதில் சொல்ல வாய் திறந்த பகவதி, தூரத்தில் உத்தமனை பார்த்துவிட்டாள். ஒரு நொடி பதறி, வேகமாக பிரசாத் கையை பிடித்து இழுத்துகொண்டு, ஓட்டமாக எதிர் திசைக்கு வர,

"பகவதி! என்ன செய்யற நீ?"

"எதுவும் பேசாதீங்க பிரசாத்! வாங்க!"

அவனைபிடித்துஇழுத்துக்கொண்டுவாசலுக்கேவந்துவிட்டாள். அதற்குள் உத்தமன் வேகமாக ஒரு சுற்று சுற்றிவிட்டு, அவனும் வாசலுக்கு வர, காருக்குள் இருவரும் ஏறிவிட்டார்கள்.

"சீக்கிரம் காரை எடுங்க!"

கார் உடனே ஸ்டார்ட் ஆகாமல் சண்டித்தனம் செய்ய, உத்தமன் வாசலுக்கு வர,

"பிரசாத்! அந்த ஆள் வந்துட்டான். சீக்கிரம் காரை எடுங்க."

"யாரு வர்றாங்க? நீ ஏன் பதற்றப்பட்டு, என்னையும் இழுத்துட்டு வர்ற?"

"அய்யோ! வண்டியை எடுங்களேன்! என் அக்கா புருஷன், என்னை அடைய துடிக்கற மிருகம், இங்கேயும் வந்திருக்கு பிரசாத்! வண்டியை எடுங்க! வழில சொல்றேன்."

கார் ஸ்டார்ட் ஆகிவிட்டது. பிரசாத் அதை நகர்த்த, உத்தமன் குறுக்கே வந்து நின்றான். பகவதிக்கு மூச்சே நின்றது. பிரசாத் காரை நிறுத்திவிட்டு இறங்கினான்.

"ஓ... இந்த ஆளா? ஆஸ்பத்திரில உங்கம்மா இருந்தப்ப வந்திருக்காரே!"

பிரசாத் இறங்க, பகவதியும் இறங்கினாள்.

"காலைல நாலரைக்கே கிளம்பி, கோயில்ல வச்சு கூத்து நடக்குதா? சரி! வா வீட்டுக்கு!"

உத்தமன் அவள் கைகளை பிடித்து இழுக்க வர, பிரசாத் குறுக்கே கைகளை வைத்து தடுத்தான்.

"பொது இடத்துல, ஒரு கோயில் வாசல்ல வச்சு இந்த மாதிரி அநாகரிகமா நடக்காதீங்க சார். போங்க!"

"யாருடா அநாகரிகமா நடக்கறது? நீ கம்பெனி முதலாளின்னா அது உன்னோட! எனக்கு என்னாச்சு? நீ ஒரு ப்ளே பாய்னு ஊருக்கே தெரியும். வேலைக்கு வந்த எங்க வீட்டுப் பொண்ணை அதிகாலை நேரத்துல வரவழைச்சு, அசிங்கப்படுத்த பாக்கறியா? இதை எதிர்பார்த்துத்தாண்டா நான் வந்தேன். நீ வாடீ! வீட்ல போய் இருக்கு உனக்கு கச்சேரி."

மறுபடியும் கைகளைப் பிடிக்க, ஓங்கி அறைந்தான் பிரசாத்.

"பகவதி வரச்சொல்லித்தான் நான் இங்கே வந்தேன். அவ மேல என் மூச்சுக்காத்து கூடப் படாது. நீ பொறுக்கினு

அவ சொல்லிட்டா. பகவதி! நீ வண்டில ஏறு. இவன் என்ன செய்யறான்னு நான் பாக்கறேன்! ஏறு கார்ல!"

பகவதி காரில் ஏற, காரை எடுத்துவிட்டான் பிரசாத். உத்தமன் எரிமலையாக நின்றான். உடம்பு முழுக்க அவமானத்தில் ஆடியது.

"என்னையே ஒருத்தன் அசிங்கப்படுத்தறான். காரணம் நீ! இதை நான் சும்மா விட மாட்டேண்டி!"

அதே நேரம் கார் கொஞ்சம் ஓடி, பிரதான சாலையில் கலந்து, ஒரு பெரிய ஓட்டல் வாசலில் நிற்க, விடியத் தொடங்கிவிட்டது. ஓட்டல் அப்போதுதான் திறந்திருந்தது. உள்ளே போய் இருவரும் உட்கார,

"காஃபி மட்டும்தான் சார் இருக்கு."

"ரெண்டு காஃபி கொண்டு வா. நிதானமா கொண்டு வா! சொல்லு பகவதி!"

பகவதி, உத்தமனின் காம விளையாட்டுகள், அக்காவின் உடல்நிலை, அம்மாவின் சுயநலம், அண்ணியின் கோபம், அண்ணனின் கோழைத்தனம் என எதையும் விடவில்லை. சகலமும் சொல்ல அரை மணி நேரம் ஆனது.

"காஃபி ஆறுது. முதல்ல அதைக் குடி. பேசலாம்."

"சார்! இட்லி, பொங்கல் ரெடி."

"பிரசாத்! எனக்கு ரொம்ப பசிக்குது."

பகவதி சொல்ல, பிரசாத் சந்தோஷமாக ஆர்டர் செய்தான்.

"உன் மேல எனக்கு ஆத்திரம்தான் வருது பகவதி."

அவள் அதிர்ந்தாள்.

"நரகத்துல இருக்கற என் நிலை பார்த்து பரிதாபம் தோணாம, உங்களுக்கு ஆத்திரம் வருதா? இதை நான் எதிர்பாக்கலை பிரசாத்."

அவள் குரல் உடைந்தது.

“பின்ன என்ன? படிச்ச பொண்ணு. எல்லாத் தகுதிகளும் உங்கிட்ட இருக்கு. ஏன் தன்னம்பிக்கை மட்டும் இல்லை? எல்லாத்தையும் உடைச்சிட்டு உன்னால வர முடியாதா?”

“நான் கேள்வியைத் திருப்பிக் கேக்கட்டுமா? உங்கண்ணிக்கு அடிமையா நீங்க ஏன் இருக்கீங்க? உடைச்சிட்டு ஏன் வரலை?”

“அடிமையா? என்ன உளர்ற? என் அம்மாவை அண்ணி உருவத்துல நான் பாக்கறேன். பாசம்னா என்னானு எனக்கு சொல்லித் தந்தது அண்ணிதான். எதுக்கு நான் உடைச்சிட்டு வரணும்?”

“உங்க கதைக்கு அப்புறமா நான் வர்றேன். அதே பாசம்தான். எங்களை ஆளாக்க அம்மா பட்ட அவமானங்களும் இழந்த இழப்பும் கொஞ்ச நஞ்சமில்லை. இப்ப சுயநலம் அம்மாவுக்கு உச்சத்துல இருக்கு. எனக்கே ஆத்திரம் வருது. அதுக்காக கடந்த காலத்தை மறந்து, அம்மாவை உதறிட்டு நான் வர முடியுமா? வர வழி தெரியாம மாட்டியிருக்கேன்.”

“சரி! அந்த அயோக்யனோட லீலைகளை நீ உடைக்க முடியாதா?”

“எப்படி பிரசாத்? ரெண்டு தடவை கருச்சிதைவு நடந்திருக்கு அக்காவுக்கு. இதை நான் சொன்னா, இதுவும் கலையும்! அப்புறமா அவ தாயாக முடியாது. அந்த அதிர்ச்சில அவ நடைபிணம் ஆயிடுவா! கூடப்பிறந்தவளை அந்த நிலைக்கு கொண்டு வந்துட்டு நான் நிம்மதியா வாழ முடியுமா?”

“முட்டாள் நீ! இதை இனிமே நல்லா உபயோகப்படுத்தி அந்த ராஸ்கல் உன்னை அடையாம விட மாட்டான். அதே வீட்ல இருக்கறது, பாம்பு புத்துக்குள்ள நீ குடியிருக்கற மாதிரி. இன்னிக்கு அவன் எங்கிட்ட அவமானப்பட்டிருக்கான். இதோட பின் விளைவு என்ன? எப்படி நீ தப்பிக்கப் போறே?”

பகவதி பேசாமல் இருந்தாள்.

“சரி! டிபன் வந்தாச்சு. பசிக்குதுன்னு சொன்னியே. முதல்ல சாப்பிடு.”

“சாப்பிடப் பிடிக்கலை பிரசாத்.”

“நான் ஊட்டி விடவா? அம்மா தாயே! அப்புறமா என்னையும் நீ தப்பாப் பேசுவே.”

“உங்களைப் பேச மாட்டேன்! நீங்க ஊட்டி விட்டாலும் சாப்பிடுவேன். அந்த உத்தமனை நீங்க அறைஞ்சப்ப, விசிலடிக்கலாம்னு தோணிடுச்சு. கோயில் வாசலாச்சேனு அடக்கிக்கிட்டேன்.”

“அட! இப்படியெல்லாம் கூட உனக்குப் பேச வருமா?”

அவன் குறும்பாக அவளைப் பார்த்து உதட்டை மடக்கினான்.

“பகவதி! நானும் ப்ளே பாய்தான்! அழகான பெண்கள் மாட்டினா எல்லாக் குறும்பும் வரும். ஆனா உன்னை மட்டும் அப்படிப் பார்க்கவே எனக்குத் தோணலை. அது மட்டுமில்லை, உன்னைப் பார்த்த பிறகு என்னோட அந்த மாதிரி செயல்களுக்கு நான் ஒரு இடைக்காலத் தடை விதிச்சிருக்கேன்.”

“அது நிரந்தரத் தடை ஆகணும் பிரசாத்! உங்கண்ணி விடுவாங்களா?”

“எதுக்கு இப்ப அவங்களை வம்புக்கு இழுக்கறே? எனக்கு இது மட்டும்தான் உங்கிட்ட பிடிக்கலை.”

“சரி, பேசலை! உங்க நல்ல மூடை நான் கெடுக்க விரும்பலை! ஆனா பிரசாத், என் அப்பாவில் தொடங்கி ஆண்கள் மேல வெறுப்பை வச்சிருந்த எனக்கு, உங்களை மட்டும் அந்த மாதிரி நினைக்கத் தோணலை. என்னை விடுவிக்க முடிஞ்சவர் நீங்கதான்னு எனக்கு உள்மனசு சொல்லுது.”

கண்களை உருட்டி அவளைப் பார்த்தான்.

“ஏன் அப்படிப் பாக்கறீங்க?”

“எனக்கு பெண்களோட அழகை ரசிச்சு மட்டும்தான் பழக்கம். அவங்க அறிவை பற்றி ஐடியா இல்லை. அறிவு அவங்களுக்கு இருக்கா என்ன?”

அவள் குறும்பாக அடிக்க கை ஓங்கினாள்.

“இந்த மாதிரி நீங்க பேசினா, தாய்க்குலம் ஒட்டுமொத்தமா சேர்ந்து உங்களுக்கு எதிரா போர்க்கொடி தூக்கும் பிரசாத்.”

“அப்படி செஞ்சா, என்னை மீட்க நீ வரமாட்டியா?”

கரகரப்பான குரல், குறும்பான பார்வை, அழகு, மேன்லிநெஸ், சன்னமான கள்ளத்தனம், சிரிக்கும் கண்கள், கன்னத்தில் விழும் சின்னக்குழி... அவனை கண்களை எடுக்காமல் பார்த்தாள்!

“ஏய் பார்த்தது போதும்! வீட்ல ஒரு பெரிய புயலை நீ எதிர்கொள்ள வேண்டியிருக்கும் பகவதி.”

“தெரியும்! அந்த ஆள் சும்மா இருக்க மாட்டான். என்னை வேலைக்கு போகவிடாமத் தடுப்பான். ஆனா, அதைப்பற்றி நான் கவலைப்படலை! நான் வேலைக்கு வந்துதான் தீரணும். வரலைனா உங்கண்ணி விட மாட்டாங்க!”

“ஏன் அப்படி சொல்ற?”

“நான் வசமா உங்கண்ணி கிட்ட மாட்டியிருக்கேனே! அதை என்னானு நான் சொன்னா, நீ நம்ப மாட்டே! ஆதாரம் இல்லாம எதையும் நான் பேசவும் முடியாது.”

“என்னை நீ ரொம்பக் குழப்பறே பகவதி.”

“நானே குழம்பிப் போயிருக்கேன் பிரசாத். என்னை நீ விடுவிக்கப்போறியா? இல்லை, உன்னை நான் விடுவிக்கப்போறேனான்னு எனக்கே புரியலை. நேரமாச்சு. நேரா ஆஃபீஸ் போகலாம்!”

கை கழுவிக்கொண்டு வந்தாள்.

பிரசாத் குழப்பத்துடன் காரை எடுத்தான்.

* * * * *

**உ**த்தமன் வேலைக்குப் போகப் பிடிக்காமல் காரில் அரைமணி நேரம் சுற்றிவிட்டு, ஒரு தீர்மானத்துடன் வீட்டுக்கு வந்துவிட்டான். பிரசாத் அறைந்த அறையில் கன்னம் வலித்ததைவிட மனசு அதிகமாக வலித்தது. அவமானத்தில் உடம்பு இன்னமும் ஆடிக்கொண்டிருந்தது.

“அவளை இனி போக விடக்கூடாது. தடுத்தே ஆகணும். நான் தவறவிட்டா, அந்த பிரசாத் அவளை நிச்சயம் அனுபவிப்பான்.

இத்தனை நாள், நான் காவல் காத்த கனியை அவன் கொத்திட்டுப் போக நான் விட மாட்டேன்.''

உள்ளே வெறி மூண்டது. அதே வேகத்துடன் வீட்டுக்கு வந்துவிட்டான்.

''என்னங்க! கோயில்ல பகவதியைப் பார்த்தீங்களா?''

''ஜீவா! இப்படி வந்து ஒக்காரு. அத்தே, நீங்களும் வாங்க. ஜீவா, நீ கர்ப்பமா இருக்கே! எல்லாத்தையும் இனி லேசா எடுத்துக்கணும். எதுக்கும் டென்ஷன் ஆகக்கூடாது.''

''மாப்ளே! நீங்க இப்படிப் பேசினா, அவ டென்ஷன் ஆவா. எனக்கும் படபடன்னு வருது! என்ன மாப்ளே பிரச்னை?''

''பகவதியோட கம்பெனி முதலாளி இருக்கானே... அந்த பிரசாத்...''

''ரொம்ப நல்ல தம்பியாச்சே அது? எத்தனை உதவிகள் செஞ்சிருக்கு பாவம்!''

''அத்தே! இதுதான் உங்ககிட்ட கோளாறு! எல்லாரையும் நம்பறீங்க. அவன் எதுக்கு அத்தனை உதவிகள் செஞ்சான்? எல்லாத்துக்கும் காரணம் இருக்கு. அழகான நம்ம பகவதியை குறி வச்சுத்தான் இத்தனையும் நடக்குது அத்தே.''

''நீங்க சும்மா இருங்க மாப்ளே! பகவதிக்கு ஒரு ஆபத்து வந்தப்ப அந்த பிரசாத் பதறி, அவங்கண்ணிதான் போலீசை வச்சு நம்ம பகவதியை மீட்டாங்க. இப்ப பெரிய வேலையும் தந்திருக்காங்க. அவங்க நம்ம குடும்பத்துக்கு எத்தனை உதவிகள் செய்யறாங்க. உங்களுக்கு ஏன் அவங்க மேல சந்தேகம்?''

''கடத்தினதும் அவங்கதான்! அவளை மீட்டதும் அவங்கதான். இதையெல்லாம் சொன்னாப் புரியாது ஒங்களுக்கு. ஒரு பொண்ணு அழகா இருந்தா, பணம் படைச்சவங்க அவளை வளைக்க எந்த எல்லைக்கும் போவாங்க!''

''நீங்க என்ன சொல்றீங்க?'' ஜீவா கேட்க,

''காலைல கோயிலுக்கு பகவதியை அந்த பிரசாத்துதான் வரச்சொல்லியிருக்கான். இந்த மாதிரி பல பெண்களை அவன்

கெடுத்திருக்கான். எனக்குத் தெரியும். பகவதிக்கு இப்ப ஆபத்து இல்லை. இனி அது வராம இருக்கணும்னா, அவளை வேலைக்குப் போக விடாதீங்க. நான் தடுக்கறேன்னு தெரிஞ்சா அவ என் மேலயே கூட பழி போடுவா! அந்த அளவுக்கு பிரசாத்தை அவ நம்பறா! அவன் தன் வலைல பகவதியை வீழ்த்திட்டான். அவமானம் யாருக்கு அத்தே? ஜீவா! நீ என்ன சொல்ற?"

"உங்க மேல பழி போடுவாளா? நீங்க எங்க குடும்பத்துக்கே கடவுள். அப்படிப் பேசினா, அந்த நாக்கை அறுத்துட மாட்டேனா?"

"ஜீவா! எதுக்கு நீ உணர்ச்சிவசப்படற? நம்ம குழந்தை முக்கியம்! எனக்கு நீ முக்கியம். குழந்தை முக்கியம். உன் குடும்பம் ரொம்ப முக்கியம்!"

"நீங்க கவலைப்படாதீங்க! பகவதி அந்த கம்பெனில வேலைக்கு போறது இன்னிக்குத்தான் கடைசி. நான் தடுத்துர்றேன். அவளோட கற்புக்கு எந்த பங்கமும் வர, நான் விட மாட்டேன்."

'ஆமாண்டி... என் பொண்டாட்டி! அவளைக் கற்பழிக்கற உரிமை எனக்கு மட்டும்தான் உண்டு. அதுக்கு நீ குறுக்கே வந்தா, உன் கருவை நானே கலைப்பேன்.'

அவன் முகத்தில் குரூரம் கொப்பளித்தது.

- தொடரும்

# அத்தியாயம் 32

**க**ணவர் ராஜாவின் அறைக்குள் நுழைந்தாள் சந்த்யா. அவள் வந்த நேரம் காலை பதினொரு மணி. பகவதி வேகமாக தன் வேலைகளைத் தொடங்கிவிட, பிரசாத்தும் அண்ணி அவனுக்காக ஒதுக்கிய வேலைகளைச் செய்ய, சந்த்யா, ராஜா எதிரே வந்து உட்கார்ந்தாள்.

"சொல்லு! எதுல நான் கையெழுத்துப் போடணும்?"

"நான் கம்பெனி வேலையா வரலை. பிரசாத்துக்கு பொறுப்பு வந்தாச்சு. காலைல வந்து கம்பெனி வேலைகளைக் கவனிக்கறான். அதனால நாம அடுத்த கட்டத்துக்குப் போகலாம்."

"அடுத்த கட்டம்னா...?"

"அவனுக்கு கல்யாணம்! வயசு இருபத்தியெட்டு. இதுதான் சரியான நேரம். அதனால வரன் பாக்கட்டுமா?

"நீ என்னை எதுக்கு கேக்கற? அவன் உன்னைத்தானே அம்மானு நம்பறான். உன் பேச்சை அவன் தட்டுவானா? அவன் சம்மதம் கேட்டுட்டு ஏற்பாடு செய். சந்த்யா, உன் பேச்சுக்கு மறு பேச்சு உண்டா சொல்லு! ஒரு குழந்தை கூடப் பெத்துக்காம, என் தம்பியை உன் மகனா கருதி வளர்க்கற உன்னை நான் தேவதையா நினைக்கறேன். ஒரு உண்மையை என் அப்பா சொன்ன காரணமா, உன் குடும்பம் வீதிக்கு வந்தது. அதுல நியாயம் இருந்தாலும், உங்கம்மா தற்கொலைக்கு அதுதானே காரணம்! அந்த குற்ற உணர்ச்சி என்னை விட்டுப்போகலை சந்த்யா."

"நீங்க அதுக்குப் பரிகாரமா என்னை கல்யாணம் செஞ்சுகிட்டு வாழ்வு தரலையா?"

“நமக்கு கல்யாணம் நடக்கும்போது, பிரசாத் குழந்தை. என்னைவிட பதினேழு வயசு இளையவன். எட்டு வயசு பிரசாத்துக்கு அண்ணியா வந்த நீ, அம்மாவா மாறலையா? அவன் கிட்ட உனக்கில்லாத உரிமையா? உன் பேச்சுக்கு என் தம்பி மறு பேச்சு பேசுவானா? நீ என்ன நினைக்கறியோ, அதைச் செய்!”

“பிரசாத் கல்யாணத்துக்குள்ளே, உங்க தங்கச்சி வந்தனா ஜெயில்லேருந்து விடுதலை ஆகணும்.”

“அந்தக் கொலைகாரி விடுதலை ஆனாலும் இங்கே வரக்கூடாது. பிரசாத்தும் அவளை ஏத்துக்க மாட்டான். இந்த ஒரு சங்கதிலதான் எனக்கு உன் கூட மோதல் வருது. நல்லதைப் பேசும்போது அவ பேச்சு எதுக்கு? நீ பிரசாத் கிட்ட பேசி சம்மதம் வாங்கு!”

“சரிங்க! இந்த காண்ட்ராக்டை படிச்சுப் பார்த்து கையெழுத்துப் போடுங்க.”

“நீ படிச்சிட்டே இல்ல... அதுபோதும்.”

அவள் நீட்டிய இடங்களில் மளமளவென கையெழுத்திட்டான் ராஜா. சந்த்யா முகத்தில் ஓர் ஆழமான புன்னகை குடியிருக்க, அதை வாங்கிக்கொண்டு வெளியே வந்தாள். போன் வந்தது.

“நான் ஜெயிலர் பேசறேன் மேடம்.”

“சொல்லுங்க ஜெயிலர் சார்!”

இதை சந்த்யா உச்சரிக்கும்போது வெளியே வந்த பகவதி, சட்டென பதுங்கிக்கொண்டாள். எதிர்முனை என்ன பேசியதோ தெரியாது.

“தெரியும்! வந்தனாவுக்கு அடுத்த மாசம் பதினேழாம் தேதி விடுதலை. அவளோட ஆயுள் தண்டனைக் காலம் முடியப்போகுது. மறப்பேனா? அவ வெளில வரக்கூடாது. அடுத்த ரெண்டு கேஸ் அழுத்தமா அவ மேல இறங்கணும். அதுக்கு என்ன செய்யணும்னு நான் சொல்றேன். நாளைக்கு நீங்க ஆஃபீஸ் வாங்க! அவ உயிரோட இருந்தா சாகற வரைக்கும்

ஜெயில்ல இருக்கணும். வெளில வந்துட்டா, அவ உயிரோட இருக்கக்கூடாது. நாளைக்குப் பேசலாம்.''

சந்த்யா தன்னறைக்குப் போக, பகவதி அதிர்ந்து நின்றாள்.

'இதை நான் பிரசாத் கிட்ட சொல்ல முடியுமா? நிச்சயமா நம்ப மாட்டார். ச்சே! நானே இவ வலைல மாட்டி, மீள முடியாமத் தவிக்கறேன். இதுல அடுத்தவங்களை மீட்கற ஆலோசனை எனக்கு ஏன்?'

தன்னறைக்குள் நுழைந்தாள். பிரசாத் உட்கார்ந்திருந்தான்.

"இன்னிக்கு சீக்கிரம் வேலை முடியுமா? வெளில போகலாமா?"

"என்ன நினைப்பு சார் உங்க மனசுல? மேம்கிட்ட புகார் பண்ணவா?"

"நடிக்கறியா?"

பிரசாத்தின் கண்கள் குறும்பாகக் கேட்டது. மேஜைக்கு அடியில் அவன் கைகள் நீள, கண்கள் ஏதோ ஜாடை செய்ய, பகவதி குனிந்தாள். ஒரு விசிட்டிங் கார்ட் விழுந்தது. பிரசாத் எழுந்து போக, அதை எடுத்துப் பார்த்தாள் பகவதி!

மாலை சந்திக்கும் நேரம், இடம் எல்லாம் இருந்தது. காரணம் நேரில் என எழுதியிருந்தான். பகவதிக்கு இந்தச் சந்திப்புக்கான காரணம் புரியவில்லை. ஆனாலும் அவன் கட்டளையை மறுக்க மனமில்லை.

சந்த்யா ஒரு கான்பரன்ஸ் என மாலை ஐந்து மணிக்கு புறப்பட்டாள். நேராக பிரசாத் அறைக்கு வந்தாள்.

"பிரசாத்! புது புராஜக்ட் விஷயமா ஸ்டார் ஓட்டல்ல ஒரு கான்பரன்ஸ் இன்னிக்கு. அதுக்குத்தான் நான் போறேன். நீயும் வாயேன்."

"நானா? நான் எதுக்கு அண்ணி? எனக்கு என்ன தெரியும்? நான் இப்பத்தானே வேலைக்கே வந்திருக்கேன்?"

"அதனால என்ன? எனக்கு என்ன தெரியும்னு ஒரு கேள்வியே வரக்கூடாது. எனக்கு எல்லாம் தெரியும், என்னால எல்லாம்

சாதிக்க முடியும்னு நம்பணும். அதுதான் கான்ஃபிடன்ஸ்! எப்ப நீ கத்துக்க போறே? நீயும் என் கூட வர்றே!"

"இல்லை அண்ணி! எனக்கு வேற புரொக்ராம் இருக்கு!"

"யாரது?"

"நீங்க நினைக்கற மாதிரி தப்பா எதுவும் இல்லை. ஆனா நான் வரலை."

சந்த்யா அவனை சந்தேகமாகப் பார்த்தாள்.

"சரி! நான் உனக்கு வெளில வேற ஒரு வேலை தர்றேன். அதை நீ முடி! ஒருத்தர் கிட்ட வசூல் பண்ணணும், பத்து லட்ச ரூபாய். அதுக்கான தகவல்கள் உங்கண்ணன் கிட்ட இருக்கு. வாங்கிக்கோ!"

பகவதியின் அறைக்கு போய் இன்னும் சில வேலைகளைத் தந்தாள்.

"இதையெல்லாம் இன்னிக்கே நீ முடிச்சாகணும். புரியுதா?"

சந்த்யா காரில் ஏறிப்போக, பிரசாத் உள்ளே வந்தான். சைகையால் தன்னறைக்கு அவளை அழைத்தான். அவள் வர,

"உங்க ரூம்ல கேமரா இருக்கா?"

"ஏன் அப்படி சந்தேகப்படற?"

"என்னதான் ரகசியமா நீங்க வச்சிருந்தாலும், நாம வெளில சந்திக்கப்போறதை அவங்க மோப்பம் புடிச்சிட்டாங்க! அதான் எனக்கு நிறைய வேலைகள் தந்து போகவிடாம பண்றாங்க."

"என்னையும் கான்ஃபரன்சுக்கு அழைச்சாங்க. எனக்கும் வேலைகள் தந்திருக்காங்க! ஆனா நான் செய்ய மாட்டேன்."

"நீங்க தப்பிக்கலாம். உங்களைக் கேக்க மாட்டாங்க. நான் மறுக்க முடியுமா?"

"இல்லை! இன்னிக்குப் போறோம். ரெடியா இரு. வேலைகளை நாளைக்கு செஞ்சுகலாம்."

“நானும் உங்ககிட்ட பேசணும்.”

மாலை ஆறு மணிக்கு புறப்பட்டு தெருக்கோடியில் அவன் காரில் பகவதி ஏறிக்கொள்ள,

“நான் முதல்ல பேசிர்றேன். ஒரு காமுகன் கிட்டேயிருந்து நான் மீண்டாகணும். அதே மாதிரி உங்களுக்கும் ஒரு பெரிய வலை விரிக்கப்பட்டிருக்கு.”

“என்ன சொல்ற?”

“நான் சொன்னா, உங்களுக்கு கோபம் வரும். ஆனா அதைப்பற்றி எனக்கு கவலையில்லை. சொல்றது என் கடமை! உங்கக்கா வந்தனாவுக்கு தண்டனை காலம் முடிஞ்சு, அடுத்த மாச மத்தில விடுதலை.”

“இந்தத் தகவல் எனக்கு தேவையில்லை.”

“தேவைதான். ஒரு தப்பு நடக்கப்போகுது. அவங்களை மறுபடியும் ஜெயில்ல வைக்க சதி நடக்குது. மீறி வெளில வந்துட்டா, அவங்க உயிருக்கே ஆபத்து.”

“அவ சாகட்டும். எனக்கு அவ எப்படிப் போனாலும் கவலையில்லை.”

“காரை நிறுத்துய்யா! நீயெல்லாம் ஒரு மனுஷனா? செய்யாத தப்புக்கு உன் அக்கா தண்டனை அனுபவிக்கறா. அதுக்கு காரணம் உன் அண்ணி. இதை அவங்களே என் கிட்ட சொன்னாங்க. இப்ப அடுத்த கட்ட சதி. சீக்கிரம் உன்னையும் களி திங்க வைப்பா உன் அண்ணி. என்னை ப்ளாக்மெயில் பண்றா. அதனால இந்த ஆஃபீஸ் எனக்கும் சிறைதான். நீ நம்பமாட்டே. காரை நிறுத்து. உன் கூடப் பேசி லாபமில்லை. முட்டாள் கூடப் பழகி நான் பைத்தியமாக விரும்பலை. காரை நிறுத்து. நான் போறேன். என்னைக் காப்பாற்ற உன்னால முடியாது. உன்னை மீட்க என்னாலயும் முடியாது. விதி போல நடக்கட்டும். காரை நிறுத்து!”

அவன் ஓரமாக நிறுத்த, பகவதி இறங்கி நடக்கத் தொடங்கினாள்.

பிரசாத்துக்கு அண்ணி மேல் அவள் பழி சுமத்தியது அறவே பிடிக்கவில்லை.

‘நேத்து வந்த ஒருத்தி, அம்மா மாதிரி அன்பு காட்டி ஆளாக்கின அண்ணியைப் பேசும்போது நான் ஏன் பொறுத்துக்கணும்? இவ நட்பே வேண்டாம். இவளை நான் விரும்பினது தப்பு. இவ முகத்துல இனி முழிக்கக்கூடாது.’

வெறுப்புடன் காரை எடுத்தான். இருக்கும் கடுப்பில் எங்கேயாவது போய் குடித்தால் தேவலை எனத் தோன்ற, கிளப்புக்கு காரை விட்டான்.

* * * * *

**ப**கவதி வெறுப்பு, கசப்பு கலந்து ஆட்டோவில் ஏறினாள்.

‘இவனை மாற்ற முடியாது. இவன் மூலம் எனக்கு இனி விடுதலை கிடைக்கும் என்று நம்புவது முட்டாள்தனம். அண்ணியைச் சொன்னால் இவன் நம்ப போவதில்லை.’

வீட்டுக்குள் பகவதி நுழைந்தாள். அம்மா வேகமாக வெளியே வர, அக்கா ஜீவா தடுத்து நிறுத்தினாள். பகவதி உடைமாற்றி முகம் கழுவி, சமையல் கட்டுக்குள் நுழைய, அக்கா தேநீருடன் நின்றாள்.

“நீ ஏன்கா கஷ்டப்படறே? நான் கலந்து குடிச்சுக்க மாட்டேனா?”

“நீ முதல்ல டீயைக் குடி. நான் கொஞ்சம் பேசணும். இப்படி வந்து ஒக்காரு.”

“என்னக்கா?”

“நீ வேலையை ரிசைன் பண்ணிடு. என்னால முடியலை. அம்மா நோயாளி. இந்தக் குழந்தையை நான் நல்லபடியா பெத்தெடுக்க, உன் உதவி எனக்கு வேணும். கம்பெனில என்ன கட்ட சொல்றாங்களோ, அதை இவர் கட்டுவார். நீ இப்பத்தான் ஜாயின் பண்ணியிருக்கே. நோட்டீஸ் பிரியட் எதுவும் இருக்காது!”

“அக்கா! நான் எல்லாம் செஞ்சு வச்சிட்டுப் போறேன். வந்து செய்யறேன். ஆனா வேலையை விட முடியாது.”

“ஏண்டீ இப்படி பிடிவாதம் புடிக்கறே? அக்கா குடும்பத்து மேல அக்கறை இல்லையா உனக்கு?”

“நீ பேசாம இரம்மா! நான் பேசிக்கறேன். பகவதி, காலைல அவன் உன்னை கோயிலுக்கு எதுக்கு வரச் சொன்னான்? சொன்னதும் போயிடுவியா?”

“அக்கா, ஒரு திருத்தம்! பிரசாத் வரச் சொல்லலை. அவரை வரச் சொன்னது நான்.”

“என்னடி உளர்ற? பிரசாத்தை அந்த அதிகாலை வேளைல நீ எதுக்கு வரச் சொன்ன?”

“அது கம்பெனி புராஜக்ட் தொடர்பான கான்ஃபிடன்ஷியல் மேட்டர். வீட்ல சொல்லக்கூடாது. நீங்க நினைக்கற மாதிரி, பிரசாத் பொறுக்கி இல்லை. கண்ணியமானவர். நானும் தப்பானவங்களுக்கு சூடு தராம விட மாட்டேன். அதைப் புரிஞ்சுக்கோ.”

உள்ளேயிருந்த உத்தமனுக்கு சுருக்கென்றது.

“இதப் பாருடி பகவதி! நீ ஜீவாவும் மாப்ளையும் சொல்றதைக் கேட்டு நடக்கணும், புரியுதா?”

“நீ வாயை மூடு. உனக்குத் தேவையானது நடக்குதா? அதுக்கு மேல பேசாதே! எல்லாரையும் சோப்படிச்சு, என்னை மட்டும் கடைசி வரைக்கும் அடிமையாவே இருக்க வைப்பியா? இனி அது முடியாது. அக்கா! நான் வேலைக்கு போய்த்தான் ஆகணும். வெளில என் கற்புக்கு எந்த பங்கமும் வராது. இதுக்கு மேல நான் பேச முடியலை. நீ ரெஸ்ட் எடு. குழந்தை தவிர எந்தக் கவலையும் உனக்கு வேண்டாம். ராத்திரி டின்னருக்கு என்ன பண்ணட்டும்?”

கேட்டபடி உள்ளே போக, அக்காவும் வாயடைத்து போனாள்.

அக்கா ஜீவா உள்ளே வந்தாள்.

‘வெளில என் கற்புக்கு எந்த பங்கமும் வராது. இதுக்கு மேல நான் பேச முடியலை.’

‘என்ன அர்த்தம் இந்த வார்த்தைகளுக்கு?’

உத்தமனுக்கு உள்ளே உதறியது.

‘சகலத்தையும் உடைக்கப்போறாளா? கர்ப்பிணி அக்காவுக்கு அதிர்ச்சி தருவாளா பகவதி?’

**- தொடரும்**

# அத்தியாயம் 33

**பி**ரசாத் அந்த நட்சத்திர ஓட்டலுக்கு வந்து உயர் தர சரக்கும், சைட் டிஷ்ஷும் ஆர்டர் செய்தான். அவனுக்கு முதுகு காட்டி அமர்ந்திருந்த ஒருவர் அழுவது தெரிந்தது.

"என்ன மாமா, குடிக்கவே தொடங்கலை! அதுக்குள்ள அழறே நீ?"

"அந்தப் பாவி சந்த்யா எங்க எல்லாரையும் கழட்டி விட்டுட்டா. அதை நான் நியாயம் கேக்கப்போனா, ஆஃபீஸ் வாசல்ல வச்சு அந்த பிரசாத் அடிக்கறான். என்ன கொடுமை இது? சேர்மன் ராஜா, தங்கமான மனுஷன். அவரைப் பார்க்கவே விடறதில்லையே!"

"நீ அவரைப் பார்த்தாலும் பிரயோஜனமில்லை. இவளோட கைக்குள்ளதான் அண்ணனும் தம்பியும் இருக்காங்க. அந்த பிரசாத்துக்கு எல்லா சுக போகங்களையும் காட்டி அவனை ஏன் இவ மயக்கத்துல வச்சிருக்கா? ஆஃபீஸ் சங்கதி எதுவும் அவனுக்குத் தெரியக்கூடாதுனுதான் வச்சிருக்கா. எல்லாத்தையும் இவ சுருட்டிக்கிட்டு அவங்களை வீதில நிறுத்தப்போறா."

பிரசாத் ஆவேசமாக எழுந்தான். அவர்களைத் தாக்கத் தயாராகி விட்டான்.

"சேர்மன் தங்கச்சி வந்தனா, செய்யாத கொலைக்குப் பழியைச் சுமத்தி, அவளை ஆயுள் தண்டனை கைதியாக்கினது யாரு? இந்தச் சதிகாரிதானே? சொந்த நாத்தனாருக்கே சூன்யம் வச்சவ, வெளில உள்ள பழைய ஆட்களை விட்டு வைப்பாளா?"

"நாங்கள்லாம் அந்த கம்பெனி உயர முப்பது வருஷம் விசுவாசமா உழைச்சோம். எங்களை வெளில தள்ளி, படிப்படியா அவளோட ஆட்களைக் கொண்டுவந்துட்டா. நாளைக்கு சேர்மனுக்கு உண்மை தெரிஞ்சா, அவருக்கு ஆதரவா ஒருத்தர் கூட கம்பெனில இல்லை!"

“சரி! பிரசாத்துக்குக் கல்யாணம் நடக்குமில்லை? வர்றவ இவளுக்கு மேல கேடியா இருந்தா, இவ சாயம் வெளுக்குமில்ல?”

“அவனை எவளும் கட்டிக்காத அளவுக்கு எல்லா கெட்ட பழக்கங்களோட அதுக்குத்தான் தன் காலடில வச்சிருக்கா. அப்படியே நடந்தாலும் இவளுக்கொரு அடிமையா இருக்கற மாதிரி ஒரு அக்ரிமென்ட் போட்டுக் கொண்டு வருவா. தன்னை எதிர்க்கற யாரா இருந்தாலும் ஏதாவதொரு லாக் போட்டு அவங்களை தன் காலடில வைப்பா. அரசியல்ல இவ இருந்தா, இந்த நாட்டையே ஆண்டிருப்பா. இந்த மாதிரி பிசாசுகளுக்கு முடிவு கட்ட யாருமே இல்லையா? அந்த வந்தனா பொண்ணு வாழ்க்கையே வீணாப்போச்சு.”

முதலில் ஆத்திரப்பட்ட பிரசாத், யோசிக்கத் தொடங்கினான்.

‘அண்ணி மோசமானவளா? எனக்கு எல்லா கெட்ட பழக்கங்களையும் பழக்கி, என்னை அடிமையாக வச்சிருக்காளா? வந்தனா கொலை செய்யலையா?’

பகவதி கோபத்துடன் காரில் சீறியது காதில் ஒலித்தது.

“என்னை ப்ளாக்மெயில் பண்றா! உங்கக்கா வெளில வர விடாமத் தடுக்கறா. வந்தா உயிருக்கு ஆபத்து. உன்னை அடிமையா வச்சிருக்கா. உன்னை மீட்க இனி என்னால முடியாது. என்னைக் காப்பாற்ற நீயும் வர முடியாது.”

நிஜமான கோபம்.

‘பகவதி எதில் சிக்கியிருக்கா? அண்ணி அவளை எதுக்கு ப்ளாக்மெயில் பண்ணணும்?’

‘தன்னை எதிர்த்த யாரையும் அந்த ராட்சசி விட மாட்டா. தன் காலடிக்கு கொண்டுவந்துடுவா.’

உண்மைதான்! பகவதி இப்பவும் அண்ணியை எதிர்க்கறா. அவளை அண்ணி வேவு பாக்கறாங்க. எதுக்கு? நிறைய கேள்விகள் வந்தது.

'நான் இத்தனை காலம் முட்டாளாக இருந்தேனா? சேச்சே! அம்மா மாதிரி பாசம் காட்டற அண்ணி மேல ஒரு மூணாவது மனுஷன் பேச்சைக் கேட்டு சந்தேகப்படலாமா?'

'பெத்த அம்மாவா இருந்தா, தன் மகன் குடிச்சு கண்ட பெண்களோட கூத்தடிக்கறதை அனுமதிப்பங்களா? இது ஏன் இத்தனை நாள் எனக்குத் தோணலை? எனக்கு எல்லா சந்தோஷங்களும் கிடைக்குது. அதுக்குக் காரணம் அண்ணிங்கறதால நான் யோசிக்கவேயில்லையா? அண்ணனுக்கு மறைச்சு வச்சுத்தானே இத்தனையும் செஞ்சாங்க? ஒரு சில லட்சங்களை எனக்காக செலவழிச்சது என்னோட பல கோடிகளை சுருட்டவா? எலிப்பொறில மசால் வடை வச்ச மாதிரி, என்னை சிக்க வச்சிருக்காங்களா?'

நினைக்க நினைக்க பிரசாத்துக்கு பதற்றமாக வந்தது. மது வந்தது. குடிக்கப் பிடிக்கவில்லை. பகவதியைப் பார்த்தது முதல் பிற பெண்களைப் பிடிக்கவில்லை. இப்போது எந்த போதையும் தேவைப்படவில்லை. மூடின கண்கள் திறந்ததைப் போல இருந்தது. நேரம் இரவு பத்து மணி...! பகவதியிடம் பேசும் ஆசை வந்தது. எழுந்து வெளியே வந்தான். அவளது மொபைலுக்கு அடித்தான். பல முறை அடித்தும் பகவதி எடுக்கவேயில்லை.

"பகவதி, என்னை வெறுத்து விட்டாளா? வைராக்கியம் உள்ள பெண்! செய்வாள். அண்ணியைக் கண்மூடித்தனமாக ஆதரிக்கும் என்னை, பகவதி இனி மதிக்க மாட்டாள். நான் இப்ப என்ன செய்யப்போறேன்?"

குழப்பமாக காருக்குள் ஏறினான்.

* * * * *

**ப**கவதி, செல்போனை ஸ்விட்ச் ஆஃப் செய்து வைத்திருந்தாள். மனசு ஒரு மாதிரி பதற்றத்தில் இருந்தது. பிரசாத்தை நம்பி இனி லாபமில்லை. என் தொடர்பான ஆபாச வீடியோ சந்த்யாவிடம் இருப்பதால் ஆயுள் முழுக்க நான் அவளுக்கு அடிமை. இந்தக் காமுகனை பற்றி அக்காவுக்கு தெரிந்தால் உடனே அவள்

கர்ப்பம் கலைந்து அந்த அதிர்ச்சியில் உயிருக்கும் ஆபத்து வரும். இவனிடமிருந்து எத்தனை நாள் நான் தப்பிக்க முடியும்? இந்த நரக வாழ்க்கைக்கு ஒரு முடிவேயில்லையா?'

யோசித்து மண்டை குழம்ப, அவள் உறங்கும்போது இரவு ஒரு மணி. சமையல்கட்டில் படுத்து அப்படியே உறங்கிவிட்டாள். திடீரென தன் மேல் சூடாக ஒரு காற்று வீசுவது போலிருக்க, படக்கென எழுந்தாள். அவள் முகத்துக்கு வெகு அருகே உத்தமனின் முகம்... ஏறத்தாழ அவனது அணைப்புக்குள் பகவதி இருந்தாள். பலவந்தமாக அவனை உதறிக்கொண்டு எழுந்தாள்... முடியவில்லை. அப்படியும் ஒரு வெறி வந்தது. ஆவேசமாக அவனைத் தள்ளி விடுபட்டாள். உத்தமன் தூரப்போய் விழுந்தான். அதே வேகத்தில் எழுந்தான்.

"உன்னை அடையாம விட மாட்டேண்டி!"

வெறியுடன் பாய, அருவாமனையை எடுத்துவிட்டாள். உயர்த்திவிட்டாள்.

"வெட்டுவேன். எங்கக்கா விதவை ஆகி, நான் ஜெயிலுக்குப் போனாலும் தப்பில்லை. கற்பா பாசமானு கேள்வி வந்துட்டா, எனக்கு கற்புதான் பெரிசு! உன் கதையை இன்னிக்கே முடிச்சிர்றேன்!"

ஓங்கி விட்டாள்... உத்தமன் மிரண்டு பின்வாங்கினான்.

"போயிடு! இங்கே நீ நின்னா, உன் உயிருக்கு உத்தரவாதமில்லை."

"பகவதி! என்ன சத்தம் கிச்சன்ல?"

ஜீவா குரல் அருகில் கேட்க, உத்தமனுக்கு உயிரே போனது. ஜீவா உள்ளே வந்துவிட்டாள்.

"என்னடீது? கைல அருவாமணையோட நிக்கற? நீங்க எதுக்கு இங்கே வந்தீங்க? பகவதியோட ஒடம்பு முழுக்க வேர்த்திருக்கு? டிரஸ் கலைஞ்சிருக்கு! என்ன பிரச்னை?"

'சொல்லவா? உன் வண்டவாளத்தை அவுத்துவிடவா?' என்றது பகவதியின் பார்வை. உத்தமனால் நிற்கக்கூட முடியவில்லை.

"அக்கா! ஒரு பெருச்சாளி... பெரிய சைஸ், என் மேல ஓட, நான் மிரண்டுபோய் அதைக் கொல்ல இந்த அருவாமணையை கைல எடுத்துட்டேன்."

"பகவதியோட கூச்சல் கேட்டு நான் ஓடிவந்தேன் ஜீவா."

உத்தமன் சமாளித்தான்.

"ராத்திரி நானும் அம்மாவும் ஒரே ரூம்ல படுத்துட்டோம். நீ ஏன் கிச்சன்ல படுத்தே? வா என் கூட! நீங்க போய் படுங்க!"

"அக்கா! நாளைக்கு நானும் அம்மாவும் அண்ணன் வீட்டுக்கு போயிர்றோம். இங்கே எனக்குப் பாதுகாப்பில்லை!"

சிரித்தாள் ஜீவா.

"ஏண்டீ, ஒரு பெருச்சாளிக்குப் பயந்து பாதுகாப்பு இல்லைனு போவியா? காமடியா இருக்கு எனக்கு. அதெல்லாம் வேண்டாம். ஆளைக் கூப்பிட்டு பெருச்சாளியைத் தேடிப்புடிச்சு அடிச்சிடலாம்."

"அந்தப் பொம்பளை பொறுக்கி பிரசாத்துக்கு பயப்படாம வேலைக்குப் போறா. ஆனா பெருச்சாளிக்குப் பயந்துக்கறா."

"பொம்பளை பொறுக்கி பிரசாத் இல்லை! அவர் நல்லவர்."

"சரி! ராத்திரி எதுக்கு விவாதம்? நீ வாடி! இந்த அக்காவை விட்டு நீ எங்கேயும் போகாதே! உனக்கு என்ன வசதி வேணும்னாலும் நான் செஞ்சு தர்றேன்."

அக்காவை நினைத்து மனசு உருகியது. எதையும் யாரிடமும் பேச என்னால் முடியலியே!

* * * * *

**பி**ரசாத் இரவு முழுக்க உறங்கவில்லை.

'எப்படியும் பகவதி சீக்கிரமா ஆஃபீஸ் வந்துடுவா! பேசிடணும்.'

நம்பமுடியாமல் மனசு சண்டித்தனம் செய்தாலும் அண்ணி பற்றி இத்தனை கேள்விப்பட்ட பிறகு மனசு ஆறவில்லை. காரை எடுக்க புறப்பட,

“பிரசாத் நில்லு. சாப்டுட்டுப் போகலாம். உங்கிட்டப் பேச நானும் அண்ணனும் காத்துக்கிட்டிருக்கோம்.”

“ஆமாண்டா தம்பி! பேசிட்டே சாப்பிடலாம். சந்த்யா சீக்கிரமே எழுந்து அவளே ப்ரேக் பாஸ்ட் ரெடி பண்ணியிருக்கா. வந்து ஒக்காரு.”

பிரசாத் உட்கார, அவனுக்கு பிடித்த கேசரியை சந்த்யா பரிமாறினாள்.

“எனக்கு ஸ்வீட் வேண்டாம்.”

“நீ சாப்பிட்டே ஆகணும். ஏன்னா இன்னிக்கு முக்கியமான ஒரு விஷயம் பேசப்போறோம் நாங்க ரெண்டு பேரும் உங்கிட்ட.”

“நானும் பேசணும். சரி! நீங்க சொல்லுங்க!”

“உனக்கு கல்யாண வயசு வந்தாச்சு. அதனால வரன் தேடப்போறோம்.”

பிரசாத் எழுந்தான்.

“என்னடா ஆச்சு? ஏன் எழுந்துட்ட?”

“நான் இப்பத்தான் கம்பெனிக்கு வந்திருக்கேன். நிறையக் கத்துக்கணும். நீங்க ரெண்டு பேரும் இதுக்குத்தானே ஆசைப்பட்டீங்க? அதனால கல்யாணம் இப்ப வேண்டாம்! ஆளை விடுங்க.”

“ஒக்காருடா!”

உரிமையுடன் அவன் தோளை அழுத்தி சந்த்யா அவனை உட்கார வைத்தாள்.

“கல்யாணத்துக்கும் கம்பெனி வேலைகளை கத்துக்கறதுக்கும் என்ன சம்பந்தம்? நானும் அண்ணனும் எப்பவும் உன் கூடத்தானே இருப்போம்?”

“சரி! அதுக்கு நான் சம்மதம் சொல்றது ஒரு பக்கம் இருக்கட்டும். அப்படி நான் ஒப்புக்கிட்டா, பொண்ணை நான்தான் செலக்ட் பண்ணுவேன்.”

சந்த்யா முகம் சட்டென மாறி, சிரிப்பு அணைந்தது. அதை பிரசாத் கவனித்தான்.

"அதுக்கென்னடா? கட்டிக்கப்போறவன் நீ! அண்ணியோட செல்லப்பிள்ளை நீ! உன் விருப்பத்துக்கு மாறா சந்த்யா ஏதாவது செய்வாளா?"

ராஜா சொல்ல, இன்னும் இருண்டது சந்த்யா முகம். இதையும் பிரசாத் கவனித்தான்.

"படவா! யாரையாவது பார்த்து வச்சிருக்கியா?"

"அதை முதல்ல அண்ணி கிட்டத்தான் சொல்வேன்!"

"நீ என்னவோ சொல்லணும்னு சொன்னியே! என்ன அது?"

"வந்தனா அடுத்த மாசம் விடுதலை ஆகறாளாம்."

ராஜா முகம் மாறியது.

"அண்ணே! நம்ம ரெண்டு பேருக்கும் அவ மேல வெறுப்புதான். அவளை ஆதரிக்கறது அண்ணி மட்டும்தான். ஒரு வகைல அது நியாயம்னு படுது. செஞ்ச குற்றத்துக்கு அவ வருஷக்கணக்கா தண்டனை அனுபவிச்சாச்சு. இனி நாமும் அவளை தண்டிக்க வேண்டாம். அவ நம்ம கூடப்பொறப்பு. விடுதலை ஆகி அக்கா நம்ம வீட்டுக்கு வரட்டும். அண்ணி! உங்களுக்கு இப்ப சந்தோஷம்தானே?"

"உங்கண்ணன் ஒப்புக்க மாட்டாரேடா!"

"இல்லை சந்த்யா! தம்பியே சொன்ன பின்னால எனக்கும் தடையில்லை! ஒரு மாற்றம் வரட்டுமே!"

சந்த்யா பலத்த அதிர்ச்சிக்கு ஆளானாள்.

- தொடரும்

# அத்தியாயம் 34

**பி**ரசாத் லேசாக சாப்பிட்டுவிட்டு காரை எடுக்க,

"தம்பி! நானும் வர்றேன். ஆஃபீசுக்குத்தானே போறே நீ? என் கார் சர்வீஸ்ல இருக்கு. உன் கூட வர்றேன்."

"வாண்ணே! பேசிட்டே போகலாம். ஒண்ணு செய்யலாமா? சென்ட்ரல் ஜெயில் வரைக்கும் போய், அக்கா விடுதலை பற்றின விவரங்களைக் கேட்ரலாமா?"

"எனக்கு அங்கே யாரையும் தெரியாதுடா தம்பி! அண்ணிக்குத்தான் பழக்கம்."

"என்ன பேசற நீ? குற்றவாளிகளுக்குத்தான் ஜெயில் வாசம் தெரியும். எங்கண்ணி குற்றவாளியா?"

"நான் அந்த அர்த்தத்துல சொல்லலைடா. வந்தனாவை பார்க்க இவதானே போவா! அதனால சொன்னேன்."

சந்த்யா உச்சகட்ட எரிச்சலுக்கு ஆளானாள்.

'ஏன் பிரசாத் இப்படி தாறுமாறா பேசறான்? ஒரே நாள்ல எப்படி இந்த மாற்றம்? நான் இல்லாத நேரத்துல அவ, இவன் மனசை கெடுக்கறாளா? பகவதி மேல நம்பிக்கை வச்சு நான் அசட்டையா இருக்கேனா? எங்கிட்ட நடிக்கறாளா? வேரையே ஆட்டப்பாக்கறாளா?'

"உனக்கு பைத்தியம் புடிச்சிருக்கா பிரசாத்? எதுக்கு நீ ஜெயிலுக்குப் போகணும்? ஏன் உங்கண்ணனை இழுக்கற? இத்தனை நாள் வந்தனாவை வெறுத்துட்டு, இப்ப என்ன பாசம் பொங்குது? நீங்க ரெண்டு பேரும் அங்கே போக வேண்டாம்."

"ஏன் அண்ணி இப்படி கோவப்படறீங்க? இந்த மாதிரி உங்களை நான் பார்த்ததே இல்லையே? அவ எங்க சகோதரிதானே?

தண்டனை முடிஞ்சு வர்றவளை மன்னிக்கறதுல உங்களுக்கு என்ன வருத்தம்?"

சந்த்யா ஆடிப்போனாள்.

'நான் அவசரப்பட்டு விட்டேனா? என் சுயரூபம் வெளியே வந்துவிட்டதா?'

"அதுக்கில்லைப்பா! ரொம்ப வருஷங்கள் கழிச்சு அவளை நீங்க ரெண்டு பேரும் பார்க்கும்போது, ஒரு நல்ல நாள்ல பாக்கலாம் இல்லையா? என்னங்க நான் சொல்றது?"

"ஆமாண்டா! சந்த்யா சொல்றதும் நியாயம்தான். இப்ப ஆஃபீஸ் போகலாம்."

"பத்து நிமிஷம் இருங்க. நானும் வர்றேன். எனக்கும் வேலை இருக்கு."

பிரசாத் கவனித்தான்.

'அண்ணி உஷாராகிவிட்டாள். அந்த ஆட்களும் பகவதியும் சொல்வது சரிதான். இனி கவனமா இருக்கணும். என்னையும் பகவதியையும் அண்ணி தனியா சந்திக்க விட மாட்டாங்க. நான் பகவதி கிட்ட பேசியே ஆகணும்!'

மூவரும் ஆஃபீஸ் வர, பகவதி ஏற்கனவே வந்திருந்தாள். சந்த்யா ஒரு மாதிரி கொதி நிலையில் இருந்தாள்.

"எனக்கு பகவதி கூட கொஞ்சம் வேலை இருக்கு."

சந்த்யா உள்ளே வர, பகவதி எழுந்து நின்று வணங்கினாள். சந்த்யா கதவைத் தாளிட்டாள். வேகமாக நெருங்கினாள். பகவதியை உற்று பார்த்துவிட்டு ஓங்கி அறைந்தாள். பகவதி இதை எதிர்பார்க்கவில்லை.

"என்னடீ? பிரசாத்தைத் தூண்டிவிடறியா? நான் இல்லாத நேரம் அவன் ரூமுக்குப் போய் அவன் மனசைக் கலைச்சிருக்கியா?"

கன்னத்தைப் பிடித்துக்கொண்ட பகவதி, "மேம்! நான் எதுவும் சொல்லலை."

“நிறுத்துடி! திடீர்னு அவனுக்கு கொலைகாரி அக்கா மேல பாசம் வந்திருக்கு. கல்யாணப் பேச்சை எடுத்தா, புடிச்ச பொண்ணைத்தான் கட்டிப்பேன்னு சொல்றான். நீ வலை வீசறியா? உன் மானம் என் கைல இருக்கு, அதை மறந்துட்டியா? நாளைக்கே நாறடிக்கட்டுமா? பாக்கறியா? என்கிட்ட மோதி ஒருத்தி ஜெயில்ல...! அவ வெளில வரப்போறதில்லை. வர விட மாட்டேன். அடங்கு. பிரசாத்தை திசை தெரியாத தீவுக்கு பார்சல் பண்ணிடுவேன். ஆள் சேக்கறியா? என்னோட இத்தனை வருஷ கோட்டையை அசைச்சுப் பாக்கறியா?”

பகவதிக்கு முழுமையாகப் புரியாவிட்டாலும், கொஞ்சம் புரிந்தது. நேற்றைய கார் பேச்சு பிரசாத்திடம் பாதிப்பை உண்டாக்கிவிட்டது. அவன் முதல் எதிர்ப்பை ஏதோ ஒரு வகையில் காட்டிவிட்டான்.

“நீ இனிமே இந்த ஆஃபீஸ்ல இருக்கக்கூடாது. உன்னை பிரசாத் கண்ல நான் காட்டக்கூடாது. இப்பவே எடத்தை மாத்தறேன். உன்னை நான் எங்கே வச்சிருக்கேன்னு பிரசாத்துக்குத் தெரியக்கூடாது.”

யாருக்கோ போன் அடித்தாள்.

“நம்ம கடற்கரை சாலை கெஸ்ட் ஹவுஸ் ஆஃபீஸ் இருக்கில்லையா? அதை உடனே ரெடி பண்ணுங்க! ஒரு மணி நேரத்துல நான் சொல்ற செட்டப் எல்லாம் அங்கே இருக்கணும். நான் வர்றேன்!”

கதவைத் திறந்து சந்த்யா வெளியே வர, அவள் அறையிலிருந்து பிரசாத் வேகமாக வெளியே வந்து தன்னறைக்குள் புகுந்தான். அண்ணி, பகவதி அறைக்குள் நுழைந்ததுமே, பிரசாத் அண்ணியின் அறைக்குள் நுழைந்து அவள் சிஸ்டத்தை இயக்க, பகவதி அறையில் நடப்பது அத்தனையும் காட்சியானது. பகவதியை வேவு பார்க்க சந்த்யா செய்த ஏற்பாடு, பிரசாத்துக்கு அவள் தோலை உரித்துவிட்டது. சகலமும் காட்சியாக, அம்மாவாக அவன் பார்த்த அண்ணி, நாலாந்தர வில்லியாகத் தெரிந்தாள். ஒரு நொடியில் அவள் முகத்திரை கிழிந்துவிட்டது. ஆத்திரம் வந்தது பிரசாத்துக்கு.

‘அண்ணனிடம், அண்ணியின் சுயரூபத்தை வெளிப்படுத்திவிடலாமா? ச்சே! இந்தப் பேச்சை பதிவு பண்ணாமல் விட்டது தப்பு! திடீரென சொன்னால், அண்ணன் ஆத்திரப்பட்டுக் கேட்டுவிட்டால் ஆபத்து. இருபத்தைந்து வருஷ சூழ்ச்சியை வெளியே கொண்டுவர, நிதானம் வேண்டும். யாருக்கும் ஆபத்து இல்லாமல் நடத்த வேண்டும்’ உடம்பு பரபரத்தது.

கடற்கரை சாலையில் ஒரு ஆஃபீஸ் இருப்பது பிரசாத்துக்கு தெரியும். அங்கே அவன் போனதில்லை. அங்கே பகவதியை கொண்டுபோவதில் ஏதாவது சூழ்ச்சி இருக்குமா?’

“உன் மானம் என் கைல இருக்கு. நாளைக்கே அதை நாறடிக்கட்டுமா.”

‘என்ன அது? பகவதி ப்ளாக்மெயில் என்று சொல்வது இதைத்தானா? அதனால்தான் இந்தப் பயமா?’

ஆயிரம் கேள்விகள் வந்தன. பகவதி என்ற பட்டுச்சேலை, சந்த்யா என்ற முள் மேல் விழுந்துவிட்டது. சேலை சேதப்படாமல் நான் எடுக்க வேண்டும்.

அரை மணி நேரம் கழித்து, பிரசாத் மெல்ல வெளியே வர, சந்த்யா புறப்பட, கையில் சில ஃபைல்களுடன் பகவதியும் நடந்தாள். அவள் பார்வை சுற்றிச் சுழன்றது. அது பிரசாத்தைத் தேடியது அவனுக்குத் தெரிந்தது. அண்ணி கண்ணில் படக்கூடாது என அவன் வெளியில் வரவில்லை. அவர்களது கார் புறப்பட்டுப் போனதும், அண்ணியின் புராஜக்ட் ஃபைல்களை பார்க்கும் மானேஜர் ரகோத்தமன் அறையை பிரசாத் நெருங்க, உள்ளே பேச்சுக் குரல் கேட்டது.

“அந்தப் பொண்ணு அழகா இருந்தப்பவே நெனச்சேன். இவ பலிகடாதான்னு.”

“வியாபார கேந்திரத்துக்கு கூட்டிட்டுப் போறாங்களா? அவளும் சம்மதிச்சிருப்பா. எழுபதாயிரம் சம்பளம் ஒரு புது நபருக்குனா சும்மாவா? ஓவர்சீஸ் வர்த்தகம் வந்திருக்கும் பெரிசா! சேர்மனுக்கு இதெல்லாம் தெரியாது பாவம்! தம்பிக்காரன் விளையாட்டுப் பிள்ளை.”

அதிர்ச்சியாக இருந்தது பிரசாத்துக்கு.

'தப்பான சங்கதிகள் நடக்குதா இங்கே? ஒரு பெண்ணா இருந்து அண்ணியா இப்படி? வீட்ல பூஜை, புனஸ்காரம்னு என்ன ஒரு வேஷம்? மோசமான இன்னொரு முகமா? இருபத்தி நாலு மணி நேரங்களில் இத்தனை அதிர்ச்சியா?'

அப்படியே தன்னறையில் வந்து உட்கார்ந்தான்.

'மாட்டிக்கொண்டது இப்போது பகவதி! பல வருஷங்களாக நான், அண்ணன், அக்காவா? எங்கள் குடும்பத்தை அண்ணி ஏன் பழி வாங்கறா?'

தலை சுழன்றது. ஜீரணிக்கவே முடியவில்லை. வேகமாக எழுந்து அண்ணனின் அறை வாசல் வரை வந்துவிட்டான்.

'வேண்டாம்! நான் அவசரப்பட்டா எல்லாருக்குமே ஆபத்து. முதல்ல பகவதியை மீட்கணும்! அதுக்கென்ன வழி?'

கொஞ்சம் நிதானித்துக்கொண்டு, அண்ணனின் அறைக்குள் நுழைந்தான்.

"நீ பிசியா இருக்கியாண்ணே? நான் கொஞ்சம் பேசலாமா?"

"தாராளமா பேசலாம். திடீர்னு பொறுப்பும் குடும்ப பாசமும் ஒரு சேர உனக்கு எப்படி வந்தது? எனக்கு சந்தோஷமா இருக்கு. சொல்லுடா!"

"நம்ம ஆஃபீஸ் பற்றி எல்லா தகவல்களையும் ஸ்டடி பண்ணிட்டேன். கடற்கரை சாலைல ஒரு யூனிட் இருக்கா நமக்கு? அதுபற்றி எந்தத் தகவலும் சரியா இல்லையே? அங்கே என்ன நடக்குது?"

"அது எனக்கே சரியாத் தெரியாதுடா தம்பி."

"நீதானே கம்பெனியோட சேர் பர்சன்?"

"அது சரிப்பா! சில வர்த்தகங்களை அடாவடியா அப்ரோச் பண்ணியாகணும். அப்பத்தான் போட்டிகளை சமாளிச்சு நம்பர் ஒண்ணா இருக்க முடியும்னு சந்த்யா சொல்லுவா. அரசியல்ல இந்த மாதிரி அண்டர்க்ரவுண்ட் அரசியல் உண்டு.

ரௌடிகள் ராஜ்யம் அது. எனக்கு இது புடிக்காது. ஆனா ஜெயிக்க இதெல்லாம் தேவை. ரொம்ப நல்லவங்களா வாழ்ந்தா, வர்த்தகத்துல தோத்துப் போயிடுவோம். அதனால அந்தப் பக்கம் நீங்க வராதீங்க நான் பாத்துக்கறேன்னு சந்த்யா என்னைத் தடுத்துட்டா."

"அண்ணி ஒரு பொம்பளையா இருந்து எப்படி அண்ணே...?"

"அவ பல சமயங்கள்ள ஆம்பளைடா தம்பி, விடு! பிசினஸ் நல்லாப் போகுது. நீட்டின இடத்துல கையெழுத்து போட்டுட்டு நான் போயிடுவேன். நீயும் அப்படியே இரு. அவ பார்த்துப்பா!"

"அந்த ஆஃபீஸ் லொகேஷனை எனக்கு ஷேர் பண்ணு அண்ணே! நான் கேட்டதா அண்ணிகிட்ட காட்டிக்காதே."

லொகேஷன் வர, உடனே வெளியே வந்தான். காரை எடுத்தான். வேகம் பிடித்தான்.

* * * * *

**அ**தே நேரம்... கடற்கரை சாலையின் உள் பகுதியில் அந்த அலுவலகம் இருந்தது. காரை விட்டு சந்த்யா இறங்க, ஆட்கள் ஓடிவந்து வரவேற்றார்கள். உடன் பகவதியும் இருந்தாள். அவளை அழைத்துச் சென்று தயாராக இருந்த தனியறையில் உட்கார வைத்தாள் சந்த்யா. சகல வசதிகளுடன் ஒரு நட்சத்திர ஓட்டலின் தரத்தில் இருந்தது.

"இனி இதுதான் உன் ஆஃபீஸ்! காலைல எட்டரைக்கு நீ இங்கே இருக்கணும். சாயங்காலம் ஆறு மணிக்கு கிளம்பலாம். வழக்கம் போல கார் பிக்கப்... டிராப். சரியா?"

"எதுக்கு என்னை இங்கே கொண்டுவந்திருக்கே?"

"என்ன மரியாதை தேயுது? கொழுப்பா? கேள்விகள் கேக்கற எடத்துல நீயில்லை, புரியுதா? எதுக்கு இங்கே வந்திருக்கேனு போகப் போக உனக்கே புரியும். பிரசாத்தை இனி நீ பார்க்கப் போறதில்லை! இப்ப வேலைகளை மட்டும் கவனி! உன்னோட ஒவ்வொரு அசைவும் கண்காணிக்கப்படுது. புரியுதா?"

வெளியில் வந்தாள். அங்கு ஊழியர் என்ற போர்வையில் ஒரு ரௌடிக் கூட்டமே இருந்தது. அவள் காரில் ஏறும்போது செக்யூரிட்டியை அழைத்தாள்.

"சின்னவரைத் தெரியுமா? பிரசாத்! நீ பார்த்திருக்கியா?"

"தெரியும் மேம்."

"அவர் இங்கே வந்தா உள்ளே விடாதீங்க! உடனே எனக்குத் தகவல் சொல்லுங்க! புரியுதா!"

அவளது கார் பிரதான சாலைக்கு வந்து போக்குவரத்தில் கலக்க, மறைவில் நிறுத்தியிருந்த தன் காரிலிருந்து வெளிப்பட்டான் பிரசாத். உடனே மெஸேஜ் மூலம் பகவதியை தனி மொபைலில் அழைத்தான். அவள் மேஜைக்கடியில் வைத்து அதைப் பார்த்தாள்.

'நான் பக்கத்துலதான் இருக்கேன். உனக்கு பிரச்னை ஏதாவது இருக்கா?'

'இப்ப இல்லை. ஆனா, கண்காணிப்பு பலமா இருக்கு. நீங்க இங்கே வந்தா, அவங்களுக்குத் தகவல் போயிடும்!'

பதில் மெஸேஜ்.

'அதை நான் பார்த்துக்கறேன். பத்து நிமிஷத்துல நான் அங்கே இருப்பேன்.'

பயத்துடன் நிமிர்ந்தாள் பகவதி.

- தொடரும்

# அத்தியாயம் 35

**உ**த்தமன் காலையில் நிலைகொள்ளாமல் தவித்தான். ஒவ்வொரு நாளும் பகவதியின் நினைப்பு அவனைக் கொல்ல, படிப்படியாக மிருகமாகிக்கொண்டே வந்தான்.

'அவளை நான் அடையணும். அவளை நான் தொட்டுட்டா, அவ எனக்கு சில நிமிஷங்கள் வசப்பட்டுட்டா, நிரந்தரமா என் பிடிக்குள் அவளை நான் கொண்டுவந்திடலாம். அவளோட சுய உணர்வோட இதை நான் செய்ய முடியாது. அவளை மயங்க வச்சுத்தான் சம்பவத்தை நடத்தணும். அவ மட்டும் மயங்கினா போதாது! அந்த மாமியார் கிழவியும் ஜீவாவும் மயங்கணும். இதை நான் உடனே நடத்தணும். என்னால பொறுத்துக்க முடியாது இனி.'

காமவெறி அவனது புத்தியைத் தடுமாற வைக்க, வேகமாக யோசிக்கத் தொடங்கினான்.

* * * * *

**அ**தேநேரம், காரை நேராக கொண்டுவந்து கடற்கரை ஆஃபீஸ் வாசலில் நிறுத்தினான் பிரசாத். எந்த ஒளிவு மறைவும் இல்லாமல் உள்ளே வந்தான். செக்யூரிட்டி தடுத்து நிறுத்தினான்.

"நான் யாருனு தெரியுதா? கம்பெனி ஜே.எம்.டி., உனக்கு சம்பளம் தர்றவன் நான். என்னையே தடுத்து நிறுத்தறியா?"

"மேம் உங்களை உள்ளே விடக்கூடாதுனு சொன்னாங்க!"

"அப்படியா? கொஞ்சம் இரு."

பிரசாத், அண்ணனுக்கு போன் போட்டான்.

"சொல்லுடா தம்பி!"

“அண்ணே! நான் இங்கே கிழக்கு கடற்கரை ஆஃபீசுக்கு வந்திருக்கேன். பகவதி கூடச் சேர்ந்து வொர்க் பண்ணினதுல பெண்டிங் ஒர்க் இருக்கு. அதை முடிச்சு, ஒரு பில்லை க்ளியர் பண்ணணும். செக்யூரிட்டி என்ன சொல்றான்னு கேளுங்க.”

ஸ்பீக்கரில் போட, செக்யூரிட்டி விவரம் புரியாமல் அதையே சொல்ல, உள்ளே இருந்த ரகோத்தமன் பதற்றமாக, அவனை ராஜா போனில் அழைத்து,

“யாரந்த செக்யூரிட்டி? உடனே வேலையை விட்டுத் தூக்கு. என் தம்பி கம்பெனி முதலாளி! அவனைத் தடுத்து நிறுத்தற உரிமை எனக்கே இல்லை” என சீற, விவரம் சந்த்யாவுக்கு போய்விட, அவள் பதறி ராஜா அறைக்கு ஓடிவந்தாள்.

“நீ பிரசாத்தை உள்ளே விடக்கூடாதுனு சொன்னியா?”

“நான் சொல்லுவேனா அப்படி? அது கான்ஃபிடன்ஷியல் ஏரியா! கண்டவங்க நுழையக்கூடாதுனு கட்டுப்பாடு விதிச்சது நான்தான். இவன் புரிஞ்சுக்கலை. செக்யூரிட்டியைத் தூக்குங்க. நான் ரகோத்தமன் கிட்ட பேசிக்கறேன்!”

அவள் ரகோவிடம் பேச, ரகோ பவ்யமாக வந்து மன்னிப்புக் கேட்டு பிரசாத்தை பகவதி அறைக்கு அனுப்ப, பிரசாத் உள்ளே நுழைந்தான். பகவதி பதறிவிட்டாள்.

“நீங்க எதுக்கு இங்கே?”

அவளுக்கு நேரே கையை அசைத்தான் பிரசாத். தன் கையில் இருந்த ஒரு பென்டிரைவ் போன்ற சாதனத்தை வைத்து ஏதோ செய்தான். க்ளிக் என்ற சப்தம் கேட்டது. அதை சட்டைப் பையில் வைத்துக்கொண்டான். சிரித்தான். அவள் எதிரே வந்து உட்கார்ந்தான்.

“ம்! இனிமே ஃப்ரீயா பேசலாம் பகவதி!”

“வேண்டாம் சார்.”

“பயப்படாதே! இப்ப என்ன செஞ்சேன் நான்? இங்கே அண்ணி செட் பண்ணின ஆடியோ, வீடியோ எதுவும் செயல்படாது. ஆஃப் பண்ணியாச்சு. இனி சுதந்திரமா பேசலாம்!”

"இதை அவங்களும் வாட்ச் பண்ணுவாங்க இல்லையா?"

அங்கே சந்த்யா தன்னறையில் எதுவும் வராமல் போக பதறிவிட்டாள். உடனே ரகோவுக்கு ஃபோன் செய்து விவரம் சொல்லி, உடனே பார்க்கச் சொன்னாள். ரகோ கதவைத் தட்ட, பிரசாத் வந்து திறந்தான்.

"என்ன வேணும் உங்களுக்கு? இங்கே கான்ஃபிடன்ஷியல் வொர்க் போயிட்டிருக்கு. நான் கூப்பிடற வரைக்கும் வராதீங்க. கெட் லாஸ்ட்."

கூச்சலிட, ரகோ வெளியேறி அவசரமாக சந்த்யாவுக்கு தகவல் சொல்ல, சந்த்யா நிலைகுலைந்தாள்.

"ஸாரி பகவதி! நீ சொன்னதெல்லாம் சரிதான். அண்ணியை அம்மாவா நெனச்சு நம்பினேன். ஆனா அந்தக் கோட்டை இடிஞ்சு, ஒரே நாள்ல தரைமட்டமா ஆயாச்சு" என ஆரம்பித்து சகலமும் சொன்னான்.

"எதுக்கு என் அக்காவுக்கு இந்தத் தண்டனை? ஏன் எனக்கு கெட்ட பழக்கங்களை பழக்கி, இத்தனை நாள் கைப்பிடில வச்சிருந்தாங்க? அண்ணன் கிட்டத்தட்ட ஒரு ரப்பர் ஸ்டாம்பா இருக்கார். ஏன் இந்தப் பகை? என்ன காரணம்? நான் அவங்களை எதிர்க்க தொடங்கிட்டேன்னு அண்ணிக்குத் தெரிஞ்சு போச்சு! உன்னையும் என்னையும் சந்திக்க விடக்கூடாதுனு உன்னை இங்கே கொண்டு வந்திருக்காங்க. அண்ணியோட நிழலான வர்த்தக செயல்பாடுகளுக்கான இடம் இது. உனக்கு இங்கே எந்த நேரமும் ஆபத்து வரலாம்!"

"ஆபத்து எனக்கு மட்டும் இல்லை பிரசாத், உங்களுக்கு அதைவிட அதிகம். உங்கக்கா உயிரோட ஜெயிலை விட்டு வரவிடாம தடுக்க எல்லாம் நடக்கும். உங்க கூட நேரடி மோதல் தொடங்கும். உங்கண்ணி களத்துல இப்பவே இறங்கியிருப்பாங்க!"

"நான் நேரடியா அண்ணன்கிட்ட பேசட்டுமா?"

"அவர் நம்ப மாட்டார்! அவருக்கு அவங்க என்ன செக் வச்சிருக்காங்கன்னு தெரியாது."

“நீ ஒண்ணு செய்! இப்பவே புறப்பட்டு என் கூட வா! நமக்கு இங்கே பாதுகாப்பில்லை. வெளில போய் பேசலாம்.”

“இல்லை பிரசாத்! இப்பவே நான் மோசமான நிலைமைலதான் இருக்கேன். தப்பிக்க முடியாது.”

“அப்படி என்ன பிரச்னை? அண்ணியைத் தூக்கியெறிஞ்சு பேசின நீ எதுக்காக இப்படி பயப்படற?”

இதை அவன் கேட்கும் நேரம், சந்த்யா அங்கே ஒரு எலக்ட்ரானிக் எக்ஸ்பர்ட்டிடம் பேசிக்கொண்டிருந்தாள். அவளுக்கு இந்த வேலைகளைச் செய்து தரும் நபர்.

“அது ஒரு சின்ன டிவைஸ். அதை வச்சு எல்லாத்தையும் செயலிழக்கச் செய்யலாம். அந்த டிவைசை இப்பவே நான் டீஆக்டிவேட் பண்றேன்.”

அவன் ஏதோ செய்ய,

இங்கே ‘க்ளிக்’ என்ற ஓசையுடன் பிரசாத் பாக்கெட்டில் எரிந்துகொண்டிருந்த பச்சை விளக்கு அணைந்தது. தனக்கு என்ன பிரச்னை என பகவதி சொல்ல வாய் திறக்க, பிரசாத் டிவைசை வெளியே எடுத்தான்.

“பேசாதே” என அவளுக்கு நேரே கையை அசைத்தான். இங்கே சந்த்யாவின் சிஸ்டத்தில் பகவதியும் பிரசாத்தும் தெரிய, பிரசாத் எழுந்துகொண்டான். குரலை உயர்த்தி,

“அண்ணி! நீ செட் பண்ணின ஆடியோ, வீடியோ இப்ப ஒழுங்காத் தெரியுதா? என் மேல சந்தேகம் வந்து என்னையே உள்ளே விடாம தடுத்து, ரூமுக்குள்ள கண்காணிப்பு வேலை நடத்தறியா? சபாஷ்! இதை உன்கிட்ட நான் எதிர்பாக்கலை! உன்னை நான் அம்மான்னு நெனச்சேன். ஆனா நீ ஸ்பையா இருக்கே. நான் வர்றேன் பகவதி!”

வெளியே வந்தான். அவன் முகத்தில் சிரிப்பு இருந்தது.

“அண்ணி! எங்கிட்ட நீ வித்தை காட்டறியா? நான் அங்கிருந்து வரும்போதே, அண்ணன் ரூம்ல ஆடியோ ஃபிக்ஸ் பண்ணிட்டுத்தான் வந்தேன். இப்ப நான் பேசினது எல்லாம்

அண்ணனுக்குத் தெரிஞ்சிருக்கும். இனிமே இருக்கு உனக்கு கச்சேரி.''

அங்கே சந்த்யாவை ராஜா அழைக்க, சந்த்யா எழுந்து வர,

''நீயா இப்படியெல்லாம் நாலாந்தர வேலைகளை செய்யறே? என்னாச்சு உனக்கு? ஏன் பகவதியை அங்கே மாற்றினே? பிரசாத்தை போகவிடாம தடுத்து, அவங்க பேசறதை டிவைஸ் வச்சு ஒட்டுக்கேட்டு, ஏன் சந்த்யா? நீ வளர்த்த பிள்ளை அவன்! அவன் மேல எதுக்கு உனக்கு சந்தேகம்? அப்படியிருந்தா அவனைக் கூப்பிட்டு கண்டிக்கலாமே! அதை விட்டுட்டு இந்த மாதிரி அசிங்கமான வேலைகளை நீ செய்யலாமா?''

'இவருக்கு எப்படித் தெரிந்தது இதெல்லாம்?'

''ஏன் சந்த்யா பேசலை?''

''நான் எதை செஞ்சாலும் அதுக்கொரு காரணம் இருக்கும். நீங்களும் உங்க உடன்பிறப்புகளும் நல்லா இருக்கணும்னு நான் செஞ்ச தியாகங்கள் உங்களுக்குத் தெரியும். சில விஷயங்களை பேச வேண்டாம்னு பார்த்தேன். பேச வைக்கறீங்க! இங்கே வேண்டாம். வீட்ல போய் பேசலாம். உங்க தம்பியையும் வச்சிட்டே சொல்றேன். அமைதியா இருங்க. நான் தப்பானவளா இருந்தா, நாளைக்கே என்னை வீட்டை விட்டே விரட்டுங்க.''

சரக்கென எழுந்து வெளியே போனாள். ராஜா ஒரு தவிப்புடன் சாய்ந்தார்.

சந்த்யா முகம் சிவக்க தன் இருப்பிடத்துக்கு வந்து உட்கார்ந்தாள். குளிர்ந்த நீரை எடுத்துக் குடித்தாள். அதுகூட சுடுநீராக உள்ளே இறங்கியது. போன் அடித்தது! பிரசாத் எதிர்முனையில்...

''அண்ணி, நான்தான்! அண்ணன் கிட்ட வாங்கி கட்டிக்கிட்டு வந்தாச்சா? உனக்குத்தான் டெக்னாலஜியை வச்சு விளையாடத் தெரியுமா? அண்ணன் ரூம்ல ஆடியோவை வச்சிட்டுத்தான், ஈ.சி.ஆர் ஆஃபீசுக்கே வந்தேன். ஸாரி அண்ணி! நீ கிரிமினல்னு இப்பத்தான் எனக்குத் தெரிஞ்சது. ஆனா என்னை நீ கிரிமினலாத்தானே வளர்த்திருக்கே. ஒரே நாள்ல உனக்கெதிரா

என்னை நிக்க வச்சிட்டியே அண்ணி. அதைத்தான் இப்பக்கூட என்னால ஜீரணிக்க முடியலை! தினசரி யுத்தம் சரிப்படுமா?"

வைத்துவிட்டான். சந்த்யா பொங்கிய வியர்வையைத் துடைத்துக்கொண்டாள்.

வழக்கமாக ஆறு மணிக்கு பகவதிக்கு கார் வந்துவிட்டது. வீட்டுக்கு புறப்பட்டாள். நடந்த சம்பவங்களின் தாக்கத்திலிருந்து அவள் மீளவில்லை. பிரசாத் நேரடியாக சந்த்யாவுடன் மோதிவிட்டதால் இனி என்ன வேண்டுமானாலும் நடக்கலாம். ஜெயிலிலிருந்து வந்தனா வரப்போகிறாள். என் பிரச்னையை நான் சொல்ல வந்தபோது சிக்கல் வந்துவிட்டது.

'சந்த்யா போன்ற ஒரு விஷ நாகம் பிரசாத்தை விட்டுவைக்குமா? அவளை எதிர்க்கும் சக்தி பிரசாத்துக்கு உண்டா? என் காரணமாக பிரசாத்துக்கு ஆபத்து வருமா?'

ஒரு மாதிரி தவிப்புடன் வீடு வந்து சேர்ந்தாள். எந்த நேரமும் சந்த்யா காரணமாக எதுவும் நேரலாம்.

குளித்து மற்ற வீட்டு வேலைகளை ஆரம்பித்தாள். அக்கா, அம்மா இயல்பாக இருந்தார்கள். உத்தமனைக் காணவில்லை. இரவு உணவு தயாரானதும் ஒன்பது மணிக்கு உத்தமன் வந்தான். குளித்தான்.

"சாப்பிட வாங்க! இன்னிக்கு பனீர் புலாவ் பண்ணச் சொன்னீங்களே. பகவதி சூப்பரா பண்ணியிருக்கா. மஷ்ரூம் கிரேவி. தவிர சென்னா மசாலா! சூடா இருக்கு வாங்க. நீங்க மத்தியானம் வாங்கிட்டு வந்ததுதான்."

"நான் ஆஃபீஸ்ல டின்னர் சாப்டாச்சு ஜீவா. எனக்கு டயர்டா இருக்கு. நான் போய் படுக்கறேன்."

"என்ன மாப்ளே! உங்களுக்கு புடிக்கும்னுதானே எல்லாம் செஞ்சு வச்சா."

"இல்லை அத்தே! நான் மாடில போய் படுக்கறேன். பகவதி பெருச்சாளிக்கு பயந்தா, அவளை உன் பக்கத்துல படுக்க வச்சிக்கோ! குட் நைட்!"

“அக்கா! நீயும் அம்மாவும் சாப்பிடுங்க. நான் கிரைண்டர் போட்டு எடுத்த பிறகு சாப்பிடறேன்!”

அடுத்த ஒரு மணி நேரத்தில் மூவரும் படுத்துவிட்டார்கள். அக்கா பக்கத்தில் படுத்திருந்தாள் பகவதி. மூவரும் ஆழமான உறக்கம். உத்தமன் படி இறங்கி வந்தான். உள்ளே எட்டிப் பார்த்தான். சிரித்தான்.

‘மத்யானம் நான் வாங்கிட்டு வந்த பனீர், மஷ்ரூம், சென்னா மூணுலேயும் மயக்க மருந்து இன்ஜெக்ட் பண்ணியிருக்குடி என் தங்கம்! இன்னிக்கு நமக்கு முதலிரவு. ஆனா, மயக்கத்துல ஒட்டுமொத்தமா உன்னை நீ தொலைக்கப்போறே!’

நெருங்கி வந்து பகவதியை ஒரு ஆட்டுக்குட்டியைத் தூக்குவது போல தூக்கிக்கொண்டு நடந்தான். பக்கத்து ரூம் படுக்கையில் அவளை கிடத்தினான். வெறியுடன் பகவதியை நெருங்கினான்.

**- தொடரும்**

# அத்தியாயம் 36

**ம**யங்கிய பகவதியை ஒரு ஆட்டுக்குட்டி போல தூக்கிக்கொண்டு வந்து படுக்கையில் கிடத்தினான் உத்தமன்! அவளை வெறியுடன் நெருங்கினான். அந்த நேரம் அவனே எதிர்பாராத விதமாக ஒரு அலாரம் அடித்தது. அதன் ஓசை பெரிதாக இருந்தது. பகவதியின் மொபைல் போன் அலாரம்தான் அது. உத்தமன் ஒரு நொடி திடுக்கிட்டு, பின் சுதாரித்து, அதை அணைத்தான். பகவதியை நெருங்கினான். அடுத்த நொடியே, உத்தமன் வேகமாக இழுத்து தள்ளப்பட்டான். நிலைகுலைந்து குப்புற விழுந்தான். நிமிர்ந்தபோது மூச்சு முட்டியது. அவன் நெஞ்சில் பிரசாத் காலை வைத்து அழுத்திக்கொண்டிருந்தான். உத்தமனால் கழுத்தை கூடத் திருப்ப முடியவில்லை.

'இவன் எப்படி இந்த ராத்திரி நேரத்துல என் வீட்டுக்கு வந்தான்?'

"பகவதி! இந்த நாயை என்ன செய்யலாம்? இதயத்துல கால் வச்சிருக்கேன். அழுத்தி மிதிச்சா செத்துடுவான். போட்ரட்டுமா?"

"வேண்டாம். இவன் குழந்தை அக்காவோட கர்ப்பத்துல இருக்கு. அவ வாழணும்னுதான், நான் எல்லாத்தையும் பொறுத்துக்கறேன். அவ விதவை ஆகக்கூடாது. அவங்க ரெண்டு பேரும் இவன் வாங்கிட்டு வந்த பனீர், மஷ்ரூம் சாப்பிட்டு ஆழமான மயக்கத்துல இருக்காங்க. அக்கா சொன்னப்ப நான் சந்தேகப்பட்டு சாப்பிடலை. இவன் சாப்பிடாம தவிர்த்தப்ப என் சந்தேகம் உறுதியாச்சு. அதான், உங்களுக்கு தகவல் தந்து வரச் சொன்னேன். அலாரம் உத்தேசமா வச்சேன். இவன் நான் மயங்கினதா நெனச்சு தூக்கிட்டு வந்தப்ப முழிச்சுகிட்டுத்தான் இருந்தேன்."

"சரி, இப்ப என்ன செய்யலாம்? அந்த ஆசையே வராம மேற்படி சங்கதியை ஊனமாக்கிடலாமா?"

“வேண்டாம்! வெளில கூட்டிட்டுப் போய், வெளில காயம் படாம, உள் காயத்தை உண்டாக்கி அனுப்புங்க. பின்கட்டுக் கதவை திறந்துவிடறேன்.”

உத்தமனை லாக் செய்து, நாயைப் போல இழுத்துபோன பிரசாத், வெளியே காயம் தெரியாமல் அடித்தான்.

“இது போலீஸ் அடிடா. என் நண்பன், டி.எஸ்.பி. அவன்கிட்ட கத்துக்கிட்டேன்” எனப் பேசிக்கொண்டே பேயடி அடித்தான்.

“கட்டின மனைவி இருக்க, மச்சினிச்சியை தேடற நாய்களுக்கு இந்தத் தண்டனை போதாதுடா” எனத் தொடங்கி, இங்கே பதிவேற்ற முடியாத கெட்ட வார்த்தைகளை சொல்லி அடித்தான்.

பகவதி காதுகளை மூடிக்கொண்டாள்.

“ஸாரி பகவதி! நானும் பொறுக்கியாத்தானே நேத்து வரைக்கும் இருந்தேன். அப்படித்தானே அந்தப் பொம்பளை என்னை வளர்த்து வச்சிருக்கா! என்னை மாற்றினது நீதானே?”

“போதும் விடுங்க பிரசாத், செத்துடப் போறான். நீங்க கிளம்புங்க. நான் உள்ளே போறேன். இந்த நாய் முடிஞ்சப்ப எழுந்து வரட்டும்.”

“நாளைக்கு காலைல பேசறேன் பகவதி!”

அவன் புறப்பட்டுப் போக, பகவதி உள்ளே போய்விட்டாள். உத்தமனால் எழுந்திருக்கவே முடியவில்லை. அப்படிப்பட்ட அடிகள். சக்கையாகப் பிழிந்திருந்தான் பிரசாத். வெளி மாடிப்படிகளை பிடித்து தள்ளாடி ஏறி, துவண்டு விழுந்தான் உத்தமன். உடம்பு அடிகளால் வலித்ததைவிட, மனசு அவமானத்தால் செத்துப் போயிருந்தது.

‘என் வீட்டுக்கே வந்து என்னையே துவைத்து விட்டான்! இவனை விடக்கூடாது.’

அவர்கள் பேசிய ஒரு வாக்கியம் உறுத்தியது.

“நானும் பொறுக்கியாத்தானே நேத்து வரைக்கும் இருந்தேன். அந்தப் பொம்பளை என்னை அப்படித்தானே வளர்த்து வச்சிருக்கா! என்னை மாற்றினது நீதானே?”

உத்தமன் விசுக்கென எழுந்து உட்கார்ந்தான்.

'டேய்! உங்க ரெண்டு பேரையும் மடக்கற துருப்புச் சீட்டு என் கைக்கு வந்தாச்சுடா. அது உன் அண்ணிடா. நாளை முதல் இந்த உத்தமனோட ஆட்டத்தை பாக்கப் போறடா!'

* * * * *

**பி**ரசாத் வீடு திரும்ப மணி பன்னிரெண்டு ஆகிவிட்டது. வீட்டில் எல்லா விளக்குகளும் எரிந்தன. யாரும் உறங்கியதாகத் தெரியவில்லை. பிரசாத் உள்ளே வர, ஹாலில் ராஜாவும் சந்த்யாவும் இருந்தார்கள். பிரசாத் எதுவும் பேசாமல் கடந்துபோனான்.

"பிரசாத், நில்லு! ஏன் இத்தனை நேரம்? எப்பவும் நீ இப்படித்தான் வருவியா? நான் உன்னைப்பற்றி எப்பவுமே எதுவும் கேட்டதில்லை. காரணம், என்னைக் கேட்க உன் அண்ணி விட்டதில்லை. அதனால அவளை நம்பி நான் பொறுப்புகளை ஒப்படைச்சேன். இப்ப அவளே உன்னை வேவு பார்க்க ஆரம்பிச்சிட்டா. முதல்ல நான் அதுக்காக அவ மேல ஆத்திரப்பட்டேன். ஆனா, ஒரு குழந்தை கூடப் பெத்துக்காம அவ உன்னை வளர்க்க பட்டபாடு கொஞ்சமில்லை. நீ கேட்டே! அம்மாவா இருந்த நீங்க எப்ப ஸ்பையா மாறினீங்கனு? உன்மேல உயிரையே வச்சிருக்கற சந்த்யா காரணமில்லாம அதைச் செய்ய மாட்டானு நான் இப்பத்தான் புரிஞ்சுகிட்டேன்."

திரும்பி அண்ணியைப் பார்த்தான் பிரசாத்.

"எதுக்கு அவளைப் பாக்கறே? நீ எல்லா கெட்ட பழக்கங்களோடவும் வாழ்ந்திருக்கே. அவளுக்குத் தெரிஞ்சிருக்கு. உன்கிட்ட எடுத்துச்சொல்லி அவ கண்டிப்பு காட்டியிருக்கா. நீ அடங்கலை. ஒரு நல்ல நிர்வாகியா உள்ள சந்த்யாவுக்கு உன்னை வளர்க்க தெரியலை. அதை அவளே ஒப்புக்கிட்டா! அதனாலதான் உனக்கு கல்யாணம் செஞ்சு வைக்க முடிவு செஞ்சிருக்கா. இனிமே நீ திருந்தி வாழணும்னு உன்னைக் கண்காணிக்க முடிவு செஞ்சிருக்கா. அவ இப்ப என்ன சொன்னா தெரியுமா? பிரசாத்துக்கு ஒரு கல்யாணத்தை

செஞ்சு வச்சிட்டு, எல்லாத்தையும் உங்க ரெண்டு பேர்கிட்டயும் ஒப்படைச்சிட்டு நான் போயிடறேன்னு அழுதா!"

பிரசாத் பார்க்கும் சமயம் சந்த்யாவிடம் ஒரு விஷமப் புன்னகை இருந்தது.

'எங்கிட்டயா விளையாடறே?' என்ற கேள்வி கண்களில் தொங்கியது.

"நான் இப்ப என்ன செய்யணும் அண்ணே?"

உடனே உன் கல்யாணத்துக்கு ஏற்பாடு செய்யப்போறோம். உங்கண்ணி, நல்ல பொண்ணா தேர்ந்தெடுப்பா! இத்தனை நாள் உன் வயசு காரணமா நீ எப்படி வேணும்னாலும் இருந்திருக்கலாம். இனி உனக்குனு ஒருத்தி வந்த பிறகு நீ ஒழுங்கா வாழணும். சந்த்யா! நீ பொண்ணைப் பாரு!"

"அவன் தேர்ந்தெடுக்கறதா சொன்னானே!"

"அதெல்லாம் சரிப்படாது! நீ பாரு!"

"இதப் பாருங்க! வாழப்போறது அவன். அவன் விருப்பம் இதுல முக்கியம்."

"இப்பவும் அவனைக் கெடுக்கறது நீதான். உன்னை அவன் ஸ்பைனு சொல்றான்."

"ஆமாங்க! ஒரு தாய் ஸ்தானத்துல இருக்கற பெண் ஸ்பையாத்தான் இருக்கணும். பிள்ளை நல்லா இருக்கணும். மனைவினு வரும்போது தப்பான முடிவை யாரும் எடுக்க மாட்டாங்க! நீ சொல்லுடா பிரசாத்."

"வேண்டாம்! நான் சொன்னா நீங்க நடத்தப்போறதில்லை. அப்புறம் எதுக்கு?"

"சொன்னாத்தானே தெரியும்? சொல்லுப்பா!"

"நான் பகவதியை கல்யாணம் செஞ்சுக்க ஆசைப்படறேன்! சம்மதிப்பீங்களா?"

"நம்ம ஆஃபீஸ்ல வேலை பாக்கற பகவதியா?"

ராஜா கேட்க,

“ஆமாங்க! அவளை இவன் விரும்பறான்னு எனக்குத் தெரியும். அதனாலதான் வேவு பார்த்தேன். அவளை நான் மாற்றினப்ப, இவன் அந்த ஆஃபீசுக்கும் வந்தான்.”

“அது நல்ல பொண்ணாச்சே சந்த்யா!”

ராஜா சொல்ல பிரசாத் முகம் மலர்ந்தது. திரும்பி அண்ணியைப் பார்த்தான்.

“யாரு இல்லைனு சொன்னாங்க? எனக்கு அவளை ரொம்பப் புடிக்கும்! அதனாலதானே நம்ம கான்ஃபிடன்ஷியல் ஆஃபீசுக்கு அவளை மாற்றினேன். தாராளமா கல்யாணம் பண்ணலாம். எனக்கு சம்மதம்தான்!”

அதிர்ந்துபோனான் பிரசாத்.

‘பார்க்கக்கூட விடாமல் இத்தனை ஒற்று வேலை பார்த்த அண்ணி, பகவதியைக் கட்டிவைக்க சம்மதிக்கிறாளா? எப்படி?’

“அவ வசதி குறைஞ்ச குடும்பத்து பொண்ணாச்சே சந்தயா!”

“நான் பணக்காரியா என்ன? என்னை நீங்க கட்டிக்கலையா? பணம் ஒரு பிரச்னை இல்லீங்க! ஆனா இவனைக் கல்யாணம் செஞ்சுக அவ சம்மதிப்பாளா?”

“கோடீஸ்வர சம்பந்தம் அந்தப் பொண்ணுக்கு கசக்குதா சந்த்யா?”

“இல்லீங்க! அவ அப்படிப்பட்ட பொண்ணு இல்லை. பகவதி பணத்துக்கு மயங்க மாட்டா! அதனாலதான் அவளைத் தேடிப்புடிச்சு வேலைக்கு வச்சேன். பேசிப் பார்க்கலாம். உங்களுக்கு ஓகேதானே?”

“நீ சொன்னா சரி! பாருடா, இப்பவும் உன் விருப்பத்தை நிறைவேற்றத்தான் உன் அண்ணி பாடுபடறா. அவளை சரியாப் புரிஞ்சுகோ! போய்ப் படு!”

“என்னங்க! நாளைக்கு அவகிட்ட நான் பேசிட்டு, அப்புறமா அவங்க வீட்டுப் பெரியவங்க கிட்ட முறையா பேசிடலாம். சரியா?”

அண்ணன் உள்ளே போய்விட்டான். பிரசாத் அருகில் சந்த்யா வந்தாள்.

"நீதான் என்னை சரியாப் புரிஞ்சுகாம சந்தேகப்பட்டுட்டே! நான் எப்பவுமே உன் விருப்பத்தை மதிக்கறவ. அதை நீ புரிஞ்சுகிட்டாப் போதும்."

பிரசாத்துக்கு தலை சுழன்றது.

'அண்ணி நிஜமாகவே நல்லவள்தானா? நான்தான் சரியாகப் புரிஞ்சுக்கலையா? அண்ணனிடம் அண்ணி பேசும்போது எல்லாம் சரியா இருக்கே! ஆனா பகவதி பொய் சொல்ல மாட்டா. பகவதியை எதுக்கோ அண்ணி பிளாக்மெயில் பண்றாங்க! அதை பகவதி சொல்ல வரும்போது தடைகள் வருது. பகவதி நிச்சயமா பயப்படறா. ஆனா, கல்யாணத்துக்கு அண்ணி சம்மதம் சொல்லியாச்சு. பகவதியை மிரட்டி, "நீ வேண்டாம்னு சொல்லுனு" சொல்ல வைப்பாங்களா? இதுல என்னவோ ஒரு உள்குத்து இருக்கு. பகவதிகிட்ட நான் பேசணும்."

தன் அறைக்கு வந்தான். இரவு ஒரு மணி. பகவதியின் தனி நம்பருக்கு அடித்தான். அவள் எடுக்கவில்லை. தொடர்ந்து அடித்தான். எடுத்துவிட்டாள்.

"எந்தப் பிரச்னையும் இல்லை பிரசாத்!"

தூக்கக் கலக்கத்தில் அவள் பேச,

"நல்லா முழிச்சுக்கோ! நான் சொல்றதை மட்டும் கேளு!"

நடந்ததை அப்படியே சொன்னான்.

"என்னால நம்ப முடியலை. என்னை உங்களுக்கு கட்டிவைக்க அந்தம்மா ஒரு நாளும் சம்மதிக்க மாட்டாங்க."

"அது எனக்கும் தெரியும். அவங்க உன்னை மிரட்ட வாய்ப்பிருக்கு. இதை டேபிள் அடில வச்சு அவங்க பேசறதை பதிவு பண்ணிடு. மீதியை நான் பாத்துக்கறேன்."

"இங்கே எனக்கு வேற சிக்கல் இருக்கு பிரசாத். அதை போன்ல பேச வேண்டாமே! அதுதான் அவங்க துருப்புச் சீட்டு. அதை இறக்கி ஆடப்போறாங்க."

“என்ன வந்தாலும் சமாளிக்கலாம். குட்நைட்!”

பகவதி உறக்கம் தொலைத்தாள்.

* * * * *

**கா**லையில் ஜீவா பதற்றமாக வந்தாள்.

“பகவதி! மாடில படுக்கப்போனவர் இன்னும் எழுந்து வரலைடி. நான் படி ஏறக்கூடாதுனு டாக்டர் சொல்லியிருக்கார். நீ போய் பாருடி!”

பகவதி படியேறி வந்தாள். உத்தமன் செத்த எலி போல கிடந்தான்.

“அக்கா உங்களுக்காக கவலைப்படறா! கீழே வர முடியுமா? பிரசாத் அடிச்ச அடில எழுந்தே வர முடியலையா? இனியாவது வாலை சுருட்டிட்டு இரு. இல்லைனா ஐ.சி.யூ. வரைக்கும் போக வேண்டி வரும்.”

உத்தமன் தள்ளாடி எழுந்தான்.

“இதப் பாருடி! இதுக்கெல்லாம் சேர்த்து வச்சு நீ அழப்போறே.”

சமாளித்து வந்தான்.

“ஏன் உங்க முகம் பேயறைஞ்ச மாதிரிஇருக்கு?”

“நான் இன்னிக்கு வேலைக்கு போகலை. ஒடம்புக்கு முடியலை ஜீவா. ரெஸ்ட் எடுக்கணும்.”

“ஆஸ்பத்திரிக்கு போங்க மாப்ளை! நீ லீவு போட்டு அவரைக் கூட்டிட்டு போடி பகவதி.”

பகவதி விஷமச் சிரிப்புடன் உள்ளே போய் சமையல் வேலைகளைத் தொடங்கினாள். கார் ஏழரைக்கு வர, தயாராகி புறப்பட்டுவிட்டாள். உத்தமன் வேகமாக யோசிக்கத் தொடங்கினான்.

பகவதி ஆஃபீஸ் வந்து பத்தே நிமிஷங்களில் சந்த்யா வந்துவிட, அந்த இடமே பரபரப்பானது. சந்த்யா மட்டும் வரவில்லை. ராஜாவும் வர, அங்குள்ளவர்கள் மிரண்டார்கள். பகவதியே

இதை எதிர்பார்க்கவில்லை. இந்த இடத்துக்கு சேர்மனே வந்துவிட்டாரே என சகலரும் பதற்றமாக இருக்க, பகவதி அறைக்குள் இருவரும் நுழைய, பகவதி பவ்யமாக எழுந்து நின்றாள்.

"ஒக்காரு பகவதி."

"நீங்க சொன்ன எல்லா வேலைகளையும் முடிச்சிட்டேன் மேம்!"

"நீ செய்வேனு எனக்குத் தெரியாதா? நாங்க அதுக்காக வரலை பகவதி! பிரசாத்துக்கு நாங்க கல்யாணம் முடிக்க தீர்மானிச்சிருக்கோம். அவன் நீதான் மனைவியா வரணும்னு ஆசைப்படறான். எங்களுக்குத் தடையில்லை. ஆனா உன் சம்மதம் முக்கியமில்லையா? அதை கேக்கத்தான் நாங்க இங்கே வந்திருக்கோம்."

பகவதி எதிர்பார்த்தது வேறு. தன்னை மிரட்டி அந்த வீடியோவைக் காட்டி, "நீ சம்மதிக்கக் கூடாது" என மிரட்டுவாள் என எதிர்பார்த்தாள். ஆனால் அப்படி நடக்கவில்லை.

'என்ன நோக்கம் இவளுக்கு? இதில் என்ன சூழ்ச்சி இருக்கு?'

பூதாகாரமான கேள்வி வந்து நின்றது பகவதிக்கு முன்னால்.

**- தொடரும்**

# அத்தியாயம் 37

"இதப் பாரு! உனக்கு பணம், அந்தஸ்த்து இதெல்லாம் இல்லைனு நீ யோசிக்கவே வேண்டாம். எங்களைப் பொறுத்த வரைக்கும், காரெக்டர் முக்கியம். எதை செஞ்சாலும் அதுல ஈடுபாடு இருக்கணும். உனக்கு பணம் தவிர எல்லாத் தகுதிகளும் இருக்கு. பிரசாத் விருப்பம்தான் எங்களுக்கு முக்கியம். நீ என்ன சொல்ற பகவதி?"

"அவனுக்கு அண்ணி சொல்தான் வேதம்! அவனை அம்மாவோட இடத்துல இருந்து வளர்த்திருக்கா. அதனாலதான் உன்னை சந்த்யா தேர்ந்தெடுத்தா. நீ உன் பதிலை சொன்ன பிறகு நாங்க மேற்கொண்டு உன் வீட்டு பெரியவங்ககிட்ட பேசணும். என்ன சொல்ற?"

பகவதி நிமிர்ந்து சந்த்யாவைப் பார்த்தாள். அந்த முகம் இறுக்கமாக இருந்தது. அதில் எந்த உணர்ச்சியும் இல்லை. ஆனால் ராஜா பார்க்கும்போது சிரித்து நடித்தாள்.

"எனக்கு சம்மதம்தான் மேம். உங்க பேச்சுக்கு மறு பேச்சே இல்லை!"

"நல்லது பகவதி! சந்த்யா! இன்னிக்கு நாள் நல்லா இருக்கா?"

"இருக்குங்க! இங்கிருந்து நேரா அவங்க பெரியவங்களை போய் பார்த்து பேசிடலாம்! என்ன சொல்ற பகவதி?"

"மேம்! நான் இப்ப எங்க அக்கா வீட்ல இருக்கேன். அம்மாவும் அங்கேதான் இருக்காங்க. ஆனா முடிவை எடுக்கவேண்டியது எங்கண்ணன். அவரும் அண்ணியும் இப்ப ஆஃபீசுக்கு போயிருப்பாங்க. நான் அம்மாவைக் கூட்டிட்டு எங்க வீட்டுக்கு போயிறேன். அவங்களுக்கும் தகவல் தந்துர்றேன். சாயங்காலம் நீங்க அங்கே வர முடியுமா?"

"வரலாமே! நீ ஏற்பாடுகளை செய்!"

“நீ உங்கண்ணனுக்கு தகவல் குடு. இன்னிக்கு லீவு எடுத்துக்கோ. புறப்படு!”

நன்றி சொல்லி வெளியே வர, ஆஃபீஸ் கார் காத்திருந்தது. பிரசாத்துக்கு விவரங்களை தனி போனில் அவள் மெசேஜ் செய்ய, அவனும் பதில் தந்தான்.

‘இதுல ஏதோ ஒரு சூட்சுமம் இருக்கு. அவங்க கூட நானும் வருவேன். பாத்துக்கலாம் விடு. நீ உங்கண்ணனை உள்ளே கொண்டு வர்றதுதான் நல்லது. அந்தக் காமக்கொ7டூரனை தள்ளி நிறுத்து.”

அண்ணனைப் பார்த்து விவரம் சொல்ல, சம்பத் பூரித்துப் போனான். அண்ணிக்கும் அங்கிருந்தே போன் செய்தாள் பகவதி. விவரம் சொல்ல, சாதனாவுக்கு பொறாமை ஒருபுறம், இத்தனை நல்ல வாழ்க்கையா இவளுக்கு என்ற எரிச்சல்; இனி மாமியாரை யார் கவனிப்பது என்ற கேள்வி ஒருபுறம் ஆட்டி வைக்க, அவளது சந்தோஷம் தொலைந்தது. ஆனால் எடுத்த எடுப்பில் தடை சொன்னால் தப்பாகும், கொஞ்சம் விட்டுப் பிடிக்கலாம் என எந்த ரியாக்க்ஷனும் காட்டாமல் இருந்தாள்.

பகவதி நேராக அக்கா வீட்டுக்கு வந்து, அக்காவிடம் விவரம் சொல்ல, அம்மா பூரித்துப் போனாள். அக்காவுக்கும் உள்ளே ஒரு பொறாமை இருந்தது. காட்டிக்கொள்ளவில்லை. உத்தமன் வீட்டில் இருக்க அவனிடம் விவரம் சொல்ல, அவன் ஆடிப்போனான்.

“என்னங்க! நீங்க எதுவுமே பேசலை?”

“எதுக்கு உங்க வீட்டுக்குப் போகணும்? அது ஒரு பொந்துல உள்ள ஒரு வாடகை வீடு. வர்றவங்க பெரிய மனுஷங்க. இது பெரிய வீடு. நமக்கும் அந்தஸ்த்து இருக்கு இல்லை...அவங்க இங்கியே வரட்டுமே!.”

“ஆமாண்டி! மாப்ளை சொல்றதுதான் சரி. சம்பத், சாதனா இங்கியே வரட்டும்.”

“ஜீவா, நீ சம்பத்கிட்ட போன் போட்டு நான் சொன்னதா, இங்கே வரச்சொல்லு. ஜீவா அவங்களுக்கு மரியாதை செய்யணும். ஏற்பாடுகளை நீ செய்.”

“மாப்ளே! அவங்க கோடீஸ்வர குடும்பம். நம்ம பகவதிக்கு யோகம்தான்.”

“அத்தே! இப்படியெல்லாம் அவங்க முன்னால பேசி நம்ம தரத்தை நாமே தாழ்த்திக்கக் கூடாது. பகவதிக்கு என்ன குறைச்சல்? நானும் அவங்களை சில கேள்விகள் கேட்பேன். நமக்கும் தகுதி இருக்கு அத்தே!”

சொல்லிவிட்டு பகவதியை ஆழமாகப் பார்த்தான்.

‘அங்கே சந்த்யா ஏதோ ஒரு நாடகத்தை தொடங்கிவிட்டாள்! இங்கே இவன் பங்குக்கு ஆடப்போகிறான். இதையெல்லாம் கடந்து நானும் பிரசாத்தும் சேரமுடியுமா?’

தளர்ந்து போனாள் பகவதி. சம்பத், சாதனாவுக்கு ஜீவா தகவல் தந்துவிட்டாள். அவர்கள் சீக்கிரமே வருவதாக பதில் வந்தது. பகவதி தனி போனில் சகல விவரங்களையும் பிரசாத்துக்கு தகவலாக அனுப்பிவிட்டாள். மாலை நாலு மணிக்கு சம்பத், சாதனா வந்துவிட்டார்கள். இங்கே அவர்கள் வந்தால் செய்ய வேண்டிய மரியாதைக்கு ஜீவா ஏற்பாடு செய்துவிட்டாள். லொகேஷன் ஷேர் செய்துவிட்டான் சம்பத்.

உள்ளே வந்தான் உத்தமன்.

“ஜீவா! நான் பகவதிக்கு சில அட்வைஸ்கள் தரலாமா?”

“மாப்ளே! அவ வாழ்க்கைல உங்களைவிட அதிக அக்கறை காட்டறது யார்? தாராளமா சொல்லுங்க.”

மாமியார் வழிய,

“உள்ளே வா பகவதி!”

“நீங்க சொல்றதை இவங்களும் கேக்கட்டுமே. இதுல ரகசியம் என்ன இருக்கு?”

“அவர் கூப்பிட்டா போயேண்டி.”

‘அம்மா! யாரும் கிடைக்கலைனா, இவன் உன்னைக் கூட கூப்பிடுவான்! எனக்கு ஜென்ம எதிரியே நீதான்.’

உள்ளே வந்தாள். உத்தமன் கதவை சாத்தினான்.

“தோட்டத்துல வச்சு பிரசாத் அடிச்ச அடி போதலை? இப்ப நானும் தரணுமா?”

“இதப் பாரு! நீ பிரசாத்தை தாராளமா கட்டிக்கோ. உன்னை முதல்ல கன்னி கழிச்சு நான் அனுப்பறேன். அப்புறமா அவன் கூட இரு. உன்னை முதல்ல நான்தான் தொடணும். சரியா? இதை நீ எதிர்த்தா இந்தக் கல்யாணம் நடக்காது.”

ஒரு அசூயையுடன் அவனைப் பார்த்தாள்.

“எனக்கு பிரசாத் கூட வாழணும்னு விதி இருந்தா நடக்கட்டும். இப்பவும் எங்கக்காவுக்காக பாக்கறேன். இல்லைனா, உன் தோலை இன்னிக்கே உரிப்பேன்!”

கதவை படக்கென திறந்துகொண்டு வெளியே வந்துவிட்டாள்.

“மாப்ளை சொன்னதை நல்லாக் கேட்டுக்கிட்டியா? அதன்படி நட!”

உத்தமன் தனியாக சாதனாவிடம் வந்தான்.

“தங்கச்சி! இவ கல்யாணம் முடிஞ்சுபோனா மாமியாரை நீதான் பார்த்துக்கணும். உனக்குத்தான் பாரம் வந்து சேரப்போகுது. அவளே புருஷன் வீட்டுக்கு அவ அம்மாவையும் கூட்டிட்டுப் போகணும்னு கண்டிஷன் போட்ரு. சரியா? நீயும் வாழணும் இல்லையா?”

“ரொம்ப தேங்க்ஸ் அண்ணே!”

தனியாக வந்த சாதனா யோசித்தாள்.

‘இந்தக் கல்யாணத்தை தடுக்கப் பாக்கறானா? எதுக்கு? அவளை வெளியே விட மனசில்லையா? இவன் அந்த மாதிரி ஆசாமியா? செயின், பட்டுச்சேலை, தொடையில் காயம்... என்னவோ இருக்கு! நமக்கென்ன? நம்ம தலைல எதுவும் விழாம இருந்தா சரி.”

சரியாக ஆறு மணிக்கு பிரசாத் குடும்பம் வந்துவிட்டது. அலங்காரம் செய்யச் சொல்லி அம்மா சொல்ல, பகவதி மறுத்துவிட்டாள்.

“வேண்டாம்! அவங்க யாருக்கும் நான் புதுசு இல்லை. என் உருவம், பேச்சு, நடை, உடை எல்லாம் மூணு பேருக்குமே தெரியும். வேஷம் எதுக்கு?”

அவர்களை சம்பத்தும், உத்தமனும் வரவேற்றார்கள்.

சந்த்யா... ஏராளமான ஸ்வீட்ஸ், பகவதிக்கு சேலை, நகைகள் என எல்லாம் கொண்டுவந்திருந்தாள்.

“இது பெரியவங்க சம்மதம் கேக்கற ஒரு மரியாதை நிமித்தம் உண்டான சந்திப்புதான்! மற்றபடி அவங்க ரெண்டு பேருக்கும் மனசுக்கு புடிச்சிருக்கு. அதனால நீங்களும் சம்மதம் சொல்லிட்டா மேற்கொண்டு பேசிடலாம்.”

“நான் கொஞ்சம் பேசலாமா?” உத்தமன் கேட்க,

“தாராளமாப் பேசுங்க சார்!” ராஜா சொல்ல,

“மன்னிக்கணும்! நீங்க ரொம்ப பெரிய இடம்!”

“கவலைப்படாதீங்க! நாங்க உங்களை எதுவும் கேக்க மாட்டோம். நாங்களே எல்லா செலவுகளையும் செஞ்சு பிரமாதமா கல்யாணத்தை நடத்தி, பகவதியை எங்க வீட்டுக்குக் கூட்டிட்டுப் போறோம்!”

சந்த்யா சொல்ல,

“அப்படி கட்டின சேலையோட அனுப்பற அளவுக்கு நாங்க எதுவும் இல்லாதவங்க இல்லை. இப்ப பிரச்னை அதில்லை. இந்த கோடீஸ்வர கும்பல் எதுக்கு நம்ம பகவதியை கல்யாணம் செஞ்சுக வந்திருக்காங்கன்னு உனக்குத் தெரியுமா சம்பத்?”

“மாமா! என்ன சொல்றீங்க?”

“இந்தப் பையன் பிரசாத், ஒரு ப்ளே பாய்! பல பெண்களோட தொடர்பு இவனுக்கு இருக்கு இப்பவும்! ஒரு கால்கட்டை போட்டு பொண்டாட்டினு ஒருத்தியை கொண்டுவந்து ஒக்கார வச்சிட்டா, அவன் பாட்டுக்கு ஜாலியா இருக்கலாம். அதுக்கு பணக்கார பெண் சம்மதிப்பாளா? அதனாலதான் பகவதியைக் குறி வச்சு, அம்மாவுக்கு ராயல் சிகிச்சை தந்து, இப்ப பகவதிக்கும் பெரிய சம்பளத்துல வேலை! புரியுதா?”

ராஜா விசுக்கென எழுந்துவிட்டார்.

"என்ன சந்த்யா இது? கூப்பிட்டு வச்சு அவமானப்படுத்தறாங்களா? புறப்படு."

சந்த்யாவுக்கு ஆச்சர்யம்! அவள் இதை நடக்க விடாமல் தடுக்க வேறு அஸ்திரம் வைத்திருக்க, இந்த மாமாக்காரன் நம்மை முந்துகிறானே!

பகவதி முகம் இருள, பிரசாத்தைப் பார்க்க, பிரசாத் எழுந்தான்.

"அண்ணே, கோவப்படாதே! அவங்க நம்மை அவமானப்படுத்தலை! பொண்ணை குடுக்கும்போது கவனமா இருக்க மாட்டாங்களா? அவங்க பேசினதுல தப்பில்லை. நான் அப்படி இருந்தது நிஜம்தான். அதுக்கு காரணம், அண்ணி என்னை செல்லமா வளர்த்துட்டாங்க. நான் இப்ப அப்படி இல்லை."

"இருந்தாலும் தப்பில்லை. பிரசாத் எங்கிட்ட எல்லாம் சொல்லியாச்சு. எனக்கு அவர் எப்படி இருந்தாலும் தடையே இல்லை. அவர் பொய் பேசலை! இங்கே உத்தமன்னு பேரை வச்சிட்டு பல பேர் தப்பா நடக்கறாங்க. அது அவங்க சம்சாரத்துக்கு தெரியுமா?"

விசுக்கென பகவதியின் குடும்பமே திரும்ப,

"அதாவது உத்தமனா வேஷம் போட்டு மனைவியை ஏமாத்தற புருஷனும் உண்டு. புருஷன் கிட்ட தியாகி பட்டம் வாங்கி, அவன் குடும்பத்தையே அழிக்கற மனைவிகளும் உண்டு. வேஷம் போடறவங்களைத்தான் இந்த உலகம் நம்புது. என் பிரசாத் வேஷம் போடலை! அதனால எனக்கு அவர் எப்படியிருந்தாலும் சம்மதம்தான்."

ராஜா முகம் மலர,

"என் தம்பி ரொம்ப குடுத்து வச்சவன்மா."

உத்தமன், சந்த்யா இரண்டு பேர் முகங்களும் செத்துக் கிடந்தது.

"என்ன சம்பத், மேற்கொண்டு பேசிடலாமா?"

ராஜா கேட்க,

“சார்! நான் கொஞ்சம் பேசணும்!” சாதனா தொடங்க,

“சொல்லுங்கம்மா!”

“என் மாமியார் ரொம்ப உடம்புக்கு முடியாதவங்கனு உங்க எல்லாருக்கும் தெரியும். நாங்க நடுத்தர வர்க்கம். நானும் வேலைக்குப் போனாத்தான் குடும்பம் நடக்கும். பகவதி அவளோட அவ அம்மாவை கூட்டிட்டுப் போகணும்!”

“இதுக்கு யார் சம்மதிப்பாங்க தங்கச்சி?”

உத்தமன் உடனே பந்தை வீச,

“நான் சம்மதிப்பேன். நான் என் அம்மா கூட வாழமுடியலை. பகவதி என்னை நம்பி வரும்போது, அவளோட பாரத்தை நான் சுமக்க மாட்டேனா? தேவைனா ஆள் போட்டு நாங்க பாத்துக்கறோம். என்னண்ணே?”

பிரசாத் உடனே பதில் சொல்ல,

“தாராளமா செய்டா. இந்தப் பொண்ணுக்காக எதையும் செய்யலாம்.”

ராஜா சம்மதிக்க, அத்தனை அஸ்திரங்களும் முனை மழுங்கிப் போக, உத்தமனும் சாதனாவும் நொந்துபோனார்கள். சாதனாவுக்கு பொறாமை இருந்தாலும், தன் பாரம் விலகும் என்று தெரிந்தவுடன் சமாதானமாகிவிட்டாள்.

சம்பத்துக்கு செலவில்லாமல், தன் கையை கடிக்காமல் பகவதிக்கு ஒரு வாழ்க்கை என்றபோது சந்தோஷமாகவே இருந்தது.

“சந்த்யா! அவளுக்குப் பூ வச்சு, அங்கீகாரம் குடு. நிச்சய தேதியை அப்புறமா குறிக்கலாம்.”

“சரிங்க! வா பகவதி!”

அவளை அருகில் அழைத்து கூந்தலுக்கு மல்லிகை சரத்தை சூடி, நெற்றியில் மீனாட்சி குங்குமத்தையும் வைத்தாள். அதே நேரம் உத்தமன், பிரசாத் தோளில் கை போட்டு,

“வாங்க சகலை! ரொம்ப அழகா பேசறீங்க. இப்படி வாங்க!”

அணைத்து அழைத்து வந்தான்.

"என் வீட்ல வச்சு என்னையே போலீஸ் அடி அடிக்கறியா? இப்ப சாதுர்யமா பேசி பகவதி கழுத்துல தாலி கட்டிடலாம்னு நம்பறியா? அது எனக்காக வளர்ந்த ஒடம்புடா! நீ அவளைத் தொட நான் விடுவேனா? சவால்டா! நீயா நானானு பாத்துடலாம்டா."

பிரசாத் சிரித்தான்.

"ஒரு காமுகனுக்கே இத்தனை ஏற்றம்னா, நான் நல்லவன்டா! பாக்கறேண்டா உன்னை!"

**- தொடரும்**

# அத்தியாயம் 38

**வீ**ட்டுக்குள் நுழைந்ததும் பிரசாத் உற்சாகமாக அண்ணனின் கைகளைப் பிடித்துக்கொண்டான்.

"ரொம்ப தேங்க்ஸ் அண்ணே! என் மனசுக்கு புடிச்ச பகவதியே என் லைஃப் பார்ட்னரா வரப்போறா."

"நன்றியை உங்கண்ணி கிட்ட சொல்லுடா. அவதான் உன் விருப்பங்களை பார்த்து பார்த்து நிறைவேத்தறா."

"இதுல எனக்கு இன்னொரு சந்தோஷம் என்னானா, வந்தனா அக்காவும் விடுதலை ஆகி வந்துடுவா. இனி அவளும் நம்மோட இருப்பா."

சந்த்யா முகம் மாறியதை அவன் கவனித்தான்.

"அண்ணி! அக்காவை நாங்கள்லாம் வெறுத்தப்ப, ஆதரிச்சது நீங்க மட்டும்தான். இப்ப நாங்களும் புரிஞ்சுகிட்டோம். என்னண்ணே சொல்ற?"

"சந்த்யா! நம்ம குடும்ப ஜோசியரை கூப்பிட்டு, நாள் குறிக்கணும் நிச்சயத்துக்கு."

"தனியா நிச்சயதார்த்தம் எதுக்கு? கல்யாணத்துக்கு முதல் நாள் செஞ்சுகலாமே! நம்ம குடும்ப ஜோசியர் வேண்டாம். ஏன்னா, அவர் ஜாதகம் பாக்கணும்னு சொல்லுவார். அதுக்கு இனி வாய்ப்பில்லை. அதனால பிரசாத் ஜாதகத்தை மட்டும் தந்து, கல்யாண நாளை குறிக்கலாம். நான் கோயில்ல கேட்டு ஆளை வீட்டுக்கு வரவழைக்கறேன். நம்ம கல்யாண மண்டபமே இருக்கே. அதை புக் பண்ணிடலாம். நாளைக்கே எல்லாத்தையும் ஃபைனல் பண்ணிடலாம். இப்ப உனக்கு சந்தோஷமா பிரசாத்?"

கேட்டுவிட்டு சந்த்யா உள்ளே வந்தாள்.

'அந்த அக்கா புருஷன் உத்தமன், ஏன் இதை நிறுத்தத் துடிக்கறான்? என்ன பிரச்னை அவனுக்கு? அவனை நான் உபயோகப்படுத்த முடியுமா? பேசிப் பாக்கலாமா? அவனை வச்சு இதை நிறுத்த முடியும்னா, பழியை நான் சுமக்க வேண்டாம். அவன் மேல திருப்பிடலாம். அந்த அண்ணிக்காரிக்கும் இது பிடிக்கலை! இவ வாழறது யாருக்குமே பிடிக்கலை. இதை நான் உபயோகப்படுத்தி, பழியை அந்தப் பக்கமே திருப்பிடணும்.'

டயல் செய்தாள்.

"ரகோ! அந்த பகவதி இப்ப அவ அக்கா வீட்ல தங்கியிருக்கா. எதுக்கு வந்திருக்கானு தெரியலை. அவ அக்கா புருஷன் உத்தமன் எங்கே வேலை பாக்கறார்? அவர் எப்படிப்பட்ட ஆள்? இந்த விவரங்கள் எல்லாத்தையும் எனக்கு இருபத்தி நாலு மணி நேரத்துல நீ கொண்டுவரணும். ரொம்ப அர்ஜண்ட். சரியா?"

'அந்த உத்தமன் பகவதியைப் பார்த்த பார்வைல வேற என்னவோ இருக்கு. உள்ளே ஒரு விவகாரம் இருக்கு. அது எனக்கு உதவுமானு பாக்கணும்!'

* * * * *

**அ**தே நேரம், உத்தமன் வீட்டில் அம்மா மிக மிக சந்தோஷமாக இருந்தாள்.

"என் பொண்ணு கோடீஸ்வர குடும்பத்துல வாக்கப்படப் போறா. இனி நாங்க யாருக்கும் பாரமில்லை. எங்களை யாரும் கரிச்சுக்கொட்டவும் முடியாது. பகவதி! நீ இத்தனை நாள் பட்ட அவமானங்கள் போதும். எல்லாத்துக்கும் ஒரு முடிவு காலம் வந்தாச்சு! பிரசாத் என்னை அம்மானு சொன்னார். எத்தனை நல்ல பையன்!"

ஒரு சேர உத்தமனுக்கும் சாதனாவுக்கும் கடுப்பானது.

"சம்பத்! இத்தனை நாள் நம்ம தயவுல இருந்துட்டு, பெரிய இடம் கிடைச்சதும் உங்கம்மா புத்தியைக் காட்டறாங்க!"

"ஆமாண்டி! எங்களை நாய் மாதிரி நீதானே நடத்தினே! அதை இல்லைனு சொல்ல முடியுமா? பகவதிக்கு நல்ல வேலை கிடைச்சப்ப, போகவிடாம தடுத்தது யாரு?"

“அது நான் மட்டும் இல்லை! நீங்களும்தான்.”

“அத்தே! இத்தனை நாள் உங்களை பார்த்துக்கிட்டது சாதனாதான். புது சொந்தம் வரும்போது மருமகளைத் தூக்கிப்போடறது சரியா?”

உத்தமன் கேட்க, பதறிய அம்மா, “மாப்ளே! நான் உங்களைச் சொல்லலை!”

“மாப்ளை என்ன செஞ்சாலும் மன்னிப்பீங்க! ஆனா, மருமகள் செஞ்சா மட்டும் குற்றமா? இது நடுத்தர வர்க்கத்தோட சாபக்கேடு.”

சாதனா சொல்ல,

“தங்கச்சி! நான் உன்னை சப்போர்ட் பண்றேன்.”

“புரியுது அண்ணே! புதுசா பிரசாத் வர்றதுக்குள்ளே அவரைக் கொண்டாடி இத்தனை நாள் செஞ்ச உங்களையே இவங்க தூக்கிப் போடறாங்களே! எத்தனை நாளைக்கு இந்தப் புது உறவு நிலைக்குதுன்னு நாம பாக்கலாம் அண்ணே.”

“இப்பவும் சொல்றேன், அந்த பிரசாத் நல்லவன் இல்லை! அந்த சந்த்யா லேசுபட்ட பொம்பளை இல்லை. சம்பத், நீயெல்லாம் யோசிக்கணும். இன்னும் தேதி குறிக்கலை. யோசனை பண்ணுங்க. பணத்துக்காக வாயைப் பொளந்துட்டு படு பாதாளத்துல விழாதீங்க.”

சம்பத்தால் மனைவியை எதிர்க்க முடியவில்லை. ஜீவா, கணவனை நம்பும் பெண்.

“ஏன் மாப்ளை, பகவதிக்கு ஒரு நல்ல வரன் வரும்போது எல்லாருமா சேர்ந்து அதைக் கெடுக்கறீங்க?” அம்மா அழ, பகவதி அருகில் வந்தாள்.

“அம்மா யாரும் கெடுக்க முடியாது. என் கல்யாணம் பிரசாத் கூடத்தான். நாம புறப்படலாம், அண்ணன் வீட்டுக்கு!”

“அத்தே! நான் பகவதி மேல உள்ள அக்கறைல சொன்னேன். அதுக்காக நீங்க இங்கிருந்து போகணும்னு இல்லை. நான் இனிமே பகவதி கல்யாண சங்கதில தலையிடலை.”

"சம்பத்! நாம புறப்படலாம். கல்யாணத்துக்கு நம்மை அழைச்சா போகலாம்!"

சாதனா புறப்பட்டுவிட்டாள்.

"ஏம்மா? எங்க யாருக்குமே இந்தக் கல்யாணத்துல உடன்பாடில்லை. நாங்கதான் உங்க உறவுகள். நேத்து வந்த பணக்காரக் குடும்பத்தை நம்பி, பகவதி எங்களை பகைச்சுக்கப் போறாளா? அவ கழுத்துல அந்த பிரசாத்தோட தாலி இன்னும் ஏறலை. அது நடந்தாத்தான் நிஜம். அவசரப்பட்டு நீயும் உன் பொண்ணும் வார்த்தைகளை விடாதீங்க!"

ஜீவா எச்சரிக்க, அம்மா மிரள, பகவதி வெறுப்புடன் உள்ளே போனாள். அவள் மறைவாக வைத்திருந்த செல்போனில் சகல பேச்சுக்களும் பதிவாகியிருந்தது. அதை உடனே பிரசாத்துக்கு அனுப்பினாள்.

* * * * *

**ம**றுநாள் காலை ரகோ அனுப்பிய ஜோசியர் வீட்டுக்கு வந்தார். ராஜா, பிரசாத் இருவரையும் இருக்கச் சொன்னாள் சந்த்யா. பிரசாத் ஜாதகத்தை தந்து விவரம் சொல்ல, அவர் அதை அலசினார்.

"அடுத்த நல்ல தேதி எதுன்னு சொல்லுங்க. அன்னிக்கு கல்யாணம் நடக்கணும்."

"பொண்ணு ஜாதகம் இருக்கா?"

"இல்லீங்க! இது காதல் கல்யாணம். அவளுக்கு ஜாதகம் இல்லை. நாங்க முடிவு பண்ணியாச்சு. கல்யாணம் நடக்கும். தேதி குறிக்கறது மட்டும்தான் உங்க வேலை!"

அந்த நபர் பிரசாத் ஜாதகத்தை பார்த்தார். அலசினார்.

"அம்மா! கோவப்படக்கூடாது. கட்டங்கள் என்ன சொல்லுதோ, அதைத்தான் நான் சொல்றேன். என்னதான் தேதி குறிச்சாலும், மணவறை வரைக்கும் போனாலும் இந்தக் கல்யாணம் நடக்காது. மணவறை வரை போய், நின்ன பிறகு வேறொரு பொண்ணோடதான் கல்யாணம் நடக்கும்னு இந்த ஜாதகரோட கட்டங்கள் சொல்லுது. எங்கிட்ட கோவப்படாதீங்க!"

ராஜா மிரண்டார்.

"என்ன சந்த்யா இது? இவர் இப்படி சொல்றாரே?"

"நான் எதுவும் சொல்லலை சார். பையனோட கட்டங்கள் சொல்லுது."

அவர் சொல்ல, ராஜாவுக்கு ஒரு போன் வர,

"சந்த்யா! அவசர வேலை! நான் புறப்படணும். இதுக்கு என்ன முடிவெடுக்கணுமோ, அதை நீ எடுத்துக்கோ."

அவர் காரில் ஏறிப் போக,

"ஜோசியரே நீங்க போங்க, நான் பாத்துக்கறேன்!"

அந்த நபர் புறப்பட்டு போக, பிரசாத் எதுவும் பேசாமல் உள்ளே போனான். வாசலுக்கு வந்த ஜோசியர், தன் ஸ்கூட்டரை எடுத்துக்கொண்டு தெருக்கோடிக்கு வர, பிரசாத் பைக்கை குறுக்கே நிறுத்தினான்.

"நான் போலீசுக்கு தகவல் தந்தாச்சு."

"எதுக்கு?"

"நீ ஜோசியன்னு வேஷம் போட்டதுக்கு. எங்கண்ணி உனக்கு எவ்ளோ பணம் தந்தாங்கன்னு போலீஸ் கேக்கும். பதிலை அங்கே சொல்லு. லாக்கப்ல போட்டு நாலு மிதி மிதிச்சா, நீயே சொல்லுவே" கவ்விப்பிடித்து அறைந்தான். அதே நேரம் சந்த்யா ஆஃபீசுக்கு புறப்பட்டு வாசலுக்கு வர, ஜோசியனுடன் பிரசாத் வந்தான். அவன் கதறிவிட்டான்.

"தாயே! நீ குடுத்த பணத்தை திருப்பிக் குடுத்துர்றேன். நான் லாக்கப்ல அடி வாங்கத் தயாரா இல்லை!"

பணத்தை வீசிவிட்டு அவன் ஓட்டம் பிடிக்க, பிரசாத் உள்ளே வந்தான்.

"அண்ணி! அண்ணன் இருக்கும்போதே இதை நான் ஏன் செய்யலை? உன் மேல உள்ள விசுவாசம். உன்னை அவர் அசிங்கமா நினைக்கறதை நானே விரும்பலை. இந்தக்

கல்யாணம் நடக்கறதுல உனக்கு விருப்பமில்லைனு எனக்குத் தெரியும். அப்புறமா எதுக்காக அண்ணி தேதி குறிக்கற நாடகம்?''

அவள் பேசாமல் நின்றாள்!

''சொல்லு அண்ணி! யாரை ஏமாத்த இந்த வேஷங்கள்? ஏழை பகவதியை நீ ஏன் போட்டியா நினைக்கற? அவ எந்த விதத்துல உன்னைக் கடந்து நிக்கப்போறா?''

''உன்னை வளைச்சிட்டாளே! அது போதாதா? வேண்டாம் இந்தக் கல்யாணம்! அவ உனக்குப் பொருத்தமானவள் இல்லைடா.''

''என்னோட வெள்ளந்தியான அண்ணனுக்கு நீ கூடத்தான் பொருத்தமில்லை! அதுக்காக அவர் வாழலியா? எனக்கு பகவதி வேணும். இந்தக் கல்யாணம் நடக்கணும், நடக்கும்.''

சந்த்யா அருகில் வந்து வழக்கமான பாசத்துடன், எப்போதும் செய்வதைப் போல அவனது கேசத்தை கலைத்துவிட்டாள்.

''வேண்டாம் கண்ணா! உன் மனசை மாத்திக்கோ! அண்ணி உன் நல்லதுக்குத்தான் சொல்வேன்!''

''இல்லை அண்ணி! இதுல உன் பேச்சைக் கேட்க நான் தயாரா இல்லை! நீயே நடத்தி வச்சிடு.''

''நடக்காது பிரசாத். ஒரு நடத்தை கெட்டவளுக்கு நீ தாலி கட்டறது உனக்கு கௌரவமா? யோசி!''

''அண்ணி! என்ன உளர்ற? இந்த மாதிரி பழி போட உன் நாக்கு கூசலை?''

''ஆதாரமில்லாம இந்த சந்த்யா எதையும் பேசமாட்டா!''

படக்கென காரில் ஏறி காரை அவள் எடுக்க, பிரசாத் செயலிழந்து நின்றான்.

'இல்லை! இது பொய்! அப்பட்டமான பொய். இந்தக் கல்யாணத்தை தடுத்து நிறுத்த அண்ணி கையில் எடுக்கும் அடுத்த அஸ்திரம். ஆதாரமா? என்ன ஆதாரம் காட்டப்போகிறாள் அண்ணி? இதை விடக்கூடாது.'

அவனுக்குள் ஓர் ஆவேசம் புறப்பட்டது.

* * * * *

**அ**ம்மா சோர்ந்து போயிருந்தாள். ஜீவா அம்மாவுக்கு பால் எடுத்து வந்தாள்.

"ஜீவா! இப்படி வந்து ஒக்காரு. ஒரு நல்ல வரன் வரும்போது, சாதனா கெடுத்தா, பகவதி இல்லாம என்னை அவ தலைல கட்டுவாங்களோனு பயம் காரணமா தடுக்கறானு சொல்லலாம். மாப்ளை ஏன் அவளுக்கு வரப்போற நல்ல வாழ்க்கையை தடுக்கறார்?"

"நீ அவரையே சந்தேகப்படறியாம்மா?"

"ஜீவா! இத்தனை நாள் நான் அவரைத்தான் ஆதரிச்சேன். காரணம் நீ! பகவதியும் என் பொண்ணுடி. அவ வாழணும்னு எனக்கு ஆசை இருக்காதா? பகவதியை வீட்டை விட்டுப் போகவிடாம சாதனா தடுத்தா காரணம் இருக்கு. மாப்ளை தடுத்தா என்ன காரணம்? நான் மாப்ளைகிட்ட கொஞ்சம் பேசணும் ஜீவா. என் மனசுக்குள்ள ஏதோ ஒரு நெருடல் இருக்குடி!"

அம்மா எழுந்து வர, ஜீவா பதற்றமாகப் பின்தொடர, உத்தமன் பின்கட்டில் பாத்திரம் கழுவிக்கொண்டிருந்த பகவதியை நெருங்கிக் கொண்டிருந்தான். அவளுக்குப் பின்பக்கமாக வந்து அவள் தோளில் கை பதிக்க வர, அம்மாவும் ஜீவாவும் நெருங்கி வந்துவிட்டார்கள்.

**- தொடரும்**

# அத்தியாயம் 39

உத்தமன் பகவதியை நெருங்க, பின்னால் ஏறத்தாழ அம்மா நெருங்கிவிட, உத்தமன், பகவதியின் தோளில் கை பதித்துவிட, திடுக்கிட்டு பகவதி திரும்ப,

“நான் உதவி செய்யட்டுமா?”

“முதல்ல கையை எடு. இல்லைனா நடக்கறதே வேற. எனக்கு கல்யாணம் நடக்கப்போகுது. இனிமே இந்த சேட்டைகள் வேண்டாம். அன்னிக்கு பிரசாத் கிட்ட வாங்கினது போதாதா?”

நெருங்கிவிட்ட அம்மா காதில் சகலமும் விழ, அம்மா அதிர்ந்து போனாள். அம்மாவை பின்தொடர்ந்து வந்த ஜீவாவுக்கு போன் வர, அவள் நின்றுவிட்டாள். மாமியாரின் அழைப்பு.

இங்கே உத்தமன், விஷமமாகச் சிரித்தபடி,

“நீ பிரசாத்தை கல்யாணம் பண்ணிக்கோ. என் கூட முதலிரவை முடிச்சிட்டு, அவன் தாலி உன் கழுத்துல ஏறட்டும்.”

அம்மாவின் காதில் சகலமும் விழுந்தது. அம்மாவால் இதை நம்பவும் முடியவில்லை. ஆனால் சகலமும் காதில் விழ, உத்தமன் நின்ற தோற்றமும், பகவதியின் ஆவேசமும், அம்மாவுக்கு மயக்கமே வந்துவிட்டது. வெறியுடன் அம்மா அடுத்த அடியை எடுத்து வைக்க, பகவதி பார்த்துவிட்டாள்.

“என்னங்க! நீங்க எங்கே இருக்கீங்க? அத்தை உங்களை கூப்பிடறாங்க!”

ஜீவா குரல் தர, உத்தமன் திரும்ப, மாமியார் நிற்க, கண்களில் நெருப்பு. உத்தமன் ஒரு நொடி அதிர்ந்து, மாமியாரைக் கடந்துபோக, பகவதியிடம் அம்மா நெருங்கிவிட்டாள்.

“என்னடி பேசறான் அந்த நாய்?”

“அம்மா! நீ என்ன சொல்ற?”

“எல்லாம் என் காதுல விழுந்தது. நான் இதையெல்லாம் கேட்டுட்டும் உயிரோட இருக்கேனே! இந்த சண்டாளனை நான் விடமாட்டேன். இன்னிக்கே ஜீவாகிட்ட பேசி இவனை உண்டு இல்லைனு பண்ணாம விடமாட்டேன்.”

“என்ன உளர்ற? வா என்னோட!”

அம்மாவை இழுத்துக்கொண்டு பகவதி வேகமாக அறைக்குள் சென்று கதவைத் தாளிட்டாள்.

“எத்தனை நாளா இதெல்லாம் நடக்குது பகவதி?”

அம்மா கேட்க, பகவதி உடைந்து அழுதாள். நடந்த சகலமும் அம்மாவிடம் சொன்னாள்.

அம்மா கதறிவிட்டாள்.

“அம்மா! உனக்கு பி.பி ஏறினா மயக்கம் வரும். வேண்டாம்.”

“வராதுடி! என் பொண்ணுக்கு இப்படி ஒரு வேதனையும் ஆபத்தும் இருக்குனா, உன்னை மீட்கற வெறிதான் வருமேயொழிய, ஒடம்புக்கு எந்தப் பாதிப்பும் வராது. உங்கப்பா இந்த மாதிரி புத்தி கெட்டு, அந்தக் கேடுகெட்ட சிறுக்கி கூடப் போன காரணமா, நானும் என் மூணு குழந்தைகளும் நெருப்புல நீச்சல் அடிக்கலையா? இவனை நான் சும்மா விடமாட்டேன். சம்பத்துக்கு இது தெரிஞ்சா இவனைக் கொன்னுடுவான்! ஜீவா இவனை மன்னிப்பாளா? நீ ஏண்டீ இத்தனை நாள் எல்லாத்தையும் பொறுத்துக்கிட்டே?”

“அக்காவுக்காக! இப்பவும் அதுதான் நடக்குது. ரெண்டு அபார்ஷன் நடந்தாச்சு. இப்ப உள்ள கர்ப்பத்துக்கு டாக்டர் எச்சரிக்கை தந்திருக்கார். உண்மை தெரிஞ்சா இது கலையும்.”

“கலையட்டும். இந்த நாயோட வாரிசு அவளுக்கு வேண்டாம்.”

“அம்மா! அந்த அதிர்ச்சில அக்காவுக்கு ஏதாவது ஆயிட்டா? அவளை இழக்க உனக்கு சம்மதமா? சொல்லும்மா! அவ நடைப்பிணமாயிடுவா. அவளை யாரு பார்த்துக்க முடியும்?

அண்ணனை நம்ப முடியுமா? நம்ம குடும்ப நிலையை யோசிம்மா! உணர்ச்சிவசப்பட்டு பேசாதேம்மா!"

"அதுக்காக, எத்தனை நாள் நீ போராடுவே?"

"பிரசாத் வந்தாச்சே! அவர் பார்த்துப்பார்மா! எனக்கு அந்த நம்பிக்கை இருக்கு. அண்ணிக்கு ஏற்கனவே கொஞ்சம் சந்தேகம் இருக்கு. இதெல்லாம் தெரிஞ்சா, அவளும் கேலி பேச மாட்டாளா நம்ம குடும்பத்தை? நான் கோழைத்தனமா பயந்து வாழலைம்மா! குடும்ப பாசம் காரணமா போராட்டம் நடத்திட்டு இருக்கேன்."

பகவதியை கட்டிக்கொண்டு அழுதாள் அம்மா.

"எப்படி இத்தனை பொறுமையா போராடறே? சரி! யாருக்கும் நான் சொல்லலை. ஆனா, அவனைத் தனியா நாலு கேள்வி கேக்காம விடமாட்டேன். ஒரு பொறுக்கியை, காமுகனை எப்படியெல்லாம் நான் தூக்கி வச்சு கொண்டாடினேன்? எனக்கே வெக்கமா இருக்கு."

வெளியே உத்தமனின் அம்மா வருவதாகச் சொல்ல, உத்தமன் தடுக்க, அந்தம்மா ஜீவாவிடம் பெரிய பஞ்சாயத்து வைக்க, உத்தமன் கடுப்பாகித் திட்ட, அந்தம்மா சாபம் விட, பேச்சு முடிய, ஜீவா கடுப்புடன் வந்தாள்.

"அம்மா, பகவதி, என்ன பண்றீங்க ரொம்ப நேரமா?"

கதவைத் தட்டினாள்.

"அக்கா வந்துட்டா! எதையும் காட்டிக்காதே! கண்ணத் தொடச்சுக்கோ."

பகவதி போய் கதவை திறந்தாள்.

"அம்மாவுக்கு மருந்து போட்டு விட்டேன்கா!"

"ஜீவா! நானும் பகவதியும் கிளம்பறோம்."

"எங்கேம்மா?"

"என் பிள்ளை வீட்டுக்குத்தான். ரொம்ப நாள் இங்கே இருந்தாச்சு. போதும். இனி மரியாதை இல்லை! பகவதிக்கு கல்யாணம்

முடிவான பின்னால சம்பத் கூட நாங்க இருக்கறதுதான் முறை. பகவதி, பேக் பண்ணிக்கோ! புறப்படலாம்.''

''அம்மா! நீங்க ரெண்டு பேரும் இங்கே இருந்தா, எனக்கு உதவியாவும் ஆறுதலாவும் இருக்கே.''

''ஆனா, பகவதிக்கு நிம்மதி இல்லையே ஜீவா?''

''ஏன்மா? அவளுக்கென்ன கஷ்டம்? என்ன பேசற நீ?''

உத்தமன் கொஞ்சம் கலவரமாக வெளியே வந்தான்.

''அவளுக்கு இங்கிருந்து ஆஃபீஸ் அதிக தூரம். சம்பத் வீடுனா கிட்டத்துல! அதனால நாங்க இப்பவே கிளம்பறோம்.''

''அத்தே! அவளை பிக்கப் பண்ண கார் வருதே. அப்புறம் என்ன? இங்கிருந்து போகவேண்டாம்.''

''இல்லை! சம்பத் கூடவும் கல்யாணத்துக்கு முன்னால நாங்க இருக்கணும். அதனால போறோம். நீங்க இந்தக் கல்யாணம் வேண்டாம்னு சொல்றதால மனசு சங்கடப்படுது. நாங்க போறோம். பகவதிக்கு ஒரு நல்ல வாழ்க்கை அமையும்போது, அதைக் கெடுக்கற உரிமை யாருக்கும் இல்லை.''

''அம்மா! நீ யார்கிட்ட பேசற? பெரிய இடம் கிடைச்சதும், இத்தனை நாள் உன்னை தாங்கிப் பிடிச்சவங்களை அவமதிக்கறியா?''

''நான் யாரையும் அவமதிக்கலை. அந்த பிரசாத் தங்கமான பையன். அவனோட பகவதி வாழறதை யார் தடுத்தாலும் நான் விடமாட்டேன்.''

''இவர் காரணம் இல்லாம எதையும் சொல்ல மாட்டார்மா.''

''விடு ஜீவா! இப்ப அவங்களை டென்ஷன் படுத்தாதே. கல்யாணத்துக்கு நாள் இருக்கே. இப்ப எதுக்கு? விட்ரு! அத்தே, நீங்க ரெண்டு பேரும் போகவேண்டாம். வாசல்ல காய்க்காரன் வந்திருக்கான். நீ போய் பாரு ஜீவா! பழங்கள் நிறைய வாங்கு!''

ஜீவா அதை வாங்க போக, பகவதி சமையல்கட்டுக்குப் போக, அம்மா திரும்பினாள்.

“கொஞ்சம் உள்ளே வர முடியுமா? நான் பேசணும்!”

அம்மா நடக்க, உத்தமன் பின்தொடர, அம்மா கதவைச் சாத்தினாள். உத்தமன் கண்களில் மிரட்சி!

“பொம்பளை கதவை சாத்தினதும் சந்தோஷமா இருக்கா? வயசானாலும் நானும் பொம்பளைதானே? பொறுக்கி! நீ விட்டா, என்னை கூடக் கட்டிப்பிடிப்பே.”

“ஏய் கெழவி! யார் கிட்ட என்ன பேசற?”

“ஒரு பொம்பளை பொறுக்கி கிட்ட பேசறேன்னு தெரிஞ்சு பேசறேன்டா. உன்னை மாப்ளை மாப்ளைனு தூக்கி வச்சுக் கொண்டாடினேன். அந்தப் பாவத்துக்கு அனுபவிக்கறேன். பகவதி இப்பவும் தடுக்கலைனா, உன்னை நான் கொன்னிருப்பேன். கேடுகெட்ட நாயே! ஜீவா வந்துடப்போறா! அதுக்கு முன்னால ஒண்ணு பாக்கியிருக்கு.”

நெருங்கிய அம்மா உத்தமனை ஓங்கி அறைந்தாள். முகத்தில் காறித் துப்பினாள்.

“மனைவி இருக்க, மச்சினியை அடையப் பாக்கறியா? என் ஜீவா வாழலைனாலும் தப்பில்லை, நீ நாசமாப் போகணும்.”

சொல்லிவிட்டு அம்மா விசுக்கென கதவைத் திறந்துகொண்டு வெளியே வந்துவிட்டாள்.

உத்தமன் முகத்தில் எச்சில் வழிய நின்றான். அதை அவசரமாக துடைத்துக்கொண்டான். பிரசாத் அடித்ததைவிட பகவதி சூடு வைத்ததைவிட, இது இன்னும் பெரிய அவமானமாக இருந்தது.

‘இத்தனை நாள் என்னைப் புகழ்ந்து ஒரு தேவதூதனாகக் கருதி, எனக்கு எந்த நேரமும் மரியாதை செலுத்திக்கொண்டிருந்த மாமியார் கிழவி, இன்று என் முகத்தில் காறித் துப்பிவிட்டாள். உன் இரண்டு பெண்களும் வாழக்கூடாது. இரண்டு பேரும் கதறணும்... கதற வைக்கறேன். என்னை விட்டா நாதியில்லைனு இந்த வீட்டுக்கே வந்து என் காலைப் புடிச்சு நீ கெஞ்சணும்... கெஞ்ச வைக்கறேன்!’

வெறி புறப்பட்டது அவனுக்கு. அம்மா சமையல்கட்டுக்கு வந்தாள். ஜீவா இன்னமும் காய் வாங்கிகொண்டிருக்க, பகவதியிடம் வந்து அம்மா சகலமும் சொல்லிவிட்டு,

"மீதியை சம்பத் வீட்ல போய் பேசிக்கலாம். நீ உடனே துணிகளை எடுத்து வை."

பகவதிக்கு ஒரு பக்கம் கலவரமாகவும், இன்னொரு பக்கம் அம்மா காரணமாக சந்தோஷமாகவும் இருந்தது.

* * * * *

"அந்த ஜோசியர் அப்படி சொல்றாரே சந்த்யா?"

ராஜா கலவரத்துடன் கேட்க,

"அதைப் பெரிசுபடுத்த வேண்டாம். பிரசாத் விருப்பப்படி கல்யாணம் நடக்கட்டும். நான் பாத்துக்கறேன். நாம ஏற்பாடுகளை செஞ்சுக்கலாம்."

ஆஃபீசுக்கு வந்துவிட்டார்கள். ரகோ காத்திருந்தான். உள்ளே அழைத்தாள் சந்த்யா.

பகவதியின் வீட்டு விவரங்கள் மொத்தமும் சொல்லி, இந்த பகவதியை அவங்கண்ணி, வேலைக்காரி மாதிரி நடத்தறா. அண்ணன் அவ பேச்சைத் தட்டாதவன். அக்காகாரிக்கு ரெண்டு தடவை கருச்சிதைவு. இப்ப கர்ப்பம். அந்த உத்தமன் பொம்பளை சங்கதில கொஞ்சம் வீக். அவனுக்கு பிரசாத்தை பிடிக்கலை. பகவதி கல்யாணத்தை தடுக்க நினைக்கறான்."

"இது போதும். உத்தமனுக்கு போன் போட்டு என்னை வந்து பார்க்க சொல்லு. இன்னிக்கே நான் பாக்கணும். நம்ம அபிராமபுரம் யூனிட்டுக்கு கூட்டிட்டு வா."

அவன் போனதும், சந்த்யா ஒரு மாதிரி கணக்குப் போடத் தொடங்கினாள். ஏற்கனவே இந்த சந்தேகம் அவளுக்கு இருந்தது. உத்தமனிடம் பேசிவிட்டால் உறுதி ஆகிவிடும். என் துருப்பு சீட்டு அந்த உத்தமன்தானா?

சந்த்யா வேகமாக ஒரு திட்டத்தை போடத் தொடங்கினாள்.

* * * * *

இங்கே ஆட்டோ பிடித்து அம்மா, பகவதி இரண்டு பேரும் வந்துவிட்டார்கள். பக்கத்து வீட்டில் சாவி இருந்தது. இவர்கள் புறப்படுவது ஜீவாவுக்குப் பிடிக்கவில்லை. அம்மா உத்தமனிடம் சொல்லிக்கொள்ளாமல் போவது ஜீவாவுக்கு என்னவோ போலிருந்தது. வீட்டுக்கு வந்ததும் பகவதி அதைத்தான் கேட்டாள்.

"ஏம்மா, அக்கா மனசு புண்படற மாதிரி நடக்கற?"

"அந்தக் கேடுகெட்டவன் கிட்ட சொல்லிக்க எனக்குப் பிடிக்கலை! அவனை நெனச்சாலே வெறுப்பா இருக்கு!"

"எனக்கு பயம்மா இருக்கும்மா! ஏற்கனவே அந்த ஆள் வெறில இருக்கான். கடைசியா உங்கிட்ட பட்ட அவமானம், அவனைத் தூங்க விடாது. நீ மூஞ்சில துப்பிட்டு வேற வந்திருக்கே. இதோட பின்விளைவு என்னாகும்னு எனக்கே தெரியலை. நான் பிரசாத்கிட்ட இதை உடனடியா சொல்லணும்."

"அந்த தம்பியை இங்கே வரச்சொல்லுடி. இப்ப சம்பத், சாதனா யாரும் இல்லை. உடனே வரச்சொல்லு!"

இது நல்ல யோசனையாகப் பட்டது. மனசுவிட்டுப் பேசிவிடலாம். உடனே பிரசாத்துக்கு போனைப் போட்டு பகவதி, சம்பத் வீட்டுக்கு வரச்சொன்னாள். பிரசாத் புறப்பட்டான்.

ஆபத்தும் அவன் பின்னாலேயே புறப்பட்டது.

**- தொடரும்**

# அத்தியாயம் 40

**உ**த்தமன் அவமானத்தில், அடுத்தது என்ன என்ற வெறியில் உள்ளே நடக்க, ஜீவா உள்ளே வந்தாள். அவன் முகத்தை பார்க்கவே அவளுக்கு கலவரமாக இருந்தது.

"அம்மா நடந்துகிட்டதுக்காக நான் உங்ககிட்ட மன்னிப்பு கேட்டுக்கறேன்."

உத்தமன் அதிர்ந்தான். அறையில் கன்னத்தில் அறைந்து எச்சில் துப்பியது இவளுக்குத் தெரிந்துவிட்டதா?

ஒரு நொடி மிரள,

"உங்ககிட்ட சொல்லாமப் போனாங்க! அம்மாவுக்கு வயசாச்சு. புத்தி கெட்டுப்போச்சு. பகவதிக்கு வர்ற வாழ்க்கை கெட்டு போகக்கூடாதுனு பயம். நான் பேசிக்கறேன். நீங்க எதுவும் சொல்ல வேண்டாம்."

"அந்த பிரசாத்தை கட்டிக்கிட்டா, இவ நிம்மதி கெடும் ஜீவா! எங்கிட்ட பல ஆதாரங்கள் இருக்கு. உங்கிட்ட சொல்ல முடியலை."

வாசலில் கார் வந்து நின்றது. ஒரு ஆள் வந்தான்.

"சார்! நான் சந்த்யா மேடம் அனுப்பி வந்திருக்கேன்! உங்களை மேம் கையோட கூட்டிட்டு வரச்சொன்னாங்க."

"எதுக்கு?"

"கல்யாண விஷயமா ஏதோ பேசணுமாம். வர முடியுமா?"

"என்னை எதுக்கு வரச்சொல்றாங்க? நீயும் வர்றியா?"

ஒப்புக்கு கேட்டான். அவனே சந்த்யாவை எப்படி சந்திக்கலாம் என யோசிக்க, தானாக சந்தர்ப்பம் தேடி வந்திருக்கிறது.

“நீங்க போங்க! கவனமாப் பேசுங்க! இங்கே பிரசாத்தை குற்றம் சாட்டின மாதிரி அங்கே எதுவும் பேசிடாதீங்க. அவங்க பெரிய மனுஷங்க! ஜாக்ரதை.”

உத்தமன் காரில் ஏறிவிட்டான். அதே நேரம் பிரசாத்தின் கார் பகவதி வீட்டுத் தெருமுனைக்கு திரும்புவதை சந்த்யாவின் உளவாளிகள் அவளுக்கு சொல்ல, சந்த்யா ஒரு நிமிஷம் யோசித்தாள்.

‘இனி பிரசாத்-பகவதி சந்திப்பு நல்லதல்ல! பார்க்கக் கூடாது.’

படக்கென போனைப் போட்டாள். பிரசாத் எடுத்தான்.

“உங்கண்ணனுக்கு நெஞ்சு வலிக்குதுன்னு சொல்லியிருக்கார். நீ உடனே ஆஃபீசுக்கு வா பிரசாத். நானும் வெளிலதான் இருக்கேன். வந்துர்றேன்.”

பிரசாத் பதறி திரும்பினான்! சந்த்யா யாருக்கோ போன் செய்தாள்.

“பிரசாத் இப்ப ஆஃபீசுக்கு வந்துகிட்டிருக்கான். நான் சொன்னபடி செய்ங்க.”

சந்த்யா உத்தரவிட, பிரசாத் கொஞ்சம் பதற்றமாக காரைச் செலுத்த, இங்கே பகவதியும், அம்மாவும் அவன் வரவுக்காக காத்திருக்க, பிரசாத் ஏறத்தாழ ஆஃபீசை நெருங்கிவிட, அவன் காரை பார்க் செய்துவிட்டு திரும்ப, பலவந்தமாக இரண்டு கைகள் அவனை வளைத்து பிடித்து கரகரப்பான குரலில்,

“இந்த உத்தமன்கிட்டயா மோதற?”

அவனது மூக்கில் மருந்து தடவிய கைக்குட்டையை அழுத்த, விடுபடத்துடித்து முடியாமல் பிரசாத் மயக்கமானான். அவனைத் தூக்கி வேறொரு காரில் திணிக்க, அந்த கார் ஃவேகம் பிடித்தது. பிரசாத் மயங்கிவிட்டான்.

“மேம்! நீங்க சொன்ன மாதிரி உத்தமன் பெயரை சொல்லி, சின்னவரை மயங்க வச்சாச்சு. நீங்க சொல்ற இடத்துல வச்சிர்றோம்.”

சந்த்யா போனை வைத்தாள். உத்தமன் அவளது அலுவலக வரவேற்பறையில் கால் பதித்தான். உள்ளே தகவல் போனது.

கொஞ்சம் காக்க வைத்து, பிறகு உத்தமனை உள்ளே அழைத்தாள் சந்த்யா. உத்தமன் உள்ளே நுழைந்தான்.

"ஒக்காருங்க! என்ன சாப்பிடறீங்க?"

"இப்ப எதுவும் வேண்டாம். என்னை எதுக்கு வரவழைச்சீங்க?"

"கல்யாண விஷயமா பேசத்தான்."

"இந்தக்கல்யாணத்துல எனக்கு கொஞ்சம்கூட விருப்பமில்லை."

"பிரசாத் ப்ளே பாய்ங்கற காரணமா? அப்படீன்னா, நீங்க ப்ளே ஹஸ்பெண்டா?"

விசுக்கென பார்த்தான் உத்தமன்!

"நாம நேரா விஷயத்துக்கு வரலாமா? நீங்க சபலஸ்தர்னு எனக்குத் தெரியும். உங்க மனைவி ஜீவா ரெண்டு தடவை கர்ப்பம் கலைஞ்சு, இப்ப உண்டாகி, உங்களுக்கு மன உளைச்சலை குடுக்கற மனைவி! பகவதி மாதிரி ஒரு மச்சினி பக்கத்துல இருக்கும்போது யாராலதான் சும்மா இருக்க முடியும்? அந்த பகவதி யாருக்கோ மனைவியாகி, உங்க கையை விட்டுப்போறது உங்களுக்குப் பிடிக்கலை. அதனால எங்க பிரசாத் மேல பழி போட்டு கல்யாணத்தை தடுக்கப் பாக்கறீங்க. சரியா?"

ஆடிப்போனான் உத்தமன்.

"இதெல்லாம் அபாண்டம்."

"உங்க குரல் உங்களுக்கே கேக்கலை உத்தமன். உண்மை சமயத்துல பொட்டுல அறையும். மீண்டு வர்றது கஷ்டம். இதப் பாருங்க உத்தமன்... பகவதி மேல உங்களுக்குள்ள மோகம் தப்புனு சொல்லி உங்களை எச்சரிக்க நான் வரச்சொல்லலை. இப்ப உங்க வீட்டு பொண்ணு பகவதி! அவ உங்களுக்குத்தான் சொந்தமாகணும்னு நீங்க நெனச்சா, நான் அதை தடுக்கப் போறதில்லை."

உத்தமன் உற்சாகமாக நிமிர்ந்தான்.

"மேம், நீங்க சொல்றீங்க! ஆனா பகவதி எனக்கு இணங்கலை. என்னை அவமானப்படுத்தறா. என் தொடைல சூடு

போட்டுட்டா. இன்னும் பல அவமானங்கள். பிரசாத் அவளுக்கு பக்கபலமா இருக்கான். ஸாரி இருக்கார். அவரே ஒரு தடவை வீடு தேடிவந்து என்னை உதைச்சிட்டுப் போனார். காரணம் பகவதி தகவல் தந்திருக்கா. நான் கொதிச்சுப் போயிருக்கேன் மேம்! இதுக்கெல்லாம் நான் பதிலடி தரணும். பகவதி எனக்கு வேணும்! இது என்னோட தன்மான பிரச்னை!''

'மானங்கெட்ட உனக்கு, தன்மானம் வேற இருக்குதா?'

மனதுக்குள் நினைத்துகொண்டாள் சந்த்யா.

''நீங்க இந்தக் கல்யாணத்தை நிறுத்த நினைக்கறீங்களா மேம்?''

''எனக்கு பகவதி மேல பெரிய அபிப்ராயம் இல்லை! ஆனா பிரசாத் பிடிவாதமா இருக்கான். அதனால நான் நேரடியா இதுல தலையிட முடியாது. உங்களுக்கு நான் உதவி செய்ய முடியும்! நீங்க நான் சொல்றதைக் கேக்கணும்!''

''பகவதி எனக்கு கிடைக்க, நான் எதையும் செய்ய தயார். அவளே எனக்கு இணங்கணும்.''

சந்த்யா தலையாட்டினாள்.

''நான் சொல்றதை கவனமா கேளுங்க.''

அவனிடம் சொல்லத் தொடங்க, உத்தமன் மிரண்டான்.

''அய்யோ! இதெல்லாம் ஆபத்து. நான் மாட்டினா தப்பிக்கவே முடியாதே!''

''மனைவி இருக்கும்போதே மச்சினி வேணும்னு அலைஞ்சா, இந்த மாதிரி ரிஸ்க்கை எடுக்கத்தான் வேணும்.''

''நீங்க சொல்ற மெட்டீரியல் எங்கே... எப்படி...?''

''அதுக்கு நான் ஏற்பாடு பண்றேன்! கல்யாண ஏற்பாடுகள் நடக்கட்டும். கல்யாணத்துக்கு நாலு நாள் இருக்கும்போதுதான், இந்த ஆபரேஷன்! சரியா? இப்ப கல்யாண விஷயமா பேச அழைச்சாங்கனு சொல்லிடுங்க!''

''பிரசாத் சும்மா இருப்பாரா?''

“அதை நான் பார்த்துக்கறேன். பகவதி கூட உங்களுக்கு நடக்கப்போற சாந்தி முகூர்த்தத்துக்கு நாள் குறிங்க. நீங்க போகலாம்!”

“ரொம்ப தேங்க்ஸ் மேம்! இதை நான் எதிர்பாக்கலை!”

அவளை வணங்கிவிட்டு வெளியே வந்தான்.

மாலை வீட்டுக்கு சம்பத், சாதனா வர, வீடு திறந்திருந்தது. சாதனா பதறிவிட்டாள்.

“அண்ணி, நாங்கதான் வந்திருக்கோம். காலைல வந்துட்டோம்!”

“ஏன் திடீர்னு? ஜீவா விரட்டி விட்டுட்டாளா?”

சாதனா கேட்க, அம்மா கடுப்பாகிவிட்டாள்.

“ஏன் சாதனா, அப்படிப் பேசற? ஜீவா என் பொண்ணு. எங்களை எப்பவுமே விரட்ட மாட்டா. இந்த மாதிரி அவ பேசவும் மாட்டா.”

“அப்புறம் எதுக்காக வந்தீங்க?”

“பாருடா சம்பத். நான் உன்னைப் பெத்தவ. இவ கூடப்பிறந்தவ. நாங்க இந்த வீட்ல வாழ உரிமை உள்ளவங்க. எங்களை இப்படி பேசறா சாதனா. நீ பார்த்துட்டு சும்மா இருக்கே!”

சம்பத்துக்கே சாதனா பேசியது பிடிக்கவில்லை. அவளை எதிர்க்கும் தைரியமில்லாமல் எழுந்து போக, சாதனா கடுப்புடன் நடந்தாள்.

“புருஷன், மனைவி, குழந்தைனு தனியா ஒரு மாசம் கூட வாழ விடமாட்டாங்க, வந்துடுவாங்க!”

அம்மா காதில் படும்படி முனக,

“சாதனா! பகவதி கல்யாணம் முடிஞ்சதும் நான் அவ கூடப் போயிடுவேன். உங்களுக்கு பாரமா இனி இருக்க மாட்டேன்! அவளும் கல்யாணத்துக்கு முன்னால உங்க ரெண்டு பேர் கூட இருக்கணும்னுதான் வந்தோம்.”

“நான் நம்பிட்டேன். இனி உங்களால பிரயோஜனமில்லைனு, ஜீவா உங்க ரெண்டு பேரையும் போகச் சொல்லிட்டாளா?”

“அண்ணி! என்ன கோபம் உங்களுக்கு? வந்த முதல் நானும் பாக்கறேன் ஏன் இத்தனை ஆத்திரப்படறீங்க?”

“உங்களுக்கெல்லாம் நன்றியே இல்லைடி. மளிகைக் கடை கடனை அடைச்சார் அண்ணன்! உனக்கு தங்கச் சங்கிலி வாங்கிப்போட்டு, பட்டு சேலையும் வாங்கித் தந்தார். நீங்க வரணும்னு சொன்னப்ப, காரை எடுத்துட்டு வந்து அவரே கூட்டிட்டு போறார். இத்தனை செஞ்ச அந்த மனுஷன்கிட்ட அத்தை சொல்லிக்காம வந்திருக்காங்க. இதென்ன நியாயம்? என்ன நன்றி உணர்ச்சி? அண்ணன் எங்கிட்ட போன்ல புலம்பிட்டார். உங்களுக்கு செய்யணும்னு அவருக்கு என்ன தலையெழுத்து?”

“அப்படியாம்மா? நீ அப்படியா செஞ்ச? மாமாகிட்ட சொல்லிக்காம வந்தியா? ஏன்? பொதுவா எங்களை மட்டம் தட்டி எப்பவும் மாமாவைத்தானே இந்திரன், சந்திரன்னு பேசுவே! இப்ப என்னாச்சு? ஜீவா வேற கர்ப்பமா இருக்கா. அவ மனசு சங்கடப்படாதா? சாதனாகிட்ட சொல்ற மாமா, தன் மனைவி கிட்ட சொல்ல மாட்டாரா? என்னாச்சு உனக்கு?”

“அதை நான் சொல்றேன். பெரிய இடத்து சம்பந்தம் வந்தப்ப மத்தவங்களை கண்ணுக்கு அலட்சியமா தெரியுது. இன்னும் கழுத்துல தாலி ஏறலை. அகம்பாவம் அடிச்சிடும்.”

“நிறுத்துடி! யாருமே இந்த உலகத்துல எதிர்பார்ப்பு இல்லாம எதையும் செய்யறதில்லை. எல்லாத்துக்கும் ஒரு விலை இருக்கு!”

“உங்க கிட்ட என்ன இருக்குனு அண்ணன் எல்லாம் செஞ்சார்? அவருக்குத் தர உங்க கிட்ட என்ன இருக்கு?”

அம்மா ஆவேசமாக வாய் திறக்க, சட்டென பகவதி அம்மா கையை இறுகப் பிடித்தாள்.

“அம்மா போதும்! எல்லாத்துக்கும் பதில் சொல்லாதே. எல்லாமும் எல்லாருக்கும் தெரியணும்னு இல்லை. அண்ணே,

அம்மா சொல்லிட்டுதான் வந்தாங்க. அவர் வேற மூட்ல இருந்த காரணமா கவனிக்கலை. இதை விட்ருங்க அண்ணி! அம்மா நீ உள்ளே வா.''

அம்மாவை அழைத்து வந்து கதவைச் சாத்தினாள் பகவதி.

"உனக்கு புத்தியில்லையா? அந்த ஆள் நம்மை இங்கிருந்து தெருவுக்கு கொண்டுவரணும்னு அண்ணியை போன்ல கிளப்பி விடறார். அண்ணி, வேற எதையோ தெரிஞ்சுக நமக்கு நூல் விட்டு வார்த்தைகளை பறிக்கப் பாக்கறாங்க. இதோட ஒட்டுமொத்த நஷ்டம் அக்கா தலைல இறங்கும்மா. நீ ஏன் இதை யோசிக்கலை?''

"அந்த அயோக்யனை நல்லவனா இவ பேசும்போது என்னால தாங்கிக்க முடியலைடி! இப்படியா குடும்பத்துல ஒரு அக்ரமம் நடக்கும்? உன் கழுத்துல தாலி ஏறி, எப்ப இந்தப் பாவிகள் கிட்டேயிருந்து நமக்கு விடுதலை பகவதி?''

அம்மா கதறிவிட்டாள். சாதனாவுக்கு பொறுக்கவில்லை. ஒட்டு கேட்டால் சம்பத்துக்கு பிடிக்காது எனக் கஷ்டப்பட்டு அடக்கிக்கொண்டாள்.

"பகவதி! ஏன் பிரசாத் தம்பி வரவேயில்லை?''

"போன் போட்டா ஸ்விட்ச் ஆஃப்னு வருதும்மா. எனக்கே புரியலை.''

"ஏதாவது பிரச்னை இருக்குமா பகவதி? நம்ம பக்கம் யாராவது வந்து நின்னா, அந்த தெய்வத்துக்கு கூட பொறுக்காதுடி. மறுபடியும் போனைப் போடும்மா.''

பகவதி தொடர்ந்து முயன்றாள்... ஏமாற்றம்தான்!

'என்னாச்சு பிரசாத்துக்கு?'

- தொடரும்

# அத்தியாயம் 41

உத்தமன் நேராக வீட்டுக்கு வராமல், கடற்கரைக்கு வந்துவிட்டான். சந்த்யா சொன்ன சங்கதிகள் உறுத்தலாக இருந்தது. இரண்டில் ஒன்று பகவதி பற்றி. அது நடக்குமா? நான் மாட்டிக்கொள்வேனா? அடுத்தது என் மடியில் கை வைக்கிறாள் சந்த்யா. இதை நான் செய்யலாமா? பாவமல்லவா?

"பொண்டாட்டி இருக்க மச்சினியை அடைய ஆசைப்பட்டா, எதுக்கும் துணிஞ்சு இறங்கத்தான் வேணும்."

"பகவதி கூட உங்களுக்கு நடக்கப்போற சங்கமத்துக்கு நாள் குறிச்சுக்குங்க."

இது இனித்தது. சரி, காரியத்துல இறங்கிட வேண்டியதுதான். நேராக சந்த்யா சொன்ன அந்த நாட்டுமருந்துக் கடைக்கு வந்தான். அங்கே ஒரு கிழவி இருந்தாள்.

"கர்ப்பம் கலைக்கற மருந்து வேணும்!"

"யாருக்கு?"

"எனக்கு ஏற்கனவே ரெண்டு புள்ளைங்க இருக்கு. மூணாவது வேண்டாம். அதனால கலைக்கணும்."

"விலை கொஞ்சம் கூடுதலா ஆகும்."

"பரவால்லை. குடுங்க!"

அவள் சொன்ன தொகையைத் தந்து அந்த மருந்தை வாங்கிக்கொண்டான். கைகள் நடுங்கியது. வீட்டுக்குப் புறப்பட்டான்.

* * * * *

இங்கே பகவதி தவித்துக்கொண்டிருந்தாள். பலமுறை முயன்றும் பிரசாத் கிடைக்கவில்லை. ஃபோன் 'சுவிட்ச் ஆஃப்' என வர, பயம் பிடித்துக்கொண்டது.

'சந்த்யாவுக்கு இந்தக் கல்யாணத்தில் விருப்பமில்லை. இதைத் தடுக்க உத்தமன் எல்லா வேலைகளும் செய்வான். பிரசாத் நேரடியாக சந்த்யாவுடன் மோதத் தொடங்கிவிட்டார். அந்த ஜோசியர் சங்கதியில் உள்ள மோசடியைக்கூட பிரசாத், பகவதிக்கு வாட்ஸ் அப்பில் அனுப்பியிருந்தான். அதனால் இனி சந்த்யா எதிரியாக மாறி எல்லா ஆட்டங்களையும் ஆடுவாள். பிரசாத்துக்கு ஆபத்து எதுவும் இருக்குமா? யாரைக் கேட்பது? சேர்மன் ராஜா சாரிடம் பேசலாமா? அவர் மனைவிக்கு மட்டுமே மரியாதை தருபவர். என் பேச்சு எடுபடாது.

"என்னடீ பகவதி? பிரசாத் கிடைக்கலியா?"

அம்மா கேட்கும் நேரம் மாலை ஆறு மணி. வாசலில் கார் வந்து நின்றது. ராஜா, சந்த்யா இருவரும் இறங்கி வந்தார்கள். குடும்பமே பரபரப்பானது. சம்பத் அவர்களை வரவேற்க, சாதனா நடிக்க,

"பகவதி! தாலி மற்ற நகைகளுக்கு ஆர்டர் தந்திருக்கேன். நாளைக்கு நாம கடைகளுக்கு போய் ஜவுளி எடுத்துடலாம். சாதனா, நீங்க லீவு போடுங்க. சம்பத், நீங்களும்தான். பகவதிக்கு பிடிச்சதா வாங்கிடலாம்."

"சரி மேம்!" சம்பத் சொல்ல,

"பகவதி! பிரசாத் உனக்கு போன் பண்ணினானா? காலை முதல் எந்தத் தகவலும் இல்லை. ஆஃபீசுக்கும் வரலை. போனை அணைச்சு வச்சிருக்கான். பழைய கேர்ள் ஃப்ரண்ட் எவளாவது வரச்சொல்லியிருப்பா. மறுத்திருப்பான். நீதான் சொல்லி சரி பண்ணணும்."

பகவதிக்கு சந்தேகம் வலுத்தது.

'இவதான் பிரசாத்தை என்னவோ செஞ்சிருக்கா. என்னை ஆழம் பாக்கறா!'

"மேம்! கொஞ்சம் முன்னாலதான் பிரசாத் பேசினார்."

சந்த்யாவுக்கு அதிர்ச்சி.

"எங்கே இருக்கான்? என்ன பேசினான்? உங்கிட்ட ஏதாவது சொன்னானா?"

"என்ன சந்த்யா நீ? என்னதான் நீ அவனை வளர்த்த அண்ணியா இருந்தாலும் பகவதி அவனை கட்டிக்கப்போற பொண்ணு. பேசினதை சொல்வாளா? நீ தப்பா எடுத்துக்காதேம்மா. பிரசாத் இப்பக்கூட இவளுக்கு குழந்தைதான்!"

சந்த்யா ஒரு மாதிரி நெளிந்தாள். வாசலில் கார் வந்து நின்றது. பிரசாத் இறங்கி வந்தான். சந்த்யாவுக்கு ஒரு கணம் மூச்சே நின்றது.

'இவனைக் கடத்தி வைக்க சொன்னேனே... எப்படி வந்தான்?"

"நீ எங்கேடா போனே பிரசாத்?" ராஜா கேட்க,

"அது அண்ணிக்கு மட்டும்தான் தெரியும். அவங்களை கேளுண்ணே!"

சந்த்யாவுக்கு மயக்கமே வந்தது.

"நான் சும்மா சொன்னேன். என்னைக் கண்காணிக்கறது எப்பவும் அண்ணிதானே? இந்த வாட்டி கோட்டை விட்டுட்டாங்க. இனிமே அடிக்கடி இந்த மாதிரி நடக்கும். ஏன்னா, எனக்கு கல்யாணம் நடக்கப்போகுது இல்லையா? ஷாப்பிங் போயிருந்தேன்."

"சரி! நாளைக்கு வந்துடு பகவதி ஜவுளி எடுக்க! நானே வந்து பிக்கப் பண்றேன், நாங்க புறப்படறோம்."

சந்த்யா எழுந்துவிட,

"இருங்க! சாப்டுட்டு போகலாம்."

சாதனா சொல்ல,

"அண்ணி! நீயும் அண்ணனும் புறப்படுங்க. நான் இங்கே டின்னர் முடிச்சிட்டு வர்றேன்."

"வா சந்த்யா. அவன் பகவதி கையால சாப்டுட்டு வரட்டும்."

"அண்ணிகிட்ட ஒரு விஷயம் சொல்லணும். காருக்கு வா அண்ணி."

அவளை மட்டும் அழைத்துக்கொண்டு போனான்.

"நீ ஆட்களை வச்சு மயக்க மருந்தை மூக்குல வச்சு, என்னை கார்ல கடத்த வச்சே. நான் எப்படி தப்பிச்சு வந்துட்டேன் பார்த்தியா? அண்ணி! நீ புலியா இருக்கலாம். ஆனா நான் ஆடு இல்லை. புறப்படு. ராத்திரி நிதானமா ஒக்காந்து அடுத்த பிளானைப் போடு. இப்ப கார்ல ஏறு."

அவன் உள்ளே வர, சந்த்யா கொதிநிலைக்கு வந்தாள். ராஜா வந்துவிட, சிரித்து மழுப்பி காரில் ஏறினாள். பிரசாத் உள்ளே வந்தான்.

"பகவதி, இங்கே மொட்டை மாடி இருக்கா? போகலாம் வா!"

திரும்பி அம்மாவிடம் வந்தான். குரலைத் தழைத்தான்.

"பயப்படாதீங்க. நான் அந்தப் பொறுக்கி உத்தமன் இல்லை. திறந் வெளிலதான் பேசுவேன். பகவதிதான் கண்ணகியாச்சே. கையில நெருப்போடதானே இருப்பா?"

"தம்பி! உங்களை நாங்க நம்பலைனா எங்களையே நம்பலைனு அர்த்தம், போய்ப் பேசுங்க!"

இருவரும் மாடிக்குப் போக, சம்பத்திடம் வந்த சாதனா,

"உங்கம்மா மாதிரி ஒரு மானங்கெட்ட பொம்பளை யாரும் இல்லை. யாராவது ஒரு மாப்ளையை சோப் அடிச்சிட்டே இருப்பாங்களா? நான் ஆம்பளையா பொறந்திருக்கலாம்."

மாடிக்கு பகவதி, பிரசாத் இருவரும் வர,

"என்னாச்சு பிரசாத்? ஏதோ பிரச்னை இருக்கு. உங்கண்ணி கிட்ட நீங்க பேசினதுல ஊசிகள் இருந்ததே!"

"பகவதி! நமக்கு கல்யாணம் நடக்கவிடாம தடுக்க எல்லா வேலைகளும் நடக்குது. அண்ணனுக்கு முடியலைனு எனக்கு போன் போட்டு வரவழைச்சு, ஆஃபீஸ் வாசல்ல வச்சு நான் கடத்தப்பட்டேன். மயக்கமாகற நேரத்துல உத்தமன் சொல்லி

இதை செஞ்சதா என் காதுல விழுந்தது. அப்புறமா நான் கண் திறந்தப்ப கட்டிப் போட்டிருந்தாங்க. பச்சத்தண்ணியை பல்லுல காட்டாம இவனைக் கொல்ல உத்தரவுனு குரல்கள் காதுல விழுந்தது. எப்படி தப்பிக்கறதுன்னே எனக்குத் தெரியலை. ஒரு மணி நேரம் கழிச்சு வெளில பெரிய அடிதடி சத்தம். அதைத் தொடர்ந்து மூணு ஆட்கள் வந்தாங்க! 'தம்பி! உங்களுக்கு பிரச்னை எதுவும் இல்லையே'னு என்னைக் கேட்டாங்க. வாசல்ல என் கார் அப்படியே இருந்தது. 'நீங்க போங்க தம்பி'னு என்னை அனுப்பிட்டாங்க. நான் வீட்டுக்குப் போகாம இங்கே வர்றேன்! இவங்க இருக்காங்க."

"புரியலையே... உங்களைக் கடத்தினது உங்கண்ணியா? இல்லை உத்தமனா? அப்படீன்னா இது தெரிஞ்சு உங்களை விடுவிச்சது யாரு?"

"எனக்கும் அதுதான் கேள்வி பகவதி. ஆனா, ஒவ்வொரு நாளும் நெருப்பு ஆத்துல நீந்தித்தான் இனி கரையேறணும் போலிருக்கு."

"பயப்படறீங்களா பிரசாத்?"

"எனக்காக இல்லை. உனக்காக! உன்னை பாதுகாக்க நான் துடிக்கறேன். சரி, ரொம்ப நேரம் பேச வேண்டாம். நான் புறப்படறேன்."

"டின்னர் சாப்பிடலையா?"

"இல்லை. எதுவும் சாப்பிடற மனநிலைல நான் இல்லை பகவதி. ஜாக்ரதையா இரு. வர்றேன்.'

* * * * *

**அ**தே நேரம் தனியிடத்தில் சந்த்யாவின் எதிரே அந்த அடியாட்கள் தலைகுனிந்து நிற்க,

"எப்படீடா அவனை நழுவ விட்டீங்க?"

"நீங்க சொன்ன மாதிரித்தான் எல்லாம் செஞ்சோம். அவரோட காரை எடுத்துட்டு ஒருத்தனும், பைக்ல ரெண்டு பேரும் வந்தாங்க. எங்களை பொளந்துட்டாங்கம்மா. கொல்லாம விட்டாங்களே.

அவரை விடுவிச்சு கார்ல ஏத்தி விட்டாங்க. அவங்க யாருன்னு தெரியலை. இதுவரைக்கும் நாங்க பார்த்ததேயில்லை.''

சந்த்யா குழம்பிப் போனாள்.

'நான் பிரசாத்தை கடத்துவது யாருக்குத் தெரியும்? அவனை விடுவிக்கும் அளவுக்கு எனக்கு எதிரிகள் யார்? இந்த சங்கதிகள் அத்தனையும் நாலு சுவருக்குள் நடக்கும் குடும்ப விஷயங்களாச்சே... நான் இனி கவனமா இருக்கணும்.'

ராஜாவின் போன் வந்தது.

"என்னை ஆஃபீஸ்ல இறக்கி விட்டு நீ எங்கே போனே சந்த்யா?"

"என்ன வேணும் உங்களுக்கு?"

"கல்யாண செலவுக்கு மொத்த பட்ஜெட் எவ்ளோனு நீ சொல்லலியே... அவங்களை தேனிலவுக்கு எங்கே அனுப்பப் போறே?"

'சுடுகாட்டுக்கு!'

உதடு விளிம்பு வரை வந்துவிட்டது, அடக்கிக்கொண்டாள்.

"அதையெல்லாம் வீட்டுக்கு வந்து பேசிக்கலாமே. நான் முக்கியமான வேலைல இருக்கேன்."

"சந்த்யா! நாளைக்கு வந்தனா ரிலீஸ். நீ கூட்டிட்டு வர போவியா?"

சந்த்யா முகம் மாறியது.

'பிரசாத் சங்கதியில் இதை எப்படி நான் மறந்தேன்? அவ உயிரோட வீட்டுக்கு வரக்கூடாதே. இவர் போக மாட்டார். பிரசாத் அடைபட்டிருந்தா, வந்தனா கதையை முடிக்கறது சுலபம். இப்ப பிரசாத் வெளில இருக்கானே! அவனுக்கு அக்கா விடுதலை ஞாபகம் இருக்குமா? அவன் மறந்திருந்தா வந்தனாவுக்கு உடனே செக் வைக்கணும்.'

போன் அடித்தது. பிரசாத்தான்.

"என்னடா, டின்னர் பலமா?"

"இல்லை அண்ணி! நான் சாப்பிடலை."

“ஏன்? பகவதி எப்படி உன்னை விட்டா?”

“அதை விடு! நாளைக்கு எங்கக்கா விடுதலையாச்சே! நானும் பகவதியும்தான் அவளை ஜெயிலுக்கு போய் ரிசீவ் பண்ணப்போறோம். நான் கட்டிக்கப்போற பகவதி, அவளோட நாத்தனாரை பார்க்க வேண்டாமா? உள்ளே அனுப்பினது அண்ணன் சம்சாரம். வெளில கூட்டிட்டு வர்றது தம்பி பொண்டாட்டியா இருக்கட்டுமே! என்ன அண்ணி, பேச்சையே காணலை?”

“அவ வந்துடுவானு நீ நம்பறியா என் முட்டாள் கொழுந்தனாரே?”

“அவ ரொம்ப வருஷமா உள்ளே இருந்தாச்சு. இனி வெளில இருக்கற யாரோ அந்த இடத்துக்கு போகவேண்டிய நேரம் வந்தாச்சு. வச்சிரவா?”

சந்த்யா முகத்தில் எரிமலை வெடித்தது.

‘என் காலடில கிடந்த நாய் நீ! அந்த பகவதி வந்ததும் நாய், நரி ஆகுதா? என்னோட ஒரிஜினல் ஆட்டத்தை இனிமேல் தாண்டா நீ பாக்கப்போறே!’

* * * * *

இரவு எட்டரை மணிக்கு உத்தமன் வீடு திரும்பினான். களைத்துப் போயிருந்தான். முகம் கழுவி, உடை மாற்றி வந்தான்.

“காஃபி தரவா? எதுக்கு கூப்பிட்டாங்க சந்த்யா? கல்யாண விஷயம் பேச சம்பத் வேண்டாமா? அவன் கூடப்பிறந்தவனாச்சே!”

“ஏன்? நான் தலையிட வேண்டாம்னு சொல்றியா?”

“அய்யோ! அப்படி சொல்லலை நான். எங்கம்மா உங்க கிட்ட சொல்லாம போனது முதல் உங்க கோபம் அதிகமாகியிருக்கு. நான் மன்னிப்பு கேட்டுக்கறேன். பகவதிக்கு ஒரு நல்ல வாழ்க்கை வந்திருக்கு. நாமெல்லாம் சேர்ந்துதாங்க அதை நடத்தணும்.”

“நான் உன் தங்கச்சிக்கு எதிரி இல்லை. என்னை நீ கூட புரிஞ்சுக்கலை. விடு இந்தப் பேச்சை. கல்யாண ஏற்பாடுகளை அவங்க தொடங்கிட்டாங்க. அதைப்பற்றி எங்கிட்ட பேசினாங்க.

ராத்திரி டின்னர் முடிச்சிட்டு விவரமா உனக்கு சொல்றேன். இன்னிக்கு நான் டின்னர் ரெடி பண்றேன், நீ ரெஸ்ட் எடு ஜீவா."

"இல்லீங்க!"

"சொல்றதைக் கேளு! உனக்குனு நவதான்ய சத்துப் பொடி வாங்கிட்டு வந்திருக்கேன். அதுல டின்னர் ரெடி பண்றேன்."

உள்ளே வந்தான். சந்த்யா சொன்னது காதில் ஒலித்தது.

"உத்தமன்! தப்பித்தவறி உங்க மனைவி உண்டாயாச்சு. அவங்களுக்கு பிள்ளை பிறந்தா பகவதியை நீங்க அடையக் காரணம் இல்லாமப் போயிடும்."

"அதனால?"

"ஜீவா கர்ப்பத்தை கலைச்சிடுங்க. நான் சொல்ற நாட்டு மருந்து கடைல போய் நான் சொல்ற மருந்தை வாங்கிக் குடுங்க! நாளைக்கு காலைல அவங்க வயிறு க்ளீன் ஆயிடும்."

நவதான்ய மாவைப் பிசைந்தான். அதில் வாங்கி வந்த கர்ப்பம் கலைக்கும் மருந்தை கலந்தான். உள்ளே ஜீவா வந்துவிட, ஒருகணம் அதிர்ந்து சமாளித்து சிரித்து,

"உனக்கு புடிச்ச குழிப்பணியாரம் செய்யப் போறேன் ஜீவா."

குழிப்பணியாரம் ஆவி பறக்கத் தயாரானது. பொன் நிற பணியாரத்தை தட்டில் வைத்து அவளிடம் கொண்டுவந்தான்.

"நானே ஊட்டி விடறேன் ஜீவா!"

ஒரு விள்ளல் எடுத்து அவள் வாய்க்கு கொண்டுவந்தான்.

**- தொடரும்**

# அத்தியாயம் 42

**க**ர்ப்பம் கலைக்கும் மருந்தை குழிப்பணியாரத்தில் கலந்து தயாரித்து உத்தமனே ஜீவாவுக்கு ஊட்டி விடப்போக, ஜீவாவின் வாய்க்குள் அது போக, உத்தமன் முகத்தில் ஒரு வெற்றிச் சிரிப்பு படர, அடுத்த நொடியே ஜீவாவுக்கு குமட்டிக்கொண்டு வந்தது. எழுந்து ஓடினாள். கப கபவென காலையில் சாப்பிட்டதும் சேர்த்து வாந்தியாக வெளியே வர, வாந்தியெடுத்து சோர்ந்து போனாள். உத்தமன் அவளை தாங்கிப் பிடித்து படுக்கையில் கிடத்தினான்.

*"நான் டாக்டரை கூப்பிடட்டுமா?"*

*"வேண்டாம். இது மசக்கை வாந்திதான். அந்த நவதான்யம் சேரலை. பரவால்லை. இதைப் பெரிசுபடுத்த வேண்டாம். நீங்க ஆசையா செஞ்சு குடுத்ததை சாப்பிட முடியாம போனதுதான் என் வருத்தம். கொஞ்சம் நான் படுக்கறேன். நீங்க சாப்பிடுங்க!"*

உத்தமன் எரிச்சலுடன் வெளியே வந்தான். அந்த மருந்து மொத்தமும் வீணாகிவிட்டது. அடுத்தது என்ன செய்யணும்னு யோசிக்கணும். இதை சந்த்யாகிட்ட சொல்லணும். போன் அடித்தான்.

*"ம்! சொல்லுங்க உத்தமன். மருந்து உள்ளே போச்சா?"*

நடந்ததை சொன்னான் உத்தமன்.

*"இந்த முறை தப்பிட்டாங்க ஜீவா. பரவால்லை! இன்னும் நிறைய வழிகள் இருக்கு. பாத்துக்கலாம்."*

*"கல்யாணம் நெருங்கிடுச்சே மேடம். பிரசாத் அவ கழுத்துல தாலியைக் கட்டிட்டா, பகவதி என் கையை விட்டுப் போயிடுவாளே! ஏற்கனவே மாமியார் என் முகத்துல காறித் துப்பி, சொல்லாமப் போயிருக்காங்க. இனி இந்த வீட்டுக்கு*

பகவதியை வர விடமாட்டாங்க. அப்புறமா பகவதி எனக்கு எப்படி இணங்குவா?"

"கண்டிப்பா இணங்குவா. என் வலைல அவளை மாட்ட வைக்க எந்தத் துருப்புச் சீட்டை உபயோகப்படுத்தறேனோ, அதை உங்களுக்கும் தர்றேன்."

"அது என்னானு நீங்க சொல்லலியே..."

"அடுத்த யோசனையை நான் சொல்றேன் வைங்க போனை."

அவனிடம் பேசி முடித்த சந்த்யா நிமிர, சிறைச்சாலையிலிருந்து போன் வந்தது. அவள் அங்கே வைத்திருந்த நபர்.

"அம்மா! நாளைக்கு வந்தனா விடுதலை. காலைல பத்து மணிக்கு வெளில வந்துடுவாங்க. என்ன செய்யணும்?"

"உள்ளே வச்சு போட்ருங்க. அவ வெளில உயிரோட வரக்கூடாது."

"அது சுலபமில்லைம்மா. கட்டுக்காவலும் கெடுபிடியும் இப்ப ரொம்ப அதிகமா இருக்கு. மாட்டினா மீள முடியாது."

"அதிகாலை நாலு மணிக்கு பிரம்ம முகூர்த்தம். அதுல செத்தா புண்ணியம். நான் சொல்றதை கவனமா கேளுங்க."

சொல்லத் தொடங்கினாள்.

"நம்ம ஆட்களை திரட்டி கச்சிதமா முடிங்க. பிரச்னையை நான் வேற விதமா ஹேண்டில் பண்ணிக்கறேன்."

போனை வைத்தாள்.

'நீ வெளியே வரக்கூடாதுடி. இங்கே இருக்கற உன் தம்பியே எனக்கெதிரா திரும்பியாச்சு. நீயும் வந்துட்டா எனக்கு பிரச்னை அதிகமாகும். நீ வரக்கூடாது. காலைல ஜெயில்ல உன்னைத் தேடணும். உன் டெட்பாடி எங்கேனு யார் கைக்கும் கிடைக்க கூடாது.'

இரவு உணவுக்கு ராஜா வரவில்லை. வீட்டுக்கே வரவில்லை. போன் செய்தாள் சந்த்யா.

“நீங்க சாப்பிட வரலியா?”

“ஒரு டாக்குமெண்ட் தொடர்பா வேலை இருக்கு சந்த்யா. அதோட பத்திரப்பதிவு நாளைக்கு. நான் ராத்திரி வர முடியாது.”

“நாளைக்கு வந்தனா ரிலீஸ். நாம அவளைக் கூட்டிட்டு வர போக வேண்டாமா?”

“நீ பார்த்துக்கோ. எப்படியும் வீட்டுக்குத்தானே வரப்போறா. நான் வீட்ல பாத்துக்கறேன்.”

சந்த்யா சிரித்தாள்.

‘நீ உன் தங்கச்சியை இனி பாக்கவே போறதில்லை.’

* * * * *

**கா**லை நாலரைக்கு சந்த்யா போன் அடித்தது.

என்னடா? அவளை தூக்கியாச்சா?”

“அவளோட செல்லுல அவ இல்லைம்மா. அவ எங்கேனு நாங்க கேக்க முடியுமா? ஏன்னு எங்களை கேக்க மாட்டாங்களா? அந்த இடத்துல வேற ஒருத்தி இருக்கா. கட்டுக்காவலும் நிறைய இருக்கு.”

“எங்கடா போனா அவ? இத்தனை நாள் அங்கேதானே இருந்தா?”

சந்த்யாவுக்கு சூடு ஏறிவிட்டது.

‘ஒருவேளை பிரசாத் உள்ளே புகுந்துவிட்டானா? அவனும் பகவதியும் வந்தனாவை அழைத்து வருவதாக சொன்னானே! என்ன நடக்குது?’

எழுந்து பிரசாத் அறைக்கு வந்தாள். அவன் நன்றாக உறங்கிக் கொண்டிருந்தான். சந்த்யாவுக்கு எதுவும் புரியவில்லை. யாரையும் கேட்கவும் முடியாது.

காலையில் பிரசாத் தயாராகிவிட்டான்.

“பிரசாத்! ஜெயிலுக்கா போறே?”

“என்னையும் செய்யாத குற்றத்துக்கு ஜெயிலுக்கு அனுப்பலாம்னு ஐடியாவா அண்ணி? போய் பகவதியை பிக்கப் பண்ணிட்டு நான் வந்தனாவை கூட்டிட்டு வரப்போறேன். நீங்களும் வர்றீங்களா?”

“வர்றேன். நானும் வந்தனாவை ரிசீவ் பண்ணணும்.”

“நீங்க இங்கிருந்து வந்துடுங்க. நானும் பகவதியும் வர்றோம்.”

அவன் புறப்பட்டு போக, சந்த்யா குழப்பத்துடன் புறப்பட்டாள். நிலவரம் தெரிய பிரசாத்துக்கு முன்பே போய் நிற்க வேண்டும். அதன்படியே புறப்பட்டாள். போய் விவரம் சொல்ல,

“வந்தனா ரிலீஸ் ஆகிப் போயாச்சு. ஒரு மணி நேரமாச்சு.”

“யார் வந்து கூட்டிட்டுப் போனாங்க?”

“ஒரு கார் வந்தது. ஆட்கள் யாருன்னு தெரியலை. ஆனா போயிட்டாங்க!”

இப்போது பிரசாத், பகவதி வந்தார்கள். சந்த்யா விவரம் சொல்ல, பிரசாத் முகம் மாறியது.

“அண்ணி! என்னைக் கடத்தின மாதிரி வந்தனாவையும் கடத்திட்டீங்களா?”

“இடியட். தப்பா பேசாதே. நான் சும்மா இருக்க மாட்டேன்.”

கோபமாக காரில் ஏறி சந்த்யா புறப்பட,

“பிரசாத்! அன்னிக்கு நீங்க கடத்தப்பட்டப்ப, யாரோ வந்து உங்களை விடுவிச்சாங்க இல்லையா? அந்த யாரோ இப்ப வந்தனாவையும் கூட்டிட்டு போயிருக்காங்களா?”

“தெரியலியே பகவதி. நம்மைச் சுற்றி என்ன நடக்குது? சரி வா! வீட்டுக்கு போகலாம்.”

“நான் வரலை. உரிமையோட உங்க மனைவியாத்தான் உள்ளே காலை வைப்பேன். வந்தனாவை வெளில சந்திக்கலாம். அவங்க கிட்ட நிறைய நான் பேசணும். அவங்க மூலமாத்தான் பல உண்மைகள் வெளில வரணும்.”

“எனக்கும் அந்த நம்பிக்கை இருக்கு. அவளை அண்ணி விட்டு வைக்கணும். சரி! உன்னை உன் வீட்ல ட்ராப் பண்ணிட்டு நான் போறேன்.”

வீட்டு வாசலில் அம்மா பதற்றமாக நின்றாள்.

“ஏன்மா வெளில நிக்கற?”

“தம்பி, நீங்களும் உள்ளே வாங்க! ஒரு அதிர்ச்சிகரமான தகவல்.”

இருவரும் உள்ளே வர,

“சம்பத், சாதனா ஆஃபீஸ் போய் பதினஞ்சு நிமிஷத்துல லேண்ட் லைன்ல போன். உன்னைத்தான் கேட்டாங்க பகவதி.”

“யாரும்மா?”

“யாருன்னு சொல்லலை. நேத்திக்கு நாட்டு மருந்துல கர்ப்பம் கலைக்கற மருந்தை வாங்கிட்டு அந்தப் படுபாவி உத்தமன் வீட்டுக்கு போயிருக்கானாம். ஜீவா கர்ப்பம் கலைக்கத்தான். என் பொண்ணுக்கு என்னாச்சுனு தெரியலையே! ஒடம்பெல்லாம் பதறுதே.”

“அவன் செய்வான்மா. அவளுக்கு இனி குழந்தையே பிறக்காதுனு ஆயிட்டா, நேரடியா என்னைக் கேட்க அவன் முயற்சி செய்வான்.”

“இதை உடனடியா ஜீவாவுக்கு தெரிவிச்சு, அவளை எச்சரிக்கணும்.”

“அவ நம்ப மாட்டா பிரசாத். நம்ம கிட்ட ஆதாரம் இல்லை. பழி சுமத்தறோம்னு அவளே சொல்லுவா. அது எந்தக் கடை? ஆள் யாரு?”

“அதெல்லாம் நான் கேக்கலை. ஆனா, ஜீவாவை எச்சரிக்கணும்.”

“அம்மா! இப்படி ஒரு முயற்சி நடந்திருக்குனு தெரிஞ்சா, அந்த அதிர்ச்சில அவ கர்ப்பம் கலைஞ்சிடும். அந்தப் பாவி சந்தோஷப்படுவான். இது நிஜமா பொய்யானு தெரிஞ்சுக்கணும்! கொஞ்சம் இரு.”

பகவதி டயல் செய்தாள். ஜீவா எடுத்தாள்.

“ஏன்கா, உன் குரல் ஒரு மாதிரி இருக்கு?”

“நேத்து ராத்திரி ஒரே வாந்தி.”

“என்ன சாப்பிட்டேக்கா?”

“பாவம்டி உன் மாமா! எனக்காக நவதான்ய மாவு வாங்கிட்டு வந்து, அவரே குழிப்பணியாரம் செஞ்சு ஊட்டி விட்டார். ஒரு வாய் உள்ளே போகலை. அந்த மணம் பிடிக்கலை... வாந்தி. இப்ப தேவலை. தலை சுத்தல் மட்டும் இருக்கு!”

“சரி! நீ ரெஸ்ட் எடுக்கா!”

இதை அவள் ஸ்பீக்கரில் போட, அம்மா, பிரசாத் இருவரும் கேட்க, அம்மா கதறிவிட்டாள்.

“தகவல் உண்மைதான். கடவுள் வாந்தியை தந்து அவளை காப்பாத்தியிருக்கார். ஆனா உத்தமன் சும்மாருக்க மாட்டான். அடுத்தடுத்த அட்டெம்ப்ட்டுகள் தொடரும். ஜீவா அங்கே இருக்கக்கூடாது. இங்கே கூட்டிட்டு வந்துடுங்க!”

“அவ வர மாட்டாளே! இதைச் சொல்லவும் முடியாது பிரசாத்.”

“ஜீவாவை நீங்கதான் அந்தப் பாவி கிட்டேயிருந்து ரட்சிக்கணும் பிரசாத்.”

அம்மா கதற, பகவதி யோசித்தாள்.

“பிரசாத்! நம்ம கல்யாணம் நடக்கப்போகுது. அதனால பிறந்த வீட்ல எல்லாரும் சேர்ந்து இருக்கலாம். கல்யாண வேலைகள்ல அக்கா ஆலோசனையும் வேணும்னு அவளை நான் கூட்டிட்டு வர்றேன்!”

“நீ அங்கே போகாதே பகவதி! உன்னை நான் விடமாட்டேன்.”

“அம்மா! அவன் என் மேல கை வச்சா வாழ்நாள் முழுக்க அழும்படி நேரும். நான் பார்த்துக்கறேன். பிரசாத் இருக்கார். கவலைப்படாதீங்க. பிரசாத், இப்பவே போகலாம் வாங்க!”

இருவரும் காரில் ஏறிவிட்டார்கள்.

* * * * *

சந்த்யா ஆவேசமாக புறப்பட்டு காரில் பயணிக்க,

'பிரசாத்தை அப்ப விடுவிச்சது யாரு? அதே ஆட்கள்தான் இப்ப வந்தனா சங்கதில தலையிடறாங்க! யார் அந்தக் கண்ணுக்கு தெரியாத எதிரி?'

பலதும் யோசித்தாள். எதுவும் மூளைக்கு எட்டவில்லை. காரை வீட்டில் பார்க் செய்துவிட்டு உள்ளே நுழைய,

"வெல்கம் அண்ணி! என்னை நீங்க கூப்பிடணும். கூப்பிட மாட்டீங்க. இப்ப நான் உங்களை வரவேற்கறேன்."

வந்தனா கம்பீரமாக நின்றாள்.

"உன்னை யார் கூட்டிட்டு வந்தது?"

"அது முக்கியமில்லை. அதிகாலை நேரத்துல ஜெயில்ல வச்சு என் கதையை முடிக்க நீ திட்டம் போட்டே. நள்ளிரவு என்னை வேற இடத்துக்கு மாத்திட்டாங்க. காலைல நான் என் வீட்டுக்கு வந்துட்டேன். என்ன பாக்கற? எல்லாத்தையும் இப்ப நீ ஆண்டாலும், இதுல மூணுல ஒரு பங்கு எனக்கும் உண்டு. இந்த பங்களாவே உயில்படி என்னுது. இப்ப நான் உன்னை விரட்டினாலும் யாரும் என்னைத் தடுக்க முடியாது. விரட்டத்தான் வந்திருக்கேன்! இப்ப முதல் உன் கவுன்ட் டவுன் ஆரம்பம். தயாரா இரு அண்ணி."

சந்த்யாவுக்கு பற்றி எரிந்தது. ஏதோ சொல்ல வாயெடுத்தாள். வாசலில் கார் வந்து நின்றது. ராஜா இறங்கி வந்தான்.

"என்னங்க... வந்தனா வந்தாச்சு!"

வந்தனாவை ஒரு பார்வை பார்த்துவிட்டு ராஜா எதுவும் பேசாமல் படியேற,

"தண்டனையை இத்தனை வருஷங்களா அனுபவிச்சிட்டு உங்க தங்கச்சி வந்திருக்கா. அவளை வான்னு ஒரு வார்த்தை சொல்ல மாட்டீங்களா?"

"அதுக்குத்தான் நீ இருக்கியே. தண்டனை முடிஞ்சிட்டா, செஞ்ச குற்றம் இல்லைனு ஆயிடுமா? பேசாதே சந்த்யா!"

உள்ளே போய்விட்டான். அவன் தலை மறைந்ததும் சந்த்யா, வந்தனா அருகில் வந்தாள்.

"நாத்தனாரே! இந்த வீடு உன்னுதா? மூணுல ஒரு பங்கா? என்னை நீ விரட்டப்போறியா? எப்படியெப்படி? என் கவுன்ட் டவுன் ஆரம்பமா? அது எனக்கில்லைடி, உனக்கு ஸ்டார்ட் ஆயாச்சு. ஜெயில்ல தப்பிட்டா, உன்னை யாரும் அசைக்க முடியாதா? இப்ப இந்த வீட்ல உன் பக்கத்துல நான் இருக்கேன். கசாப்பு கடைக்கு ஆடு வந்தாச்சுடி. உன் முடிவை எந்த நேரமும் நீ எதிர்பார்க்கலாம். நீயா உன் தம்பியா? யார் முன்னால? முடிவு பண்ணி சொல்லுங்கடி!"

- தொடரும்

# அத்தியாயம் 43

**உ**த்தமன் லீவு போட்டு வீட்டில் இருந்தான். சந்த்யாவிடம் காலையில் பேசியிருந்தான்.

"நேத்து வாந்தி அதிகம் இருந்த காரணமா ஒரு செக்கப் போயிடலாம்னு நான் சொல்ற க்ளினிக் கூட்டிட்டுப் போங்க. அவங்க செக்கப் முடிச்சு ஒரு ஸ்கேன் எடுத்து, இன்ஜெக்ஷன் போடுவாங்க. இருபத்தி நாலு மணி நேரத்துல கலைஞ்சிடும். அங்குள்ள நர்ஸ் நம்ம ஆள்தான். கூட்டிட்டு போங்க."

சந்த்யா சொன்னபடியே செயலில் இறங்கினான். ஜீவாவிடம் டாக்டரிடம் போகலாம் எனச் சொல்ல,

"எனக்கு எந்தப் பிரச்னையும் இல்லை. வாந்தி நின்னாச்சு. சோர்வுதான் இருக்கு. நீங்க போங்க!"

"நீ ரெடியாகு. ஒரு செக்கப் போயிடலாம். டாக்டர் பார்த்துட்டா நிம்மதி."

அவனைப் பெருமையுடன் பார்த்தாள்.

"என்ன அப்படிப் பாக்கற? குழந்தை முக்கியம்தான். எனக்கு அதைவிட நீ முக்கியம்... புறப்படு ஜீவா!"

அவள் தயாராகி இருவரும் காரில் ஏறி, உத்தமன் காரை எடுக்க, அது கேட்டைக் கடந்ததும் பிரசாத்தின் கார் வர,

"அவங்க ரெண்டு பேரும் கார்ல போறாங்க. என் மனசுக்கு சரியாப் படலை. ஃபாலோ பண்ணுங்க பிரசாத்."

கணிசமான இடைவெளியில் பிரசாத் தொடர்ந்தான். ஓரிடத்தில் நழுவவிட்டான் பிரசாத். பகவதி பதறிவிட்டாள்.

"எதுக்கு பதட்டப்படறே நீ? உத்தமன் நம்பர் எங்கிட்ட இருக்கு. அதுக்கான டிவைஸ் எங்கிட்ட இருக்கு. அதைப் போட்டா லொகேஷனை காட்டிடும்."

காரில் முன்புறம் உள்ள திரையில் சில எலக்ட்ரானிக் ஜாலங்களை பிரசாத் செய்ய, உத்தமன் கார் ஒரு க்ளீனிக் வாசலில் போய் நிற்பது தெரிந்தது.

“எதுக்கு இங்கே வந்திருக்காங்க?”

“என்னவோ தப்பு நடக்கப்போகுது. புடிச்சிடலாம்.”

காரை வேகமாகச் செலுத்தினான் பிரசாத்.

அங்கே விவரம் சொல்லி உத்தமன் டாக்டரைப் பார்க்க, டாக்டர் வரை சரியான நபர்தான். வில்லங்கம் நர்ஸ்தான். டாக்டர் எந்த பிரச்னையும் இல்லை என இன்ஜெக்ஷன் எழுதித் தர, வெளியே வந்தார்கள். ஏற்கனவே சந்த்யா சொன்ன நர்ஸ் தயாராக இருக்க, ஜீவா இன்ஜெக்க்ஷன் அறைக்குள் போய்ப் படுக்க, உத்தமன் கண்ணசைக்க, வாசலில் கார் வந்து நின்றது. உத்தமன், தான் அங்கே இருக்கக்கூடாது என விலகி வர, நர்ஸ் உள் நோக்கி நடக்க, அந்த காரிடாரில் அவளை மடக்கினாள் பகவதி.

“யார் நீங்க? என்ன வேணும்?”

“உன் கைல உள்ள ஊசி வேணும். போலீஸ் வாசல்ல நிக்குது. இப்படியே உன்னை ஒப்படைக்கட்டுமா? நீ கர்ப்பம் கலைக்கப் போறேன்னு டாக்டருக்கு தெரிவிக்கட்டுமா?”

அவள் மிரள,

“உள்ளே உள்ள எங்கக்காவுக்கு சொல்லாம, டாக்டர் எழுதித் தந்த நியாயமான ஊசியை போடு. நான் உன் கூட வர்றேன். சந்த்யா தானே உன் முதலாளி? நீ மாட்டினா காப்பாத்த வருவாங்களா? பணத்துக்காக என்ன வேணும்னாலும் செய்வியா?”

அவள் பயந்து நியாயமான ஊசியை எடுத்து வர, பகவதி பக்கத்தில் நின்றாள்.

அதே நேரம் ரிசப்ஷனில் இருந்த உத்தமன் தோளில் பிரசாத் கை விழ, உத்தமன் அதிர்ச்சியுடன் திரும்பி,

“நீ எதுக்கு இங்கே?”

"நீ எங்கண்ணி பேச்சை கேட்டு குழிப்பணியாரத்துல மருந்து கலந்து ஜீவா கர்ப்பத்தை கலைக்கப் பார்த்த உண்மை வெளில வந்தாச்சு. இப்ப ஊசி மூலம் அபார்ஷனா? இதையெல்லாம் செஞ்சா பகவதி உனக்கு கிடைப்பாளா? உன் உடம்புல இனி 'அது' இருக்கக்கூடாதுடா."

"நீ என்ன சொல்ற? எது?" உத்தமன் குரலில் மரண பயம்!

பிரசாத் சிரித்தான். அதே நேரம், ஜீவா ஊசி போட்டுக்கொண்டு வெளியே வர, பகவதி நின்றாள்.

"அக்கா! நாங்க வீட்டுக்கு போனோம். நீ ஆஸ்பத்திரி வந்ததா தெரிஞ்சது. உன்னை நம்ம வீட்டுக்கு கூட்டிட்டு போக வந்தோம். கல்யாணம் முடியற வரைக்கும் நீயும் எங்க கூட இரு. அம்மா ஆசைப்படறாங்க."

"அவரைக் கேக்கணும்."

"நான் பேசிக்கறேன். நீ ரெடியா இரு!"

பிரசாத், உத்தமன் இங்கே வர, பகவதி விவரம் சொல்ல,

"அவங்க ஆசைப்படறாங்களே. தங்கச்சி கல்யாணம்! நீ போயிட்டு வா ஜீவா. நான் வந்து பாத்துக்கறேன். உன் துணிமணிகளை நான் கொண்டுவர்றேன்."

"ஆமாம்கா! உன்னை அம்மாகிட்ட விட்டுட்டு நானும் பிரசாத்தும் உன் வீட்டுக்கு வந்து தேவையானதை எடுத்துட்டு வர்றோம்."

பிரசாத், உத்தமனிடம் வந்தான்.

வீட்ல நீ தனியாத்தானே இருப்பே? அன்னிக்கு தோட்டத்துல குடுக்காம விட்டதை இன்னிக்கு வீட்டுக்குள்ள வச்சு குடுத்துர்றேன்!"

உத்தமனுக்கு வியர்த்தது. அன்று வாங்கிய உதையின் வலி இன்னும் உடம்பில் பாக்கி இருந்தது. ஜீவா சந்தோஷமாக புறப்பட்டாள். உத்தமனுக்கு தலை சூடானது.

‘அன்றும் இன்றும் இந்த கர்ப்பம் கலைக்கும் முயற்சி எப்படி இவர்களுக்குத் தெரிகிறது? எனக்கும் சந்த்யாவுக்கும் மட்டுமே தெரிந்த ரகசியம் பகவதிக்கு எப்படிப் போனது? சந்த்யா என்னை மாட்டிவிடப் பாக்கறாளா?’

அம்மாவிடம் ஜீவாவை சேர்த்துவிட்டு பிரசாத் புறப்பட்டான். ஏற்கனவே அக்காவுக்கு எதுவும் தெரியக்கூடாது என பகவதி அம்மாவை எச்சரித்திருந்தாள்.

இங்கே சந்த்யாவுக்கு உத்தமன் போன் செய்து சகல விவரங்களையும் சொல்ல, சந்த்யா பதிலே சொல்லவில்லை.

“நம்ம ரெண்டு பேருக்கு மட்டுமே தெரிஞ்ச தகவல் எப்படி பகவதி, பிரசாத்துக்கு போச்சு? நீங்களே என்னை மாட்டி விடறீங்களா?”

“ராஸ்கல்! பொண்டாட்டி இருக்க மச்சினிக்கு அலையறது நீதான். அவளை அடைய எதையும் செய்ய நீ காத்துக்கிட்டிருக்கே. என்னை நீ சந்தேகப்படறியா? உன் குட்டை உடைச்சு, உன்னை தெருவுல நிறுத்திடுவேன். வேற எங்கியோ தப்பு நடக்குது. பிரசாத் ரெட்டை வேஷம் போடறான்னு எனக்கு சந்தேகமா இருக்கு. அவன் என்னைவிட க்ரிமினலா இருக்கான். நீ ஆஃபீசுக்கு என்னை வந்து பாரு.”

வந்தனா குளித்துவிட்டு வர,

“நீ சாப்பிடு. உனக்கு மாடில ரூம். நான் ஆஃபீஸ் போயிட்டு வந்திர்றேன். நீ பேச நினைச்சாலும் உங்கண்ணன் உன் கூட பேச மாட்டார்.”

அவள் காரில் ஏற, பிரசாத் வந்துவிட்டான். கையில் நிறைய பைகள்.

“வாக்கா... லேட்டாயிடுச்சு! எத்தனை வருஷங்கள் கழிச்சு பாக்கறோம்.”

வந்தனா அவனை நெருங்கி கட்டியணைத்துகொண்டாள். கண்ணீர் விட்டாள். பிரசாத்துக்கும் கண் கலங்கியது.

“அண்ணன் இன்னும் என்னைப் புரிஞ்சுக்கலை. ஆனா, நீ புரிஞ்சுப்பேனு நான் நினைக்கலைடா பிரசாத்!”

“அதுக்கு அண்ணிக்கு நன்றி சொல்லுக்கா. பல விஷயங்களை எனக்குப் புரிய வச்சது அண்ணிதான். நிறைய பேசணும்! நீ இங்கே சாப்பிட்டியா?”

“இல்லை பிரசாத்.”

“சாப்பிடாதே! அதுல விஷம் கூட இருக்கலாம். நான் உனக்கு சாப்பாடு வாங்கிட்டு வந்திருக்கேன். அண்ணி என்னைக் கொல்ல மாட்டாங்க. ஏன்னா, என் கையெழுத்து நிறைய இடங்கள்ல தேவைப்படுது. அதையும் போட அண்ணிக்குத் தெரியும். கொலைக்கு துணிஞ்சவங்களுக்கு, ஃபோர்ஜரி கஷ்டமா என்ன?”

பிரசாத் சரவெடியாக கொளுத்திப் போடுவதை பார்த்து வந்தனா மிரண்டாள்.

சந்த்யா புறப்பட்டு போக, ராஜா உள்ளே வேலையாக இருக்க, பிரசாத் தன் அறைக்கு வந்து கதவைச் சாத்தினான். வந்தனா அதே நெகிழ்ச்சியுடன் இருந்தாள்.

“பிரசாத்! நீயும் அண்ணனும் என்னை ஒரு கொலைகாரியா கருதி வெறுத்தீங்க. அண்ணன் வெறுப்பு இன்னமும் தொடருது. ஆனா, நீ என்னை நம்பறியாடா பிரசாத்?”

“நான் அண்ணியைக் கடவுளா நினைச்ச வரைக்கும் உன்னை நம்பலை அக்கா. அந்த பிம்பம் இப்பக் கலைஞ்சு போச்சு. பகவதிங்கற ஒரு தேவதை வந்து அதை சுக்குநூறா உடைச்சிட்டா. முதல்ல நானும் பகவதியை நம்பலை. எதிர்த்தேன். ஆனா, அவ எனக்குள்ளே இறங்கி உண்மையை புரிய வச்சிட்டா. நான் பொறுக்கியா இருந்தேன் போன மாசம் வரைக்கும். என்னை அந்த மாதிரி அண்ணி ஆளாக்கிட்டா. எனக்கு எல்லா சுகங்களையும் காட்டி, பணக்கார அயோக்யனா நான் வளர்க்கப்பட்டேன். அண்ணன் அவளை நம்பற ஒரு அடிமை இப்பவும். உன்னை செய்யாத தப்புக்கு கொலைகாரப் பட்டம் சுமத்தி, பல வருஷங்களா ஜெயில்ல வச்சிருக்கா. மொத்தத்துல நம்ம குடும்பத்தை அவ சீரழிச்சிருக்கா. எதுக்குனு எனக்குத் தெரியலை.”

"எனக்கு தெரியும்டா பிரசாத். நானே தாமதமா தெரிஞ்சுகிட்டேன். ஆனா, உண்மை வெளில வரும்போது நான் ஜெயில்ல இருந்தேன். எல்லாம் எனக்கெதிரா இருந்தது. பெரிய கதைடா அது."

"அக்கா! நீ இனி இங்கேதான் இருக்கப்போறே! நான் கேட்டுக்கறேன்."

"எல்லாம் வாய்ச்சொல்தான் பிரசாத். எதுக்கும் நம்ம கிட்ட ஆதாரம் இல்லைப்பா."

"ஆதாரங்களை திரட்டுவோம். நம்ம குடும்பத்தை அழிச்சு படிப்படியா தன் சாம்ராஜ்யத்தை அவ நிறுவியிருக்கா. இன்னிக்கு அசைக்க முடியாத அளவுக்கு தன் காலை ஊனிட்டா. கம்பெனி யார் பேர்ல இருக்குனு கூட தெரியலை. நானும் அண்ணனும் அவளை நம்பி முட்டாளா இருந்திருக்கோம். எல்லாம் சரி செய்யணும்."

"உன்னோட நேரடியான எதிர்ப்பு, என் விடுதலை ரெண்டும் அண்ணியைப் பாதிச்சிருக்கு. பகவதிக்கு என்ன பிரச்னை?"

எல்லாம் சொன்னான் பிரசாத்.

"உத்தமன் அவளுக்கு உள்நாட்டு எதிரி. ஆனா, பகவதியும் அண்ணி கிட்ட எக்குதப்பா மாட்டியிருக்கா. என்னானு இந்த நிமிஷம் வரைக்கும் பகவதி சொல்லலை. ஆனா, அண்ணி கிட்ட பகவதியை மிரட்டற ஏதோ ஒரு ஆயுதம் இருக்கு. இப்ப உத்தமன் கூட அண்ணி கை கோர்த்தாச்சு. இத்தனை எதிரிகளை பகவதி சமாளிக்கணும். இதுல கல்யாணம் நிச்சயம் செஞ்சு ஒரு நாடகம் நடக்குது. நிச்சயமா அண்ணி அதை நடத்த விடமாட்டா. கல்யாண நேரத்துல பகவதிக்கு எதிரான துருப்பு சீட்டை அண்ணி இறக்கப்போறா. அதுக்கு உத்தமன் உடந்தையா இருக்கப்போறான்."

"நான் பகவதியைப் பார்க்கணும். உங்க கல்யாணம் நடக்கணும். பகவதிங்கற தேவதைதான் நம்மை கரை சேர்க்கப்போறா பிரசாத். எனக்கந்த நம்பிக்கை வந்தாச்சு."

“அக்கா! அவளே கடல்ல மூழ்கற நிலைல இருக்கா. நம்மை எப்படி கரை சேர்ப்பா? மகாபாரதத்துல ஒரு கேள்வி வரும். யதிஷ்டிரனை பாஞ்சாலி கேப்பா! நீயே சூதாட்டத்துல உங்க அஞ்சு பேரையும் வச்சு இழந்த பிறகு, என்னை வச்சு ஆட உனக்கென்ன தகுதினு? அந்தக் கதைதான் இங்கே நடக்குது!”

“இல்லைப்பா. நம்மை மீட்க ஒரு கிருஷ்ணர் வருவார், அல்லது வந்தாச்சு. பொறுத்திருந்து பாரு.”

“அப்படியா சொல்ற நீ?”

“ஆமாண்டா! நான் பகவதியை உடனே பார்க்கணும். ஏற்பாடு செய்!”

இவர்கள் பேசும் நேரம், சந்த்யாவின் ஆஃபீசில் உத்தமன் நுழைந்துகொண்டிருந்தான்.

பகவதி தொடர்பான அந்த பென் டிரைவை சந்த்யா வெளியே எடுத்தாள்.

துருப்புச் சீட்டு உத்தமனுக்கும் சந்த்யாவுக்கும் மத்தியில் இருந்தது.

- தொடரும்

# அத்தியாயம் 44

**அ**ம்மாவுக்கு ஜீவா வந்தது சந்தோஷத்தைத் தந்தது.

"நீ என் கூட இந்த வீட்டுக்கு வந்து ரெண்டு நாள் சேர்ந்த மாதிரி இருந்தியா? அந்த வாய்ப்பே உனக்கு கிடைக்கலை. இப்ப மசக்கையா இருக்கே. உனக்கு வாய்க்கு ருசியா சமைச்சுப் போட என் உடம்புல தெம்பில்லை!"

"பகவதி இருக்காளேம்மா. அவ செய்வா! கல்யாணம் முடியற வரைக்கும் நீயும் பகவதியும் என் வீட்ல இருந்திருக்கலாம். பகவதி கல்யாணம் முடிஞ்ச பிறகு நீ என் கூட வந்துடும்மா."

"ஐயோ, நான் வரலைம்மா."

"ஏம்மா இப்படி பதட்டப்படறே? அது வரக்கூடாத இடமா என்ன? அவர் மேல இன்னும் கோபம் போகலையா என்ன? அவரை உன் பிள்ளை மாதிரி நெனச்சு எத்தனை பாசமா இருந்தே நீ? இப்ப என்னாச்சு? பணக்கார மாப்பிள்ளை கிடைச்சதும் அவரைத் தூக்கிப்போடறியா நீ?"

"ஏண்டீ நீ இப்படிப் பேசற? என்னைப் புரிஞ்சுகலையா நீ?"

"இந்தக் குடும்பத்துக்காக அவர் எத்தனை செஞ்சிருக்கார்? தன்னை பெத்த அம்மாவை கூடத் தூக்கிப் போடறார். ஆனா நீ மாறிட்டே. இதனால எனக்கு உன் கூட இருக்கவே பிடிக்கலை. பகவதி சொன்ன காரணமா வந்தேன்."

அம்மா முகம் வாடிப்போனது.

'என்னால பேச முடியலையே ஜீவா! உன் புருஷன் எங்களுக்கு எல்லாம் செஞ்சதுக்கு காரணம் பகவதியை அடையத்தான். இப்பவும் வெறி புடிச்சு அலையறான். உன் கர்ப்பத்தை கலைக்கக்கூட அவன் துணிஞ்சாச்சு. பகவதி கழுத்துல தாலி ஏறி, பிரசாத் கூட அவ போனாத்தான் அவளுக்கு விடியும். இதை சொன்னா நீ தாங்குவியா?'

“ஏம்மா பேசாம இருக்கே? பேச வாயில்லையா?”

“என் பக்கம் நியாயம் இருக்கு ஜீவா. ஒரு நாள் நீ புரிஞ்சுப்பே! இப்ப வயித்துல புள்ளை இருக்கு. நீ சந்தோஷமா இருக்கணும். வீட்ல கல்யாணக் களை வந்தாச்சு. சந்தோஷமா இரு.”

‘அம்மா எதையும் காரணமில்லாமல் செய்ய மாட்டாள். ஏதோ ஒரு பிரச்னை இங்கே இருக்கு. என்ன அது?’

ஜீவாவைக் கேள்வி குடைந்தது.

* * * * *

**அ**தே நேரம் அங்கே சந்த்யா மேசையில் அந்த பென் டிரைவ்... எதிரே உத்தமன்.

“இதுல என்ன இருக்கு?”

“பகவதி கல்யாணம் நடக்காம தடுக்கற துருப்பு சீட்டு இதுதான்! பகவதி இப்பவும் பயந்து என்கிட்ட அடிமையா இருக்க இதுதான் காரணம். இதை வச்சு சுலபமா அவ கல்யாணத்தை என்னால நிறுத்த முடியும்.”

“அதெப்படி? அதென்ன அத்தனை வலுவான அஸ்திரம்? அதை முதல்ல சொல்லுங்க!”

“சொல்றேன். சொல்லத்தானே உன்னை இங்கே வரவழைச்சேன். இதைக் கல்யாணத்துக்கு முதல் நாள் பகவதி ரிசப்ஷனுக்கு தயாராகும்போது இறக்குவேன். அவ கழுத்துல தாலி ஏறாது. அவமானத்துல தூக்கு கயிறு தொங்கும்.”

“எனக்கு சஸ்பென்ஸ் தாங்கலை.”

“இதை வச்சு நான் கல்யாணத்தை நிறுத்துவேன். நீ பகவதியை அடையலாம். அதுக்குள்ள ஜீவா கர்ப்பத்தை கலைச்சிட்டா, பகவதியை நீ கேக்கலாம்.”

உத்தமன் பொறுமை இழந்தான்.

“நீங்க இன்னும் விஷயத்துக்கே வரலையே! பிரசாத், பகவதி சேர்ந்து உங்க திட்டங்களையெல்லாம் தவிடு பொடியாக்கறாங்க!

ஜீவா கர்ப்பத்தை கலைக்கற ரெண்டு முயற்சியும் தோல்வி. அவங்களுக்கு எப்படித் தெரிய வந்தது? அதனால கல்யாணத்தை காரணமாக்கி ஜீவாவை பகவதி கூட்டிட்டுப் போயாச்சு. என் மாமியார் உளறிட்டா எல்லாமே தப்பாகும். என் சுயரூபம் தெரிஞ்சா, ஜீவா உட்பட அந்தக் குடும்பமே எனக்கு எதிரா நிற்கும். பிரசாத் வேற இருக்கான். அதுமட்டுமில்லை, இப்ப ஜீவா துணிமணிகளை எடுத்துட்டுப் போக பகவதி, பிரசாத் ரெண்டு பேரும் என் வீட்டுக்கு வரப்போறாங்க. பிரசாத் என்னை உதைக்கற நோக்கத்துல வர்றான். எனக்கு வீட்டுக்குப் போகவே பயம்மா இருக்கு.''

இப்படி பேச உனக்கு வெட்கமால்லை? நீ ஆம்பளைனு சொல்ல அந்த ஒரு சங்கதி மட்டும்தானா? பிரசாத்தை திருப்பி அடிக்க உன்னால முடியாதா?''

"அவன் அடி போலீஸ் அடியைவிட மோசமா இருக்கு.''

"சரி! உன் பிரச்னைக்கு இப்பவே முடிவு கட்டிடலாம். இந்த பென் டிரைவை நீ எடுத்துக்கோ. நான் லேப் டாப்புல ஒரிஜினல் வச்சிருக்கேன். இதை பகவதி மொபைலுக்கு அனுப்பு.''

"நான் பார்க்க வேண்டாமா?''

"நீ வீட்ல போய் பாரு. அப்புறமா பகவதி மொபைலுக்கு அனுப்பு. அப்புறம் பாரு. நீ என்ன சொன்னாலும் பகவதி கேப்பா. அப்புறமா அவளை எப்படி ஆட்டி வைக்கணும்னு நான் உனக்கு சொல்றேன்! சரியா? என்னை மீறி இதுல நீ அடுத்த அடி எடுத்து வச்சா, அப்புறம் உன் தலையெழுத்தே மாறிடும். போ. உடனே போய்ப் பாரு இதை. இன்னிக்கு உனக்கு பெரிய விருந்து இது.''

உத்தமன் அதை தன் கைப்பையில் வைத்து பத்திரப்படுத்தினான். வெளியே வந்தான். தன் காரில் ஏறினான்.

'இதுல பகவதியோட வாழ்க்கையை புரட்டிப் போடற மாதிரி ஏதோ ரகசியம் இருக்கு. சீக்கிரம் நான் பாக்கணும்.'

காரை வேகமாக ஓட்ட தொடங்கினான்.

* * * * *

**பி**ரசாத் அந்த உணவகத்தில் வந்தனாவோடு காத்திருக்க, பகவதி வந்தாள். அவளை வந்தனா ஏற இறங்க பார்த்தாள். கண்களை விரித்தாள்.

“என் தம்பி பெரிய ரசிகன்... அதிர்ஷ்டசாலி. இல்லைன்னா ஒரு பேரழகி அவனுக்கு கிடைப்பாளா?”

“பிரசாத்துக்கு நீங்க அக்கா! அதனால உங்களை அண்ணினு நான் கூப்பிடவா?”

“வேண்டாம் பகவதி. உனக்கும் அண்ணி சரியில்லை. பிரசாத்துக்கும் அவ வில்லியா இருக்கா. அதனால வந்தனானு பேரைச் சொல்லியே கூப்பிடு. எனக்கு பிடிச்சிருக்கு.”

ஐஸ்க்ரீம் ஆர்டர் செய்தான் பிரசாத். இயல்பாக இருவரும் பேசத் தொடங்க, வந்தனாவுக்கு பகவதியை மிகவும் பிடித்துவிட்டது.

“பகவதி! என் வாழ்நாள்ல ஒரு பாதி, செய்யாத குற்றத்துக்காக ஜெயில்ல கழிஞ்சாச்சு. இனி எனக்குனு எந்த வாழ்க்கையும் இல்லை! என் அண்ணனும் தம்பியும் சந்தோஷமா வாழறதை பார்த்துட்டு நான் உயிரை விடணும். பிரசாத்துக்கு தேவதை மாதிரி நீ கிடைச்சிட்டே. ஆனா அண்ணனை, சொத்துக்களை, கம்பெனியை அந்த பிசாசுகிட்டேயிருந்து விடுவிக்கணும். இதுக்காகப் போராடத்தான் நான் வந்திருக்கேன்.”

“நீங்க எப்பவும் எங்க கூடத்தான் இருக்கப்போறீங்க வந்தனா.”

“இந்த ஒரு சொல் எனக்கு போதும். இத்தனை நாள் நான் பட்ட காயங்களுக்கு மருந்து. என் கதையை நான் சொல்றேன். எப்படி பழி சுமந்தேன், அதுல இந்தப் பாவி சந்த்யாவோட சதி என்னன்னு எல்லாம் சொல்றேன். முதல் சந்திப்புல அந்த அவலக்கதை வேண்டாம். கல்யாணம் முடியட்டும். நீ என் தம்பிக்கு மனைவி ஆன பிறகு எல்லாம் சொல்றேன். இப்ப உன் கல்யாண பேச்சு.”

“பிரசாத்! நீங்க எப்பவும் வந்தனா கூடவே இருக்க முடியாது. அவங்களுக்கு வீட்ல ஆபத்து வந்தா? ஏற்கனவே ஜெயில்ல

தீர்த்து கட்டற முயற்சி நடந்திருக்கு. இவங்க உயிருக்கு ஆபத்தை உண்டாக்கி கூட, கல்யாணத்தை உங்கண்ணி நிறுத்தலாம். ஒரே கல்லுல ரெண்டு மாங்காய், இல்லையா?"

பகவதி சொன்னதும் பிரசாத்துக்கு திக்கென்றது.

"நீ புத்திசாலி. நீ சொல்றது நடக்க வாய்ப்பிருக்கு பகவதி! அதுக்கு என்ன செய்யலாம்? அண்ணன் ஆதரவு வந்தனாவுக்கு இல்லையே?"

"எனக்குத் தெரிஞ்சு ஒரு ஆர்ஃபனேஜ் இருக்கு. கல்யாணம் முடியற வரைக்கும் நான் அங்கே தங்கிக்கறேன். எனக்கும் சில வேலைகள் இருக்கு. அதை நான் முடிச்சுக்கறேன்."

"அந்த இடம் பாதுகாப்பானதா?"

பகவதி கேட்க,

"பயமே இல்லை பகவதி! ஜெயில்ல உள்ள ஒரு நல்ல அதிகாரியோட மனைவிதான் நடத்தறாங்க. எதுக்கும் இருக்கட்டும்னு நான் ஏற்கனவே பேசி வச்சிட்டுத்தான் வந்திருக்கேன். கவலை வேண்டாம். நான் தீர்க்க வேண்டிய கணக்கும் இருக்கு. அது தீர்ந்ததும் உங்க கூட வந்து சேர்ந்துக்கறேன்."

மூவரும் சந்தோஷமாகப் பேசுவதை ஒரு ஜோடி கண்கள் மறைந்து நின்று பார்த்து உடனே செல்போன் மூலம் சந்த்யாவுக்கு தகவல் போனது.

* * * * *

**உ**த்தமன் பரபரப்பாக காரை ஓட்டிக்கொண்டு வந்தான். போன் அடித்தது... ஜீவாதான்.

"என் டிரஸ்கள், நகைகளை பகவதியும் பிரசாத்தும் வந்து எடுத்துப்பாங்க. எப்ப வருவாங்கனு தெரியலை."

"பகவதியை மட்டும் வரச்சொல்லு. பிரசாத் எதுக்கு?"

"வரட்டுமே! உங்களுக்கென்ன கஷ்டம்?"

‘வரட்டும்டி. இந்த பென் டிரைவை நான் பார்த்துட்டா, உன் தங்கச்சி என் தாளத்துக்கு ஆடுவா. அப்ப அவ தனியாவே வருவா!’

உத்தமன் வீட்டுக்கு வந்து அவசரமாக கதவைத் தாளிட்டு, தன் லேப்டாப்பை எடுத்து வைத்து தயாராகிவிட்டான். அதை இயக்க சார்ஜ் இல்லை. கடுப்பாக இருந்தது. அதை சார்ஜ் போட்டுக் காத்திருந்தான். டென்ஷனாக இருந்தது.

‘நிச்சயமாக பகவதியின் மானத்தை வாங்கும் ஏதோ ஒரு சங்கதி உள்ளே இருக்கு. அதை வச்சுத்தான் சந்த்யா ஆட்டத்தை தொடங்கியிருக்கா.’

சார்ஜ் ஓரளவுக்கு ஆகிவிட, பென் டிரைவை எடுத்தான். அதில் நுழைத்தான். அந்த நேரம் போன் அடிக்க... பகவதிதான்.

‘சொல்லு என் தங்கமே! உன் ரகசியம் இப்ப என் கையில.’ மனதிற்குள் சொன்னபடி, “சொல்லு பகவதி!”

“நானும் பிரசாத்தும் அஞ்சு நிமிஷத்துல உங்க வீட்ல இருப்போம்.”

உத்தமன் வேகமாக லேப்டாப்பை இயக்க, அது பென் டிரைவுக்கான பாஸ்வேர்ட் கேட்க, உத்தமன் கடுப்பானான். உடனே சந்த்யாவுக்கு போன் செய்தான். கிடைக்கவில்லை. பதற்றம் கூடியது. மறுபடியும் முயல, வாசல் கதவு அதிர, வெறுப்புடன் போய்த் திறக்க, பிரசாத்தும் பகவதியும் நின்றார்கள்.

“எனக்கு ஆஃபீஸ் வேலை இருக்கு. நீயே பீரோ திறந்து உங்கக்காவுக்கு தேவையானதை எடுத்துக்கோ!”

“நான் உத்தமன் கூட இருக்கேன். நீ போய் எடு பகவதி.”

“ஏய்! என்னை என்ன செய்யப்போறே?”

உத்தமன் குரல் நடுங்க,

“நீ ஒழுங்கா இருந்தா எதுவும் செய்ய மாட்டேன்.”

பகவதி உள்ளே போக, உத்தமனின் போன் அடிக்க, சந்த்யாதான்! பதற்றமாக உத்தமன் அதை ஆன் செய்ய, அவசரத்தில் ஸ்பீக்கர் பட்டனில் கை பட்டுவிட,

"கூப்பிட்டீங்களா உத்தமன்?"

சந்த்யா குரல் பளிச்சென ஒலிக்க, பிரசாத் விசுக்கென திரும்பினான். உத்தமன் அதிர்ந்துபோக,

"பென் டிரைவ் பார்த்தாச்சா?"

அதுவும் உரக்க ஒலிக்க, உத்தமன் முகம் வெளிறிப்போனது.

"அண்ணி குரல் மாதிரி இருக்கு!"

"இல்லை! என் கலீக் புஷ்பா குரல். இது ஆஃபீஸ் மேட்டர்."

உத்தமன் உள்ளே ஓடி கதவைச் சாத்தினான்.

"மேடம்! வசமா சிக்கினோம். ஸ்பீக்கர் ஆன் ஆயிடுச்சு. நீங்க பேசினதை பிரசாத் கேட்டுட்டான்!"

"சரி! நீ எதுக்கு கால் பண்ணினே?"

"நீங்க பென் டிரைவ் பாஸ்வேர்ட் தரலை. அதனால ஃபைல் ஓப்பன் ஆகலை."

"நான் சொல்றேன், மனசுல வாங்கிக்கோ."

"பிரசாத்துக்கு சந்தேகம் வந்தாச்சு மேடம்."

"வரட்டும். எல்லாம் உடையற நேரம் வந்தாச்சு. நீ உடனே பாஸ்வேர்டை போட்டுப் பாரு. பகவதிக்கு காட்டு. அப்புறமா அவ பிரசாத் கூட போறாளா? இல்லை உன் கூட இருக்காளானு பாரு."

உத்தமன் பாஸ்வேர்டைப் போட்டான்.

- தொடரும்

# அத்தியாயம் 45

உத்தமன் அறைக்குள் நுழைந்து பாஸ்வேர்டை போடும் நேரம், பிரசாத், பகவதி இருக்கும் அறைக்குள் நுழைந்து பதற்றமாக,

"பகவதி! புடவைகளை அப்புறமா தேடலாம். ஏதோ ஒரு திருட்டுத்தனம் நடக்குது. இப்ப உத்தமனுக்கு போன் வந்தது. இவன் தெரியாம ஸ்பீக்கரை ஆன் பண்ணிட்டான். பேசினது அண்ணி."

"என்ன சொல்றீங்க பிரசாத்?"

"இரு! கூப்பிட்டீங்களா உத்தமன்னு கேட்டு, பென் டிரைவ் பாத்தீங்களானு கேட்டாங்க. இவன் பதறி உள்ளே ஓடினான்."

பகவதி முகம் வெளிறிவிட்டது.

'அது அந்த பென் டிரைவா? அது உத்தமன் கைக்கு வந்துவிட்டதா? அய்யோ... அதை அவன் பார்க்கக்கூடாது.'

"ஏன் உன் முகம் வெளிறிப்போச்சு? என்னாச்சு?"

"அதை உத்தமன் பார்க்கக்கூடாது பிரசாத்."

"ஏன்? அதுல என்ன இருக்கு?"

"அப்புறமா சொல்றேன். ஏதாவது செய்ங்க பிரசாத்."

அங்கே உள் அறையில் உத்தமன் பாஸ்வேர்டை இருமுறை போட்டும் ஃபைல் ஓப்பன் ஆகவில்லை. உத்தமன் கடுப்பாகி விட்டான். மூன்றாவது முறை போடப்போய் போடாமல் நிறுத்தினான். சந்த்யாவிடம் கேட்டுவிடலாம் என தோன்ற செல்போனை எடுத்து டயல் செய்தான். சந்த்யா போனை எடுக்க, பிரசாத் தடாலடியாக உள்ளே நுழைந்தான். உத்தமன் அதிர்ந்தான்.

"எதுக்கு என் ரூமுக்கு அனுமதி இல்லாம வந்தே?"

பிரசாத் பதிலே பேசாமல் லேப்டாப்பைத் தூக்கினான்.

“எதுக்கு என் பொருளை எடுக்கறே?”

பின்னால் வந்த பகவதியிடம் லேப்டாப்பை பிரசாத் தந்துவிட்டு திரும்பினான்.

“அந்தப் பொம்பளை கூடச் சேர்ந்து என்னடா திருட்டுத்தனம் பண்ற நீ?”

கேட்டுவிட்டு ஓங்கி உதைத்தான். உத்தமன் தூரப்போய் விழ, பாய்ந்த பிரசாத், அவன் இரு கைகளைப் பிடித்து அப்படியே முறுக்கி, முதுகுக்கு பின்னால் கொண்டுவந்தான். உத்தமன் வலி தாங்காமல் அலற,

“பகவதியை கட்டி அணைக்க வந்தது இந்த கைகள்தானே? அதை உடைச்சிடறேன் இன்னிக்கு. புத்தூருக்கு போ! இனி இந்த கைகள் ஆறு மாசத்துக்கு அசையக்கூடாது.”

“பிரசாத்... விட்ருங்க! இவன் கையை உடைச்சா அதைக் காரணமா வச்சு அக்கா கல்யாணத்தை நிறுத்துவா. விட்ருங்க!”

“இந்த பென் டிரைவ்ல என்ன இருக்குனு சந்த்யா உன்கிட்ட தந்தா?”

“அவங்க சொல்லலை. பார்த்த பிறகு பேசச் சொன்னாங்க.”

பகவதி பெருமூச்சுவிட்டாள்.

“நீ போய் நகை, துணிகளை எடுத்துக்கோ. இந்த லேப்டாப்பை பேக்ல வை. பென் டிரைவ் மட்டும் போதாது. இதுல ஏதாவது கள்ளத்தனம் இருந்தா? பேக் பண்ணு. அதுக்குள்ள இவனோட முன் பல்லு ரெண்டையும் கழட்டிட்டு நான் வர்றேன்.”

“எதுவும் வேண்டாம். நீங்க வாங்க பிரசாத்!”

இருவரும் பேக் செய்துகொண்டு புறப்பட,

“பகவதி! இவனை நீ ரெண்டு மிதி மிதிக்கறியா?”

“ஐயோ! வாங்களேன் பிரசாத்!”

இருவரும் காரில் புறப்பட்டுப் போக, உத்தமன் அவசரமாக சந்த்யாவுக்கு போன் செய்தான். விவரங்களைச் சொன்னான்.

"அதுதான் சரியான பாஸ்வேர்ட். ஓப்பன் ஆகலையா? எப்படி? நீ கூறுகெட்டவன். உனக்கு பிரசாத், பகவதி விஷயத்துல அதிர்ஷ்டமே இல்லைய்யா."

"அந்த பென் டிரைவ் கூட என் லேப்டாப்பும் போச்சு. பகவதி பற்றின அந்த ரகசியம் எனக்கு முன்னால பிரசாத்துக்கு போயிடுச்சே."

"விடுய்யா! இந்த பாஸ்வேர்ட் அவனுக்குத் தெரியாது. ஒரிஜினல் எங்கிட்ட இருக்கு. உனக்கு ஏன் பாஸ்வேர்ட் போட்டும் ஓப்பன் ஆகலை? மூணாவது தடவை போடலை இல்லை?"

"இல்லை மேடம்."

"நல்ல காலம். விஷயம் வேற மாதிரி போயிருக்கும். நீ நாளைக்கு என்னை வந்து பாரு! துப்புக்கெட்ட ஆளுய்யா நீ."

* * * * *

**க**டற்கரை சாலையில் பிரசாத் ஒரு ஓரமாக காரை நிறுத்தினான். இறங்கி பின்னால் வந்தான்.

"பகவதி! அதுல என்ன இருக்குனு பாத்துடலாம்!"

"வேண்டாம் பிரசாத்... விட்ருங்க."

"ஏன் பகவதி? நீ இதுவரைக்கும் சொல்லாம மறைச்ச அந்த ரகசியம் இதுதானா? சொல்லு பகவதி! அண்ணி உன்னை மிரட்டறது இதனாலதானா? உத்தமன் கைக்கும் இது வந்தாச்சு. நான் உன் புருஷன் ஆகப்போறவன். எனக்கு தெரிஞ்சாத்தானே நான் உன்னை விடுவிக்க முடியும்? சொல்லு பகவதி!"

அவள் அழுதாள். பிரசாத் மௌனமாக இருந்தான்.

"சொல்றேன்... என்னைக் கடத்தி வச்சது உங்கண்ணி..." என ஆரம்பித்து, தன்னை ஒரு கோவிந்தம்மாவை வைத்து படமெடுத்து, அந்த ஆதாரம்தான் இந்த பென் டிரைவ் என முடித்தாள். ஆத்திரத்தில் பிரசாத் தாடை இறுகியது.

“மானத்துக்கு பயந்துதான் அவளுக்கு நான் அடிமையா இருக்கேன். அவ என்னை எப்படி உபயோகப்படுத்தப்போறானு எனக்குப் புரியலை. ஆனா, தப்பான பல வியாபாரங்கள் அவகிட்ட இருக்கு. அதுல என் அழகை, இளமையை மூலதனமாக்க வேலை நடக்குது. இப்ப உத்தமனும் இதுல கூட்டு சேர்ந்திருக்கான். நான் எப்படி தப்பிக்கப் போறேன் பிரசாத்? கல்யாண நேரத்துல இதை வெளியிடறேன்னு என்னை மிரட்டி அவ கல்யாணத்தை நிறுத்துவா. இவன் தனக்கு இணங்கலைனா, இதை வெளிச்சத்துக்கு கொண்டு வருவேன்னு மிரட்டுவான். என்ன செய்வேன் பிரசாத்?”

“அவன் இன்னும் பாக்கலை. ஏன்னா பாஸ்வேர்ட் ஓப்பன் ஆகலை. நீ கவலைப்படாதே!”

“பிரசாத்! இதை உடைச்சு போட்டுட்டா? நான் தப்பிக்கலாம் இல்லையா?”

“பகவதி! அண்ணி பக்கா கிரிமினல்! அவங்க இதுல உத்தமனை நுழைச்சு என்ன ப்ளே பண்ணப்போறாங்கனு தெரியலை. அவங்க தந்தும் உத்தமனுக்கு ஏன் பாஸ்வேர்ட் ஓப்பன் ஆகலைனு தெரியலை. கொண்டா அந்த பென் டிரைவை.”

“வேண்டாம் பிரசாத்.”

“என்ன பகவதி நீ? என் மேல நம்பிக்கை இல்லையா உனக்கு? இதுவரைக்கும் என் விரல் கூட உன் மேல பட்டதில்லை. நான் இதைப் பார்க்க மாட்டேன். உன் மேல ஆணை. எடு பென் டிரைவை.”

அவள் எடுத்துத் தந்தாள். பிரசாத் புரட்டினான்.

“பகவதி! இது உன் சம்பந்தப்பட்ட பென் டிரைவ்வே இல்லை. இதுல ஸ்வஸ்திக் மார்க் இருக்கு. இது கம்பெனி பிசினஸ் பென் டிரைவ். நீயே போட்டுப் பாரு. நான் பாக்கலை.”

அவன் காருக்கு வெளியே வந்து நிற்க, பகவதி கம்பெனி பிசினஸ் பாஸ்வேர்டை போட, ஃபைல் ஓப்பன் ஆக, பிரசாத் சொன்னது போல அது பிசினஸ் பென் டிரைவ்தான்.

“நீங்க சொன்னது சரிதான் பிரசாத்.”

“அண்ணி தந்த பாஸ்வேர்ட்ல அதனாலதான் ஓப்பன் ஆகலை! அண்ணி மாற்றிக் குடுத்துட்டாங்களா? இல்லை உத்தமனை ஏமாற்றி குடுத்தாங்களானு தெரியலை.”

“அப்படீன்னா அவங்க கிட்ட ‘அந்த’ பென் டிரைவ் இருக்குமே பிரசாத்.”

பகவதி குரலில் கலவரம் வெடித்தது.

“நிச்சயமா இருக்கும். வெறும் பென் டிரைவ்ல மட்டும் அண்ணி வைக்க மாட்டாங்க. அவங்க சிஸ்டத்துல காப்பி பண்ணி வச்சிருப்பாங்க. நான் வந்து பொறுப்புகளை ஏற்ற பிறகு அண்ணியோட பல மோசடி வேலைகளைக் கண்டுபுடிச்சேன். அதை விடு. அந்த விஷயம் என்னானு காட்டு.”

அந்த வர்த்தக பென் டிரைவை பார்க்க பார்க்க, பிரசாத் முகம் மாறியது.

“உன் சம்பந்தப்பட்டதை தரலைங்கறது ஒரு ஏமாற்றமா நமக்கு இருந்தாலும், வேறொரு மேட்டர் மாட்டியிருக்கு. இதுக்கான முழு விவரங்களை வெளில கொண்டுவந்துட்டா, அண்ணியைக் காப்பாற்ற கடவுளால கூட முடியாது.”

“அவங்களை காப்பாத்தறது இருக்கட்டும். என்னை முதல்ல காப்பாத்துங்க! அவங்ககிட்ட அந்த விவகாரம் சிக்கியிருக்கே.”

பிரசாத் யோசிக்கத் டங்கினான். சந்த்யாவின் அடுத்த மூவ் என்னவாக இருக்கும் என அவனது மூளை கணக்கிடத் தொடங்கியது.

* * * * *

**மா**லை சம்பத், சாதனா வீடு திரும்ப, ஜீவா இருக்க, சம்பத் சந்தோஷமாக அழைத்தான்.

“மாமா வரலியா ஜீவா?”

“ஏன்? அவர் வந்தாத்தான் இவ வரணுமா? இது அவ பிறந்த வீடுடா. தங்கச்சி கல்யாணம் நெருங்குது. சேர்ந்து இருக்கணும்னு வந்திருக்கா.”

“அவர் என்ன இப்ப தப்பா பேசிட்டார்? வர வர உங்கம்மாவுக்கு அண்ணனைப் பிடிக்கவேயில்லை. பிரசாத் வர்ற நேரம் அண்ணன் வேண்டாதவரா ஆயிட்டார்.”

சாதனா போட்டு விட, ஜீவாவுக்கு இன்னும் ஆத்திரம் அதிகமானது.

“இதப் பாரு! குடும்பத்தோட சந்தோஷமா இருந்தா உனக்குப் பொறுக்காதே! உடனே ஏதாவது போடுவியே!”

“என்னங்க! இத்தனை நாள் நான்தான் தேவைப்பட்டேன். இப்ப பணக்கார சம்பந்தம் வந்ததும் என்னைப் பிடிக்கலையா? நன்றிகெட்டதனமா நடக்கறவங்க எதுக்கு இங்கே இருக்கணும்?”

“நான் அவனைப் பெத்தவ. இங்கேதான் இருப்பேன். என்னை விரட்டி விட்டா, என் மருமகள் என்னைக் கொடுமைப்படுத்தறானு போலீஸ்ல புகார் தருவேன். ஏற்கனவே அங்கே இருக்க முடியாம ரெண்டு பேரும் இங்கே ஓடிவந்திருக்கோம்.”

அம்மா உளறிவிட, ஜீவா படக்கென திரும்பினாள்.

“அங்கேனா...? என் வீட்டைச் சொல்றியா? அங்கே உனக்கு என்ன கஷ்டம்? இது ஓவரா இல்லை?”

“நான் உன்னைச் சொல்லலைடி.”

“அப்படின்னா அண்ணன் கொடுமை பண்ணினாரா? கேளு ஜீவா.”

“அம்மா! நானும் வந்த முதல் பாக்கறேன். இது ரொம்ப அதிகமா இருக்கு. நான் போறேன். அவரை இனிமே பேசினா என்னால தாங்கிக்க முடியாது. சொல்லிக்காம வந்தே. அப்பப்ப விமர்சனம். இப்ப குற்றசாட்டு! நான் புறப்படறேன்.”

“இல்லைடி! வாய் தவறி வந்துடுச்சு. நான் யாரையும் தப்பாப் பேசலை. என்னை மன்னிச்சிடும்மா. இந்தக் கல்யாணம் முடியற வரைக்கும் நான் வாயைத் திறக்கலை. பகவதியை வாழ விடுங்க! அவ கழுத்துல தாலி ஏறணும். அதை யாரும் கெடுத்துடாதீங்க.

நான் யார் கால்ல வேணும்னாலும் விழறேன். என் பொண்ணை வாழவிடுங்க!"

அம்மா கதறி அழ, அண்ணி உள்ளே போக, ஜீவா வெறுப்புடன் எழுந்துபோக, சம்பத் மட்டும் அம்மாவை பார்த்துக்கொண்டே இருந்தான். இருபது ஆண்டுகளுக்கு முன்னால் எவளோ ஒருத்தியால் குடும்பம் உடைந்து அப்பா கை விட்டுபோனபோது அம்மா அழுத காட்சி கண்களில் இன்னமும் பாக்கி இருந்தது. அந்த அவலமான முகம் இப்போது தெரிகிறது.

மகளை, மாப்பிள்ளையை எப்போதும் தூக்கி வைக்கும் அம்மாவிடம் ஏன் இந்த மாறுதல்? ஜீவா வீட்டில் என்ன பிரச்னை? ஆரம்பம் முதலே பகவதியை பிரசாத்துடன் சேரவிடாமல் தடுக்கும் உத்தமன்! என்ன காரணம்? அம்மாவுக்கு இதில் என்ன மனவருத்தம் அவரிடம்?

பகவதி தாமதமாக வந்தாள். அக்காவிடம் துணி, நகைகளை சேர்த்தாள். வழக்கம் போல சமையல்கட்டுக்கு வந்து இரவு உணவை தயாரித்தாள். யார் முகத்திலும் சந்தோஷம் இல்லை. என்ன நடந்திருக்கு வீட்ல? யாரைக் கேக்கறது?

யாரும் எதுவும் சொல்லவில்லை. சாப்பிட்டுப் படுத்தார்கள். சம்பத்துக்கு இரவு பத்து மணிக்கு போன் வந்தது.

"இந்த நேரத்துல யாரு? தூக்கம் கெடுது. வெளில போய் பேசுங்க!"

சாதனா முனக, சம்பத் எழுந்து வெளியே வந்தான்.

"யாருங்க?"

"பொண்டாட்டி கர்ப்பத்தை கலைச்சு, மச்சினியை அடைய நினைக்கற உத்தமன், பகவதி-பிரசாத் கல்யாணத்தை தடுத்து நிறுத்தப் போறான். கல்யாணத்தன்னிக்கு பிரசாத்தைக் கொல்லப்போறாங்க! உன் தங்கச்சி கழுத்துல தாலி ஏறாது."

போன் சம்பத்தின் கையை விட்டு நழுவியது.

**- தொடரும்**

# அத்தியாயம் 46

ஜீவாவின் கர்ப்பம் கலைக்கும் சதியிலிருந்து, கல்யாணத்தை நிறுத்தி பிரசாத்தை கொல்வது வரை புட்டு புட்டு வைத்த குரலைக் கேட்டு, சம்பத்துக்கு மயக்கமே வந்துவிட்டது. பதறிவிட்டான்.

*"யார் நீ?"*

*"அது இப்ப முக்கியமில்லை. ஆனா, இதெல்லாமே நடக்கப்போகுது. முடிஞ்சா தடுத்துக்கோ. உங்க பகவதிக்கு எதிரா ரெண்டு பேர் அவளை அழிக்க கிளம்பியிருக்காங்க! ஒண்ணு உத்தமன், அடுத்தது சந்த்யா. காமமும் காசும் கை கோர்த்தா, யாரால என்ன செய்யமுடியும்?"*

இணைப்பு துண்டாக, சம்பத்துக்கு மயக்கமே வந்துவிட்டது.

*'சில சங்கதிகளை ஓட்டிப் பார்க்கும்போது, இது வெறும் மிரட்டல் அல்ல நிஜம்தான் என்று தோன்றியது. உத்தமனை பற்றிய உண்மைகள் அம்மாவுக்கும் தெரிந்துவிட்டதா? அதனால்தான் இந்த எதிர்ப்பா? பகவதி அங்கே போகப் பிடிக்காமல் ஒவ்வொரு முறையும் புழுவாகத் துடித்தது இதனால்தானா? எதுவுமே தெரியாமல் நான் எப்படி இருந்தேன்? பாவம் பகவதி! இத்தனை நாள் என் குடும்பத்துக்காக உழைத்த பெண். அவளை அடைய ஆசைப்பட்ட சண்டாளனா அந்த உத்தமன்?'*

கொலை வெறி உண்டானது சம்பத்துக்கு! நான் பகவதி கிட்ட உடனே பேசி இதை ஊர்ஜிதப்படுத்த வேண்டும். உள்ளே வந்தான். மற்றவர்கள் உறங்க, பகவதி சமையல்கட்டில் அடுப்பு துடைத்துக் கொண்டிருந்தாள். அருகில் வந்தான் சம்பத்.

"மொட்டை மாடிக்கு வா பகவதி. உன்கிட்ட நான் கொஞ்சம் பேசணும்."

அவன் நடக்க, பகவதி அவனைப் பின்தொடர்ந்தாள்.

"என்னண்ணே?"

"என் குடும்பத்துக்காக நீ எத்தனை பாடுபட்டிருக்கே? உனக்கு கல்யாணம் நடக்கப்போகுது. நல்ல இடம். எங்களுக்கு செலவும் வைக்காம ஒரு நல்ல மாப்ளையை நீயே தேடிக்கிட்டே. ரொம்ப குற்ற உணர்ச்சியா இருக்கு பகவதி. நாங்க உனக்கு எதுவும் செய்யலை. நான் ஒரு கையாலாகாத அண்ணன்."

"அய்யோ! எதுக்காக இந்த மாதிரி பேசற நீ? உன்னை அந்த மாதிரி என்னிக்குமே நான் நெனச்சதில்லை. உன் சூழ்நிலை எனக்குத் தெரியாதா அண்ணே? எனக்குனு உள்ளது நீதானே?"

"சரி பகவதி! நான் விஷயத்துக்கு வர்றேன். அந்தப் படுபாவி உத்தமன் ஒரு காமக்கொடூரன்னு இப்பத்தான் நான் தெரிஞ்சுகிட்டேன். அந்த சந்த்யாவும் இந்தக் கல்யாணம் நடக்கறதை விரும்பலைனு தெரிய வந்தது. நாளைக்கே உத்தமன் மேல புகார் குடு. நானும் வர்றேன். அந்த நாயை உள்ளே தள்ளிடலாம்."

"உனக்கு யார் சொன்னது?"

"யாருங்கறது எனக்கே தெரியலை. ஆனா, தகவல் நிஜம்தானா?"

"ஆமாம் அண்ணே! அம்மாவுக்கும் இது தெரிஞ்சு கொதிச்சுப் போயிருக்காங்க. பிரசாத் அந்த உத்தமனை உதைச்சும் அவன் வெறி அடங்கலை."

"இப்படிப்பட்ட ஒரு ஈனப்பிறவியை எதுக்காக விட்டு வைக்கணும் பகவதி?"

"கொந்தளிச்ச அம்மாவையும் நான் கட்டுப்படுத்தி வச்சிருக்கேன். அக்காவுக்கு இது தெரிஞ்சா, மூணாவது முறையும் கர்ப்பம் கலையும். அவ உயிருக்கும் அது ஆபத்தா முடியும். அவளை நம்மால இழக்க முடியுமாண்ணே?"

"அவளைக் காப்பாத்த நெனச்சு, உன்னை பலி கொடுக்க எனக்கு சம்மதமில்லை பகவதி! நாளைக்கே அந்த உத்தமனை வெட்டிப் போடறேன்."

"வேண்டாம். பொறுமையா இரு. எங்க கல்யாணம் முடிஞ்சிட்டா, எல்லாத்துக்கும் ஒரு முடிவு வந்துடும்."

"கல்யாணத்தன்னிக்கு பிரசாத்தைக் கொல்ல திட்டம் தயாராகுதுன்னு அந்த போன் சொல்லுது. அதை செய்யப்போறது உத்தமனா? சந்த்யாவா?"

இதைக் கேட்டதும் பகவதிக்கு இதயத்துடிப்பே ஒரு கணம் நின்றது!

"அதனாலதான் பகவதி நான் பதறிப் போயிருக்கேன். கல்யாணத்துக்கு அதிக நாட்கள் இல்லை. செப்டம்பர் பதினாறு வியாழன் உன் கல்யாணம். அதை நடக்க விடாம தடுக்க அந்த சந்த்யா எதையும் செய்வா. இதுக்கு ஏதாவதொரு மாற்று ஏற்பாடு செஞ்சாகணும் பகவதி."

"அண்ணே! அவர் உயிருக்கு ஆபத்துனு தெரிஞ்ச பிறகு எனக்கு இருப்பே கொள்ளலை! அவர் கிட்ட நான் உடனே பேசணும். என் கழுத்துல அவர் தாலி ஏறலைனாலும் பரவால்லை. ஏறின தாலி இறங்கிடக்கூடாது."

அழுதுவிட்டாள் பகவதி.

"ஒண்ணு செய்! என் மனசுல ஒண்ணு தோணுது. நாளைக்கு விநாயக சதுர்த்தி. எல்லாருக்கும் லீவு. நீ, நான், பிரசாத் மூணு பேரும் வெளில சந்திக்கறோம். சில முக்கிய முடிவுகளை எடுக்கறோம். நாளைக்கு பிள்ளையார் பூஜை, தவிர முகூர்த்த நாள்!"

"லீவு நாள்ல நீ புறப்பட்டா, அண்ணி கேக்க மாட்டாங்களா?"

"கம்பெனி பூஜைக்கு போறேன்னு சொல்லிப்பேன். எங்க க்ளையன்ட் கம்பெனி. நீ பிரசாத் வரச்சொன்னதா சொல்லி எகிறிடு. காலைல மூணு பேரும் கே.கே.நகர் சக்தி விநாயகர் கோயில்ல ஏழரை மணிக்கு இருப்போம்!"

இவர்கள் பேசும் நேரம், புரண்டு படுத்து விழித்த சாதனா, பக்கத்தில் சம்பத்தைக் காணாமல் எழுந்தாள். அறைக்கதவை திறந்துகொண்டு சாதனா வெளியே வர, அவளது போன் அடித்தது. எடுத்தாள்.

“பகவதி அண்ணி சாதனாதானே?”

“ஆமாம்! நீங்க யாரு?”

“நான் சந்த்யா பேசறேன்... பிரசாத் அண்ணி!”

“ராத்திரி பதினொரு மணிக்கு எனக்கு போன் பண்றீங்க! என்ன விஷயம்?”

“நீ நாளைக்கு காலைல ஏழு மணிக்கு உன் தெருக்கோடிக்கு வா! அங்கே நான் காரோட காத்துக்கிட்டிருப்பேன். நாம அவசரமா பேசணும்.”

“நாளைக்கு பிள்ளையார் சதுர்த்தி! வீட்ல பூஜை இருக்கு. எப்படி நான் வரமுடியும்?”

“நீ உன் வீட்ல வேலை செஞ்சு கிழிக்கறது எனக்குத் தெரியாதா? பகவதிதானே எல்லாம் செய்யறா. உன் வாழ்நாள் ஆசை ஒண்ணு நிறைவேறணுமா வேண்டாமா? வர்றியா?”

“சரி வர்றேன்!”

சாதனா வந்து படுக்க, பத்து நிமிஷங்கள் கழித்து சம்பத் வந்து படுத்தான். பகவதி, பிரசாத்துக்கு தகவலை சொல்லிவிட்டாள். அந்த இரவு யாருமே உறங்கவில்லை. காலை சீக்கிரமே எழுந்து பகவதி குளிக்க, சாதனாவும் தயாராக, சம்பத் குளிக்க, பிள்ளையார் பூஜைக்காக தயாராவதாக பரஸ்பரம் நினைத்துகொள்ள, சம்பத் புறப்பட்டுவிட,

“டேய்! இன்னிக்கு வீட்ல பூஜைடா. எங்கே போறே?”

“எனக்கு கம்பெனி பூஜை இருக்கு.”

பகவதி, பிரசாத் அழைப்பதாக சொல்ல, சாதனாவும் புறப்பட, அம்மா கடுப்பாகிவிட்டாள்.

“அம்மா! அவர் அங்கே கஷ்டப்படுவார். நானும் போறேன்.”

“ஏண்டீ, ஆள் ஆளுக்கு இப்படி கழட்டிக்கிட்டா, கல்யாணம் முடிவான வீட்ல மங்கலமா ஒரு பூஜை நடக்க வேண்டாமா? என்னடீ கூத்து இது?”

"பகவதியை இருக்கச் சொல்லுங்க!"

சாதனா சொல்ல, சம்பத் கடுப்பாகிவிட்டான்.

"பிரசாத் கூப்பிட்டா அவ போய்த்தான் ஆகணும். இது உன் வீடு. நீயே புருஷனுக்கு அடங்கறதில்லை. பேச யோக்யதை இருக்காடீ உனக்கு?"

சாதனா வெலவெலத்தாள். சம்பத் இப்படிப் பேசி சாதனா பார்த்ததில்லை! குடும்பமே மிரண்டது.

"நீ அடங்க மாட்டே. ஜீவாவை சொல்ல முடியாது. அவ கர்ப்பிணி. எல்லாத்துக்கும் இளைச்சவ பகவதி மட்டும்தானா? அவளை யாரும் கட்டுப்படுத்த வேண்டாம். நீ புறப்படு பகவதி!"

"என்ன பணக்கார சம்பந்தம் உங்களையும் பால் மாற வைக்குதா? நான் வந்து பேசிக்கறேன்."

ஆத்திரத்துடன் சாதனா புறப்பட,

"பகவதி! நீ புறப்படு."

"நான் அவரை இங்கே வரச்சொல்றேன்."

ஜீவா சொல்ல, அம்மா பதறி,

"அதுக்கு நீயே போயிடு ஜீவா."

"ஏம்மா, அவர் இங்கே வர்றது கூட உனக்குப் புடிக்கலையா?"

இந்தப் பஞ்சாயத்தில் தலையிட விருப்பமில்லாமல் சம்பத்தும் பகவதியும் புறப்பட, ஜீவா நொந்துபோனாள். தெருக்கோடிக்கு சாதனா வர, காரில் சந்த்யா காத்திருந்தாள்! கார் கதவு திறக்க, சாதனா ஏறிக்கொண்டாள். கார் புறப்பட்டது.

"எங்கே போறோம்? எதுக்கு என்னைக் கூப்பிட்டீங்க?"

"ஏதாவதொரு ஓட்டலுக்கு போவோம். காஃபி குடிச்சிட்டே பேசலாம்."

அதேபோல ஒரு நட்சத்திர அந்தஸ்து பெற்ற ஓட்டலில் காரை பார்க் செய்தாள் சந்த்யா. அவள்தான் ஓட்டிவந்தாள். உள்ளே போய் உட்கார்ந்தார்கள்.

"பிரசாத்- பகவதி கல்யாணம் நடக்கக்கூடாது. அதை தடுத்து நிறுத்தறதுல உன் பங்கும் இருக்கு. பகவதி மானம் காத்துல பறக்கணும். ஜீவா கர்ப்பம் கலையணும்."

"ஏன்? எங்க குடும்பத்து மேல உங்களுக்கு இத்தனை பகை ஏன்?"

"என்னை எதிர்த்து கேவலமா பகவதி பேசிட்டா. அவளை அடிமைப்படுத்தி, என் வியாபாரத்துக்கு நான் பயன்படுத்தணும். அதுக்கு குறுக்கே வர்ற பிரசாத் செத்தாலும் எனக்கு கவலையில்லை. இன்னிக்கு பிள்ளையார் பூஜை. அதுல கொழுக்கட்டைல நான் தர்ற மருந்தை நீ கலக்கணும். ஜீவா கர்ப்பம் கலையணும். அந்த அதிர்ச்சில அவளுக்கு என்ன ஆனாலும் சரி. இந்தக் கல்யாணம் அதனால தடைபடும். இதை நீ செய்யப்போறே!"

படக்கென எழுந்துவிட்டாள் சாதனா.

"என்னை என்ன நெனச்சீங்க நீங்க? என் நாத்தனார் கர்ப்பத்தை நானே கலைச்சிட்டு அதன் காரணமா, இன்னொரு நாத்தனார் கல்யாணத்தை நிறுத்தணுமா? என்னிக்கும் என்னைப் பேசாத புருஷன் இன்னிக்கு தங்கச்சி பக்கம் பேசறார். என்னை அவர் தள்ளி வைக்கணுமா?"

"நீ அத்தனை குடும்ப பாசம் உள்ளவளா? யார்கிட்ட கதை சொல்ற? சொந்தமா வீடு வாங்கிட்டு, இந்த மாமியார், நாத்தனார் எல்லாரையும் தெருவுல விட்டுட்டு, தனிக்குடித்தனம் போற ஆசையே உனக்கில்லையா? அதுக்காகத்தானே நீ காத்துக்கிட்டிருக்கே?"

அதிர்ந்தாள் சாதனா.

"நீ எதையும் எனக்கு சும்மா செய்ய வேண்டாம். பிரசாத்தை காலடில வச்சிருந்தேன். பகவதி வந்து அவனை உசுப்பிவிட்டு, என் முகத்திரையை அவனுக்கு கிழிச்சுக் காட்டிட்டா! நஷ்டப்படப்போறவ நான். நான் சொன்ன வேலைகளை செஞ்சா, உன் கனவுகள் பலிக்கும்."

"என்ன சொல்றீங்க?"

சந்த்யா கைப்பை திறந்து ஒரு ஃபைலை எடுத்தாள்.

"இது என்ன தெரியுமா? பெருங்குடில ரெண்டாயிரம் சதுர அடிக்கு மூணு பெட்ரூம் ஃப்ளாட்! ஃபுல் ஃபர்னிஷ்ட்! இப்பத்தான் கட்டி முடிச்சோம். கேட்டட் கம்யூனிட்டி. சொர்க்கமே உள்ளே இருக்கு. இதோட விலை என்ன தெரியுமா? ரெண்டு கோடி! நான் சொல்றதையெல்லாம் நீ செஞ்சா, இந்த வீட்டை உன் பேர்ல அடுத்த வாரமே பத்திரப் பதிவு செய்யறேன். போனசா ஒரு காரும் தர்றேன். என்னோட பல கோடிகளை பிரசாத் பறிக்காம இருக்க, உனக்காக ரெண்டேகால் கோடி செலவழிக்கறது எனக்கு கஷ்டமில்லை. இதை நீ செய்யலைனாலும் இதெல்லாம் நடக்கும். உனக்கொரு ஆஃபர் தரலாம்னு கூப்பிட்டேன். கல்யாணம் செப்டம்பர் பதினாறு நடக்கக் கூடாது. இன்னிக்கு பத்து. நடுவுல ஆறே நாள். நீ சம்மதிச்சா, திங்கள் பதிமூணாம் தேதி உன் வீட்டுக்கான பத்திரப் பதிவு! என்ன சொல்ற?"

ஃபைலை ஆட்டினாள் சந்த்யா.

"இந்தா பிடி! எடுத்துட்டு போய் நிதானமா வீட்ல போய் பாரு. அதிகபட்சம் நாளைக்கு நீ பதில் சொல்லணும்."

"அடுத்த வாரமே ரெண்டு கோடி ரூபாய்க்கு வீடு வாங்கினதா என் புருஷன்கிட்ட நான் சொல்ல முடியுமா?"

"ஏன் சொல்ற? இது சொத்துதானே? நிதானமா சொல்லு. இன்னிக்கு கொழுக்கட்டை சாப்பிடப்போற ஜீவாவுக்கு கர்ப்பம் கலையப்போகுது. அதனால அவ ஆச்சு போச்சுனு ஆகப்போறா. கல்யாணம் தடைபடப்போகுது. இதுதானே எனக்கு வேணும்? பிரசாத் கதையை நான் பார்த்துப்பேன். உடனே நடந்தாகணும். பிடி ஃபைலை! ரெண்டு கோடி... ரெண்டாயிரம் சதுர அடி... இந்த ஜென்மத்துல உன்னால நெனச்சுக் கூடப் பார்க்க முடியாது. பிடி ஃபைலை."

கை நடுங்க வாங்கிக்கொண்டாள் சாதனா.

"கோயில் பிரசாதமும் கொழுக்கட்டையும் உன் வீட்டுக்கு வரும். அதுல இந்தப் பொடியைக் கலந்துடு."

அதுவும் கை மாறியது.

* * * * *

**ச**க்தி விநாயகர் கோயிலுக்கு ஏற்கனவே சம்பத் போயிருக்க, பத்து நிமிஷம் கழித்து பகவதி வந்தாள். பிள்ளையார் சதுர்த்தி என்பதால் கூட்டம் சற்று அதிகமாகவே இருந்தது. கொரோனாவையும் மீறி கடவுளை பார்க்க மாஸ்க் சகிதம் மக்கள் அலை மோத, பிரசாத் காரை பார்க் செய்துவிட்டு நடந்து வந்தான். பகவதி வாசலில் நின்றாள்.

“எதுக்குப் பண்டிகை நாள்ல இந்த திடீர் சந்திப்புனு தெரியலை. அவர்தான் பேசணும்னு இந்த அவசர சந்திப்புக்கு ஏற்பாடு செஞ்சார்!”

“இந்தக் காலை நேரத்துல அவசரமா கோயில்ல இந்த சந்திப்பு ஏன்? என்ன பேசப்போறார்? எங்கே அவர்?”

“உள்ளே இருப்பார்! பாக்கலாம் வாங்க!”

இருவரும் கோயிலுக்குள் நுழைந்தார்கள். அபிஷேக அலங்காரம் முடிந்து தீபாராதனை நடக்க, சம்பத்தைக் காணவில்லை. சன்னதி ஓரளவு காலியாக, வேகமாக வந்த சம்பத்,

“வாங்க பிரசாத்! வா பகவதி!”

இருவரையும் கைகளைப் பிடித்து சன்னிதானத்துக்கு அழைத்து வந்தான். அடுத்து அவன் சொன்ன சேதியில் இரண்டு பேருக்கும் தூக்கி வாரிப்போட்டது.

“இன்னும் பத்து நிமிஷத்துல உங்க ரெண்டு பேருக்கும் கல்யாணம்!”

**- தொடரும்**

# அத்தியாயம் 47

“இன்னும் பத்து நிமிஷத்துல உங்க ரெண்டு பேருக்கும் கல்யாணம். அதுக்கான மாலைகள், தாலி எல்லாம் ரெடி. இன்னிக்கு பிள்ளையார் சதுர்த்தி. தவிர சுப முகூர்த்த நாள். இதைவிட ஒரு நல்ல முகூர்த்த நாள் அமையாது. சீக்கிரம் வாங்க. சன்னதில வச்சு தாலியைக் கட்டுங்க பிரசாத்.”

“அண்ணே, ஏன் இப்படி அவசரப்படறே? அப்படி என்ன பிரச்னை?”

“நான் நேத்திக்கு உங்கிட்ட சொல்லலியா பகவதி? இந்த கல்யாணத்தை மண்டபத்துல முறையா நடத்த விடமாட்டா சந்த்யா. அதுக்கு உத்தமனும் துணை. பிரசாத் உயிருக்கும் ஆபத்து இருக்கு.”

“அண்ணே! கல்யாணத்தை வேணும்னா நீ இப்ப நடத்தலாம். ஆனா, பிரசாத்துக்கு சந்த்யா செக் வச்சிருந்தா, இப்ப நடக்கற கல்யாணம் காரணமா அது தீவிரமாகும். தன்னை மீறி நடந்த கல்யாணம்னு என் தாலியை பறிக்க வேகம் கூடும். அப்ப என்ன செய்வே? இது நமக்கு பிரச்னையை அதிகமாக்கும் அண்ணே! பிரசாத், நீங்க என்ன நினைக்கறீங்க?”

“அவரோட பதட்டத்துல ஒரு நியாயம் இருக்கு. ஆனா, நீ சொல்றதுதான் சரி. அண்ணியோட கொலை வெறி அதிகமாகும். அதனால இப்ப இந்த நிமிஷம் கல்யாணம் நடக்கறது ஆபத்துதான்.”

“பிரசாத்! நீங்க பகவதி கழுத்துல இப்ப தாலியைக் கட்டிட்டு அதை வெளிப்படுத்தாம இருந்துட்டா?”

“அண்ணே! அப்படி யாருக்கும் தெரியாத, ஒரு அவசர திருட்டுக் கல்யாணம் வேண்டாம். இந்த சவால்ல ஜெயிச்சு சந்த்யா, உத்தமன் முகத்திரையைக் கிழிச்சு, கல்யாணம் கம்பீரமா

நடக்கணும். என் ஆசை அதுதான். இப்ப நடந்தா இன்னொரு அபாயமும் இருக்கு. உன்கிட்ட சொல்லக் கூசுது. ஆனாலும் சொல்ல வேண்டிய கட்டாயத்துக்கு நான் வந்தாச்சு.''

''சொல்லிடு பகவதி. அண்ணன்னா அப்பாவுக்கு சமம்தான்.''

தன்னை சந்த்யா நிர்வாணப் படம் எடுத்து அதை வைத்து மிரட்டுவதாக, இதில் உத்தமன் சமீபத்திய கூட்டாளி என்று கூற சம்பத் தன் காதுகளை மூடிக்கொண்டான். முகத்தில் கொலை வெறி படர,

''அந்த சந்த்யாவை நான் இப்பவே போட்டுத் தள்ளிட்டு வர்றேன்.''

''இருங்க சம்பத்! என் மனைவியாகப்போறவ பகவதி. எனக்கு உங்களைவிட வெறி அதிகமா இருக்கு. ஆனா நாம அவசரப்பட்டா, அதை அண்ணி நெட்ல ஏத்திடுவா. இந்த நேரத்துல வேகத்தைவிட விவேகம் முக்கியம். கல்யாணம் இப்ப நடந்தா நிச்சயமா அந்த விபரீதம் அரங்கேறும்.''

சம்பத் உடைந்து போனான்.

''பிரசாத்! இதுலேருந்து பகவதியை எப்படி மீட்கப்போறோம்? கடவுளே! பிள்ளையாரப்பா!''

''அண்ணே, உன் விருப்பத்தோட ஒரு பகுதி இப்ப நிறைவேறட்டும். என் கைல உள்ள மோதிரம் பிரசாத் கைக்கு மாறட்டும். அவர் எனக்கு மோதிரம் போடட்டும். ஒரு இந்து கோயில்ல கிறிஸ்தவ முறைப்படி காந்தர்வ விவாகம் நடக்கட்டும். உன் ஆசையும் நிறைவேறும். நல்ல நாள்ல நல்லது நடக்கட்டுமே!''

இருவரும் மோதிரம் மாற்றிக்கொள்ள, சம்பத் மாலையை எடுத்து தர, பிள்ளையார் சன்னதியில் அதை பிரசாத், பகவதி மாற்றிக்கொண்டார்கள். பிரகாரத்தை சுற்றி வலம் வந்தார்கள். பிள்ளையாரை வணங்கி, சம்பத் காலிலும் விழுந்து வணங்கினார்கள்.

''இதப் பாருங்க! இந்த நொடில பகவதி, ஆண்டவன் சன்னதில எனக்கு மனைவி ஆயாச்சு. அவளை மீட்கறது என் பொறுப்பு. நீங்க கவலையே பட வேண்டாம்!''

சம்பத் பிரசாத், பகவதி இருவரையும் அணைத்துக்கொள்ள,

"உங்க ரெண்டு பேரையும் ஆசிர்வாதம் பண்ண நானும் வந்துட்டேன்."

குரல் கேட்க, அதிர்ந்து பிரசாத் திரும்ப, வந்தனா நின்றாள்.

"அக்கா! நீ எப்படி இங்கே?"

"நான்தான் வரச்சொன்னேன். இங்கே என்ன நடக்கும்னு எனக்கும் தெரியாது. ஆனாலும் எனக்கு அண்ணன் வர்ற மாதிரி உங்களுக்கு அக்காவும் வரட்டும்னு நான்தான் வரச்சொன்னேன்."

வந்தனா காலில் இருவரும் விழ, சம்பத்துக்கு வந்தனா அறிமுகமாக, நாலு பேரும் வெளியே வந்தார்கள்.

"நான் ஆஸ்ரமத்துல சேர்ந்தாச்சு. சில முக்கிய வேலைகளை தொடங்கியாச்சு. நேரம் வரும்போது சொல்றேன். சரி! இப்ப எதையும் காட்டிக்காம, மாலைகளை கழட்டி வச்சிட்டு அவரவர் கலைஞ்சு போங்க!"

ஓசைப்படாமல் நாலு பேரும் கலைந்தார்கள்.

* * * * *

**வீ**ட்டுக்கு சாதனா இரண்டே கால் கோடி ரூபாய் மதிப்புள்ள வீட்டு டாக்குமெண்டுடன் திரும்பினாள். உள்ளே உத்தமன் பேச்சுக் குரல் கேட்டது. சாதனா அவனை வரவேற்றாள்.

"தங்கச்சி! என்னை வான்னு கூப்பிட நீ ஒருத்தியாவது இருக்கியே."

"அண்ணே! எந்த புது மாப்பிள்ளை வந்தாலும் எங்களுக்கு நீங்கதான் உசத்தி! நாங்க பணத்துக்கு மயங்க மாட்டோம்" எனக் கூசாமல் கையில் டாக்குமெண்டை வைத்துக்கொண்டே பொய் சொன்னாள். அதை பீரோவில் வைத்துப் பூட்டினாள்.

"யார் எப்ப வருவீங்கனு தெரியாது. ஜீவா பூஜையை பண்ணிட்டா! ஒரு பாயசமும் பண்ணி வடையும் அவதான் செஞ்சா!"

சம்பத் உள்ளே நுழைந்தான். உத்தமனைப் பார்க்க கொலை வெறி உண்டானது.

"என்னங்க! அண்ணன் வந்திருக்காரு. அவரை வாங்கனு கூப்பிடுங்க."

சாதனா சொல்ல, சம்பத் அது காதில் விழாத மாதிரிப் போக, அம்மா புருவம் உயர்த்த, ஜீவா கடுப்பானாள்.

"உன்னையும் அம்மா கெடுத்தாச்சா? மரியாதை இல்லாத இடத்துல நீங்க ஏன் வந்தீங்க? நாம இப்பவே நம்ம வீட்டுக்குப் போகலாம்."

சாதனா பதறிவிட்டாள்.

"நீ போகாதே ஜீவா. பகவதி எல்லார் மனசையும் கெடுத்து வச்சிருக்கா. இவர்கிட்ட நான் பேசிக்கறேன். உனக்காக கோயில்லேருந்து கொழுக்கட்டை வருது. நீ எங்கேயும் போக வேண்டாம். நான் சமையலை கவனிக்கறேன்."

சாதனா உள்ளே போக, ஜீவாவுக்குப் புதிராக இருந்தது. யாரையும் மதிக்காத அண்ணி மாறிவிட்டாளா? அண்ணனுக்கு என்னாச்சு?

"பகவதி எப்ப வருவா?"

உத்தமன் கேட்க, விசுக்கென திரும்பினான் சம்பத். ஜீவா உள்ளே போயிருந்த சமயம் அது.

"நீ உன் பொண்டாட்டியை ஒழுங்கா கவனி. மச்சினிக்கு அலையாதே. ஜீவா வயித்துல புள்ளை இல்லைனா, அவ வாழாவெட்டி ஆனாலும் தப்பில்லைனு உன்னை நான் கொன்னே போட்டிருப்பேன்."

சம்பத் சொல்வது அம்மா காதில் விழ, அதிர்ச்சியுடன் மகனைப் பார்த்த அம்மா,

"தப்பில்லை சம்பத்! இவனை நீ என்ன செஞ்சாலும் தப்பில்லை. பொறுக்கி நாய்!"

ஜீவா வந்துவிட, இருவரும் வாய் மூடிக்கொண்டார்கள். பக்கத்து வீட்டிலிருந்து கொழுக்கட்டை வர, ஜீவா வாங்கி உள்ளே

வைத்தாள். பகவதி உள்ளே நுழைய, உத்தமன் ஆவலாகத் திரும்ப, அவள் கண்டுகொள்ளாமல் உள்ளே போனாள்.

"அண்ணி! சமையலை நான் பாத்துக்கறேன்!"

"வேண்டாம். அதுக்கும் உங்கம்மா தாறுமாறாப் பேசவா? பண்டிகை நாள்ல அவங்க வாய்ல விழாம தப்பிக்கறேன். ஆமா, நீ ரொம்ப களையா இருக்கே! பிரசாத் கூட கோயிலுக்குப் போனியா?"

"ஆமாம்! அதுக்குத்தான் அவர் வரச்சொன்னார்."

"ரொம்ப சந்தோஷம் பகவதி. பணக்காரப் பையனா இருந்தாலும் பண்பும் பக்தியும் இருக்கே. சிலதுங்க மாதிரி குணம் கெட்டு அலையலியே?" உத்தமனை பார்த்தபடி அம்மா பேசுவதை சம்பத் கவனித்தான்.

"கல்யாணம் நடக்காம ஜோடியா கோயிலுக்கு போறதெல்லாம் தப்பு!" உத்தமன் குறுக்கிட,

"கல்யாணம் செஞ்சுகிட்ட எல்லாரும் ஒழுங்கா இருக்காங்களா?" சம்பத் கேட்க, சாதனா விசுக்கென திரும்பினாள்.

"நீங்க யாரைச் சொல்றீங்க?"

"உன்னைத்தாண்டி சொல்றேன். என்ன செய்யப்போறே?"

சாதனா ஆடிப்போனாள். பெட்டி பாம்பாக அடங்கும் சம்பத், ஏன் இன்று சீறி விழுகிறார்?"

அவளும் உடனே பேச நினைத்தாள்.

'வேண்டாம்! நிறைய வேலை இருக்கு. இப்ப ஆத்திரத்தை காட்டக்கூடாது. இவ கர்ப்பம் கலைச்சாத்தான் எனக்கு ரெண்டு கோடி ரூபாய் வீடும், காரும் கிடைக்கும். நான் அதுல கவனம் செலுத்தணும்! இந்த ஆளுக்கு என்னை விட்டா நாதியில்லை. வச்சு செய்யறேன், புது வீட்ல!'

கதவு தட்டப்பட்டது. சம்பத் திறக்க,

"கோயில்லேருந்து வர்றோம். கொழுக்கட்டை கொண்டு வந்திருக்கோம்."

"நாங்க சொல்லலியே! வீடு மாறி வந்துட்டீங்களா?"

சாதனா பாய்ந்து வந்தாள்.

"நான்தான் சொன்னேன். ஜீவா கர்ப்பிணியா இருக்கற காரணமா கோயில் பிரசாதம் வரட்டும்னு ஏற்பாடு பண்ணினேன்."

பதற்றமாக வாங்கி உள்ளே கொண்டுபோய் வைத்தாள்.

"பகவதி! நீ துணிகளை தோச்சு காயப்போடு. சமையலை நான் பார்த்துக்கறேன்."

உள்ளே போய் அழுக்கு துணிகளை அவளுக்கு கொண்டுவந்து போட்டாள். வேறு ஏதோ வேலை இருக்க அதை முடித்துவிட்டு, கிச்சனுக்கு வந்தாள். யாரும் இல்லை. சந்த்யா தந்த பொடியை எடுத்தாள். சுற்றிலும் ஒருமுறை பார்த்துவிட்டு, அதை பாலில் கரைத்து, பாத்திரம் திறந்து கொழுக்கட்டையில் கலந்தாள். சம்பத் குரல் கொடுக்க வந்தாள்.

"என் பர்ஸ் எங்கே?"

"அதை எடுத்து நான் என்ன செய்யப்போறேன்? தேடுங்க!"

சொல்லிவிட்டு சமையல்கட்டுக்கு வந்தாள். கொழுக்கட்டை வைத்த பாத்திரத்தை காணவில்லை. பதறிவிட்டாள்.

"நான் இங்கே வச்சிருந்த கொழுக்கட்டை எங்கே?"

"அண்ணி! நான்தான் எடுத்தேன், குழந்தைக்கு குடுக்கலாமேனு..."

ஜீவா சொல்ல,

"அது என் மகளுக்கு வேண்டாம். உன் வயித்துல இருக்கற குழந்தைக்குத்தான் அது முழுசா போய்ச் சேரணும். அதுக்காகத்தான் நான் கொண்டு வரச்சொன்னேன். நீ சாப்பிடு! உன் மேல எனக்கும் அக்கறை உண்டு ஜீவா. புரிஞ்சுக்கோ!"

சாதனாவே அவளுக்கு ஊட்டிவிட, ஜீவா அதை நெகிழ்ச்சியுடன் விழுங்கத் தொடங்கினாள். சாதனா முகத்தில் தீவிரம்.

'நல்லா சாப்பிடு! முழுசும் உனக்குத்தான். நீ ஆச்சு போச்சுனு ஆனாத்தான் இந்த கல்யாணம் நிக்கும். அவளுக்கு தாலியும்

உனக்கு குழந்தையும் கூடாது. இது நடந்தாத்தான் எனக்கு ரெண்டு கோடி ரூபாய் வீடு!'

ஜீவா முழுவதும் சாப்பிட்டாள். சாதனா உள்ளே வந்தாள். குக்கரை அடுப்பில் தேவையான பொருட்களுடன் ஏற்றிவிட்டு சாதனா கிச்சன் மேடையைப் பார்க்க, இன்னொரு பாத்திரத்தில் கொழுக்கட்டை.

"இது ஏது கொழுக்கட்டை பகவதி?"

"பக்கத்து வீட்டுலேருந்து வந்திருக்கு அண்ணி."

'ஜீவா கர்ப்பம் கலையப்போகுது. அதை நான் கொண்டாட வேண்டாமா?'

அதை எடுத்து சாதனா விழுங்கத் தொடங்கினாள். பிறகு சமையலை கவனிக்க, நடுநடுவே வந்து ஜீவாவுக்கு ஏதாவது ஆகிறதா எனப் பார்க்க, போன் அடித்தது. சந்த்யா. பதற்றமாக குளியலறைக்குள் சென்று கதவை தாளிட்டாள் சாதனா.

"குடுத்தியா அவளுக்கு?"

"குடுத்து பதினஞ்சு நிமிஷம் ஆச்சு. எந்த ரியாக்ஷனும் இல்லை."

"வரும். லேசா வயித்து வலி ஆரம்பிச்சு, படிப்படியா வளர்ந்து மரண ஓலம் கேக்கும். கர்ப்பமும் கலையும். கர்ப்பப்பை சேதாரமாகும். தப்பிக்கவே முடியாது. பாரேன்!"

இணைப்பைத் துண்டித்துவிட்டு உற்சாகமாகத் திரும்பினாள் சாதனா. அடுத்த ஐந்தாவது நிமிஷம், பாத்திரம் தேய்த்துகொண்டிருந்த பகவதியின் காதில் ஒரு மரண ஓலம் விழுந்தது. பகவதி பதறி அடித்து உள்ளே ஓடினாள்

**- தொடரும்**

# அத்தியாயம் 48

பகவதி பதறி அடித்து உள்ளே ஓடிவர, சம்பத், உத்தமன் என எல்லாருமே பதறி வர, சாதனா தரையில் புரண்டு துடித்துக்கொண்டிருந்தாள்.

*"அண்ணி! என்ன ஆச்சு உங்களுக்கு? ஏன் இப்படி துடிக்கறிங்க?"*

குடும்பமே கூடிவிட, அவளால் பேசக்கூட முடியவில்லை. உடனே உத்தமன் காரை எடுக்க ஓட, பகவதி பிரசாத்துக்கு போன் செய்தாள். விவரம் சொன்னாள்.

*"நம்ம ஆஸ்பத்திரிக்கு கொண்டு வந்துடு. உடனே நான் டாக்டரை ஏற்பாடு பண்றேன். சீக்கிரம் வா."*

சாதனாவை சம்பத்தும் பகவதியும் பிடித்து காரில் ஏற்ற, பகவதி சந்த்யா ஆஸ்பத்திரிக்கு போகச் சொல்ல,

*"அங்கே எதுக்கு?"*

*"கேள்வி கேக்காதீங்க! வண்டியை நீங்க ஓட்டறிங்களா? இல்லை, நான் ஓட்டவா?"*

சம்பத் சீற, உத்தமன் ஓட்டத் தொடங்கினான். அங்கே பிரசாத் காத்திருக்க, டாக்டர்கள் வேகமாக வந்து அவசர சிகிச்சைப் பிரிவுக்கு சாதனாவைக் கொண்டுபோக, சம்பத், பகவதி பதற்றமாக நிற்க, டாக்டர்களிடம் பிரசாத் உத்தரவுகளைப் பிறப்பிக்க, எல்லாமே துரிதமாக நடந்தது.

*"என்னாச்சு? என்ன சாப்பிட்டா சாதனா? கோயில் கொழுக்கட்டையை ஜீவாவுக்காக இவ வரவழைச்சு அவளுக்கு இவளே ஊட்டி விட்டா!"*

பகவதிக்கு முகத்தில் ஒரு சந்தேகக் குறி தோன்ற, தனியாக வந்த உத்தமன், சந்த்யாவுக்கு தகவல் தர,

"அடடா! உன் பொண்டாட்டி கர்ப்பத்தை கலைக்க கோயில் கொழுக்கட்டைனு சொல்லி நான்தானே அனுப்பினேன். அதுல சாதனாவைத்தானே மருந்து கலக்கச் சொன்னேன். அதை எப்படி இவ சாப்பிட்டா?"

"ஓ! இதை செஞ்சது நீதானா?"

"என்ன மரியாதை தேயுது? உனக்காக, பகவதி கிடைக்கணும்னு நான் ஜீவாவுக்கு வச்ச பொறில சாதனாங்கற எலி வந்து மாட்டியிருக்கா? சரி வை! அப்புறமா பேசறேன்."

டாக்டர் வெளியே வந்தார்.

"சமீபத்துல ஏதோ ஃபுட் பாய்சன் ஆகியிருக்கு. பிரச்னை பெரிசுதான். ட்ரீட்மென்ட் நடக்குது. பொறுமையா இருங்க. ஸ்கேன் பார்த்ததுல யூட்ரஸ் பலமா பாதிச்சிருக்கு."

டாக்டர் சொல்வதைக் கேட்டு சம்பத், பகவதி அதிர, உத்தமன் மறுபடியும் போனுடன் ஓட, பிரசாத் பின்தொடர்ந்தான்.

"சாதனா நீங்க குடுத்த விஷத்தை ஜீவாவுக்குத்தர, அது எப்படியோ சாதனாவை திருப்பித் தாக்கியிருக்கு."

பிரசாத் அதிர்ந்தான். சாதனாவும் அண்ணியின் கூட்டாளியா?

பிரசாத் வந்து பகவதியை அழைக்க, அவள் விலகி வர, பிரசாத் தான் கேட்டதைச் சொல்ல, பகவதிக்கு மயக்கமே வந்தது.

"அண்ணி சுயநலக்காரிதான். தான் வாழணும்னு நினைக்கறவங்கதான். ஆனா ஒரு பெண்ணா இருந்து, தன் நாத்தனார் கர்ப்பத்தையே கலைக்கத் துணிவாளா? அக்கா, அண்ணிக்கு எந்தக் கெடுதலும் செய்யலையே?"

"இல்லை. நான் சொல்றதை கவனமாக் கேளு. உத்தமன் எங்கண்ணி சந்த்யா கூட கூட்டு சேர்ந்தாச்சு. அவனுக்கு நீ வேணும். சந்த்யாவுக்கு நம்ம கல்யாணத்தை நிறுத்தி, உன்னை வியாபாரப் பொருளாக்கி, என்னையும் தீர்த்துக் கட்டணும். காரணம், நான் எதிர்க்கத் தொடங்கியாச்சு. வந்தனா வெளில வந்தாச்சு. இனி எல்லா உண்மைகளும் வெளில வரும். நிச்சயமா

அண்ணனுக்கு தெரியவரும். இவ வீதிக்கு வருவா. அதுக்குள்ள என் கதையை முடிக்கணும்.''

''சரி! அதுக்கு அண்ணியை விலைக்கு வாங்கி என்ன லாபம்?''

''இப்ப சொன்னியே, அதுதான் நடந்திருக்கு. இந்த உலகத்துல எல்லாத்துக்கும் ஒரு விலை உண்டு. உன்னைக் காட்டி உத்தமனுக்கு விலை நிர்ணயிச்சிருக்கா சந்த்யா. உங்கண்ணி சாதனாவுக்கு ஏதோ ஒரு விலை இருக்கு. அதைத் தந்து அக்கா கர்ப்பத்தை கலைக்க ஏற்பாடு. அக்கா கர்ப்பம் கலைஞ்சு விபரீதம் எதுவும் நேர்ந்தா கல்யாணம் நிற்கும். அந்த நேரம் எனக்கு செக் வைப்பா. புரியுதா? உங்கண்ணிக்கு எதைத் தந்திருக்கா சந்த்யா?''

''பக்கத்து வீட்டு கொழுக்கட்டை உள்ளே வந்தது அண்ணிக்குத் தெரியாது. விஷம் இடம் மாறிடுச்சு.''

''இன்னிக்கு பிள்ளையார் பூஜை. இந்த நாள்ல பாவம் செஞ்சா, பிள்ளையார் சும்மா இருப்பாரா? மோதகத்தால மோசடியைத் திருப்பி விட்டுட்டார்! பகவதி, இனிமே எல்லாம் உடையணும். ஆட்டத்தோட இறுதிப் பகுதிக்கு நாம வந்தாச்சு.''

''பிரசாத்! இந்த விஷயம் அண்ணனுக்குத் தெரிஞ்சா பொண்டாட்டியை நிரந்தரமா அறுத்து விட்ருவான். அண்ணன், அக்கா ரெண்டு பேர் வாழ்க்கையும் தப்பா இருக்கே. ஏன் எங்க குடும்பத்து மேல தெய்வத்துக்கு இத்தனை கோபம்?''

''இல்லை பகவதி, இது கருணை! ஏதோ ஒரு ரூபத்துல தெய்வம் உங்களை ரட்சிக்கத்தான் செய்யுது!''

டாக்டர் வருவது தெரிய, இருவரும் வர,

''கடுமையான விஷம் உள்ளே போயிருக்கு. உயிருக்கு ஆபத்து இல்லை. ஆனா, கர்ப்பப்பையை உடனே எடுக்கணும். இல்லைனா உயிருக்கு ஆபத்து வரும். நாங்க சர்ஜரிக்கு ஏற்பாடு செய்யவா?''

''அவளோட உயிர் முக்கியம். எடுத்துடுங்க டாக்டர்! எவ்ளோ செலவாகும்?''

பிரசாத் அருகில் வந்தான்.

"அதைப்பற்றி கவலைப்படாதிங்க. இது நம்ம ஆஸ்பத்திரிதான். பகவதியோட அண்ணிக்கு செய்யற கடமை எனக்கு இருக்கு."

சம்பத் கண் கலங்கினான்.

"அண்ணே! நீ வீட்டுக்கு போய் பக்குவமா தகவலைச் சொல்லு. நான் இங்கே இருக்கேன்."

"நான் புறப்படறேன் பகவதி. நிறைய வேலை இருக்கு."

உத்தமன் காரில் ஏறிப் புறப்பட, பிரசாத் பின்தொடர்ந்தான்.

* * * * *

**ச**ந்த்யா ஆஃபீசில் தன் அறையைக் குடைந்து கொண்டிருந்தாள். பகவதி தொடர்பான பென் டிரைவை உத்தமனிடம் தராமல் வேறு எதையோ தந்துவிட்டதால், பதற்றம் அதிகமாக இருந்தது.

'எங்கே பகவதி தொடர்பான பென் டிரைவ்? நான் கொடுத்த அந்த இன்னொரு பென் டிரைவ் எது? அந்த அறையில் உள்ள பல எலக்ட்ரானிக் வஸ்துக்கள்... அவளது ரகசிய வர்த்தகம் தொடர்பானவை. அதை விடப் பெரிய டென்ஷன்... காலை சாதனாவை சந்திக்கபோய் அதை முடித்து, வீட்டுக்கு வந்து பூஜை முடித்து, பேருக்கு சாப்பிட்டு அவசரமாகப் புறப்பட, ராஜா வந்தார்.

"பிரசாத்தை காணலை. நீ காலைல எங்கே போனே? இன்னிக்கு பூஜை நாள் வேற. அப்படியென்ன அவசர வேலை? நீயேன் பதற்றமா இருக்கே?"

"ஒ... ஒண்ணுமில்லையே?"

"இன்னிக்கு சாயங்காலம் சில வர்த்தக முடிவுகளை நாம கூடிப்பேசி எடுக்கணும். அதுக்கு வந்தனா, பிரசாத் ரெண்டு பேரும் இருக்கணும். அந்த பகவதி அடுத்த வாரம் இந்த வீட்டு மருமகள் ஆயிடுவா. உனக்கு சமமான அந்தஸ்தை அவளுக்கும் தரணும்."

பற்றி எரிந்தது சந்த்யாவுக்கு.

‘ஒரு கேடுகெட்டவளுக்கு எனக்கு சமமான தகுதியா? அவளை உலகமே அலங்கோலமா பார்க்கப்போகுது. உன் தம்பி சாகப்போறான். உன் தங்கச்சி திரும்பவும் ஜெயிலுக்கு போகப்போறா.’

“அதுக்கென்ன? நீங்க என்ன சொல்றீங்களோ அதையே செஞ்சிடலாம். நம்ம புள்ளைங்களுக்கு நாம செய்யாம யாரு செய்வாங்க?”

சொல்லிவிட்டு அதே கோபத்துடன் ஆஃபீஸ் வந்தவள் அதிர்ந்துபோனாள். அவளது மேஜை மற்ற பகுதிகள் எல்லாமே கலைக்கப்பட்டிருந்தது. யாரோ எதையோ தேடி அறையை தலைகீழாக புரட்டியதைப் போல இருந்தது. ஏற்கனவே உத்தமனிடம் தப்பாகத் தந்த பென் டிரைவ்... இப்போது பகவதி தொடர்பான அந்த பென் டிரைவ் காணவில்லை. யார் உள்ளே வந்தது?

வாய்ப்பே இல்லையே! அவளது அறைச் சாவி இரண்டு இல்லை, ஒன்றுதான்! அது அவளிடம் மட்டும்தான் இருக்கும். வேறு யாரும் அதை திறக்க முடியாது. ஆனால், திறந்துகொண்டு வந்து யாரோ கலைத்திருக்கிறார்கள். யாரது? நேற்று மாலை ஏழு மணிக்கு சரியாக இருந்த அறை!

செக்யூரிட்டியை அழைத்துக் கேட்டாள்.

“ராத்திரி ஏழு மணிக்கு மேல பிரசாத்தோ, பகவதியோ வந்தாங்களா?”

“இல்லை மேம்.”

அவள் துருவித் துருவி கேட்க, எந்தப் பதிலும் சந்தேகப்படும்படி இல்லை. அப்படியே பென் டிரைவ் களவு போனாலும் அதன் பாஸ்வேர்ட் யாருக்கும் தெரியாது, உத்தமனைத் தவிர!

‘முதலில் கர்ப்பம் கலைக்கும் மருந்து, அதன்பிறகு ஆஸ்பத்திரி சம்பவம் இரண்டிலும் வேறொரு சக்தி உள்ளே வருது. இப்ப ரூம் கலைக்கப்பட்டிருக்கு. அந்த பென் டிரைவ் இல்லை. யாரது?’

தன் சிஸ்டத்தை இயக்கினாள். அதில் பகவதி தொடர்பான ஃபைல் பத்திரமாக இருந்தது.

'இந்த ஆதாரம் எங்கிட்ட இருக்கற வரைக்கும் உன்னைக் காப்பாற்ற எத்தனை பிரசாத் வந்தாலும் முடியாது பகவதி! அவன் கதையே முடியற நேரம் வந்தாச்சு. நான் எதுக்கும் கவலைப்பட வேண்டாம்.'

உத்தமன் அவளைச் சந்திக்க பதற்றமாக வர,

"இப்ப என்ன வேணும் உனக்கு?"

"பகவதி தவிர வேற எதுவும் எனக்கு வேண்டாம். ஆனா, அவ எனக்கு கிடைப்பானு தோணலை. சம்பத்துக்கும் என்னைப் பற்றி தெரிஞ்சு போச்சு. இனி ஒவ்வொரு நொடியும் எனக்கு சிக்கல்தான்."

சந்த்யா எழுந்தாள்.

"புறப்படு. என் கூட நீ ஒரு இடத்துக்கு இப்ப வர்றே!"

"எங்கே?"

"கேள்வி கேக்காதே. பகவதி உனக்கு வேணும்னா, நாயாட்டம் என் பின்னால வா!"

இருவரும் வெளியே வந்து காரில் ஏறும் நேரம், ராஜாவின் கார் வந்து நின்றது. சந்த்யாவுக்கு ஜில்லென்றது.

"இவர் எப்ப வந்தார்? எதுக்கு வந்தார்?"

"அது... அது... வந்து... கல்யாணம் தொடர்பா பேச வந்தார். மாப்ளைக்கு பட்டு வேட்டி எடுக்கணும். மோதிர அளவு வேணும்னு கேட்டார். பிரசாத் எங்கே இருக்கான்னு தெரியலை!"

உத்தமன் முகத்தில் கலவரம். அதை ராஜா கூர்ந்து கவனித்ததை சந்த்யா பார்த்தாள்.

"ஓகே உத்தமன்! நீங்க புறப்படுங்க. நான் பிரசாத்தை உங்களுக்கு போன் பண்ணச் சொல்றேன்."

உத்தமன் புறப்பட்டுப் போக, சந்த்யா தன் காரில் ஏற இருந்தவள் திரும்பினாள்.

"என்னங்க! ஒரு நிமிஷம்..."

“சொல்லு சந்த்யா!”

“என் ரூம் சாவி நம்ம ஆஃபீஸ்ல எங்கிட்ட மட்டும்தான் இருக்கு. ஆனா, என் ரூமுக்குள்ள யாரோ நுழைஞ்சு கலைச்ச மாதிரி இருக்கு. முக்கியமான சில சங்கதிகளைக் காணலை. என்ன செய்யலாம்?”

“முதல்ல செக்யூரிட்டியைக் கேட்டியா?”

“நல்லா விசாரிச்சேன். யாரும் வந்ததாத் தெரியலை. இது நேத்து சாயங்காலம் ஏழு மணிலேருந்து இன்னிக்கு காலைக்குள்ளே நடந்திருக்கு.”

“ரெண்டு விஷயம்! யாரோ செக்யூரிட்டிக்குத் தெரியாம வந்திருக்கணும். பேக் டோர் என்ட்ரி வழியா வர வாய்ப்பிருக்கு. அப்படியே வந்தாலும் அந்த சாவி, உன் ரூம் சாவி இதெல்லாம் எப்படி? சான்ஸ் இல்லையே சந்த்யா. இப்படி செய்யலாம். சாவி மேட்டரை விடு. பின்பக்க சிசிடிவி ஃபுட்டேஜ் பார்த்துடலாமே!”

இருவரும் உள்ளே வந்தார்கள். அதைத் தேடி எடுத்து கம்ப்யூட்டரில் பார்க்க, இரவு பத்தரைக்கு ஒரு நபர் முகம் மறைத்து தலைக்கு தொப்பி போட்டு, பின் கதவைத் திறப்பது தெரிந்தது. முகம் தெரியவில்லை. முதுகுப் பக்கம்தான் தெரிந்தது. அந்த உயரம், உடைகள், அது உத்தமன் போல தோன்ற, சந்த்யா அதிர்ச்சியடைய,

“உத்தமன் வீட்டுக்கு நாம கல்யாணம் பேசப் போகும்போது அவர் இந்த ட்ரஸ்தான் போட்டிருந்தார். முகம் தெரியலை. ட்ரஸ் காட்டிக் குடுத்துடுச்சு. இது உத்தமன்தான். உள்ளே புகுந்து உன் ரூமைக் கலைச்சது உத்தமன்தான்.”

“சரிங்க! வெளிக்கதவு சாவி, என் ரூம் சாவி... இதெல்லாம் எப்படி?”

“இப்பக்கூட கல்யாணம் பேச வந்திருக்கார்னு சொல்ற. அவருக்கு இந்தக் கல்யாணத்துல விருப்பமில்லை. நம்ம பிரசாத்தை நமக்கு எதிர்ல ப்ளே பாய்னு விமர்சனம் பண்ணின ஆசாமி. அந்தக் கண்ணுல ஒரு கள்ளத்தனம் இருக்கு. நிச்சயமா

கல்ப்ரிட் உத்தமன்தான். இந்த ஃபுட்டேஜ் காட்டி நான் போலீஸ்ல புகார் தரப்போறேன்! நீயும் வா."

சந்த்யா மிரண்டாள். உத்தமன் மாட்டினால், என்னை காட்டிக்கொடுப்பான். சாதனா கர்ப்பம் கலைந்த வரை எல்லாம் வெளியே வந்துவிடும். ஏற்கனவே பிரசாத், வந்தனா தயார் நிலைல இருக்காங்க.

"அவசரப்படாதீங்க. உத்தமன் பகவதிக்கு அக்கா புருஷன். அவரை மாட்டிவிட்டா, இந்தக் கல்யாணம் நின்னுபோகும். பகிரங்கமா இதை உடைக்கக்கூடாது."

"பின்ன எப்படி? சொல்லு சந்த்யா!"

"நீங்க ஆம்பளை! உணர்ச்சிவசப்பட்டு போட்டு உடைச்சிடாதீங்க. இதை நான் ஹேண்டில் பண்ணிக்கறேன். விட்ருங்க! புகாரெல்லாம் கல்யாணம் முடிஞ்ச பிறகு. நீங்க போய் வேலையைப் பாருங்க."

காரில் ஏறினாள்.

'உத்தமனுக்கு ஏன் இந்த திருட்டுத்தனம்? அந்த பென் டிரைவை எடுக்கத்தான் இந்த வரவு! எப்படி பேக் டோர் சாவி, என் ரூம் சாவி கிடைத்தது? வாய்ப்பே இல்லையே!'

இந்தக் கேள்விக்கு மட்டும் பதிலே கிடைக்கவில்லை. காரை எடுத்தாள். பிரசாத் போன்...

"அண்ணியாரே! நீ தேடற பென் டிரைவ் இப்ப என்கிட்ட இருக்கு."

**- தொடரும்**

# அத்தியாயம் 49

"அண்ணியாரே! நீங்க பாதுகாத்து வச்ச அந்த பென் டிரைவ் இப்ப என் கையில இருக்கு!"

அதிர்ந்துபோனாள் சந்த்யா ஒரு நொடி.

"உன் கையிலயா? அதெப்படி வந்தது? அதுதான் அந்த பென் டிரைவ்னு உனக்கெப்படி தெரியும்?"

"அதுல தெளிவா பகவதினு மார்க் பண்ணியிருக்கீங்களே! கம்பெனி லோகோ இல்லையே? அப்புறம் என்ன?"

"அது எப்படி உன் கைக்கு வந்தது?"

"கண்டுபிடிங்க அண்ணியாரே! நீங்கதான் புத்திசாலியாச்சே."

சுதாரித்துக்கொண்ட சந்த்யா சிரித்தாள்.

"அது உன் கைல இருந்து என்னடா லாபம்? அதோட பாஸ்வேர்ட் என் கையிலதானே இருக்கு? எப்படி நீ ஓப்பன் பண்ணுவே? முடிஞ்சா முயற்சி பண்ணு. வைடா ஃபோனை."

சந்த்யா கொதி நிலைக்கு வந்துவிட்டாள்.

'இங்கே வந்து சாவி போட்டு திறந்தது உத்தமன். ஆனால், இவன் கைக்கு எப்படி பென் டிரைவ் போச்சு? பொய் சொல்றானா? பகவதினு ஒரு மார்க் இருக்குனு சொல்றானே! அப்பஅன்னா அந்த பென் டிரைவ்தான். நான் உடனே உத்தமனை பார்க்கணும்!'

போன் அடித்தாள். உத்தமன் எடுத்தான்.

"நான் வண்டி அனுப்பறேன். உடனே புறப்பட்டு வா."

"எதுக்கு? இடத்தை சொல்லுங்க, நான் என் கார்ல வர்றேன்."

"சொன்னதைச் செய்."

சந்த்யா குரலில் மிரட்டல் இருக்க, உத்தமன் தலையாட்டினான்.

* * * *

**சா**தனா கண் விழித்துவிட்டாள். டாக்டர் அருகில் இருந்தார். சம்பத், பகவதிக்கு தகவல் போக, இருவரும் உள்ளே வந்தார்கள். சாதனா அழத் தொடங்கினாள்.

"அண்ணி! உங்களுக்கு எந்த பிரச்னையும் இல்லை!"

"ஏன் பகவதி பொய் சொல்ற? நர்ஸ்கள் பேசும்போதே எனக்கு நினைவு திரும்பியாச்சு. என் கர்ப்பப்பையை உடனே எடுக்கணும்... இல்லைனா உயிருக்கு ஆபத்துனு சொன்னாங்க."

"நமக்கு ஒரு குழந்தை இருக்கே சாதனா. அதனால எடுத்தாலும் தப்பில்லை. நீ வருத்தப்பட வேண்டாம்."

"அப்படிச் சொல்லாதீங்க. ஒரு பொண்ணுக்கு உயிரைவிட பெரிய சொத்து தாய்மைதான். அது அகற்றப்பட்டா யாராலயும் தாங்கிக்க முடியாது. எத்தனை பெரிய இழப்பு தெரியுமா அது?"

அழுகை அதிகமாக டாக்டர் உள்ளே வந்தார்.

நோ... நோ... நீங்க இந்த மாதிரி ஸ்ட்ரெயின் பண்ணக்கூடாது. நாளைக்கு சர்ஜரிம்மா! அதுக்கு ரத்த அழுத்தம் ஏறாம பார்த்துக்கணும். ஒரு குழந்தை இருக்கில்லையா? சந்தோஷப்படுங்க. குழந்தையே இல்லாதவங்க, அல்லது முதல் கர்ப்பம் தரிச்சவங்க, யூட்ரசை இழக்க நேர்ந்தா அது மிகப்பெரிய ஈடுசெய்ய முடியாத இழப்பும்மா. உங்களுக்கு அந்த நிலை இல்லை."

சாதனாவுக்கு சவுக்கால் அடித்ததை போலிருந்தது.

'சொந்த வீட்டுக்கு ஆசைப்பட்டு, நாத்தனாருக்கு கர்ப்பம் கலைக்கும் மகாபாதகத்தை செய்தது என்னையே திருப்பித்தாக்கி விட்டதா? அந்தப் பாவம்தானா இது?'

குற்ற உணர்ச்சியால் அழுகை அதிகமானது. சம்பத்துக்கு இது தெரிந்தால், என்னை விவாகரத்து செய்வதற்கும் தயங்க மாட்டார்.

"அண்ணே! நீ வீட்டுக்குப் போய் நாளைக்கு அண்ணிக்கு சர்ஜரினு சொல்லு."

"நீ போ பகவதி! நான் இங்கே இருக்கேன். இது எப்படி நேர்ந்ததுனு கண்டுபிடிக்கணும். இதுல என்னவோ ஒரு சதி இருக்கு பகவதி!"

பேசிக்கொண்டே வெளியே வந்தான்.

"இது நடக்கும்போது உத்தமன் வீட்ல இருந்திருக்கான். ஏற்கனவே ஜீவா கர்ப்பத்தை கலைக்க அவன் ரெண்டு முறை முயற்சி செஞ்சதா நீயும் பிரசாத்தும் சந்தேகப்பட்டீங்க. அவன் மூணாவது முயற்சியை எடுத்திருக்கான். அது சாதனாவைத் தாக்கியிருக்கு. பாவம் ஜீவா! அவளுக்கு இது நேர்ந்திருந்தா உயிரே போயிருக்கும். அப்படி நடந்திருந்தா கல்யாணம் நின்னு போயிருக்கும். இப்பப் புரியுது பகவதி! இந்த சதிக்கு உத்தமனை தூண்டிவிட்டது சந்த்யா. சந்தேகமே இல்லை. ஜீவாவுக்கு வச்ச பொறில சாதனா மாட்டிட்டா. இதை நிரூபிக்கணும் பகவதி."

"சரி! இதையெல்லாம் நீ வீட்ல சொல்லாதே. ஜீவாவுக்கு அதிர்ச்சி அதிகமானா விபரீதமாயிடும். இதுக்கே அவ நொந்து போவா! சரி, நானே வீட்டுக்குப் போய் வேண்டிய துணிமணிகளை எடுத்துட்டு வர்றேன். நீ அண்ணிக்கு ஆறுதல் சொல்லு!"

பகவதி வெளியே வர, பிரசாத் அழைப்பு.

"பகவதி! அந்த பென் டிரைவ் உன் தொடர்பானது என் கைக்கு வந்தாச்சு."

பகவதி விக்கித்து போனாள்.

"என்ன பிரசாத் சொல்றீங்க?"

"ஆனா, அதை ஓப்பன் பண்ண பாஸ்வேர்ட் தெரியாது. அது ஒரு பெரிய சிக்கல். அண்ணி இதைச் சொல்லி சவால் விடறா. ஆனா நான் கண்டுபிடிப்பேன்."

"பென் டிரைவ் எப்படி உங்களுக்கு கிடைச்சது?"

"அதை நேர்ல சொல்றேன். அதை ஓப்பன் பண்ணாம அழிச்சிடலாமா?"

"இல்லை பிரசாத்! அதுதானானு ஓப்பன் பண்ணினாத்தானே தெரியும்?"

"அதுக்கு நீ வரணும். நான் பார்க்க மாட்டேன். தவிர, உத்தமன் அண்ணியாரை பார்க்க ஆஃபீஸ் வந்தான். ரெண்டு பேரும் எங்கியோ புறப்பட, அண்ணன் வந்த காரணமா உத்தமன் திரும்பி போயிட்டான். இந்தக் கூட்டு களவாணிகளை கையும் களவுமா பிடிக்கணும் பகவதி."

"நான் வீட்டுக்குப் போய் அண்ணியோட சர்ஜரி சங்கதியைச் சொல்லிட்டு உங்களுக்கு போன் பண்றேன். பென் டிரைவ் ஓப்பன் பண்ணும்போது வந்தனா என் கூட இருக்கட்டும்."

"நான் அக்காவை பார்க்கத்தான் இப்ப போறேன்."

* * * * *

**ச**ந்த்யா வண்டி அனுப்ப, உத்தமன் புறப்பட்டு வந்தான். சந்த்யாவின் ரகசிய வர்த்தக கேந்திரத்துக்கு வண்டி வந்து நிற்க, உத்தமன் இறங்கினான். உள்ளே அவனை அனுப்ப, உத்தமன் அந்த அறைக்குள் நுழைய, மூன்று அடியாட்கள் நின்றார்கள்.

"சந்த்யா மேம் எங்கே?"

அவன் கேட்டதுதான் தாமதம், மூன்று பேரும் சேர்ந்து அவனை சரமாரியாக அடிக்கத் தொடங்கினார்கள்.

"எதுக்குடா என்னை அடிக்கறீங்க?"

அவனைப் பேசவிடாமல் ரவுண்ட் கட்டி அடித்து, ஒரு செத்த பெருச்சாளி போல ஆக்க, சந்த்யா நுழைந்தாள்.

"போதும் விடுங்கடா, செத்துடப்போறான். நீங்க போங்க. எழுப்பி ஒக்கார வச்சிட்டுப் போங்க."

அவர்கள் அதே போல செய்ய, உத்தமனுக்கு தலை தொங்கியது.

"நீங்க சொல்ற எல்லாத்துக்கும் நான் கட்டுப்படறேன் அப்புறம் எதுக்காக இந்த மரண அடி?"

சந்த்யா பக்கத்தில் வந்து ஓங்கி அறைந்தாள்.

“ஏண்டா, ஆஃபீசுக்குள்ள பேக் டோர் வழியா நுழைஞ்சு, என் ரூம் கதவைத் திறந்து அதைக் கலைச்சு, பென் டிரைவை தூக்கியிருக்கே! நான் தர்றேன்னு சொல்லியும் உனக்கு என்னடா அவசரம்? பகவதியை அப்பட்டமா பார்க்க அப்படி ஒரு ஆவேசமாடா நாயே?”

“என்ன உளர்றீங்க? நான் பேக் டோர் வழியால வந்து உங்க ரூமுக்குள்ள புகுந்து... எங்கிட்ட ஏதுங்க சாவி?”

“நான் பொய்யாடா சொல்றேன்? நீயே பாரு சிசிடிவி ஃபுட்டேஜை...”

அவள் அதைப் போட்டுக்காட்ட, உத்தமன் பார்த்து அதிர்ந்தான்.

“இது உன் ட்ரஸ். என் புருஷன் கண்டுபுடிச்சு போலீசுக்குப் போக முடிவெடுத்துட்டார். நான் தடுத்து நிறுத்தியிருக்கேன். இல்லைனு பொய்யா சொல்ற?”

“சத்யமா இல்லை. இதே மாதிரி ட்ரஸ் கடைல கிடைக்காதா? என்னோட இந்த ட்ரஸ்... இருங்க... ஆங்... லாண்டரில இருக்கு. அங்கிருந்து யாராவது வாங்கிட்டு போயிருக்கலாம் இல்லை? இந்தப் படத்துல என் முகம் தெரியுதா? காட்டுங்க பார்க்கலாம். பிரசாத் கூட என் உயரம்தான். என் உடம்பு வாகுதான். அவன் ஏன் இதைச் செய்திருக்க கூடாது? ஆஃபீஸ் சாவியை பிரசாத் என்னைவிட சுலபமா எடுக்க முடியும் இல்லையா?”

சந்த்யா யோசித்தாள்.

‘இப்ப அந்த பென் டிரைவ் பிரசாத் கைலதான் இருக்கு. திட்டம் போட்டு உத்தமன் உடைகளை போட்டு காமிராவுக்கு முகம் காட்டாம சாவிகளை எடுத்து உள்ளே போனது பிரசாத்தானோ? கம்பெனி சிசிடிவி நிலவரங்களும் பிரசாத்துக்குத் தெரியும். மாட்டினா உத்தமனை கோர்த்து விடத்தான் இந்த ட்ரஸ் சங்கதி. பிரசாத்தேதான்.”

“என்னை அழிக்க பிரசாத், பகவதி என்ன வேணும்னாலும் செய்வாங்க. இதையும் நீங்க நம்பலைனா, என்னைக் கொன்னுடுங்க. உங்க பக்கம் இருக்கறது இப்ப நான் மட்டும்தான்.”

சந்த்யா யோசிக்கத் தொடங்கினாள்.

* * * * *

**வ**ந்தனா இருக்கும் ஆஸ்ரமத்துக்கு வந்தான் பிரசாத்.

"வாடா பிரசாத்! உனக்காக நான் காத்துக்கிட்டிருக்கேன். பகவதி உன்னோட வரலியா?"

"வீட்டுக்குப் போயிட்டு வருவா. அந்த பென் டிரைவை அவ உன் கூடத்தான் ஒக்காந்து பார்க்கப் போறாளாம்."

"என்ன கொடுமை இது? அன்னிக்கு எனக்கு செக் வச்சு, என்னை ஆயுள் கைதி ஆக்கினா சந்த்யா! இன்னிக்கு பகவதியோட மானத்தை ஏலம் போடத் துணிஞ்சிட்டா. இவளும் ஒரு பொம்பளைதானே?"

"எதுக்கு அண்ணியாருக்கு இத்தனை வெறி? உன்னை, பகவதியை அழிச்சு அவளுக்கு என்ன லாபம்? ஏன் இத்தனை வெறி? உனக்குத் தெரியுமா?"

"ஒரு வகைல அவ மேலயும் தப்பில்லை. ஆனா செஞ்சது ஒருத்தர்... அனுபவிக்கறது மத்தவங்க. நீ பச்சப்புள்ளை... உனக்கு எதுவும் தெரியாத பருவம். நம்ம அப்பா ஓரளவுக்கு பெரிய பிசினஸ்மேன். ஆனா கறார். கண்டிப்பானவர். நல்லது செஞ்சா அள்ளிக் கொடுப்பார். தப்பு செஞ்சா மன்னிக்கவே மாட்டார். நம்ம அப்பாவுக்கு வலது கையா பிசினஸ்ல இருந்தவர் மனோகர். அவரோட மகள்தான் சந்த்யா. சந்த்யாவுக்கு மனோகர் கல்யாணம் முடிவு பண்ணி, அது நடக்கற நாள்ல அவர் நம்ம கம்பெனில செஞ்ச பெரிய மோசடி அம்பலமாகி, அது நம்ம அப்பாவுக்குத் தெரிஞ்சு போலீசுக்கு தகவல் குடுக்க, தாலிகட்டற நேரம் போலீஸ் வந்துட்டாங்க. அதை தடுக்க மனோகர் நம்ம அப்பாகிட்ட கெஞ்ச, அப்பா சம்மதிக்கலை. மனோகரின் மோசடியைச் சொல்லி போலீஸ் அவரை கைது செய்ய, சந்த்யா கல்யாணம் நின்னு போச்சு. அந்த அவமானத்துல சந்த்யா அம்மா அங்கியே தீக்குளிச்சு உயிரைவிட, அப்பா ஜெயில்ல... அம்மா மரணம்! கல்யாணமும் நின்னு போச்சு. எல்லாத்துக்கும் காரணம் சந்த்யாதான்னு ஊரே அவ ராசியை விமர்சிக்க, நம்ம

அண்ணன் ராஜா மட்டும் வேதனைப்பட்டார். சந்த்யாவுக்கு கம்பெனில வேலை தர, சந்த்யா அப்ப எடுத்தா ரிவென்ச்! ஆனா வெளில சொல்லலை. எங்கப்பா செஞ்ச தப்புக்கு இந்த தண்டனை தேவைதான்னு ஒப்புக்கிட்டா. கம்பெனில சாதாரண பதவில உட்கார்ந்து எல்லா நெளிவு சுளிவுகளையும் கத்துக்கிட்டா. அண்ணனை படிப்படியா வளைச்சுப் போட்டா. அடுத்த வருஷமே நம்ம அப்பா மாரடைப்புல காலமானார். ஆனா, அவருக்கு மாரடைப்பை வரவழைச்சு அவரை காலி பண்ணினது சந்த்யாதான்."

"அண்ணன் அவ வலைல விழுந்து அவளோட பசப்பு வார்த்தைகளுக்கு மயங்கி, அவளை மனைவியா ஏத்துக்கிட்டான். படிப்படியா கம்பெனியை தன் கண்ட்ரோலுக்கு கொண்டு வந்தா. நீ சின்னக் குழந்தை! உனக்கு எதுவும் தெரியாது. உனக்கு அம்மாவா வேஷம் கட்ட ஆரம்பிச்சா. அண்ணன் முழுமையா அவளை நம்ப, எனக்கு மட்டும் படிப்படியா அவ சுயரூபம் தெரிய, உண்மைகள் வெளில வந்துடுமோனு பயந்தா."

"அந்த நேரம் என்னைக் காதலிச்சது கிரிதர். அவனை நல்லவன்னு நம்பி அவன் வலைல நான் விழுந்தேன். காதல் கல்யாணம் வரை வர, அண்ணன் இதை எதிர்க்க, இவ ஆதரிச்சு கல்யாணத்தை நடத்தினா. முதல் ராத்திரியே என்னை வேற ஒருத்தனுக்கு கூட்டி விட இந்த கிரிதர் முயற்சிக்க, அப்பத்தான் தெரிஞ்சுகிட்டேன், இவன் சந்த்யா ஏற்பாடு செய்த ஆள்னு. அவன் கிட்டேயிருந்து தப்பிக்க நான் நடத்தின போராட்டம் கொஞ்சமல்ல! இன்னிக்கு பகவதி படற பாட்டை நான் பட்டேன். ஒரு சந்தர்ப்பத்தை உருவாக்கி, கிரிதரை ஆளை வச்சு போட்டுத் தள்ளி, அந்தப் பழியை என் மேல போட்டு, என் கெட்ட நடத்தையை கிரிதர் தட்டிக் கேட்டதால நான் அவனைக் கொன்னுட்டேன்னு சந்தர்ப்ப சாட்சியங்களை உருவாக்கி, என்னை உள்ள தள்ளி, அதனால அண்ணனும் நீயும் என்னை வெறுத்து, இத்தனை நாள் செய்யாத தப்புக்கு எனக்கு தண்டனை. ஜெயிலுக்கு என்னைப் பார்க்க வரும்போது என்ன சொல்லுவா தெரியுமா?"

"இதப் பாருடி! உங்கப்பாவால எங்கப்பா ஜெயிலுக்கு போய் அங்கியே செத்தார். அம்மா தீக்குளிச்சு அவமானத்துல உயிரை விட்டாங்க. அன்னிக்கு எடுத்த சபதம்டி. உங்கப்பாவுக்கு விஷம்

வச்சுக் கொன்னது நான். மாரடைப்புனு கதை கட்டினேன். ராஜா எப்பவும் என் அடிமை. உன்னை ஜெயில்ல தள்ளியாச்சு. இனி நீ வரப்போறதில்லை. பிரசாத் என் கைபொம்மை! இனி மொத்த சாம்ராஜ்யமும் என் கைல. உங்க குடும்பமே அழியணும். பிரசாத் குடிகாரனா தெருவுல கெடப்பான். உங்க வம்ச வாரிசை சுமக்க நான் விரும்பலை. உங்கண்ணனுக்கு உண்மை தெரிய வந்தா, என் தாலியை நானே அறுத்துக்கத் தயார்!"

"இதுதான் சந்த்யா. நீ பகவதியை சந்திக்கற வரைக்கும் இவ பிடிலதான் இருந்தே. பகவதி வந்து அவளுக்கே தெரியாம இவ ஆட்டத்தை அசைச்சுப் பார்த்துட்டா. உன் கண்களைத் திறந்துட்டா. அதனாலதான் இந்த ஆடு புலி ஆட்டம் பிரசாத்."

பிரசாத் மிரண்டு போயிருந்தான்.

"தன் குடும்பம் அவமானப்பட்டு அழிஞ்சு போக, யார் காரணம்? அவ அப்பா காரணம்? அதுக்கு நம்ம குடும்பத்தை பழி வாங்கறது என்ன நியாயம்?"

"சரி! இப்ப பகதியை மீட்கணும். இவ தோலை உரிக்கணும். உங்க கல்யாணம் நடக்கணும். இதுக்காக நான் உயிரை தரவும் தயார்டா தம்பி. நீ உடனே பகவதிக்கு போன் போடு. அவ உடனே வரணும்."

* * * * *

**அ**ங்கே பகவதி சாதனா தொடர்பான விவரத்தை சொல்லி முடித்திருக்க, ஜீவா கதறிவிட்டாள்.

"அண்ணிக்கு நாளைக்கு சர்ஜரி. நான் வேண்டிய ஏற்பாடுகளோட போறேன். அக்கா! நீ இதையெல்லாம் மனசுல போட்டு உளப்பிக்காதே. உன் குழந்தை இப்ப முக்கியம்."

தேவையான பொருட்களை பகவதி பீரோ திறந்து எடுக்க, அந்த ஃபைல் விழுந்தது. இரண்டு கோடி ரூபாய் மதிப்புள்ள வீட்டுக்கான ஃபைல். பகவதி அதைப் புரட்ட அதிர்ச்சி அடைந்தாள். 'சாதனா' என அதன் மேல் எழுதியிருக்க,

"அண்ணியின் விலை இதுவா? அக்கா கர்ப்பத்தை கலைத்து, என் கல்யாணத்தை நிறுத்த அண்ணிக்கு சன்மானம் வீடா?'

ஜீவாவர, அதை அவசரமாக ஒளி த்தாள் பகவதி. அதற்குள் பிரசாத் போன் வர உடனே புறப்பட்டாள். அவன் கார் அனுப்பியிருக்க வந்து சேர்ந்தாள். அதற்குள் பாஸ்வேர்ட் காம்பினேஷனை பல விதமாக யோசித்தான் பிரசாத். காருக்குள் லேப்டாப் சகிதம் பகவதி வந்தனா உட்கார,

"கம்பெனில சில சீக்ரெட் பாஸ்வேர்ட் உண்டு பிரசாத். அதை போட்டுப் பார்க்கலாம்."

"நீயும் வந்தனாவும் காருக்குள்ள ஒக்காந்து பாருங்க! நான் வெளில இருக்கேன்."

பிரசாத் வெளியில் நிற்க, முதலில் ஒரு முயற்சி... ஓப்பன் ஆகவில்லை. அதை பிரசாத்திடம் சொன்னாள் பகவதி. அடுத்த முயற்சியும் தோல்வி. மூன்றாவது வேறொரு பாஸ்வேர்டை போட விரலை பகவதி நகர்த்த, பிரசாத்துக்கு சந்த்யா அழைப்பு.

"பிரசாத்! அந்த பென் டிரைவ் ஆட்டோ அப்லோட் பண்ணியிருக்கு. மூணாவது தடவை முயற்சி செஞ்சா, ஆட்டோமாட்டிக்கா, பகவதியோட வீடியோ நெட்ல உலகம் முழுக்கப் போயிடும்."

பிரசாத் பதற்றமாக அலறிக்கொண்டு பகவதியைத் தடுக்க, வெறியுடன் கார்க்கதவைத் தட்டினான்.

**- தொடரும்**

# அத்தியாயம் 50

“நான் ஆட்டோ அப்லோட் பண்ணி வச்சிருக்கேன். நீ மூணாவது தடவை முயற்சி செஞ்சா, பகவதி வீடியோ நெட்ல உலகம் முழுக்கப் போயிடும் பிரசாத்.”

சந்த்யா எச்சரிக்க, பாய்ந்து போய் கார் கதவை பிரசாத் இடிக்க, பாஸ்வேர்ட் போடப்போன பகவதியைத் தடுத்தாள் வந்தனா. கார் கதவைத் திறக்க,

“நிறுத்து! மூணாவது தடவை போட்டாச்சா?”

“இல்லை பிரசாத்!”

பிரசாத் விவரத்தைச் சொல்ல, பகவதி பெருமூச்சு விட்டாள். மறுபடியும் சந்த்யா போன்.

“ரொம்ப சந்தோஷப்படாதே பிரசாத். அதுல நீ தப்பிச்சாலும், உன் பகவதி தொடர்பான வீடியோ, என் சிஸ்டத்துல இருக்கு. உன் கல்யாணத்துக்கு முதல் நாள் அதாவது செப்டம்பர் பதினஞ்சு பெரிய மண்டபத்துல பிரம்மாண்ட எல்.ஈ.டி டிவியும், மீடியம் சைஸ் டிவி இருபதும் இருக்கு. ஆயிரம் பேர், மீடியா ஆட்கள் அத்தனை பேருக்கும் அன்னிக்கு பகவதி இலவச தரிசனம் தரப்போறா. அதைப் பார்த்த பிறகு அவமானத்துல முதல்ல அவ சாகப் போறாளா? இல்லை, நீ சாகப் போறியா? இதெல்லாம் நடக்க வேண்டாம்னா, நீயும் நானும் கொஞ்சம் பேசணும் பிரசாத். நான் உன்கிட்டயே வியாபாரம் பேச வேண்டிய துரதிர்ஷ்டமான நேரம் வந்தாச்சு.”

பிரசாத் பேசவில்லை.

“அந்த வந்தனா, உங்கக்கா உனக்கு எல்லாம் சொல்லியிருப்பானு எனக்குத் தெரியும். நீ கடைசி வரைக்கும் என் கைக்குள்ள இருந்திருந்தா, உனக்கு இந்தக் கஷ்டமே இல்லை. அது

நடக்கலையே! பகவதி வந்து உன் மனசைக் கெடுத்துட்டா. சரி! வியாபாரம் படிஞ்சா, இதுல பல மாறுதல்களைச் செய்யலாம். என்ன சொல்ற?”

“எப்ப, எங்கே பேசணும்? நான் வர்றேன்.”

“சொல்றேன். இன்னிக்கு ராத்திரிக்குள்ள சொல்றேன்.”

பிரசாத் சகலமும் சொல்ல, பகவதி பதற்றமானாள்.

“பிரசாத்! இத்தனை நடந்த பிறகும் நம்ம கல்யாணம் நடக்கணுமா? மண்டபத்துல நிச்சயமா என் மானத்தை அவ ஏலம் போடுவா! அதுக்கு முன்னாலயே நான் உயிரை விட்ருவேன்.”

வந்தனா குறுக்கிட்டாள்.

“அசடு மாதிரிப் பேசறே! இத்தனை போராடினது உயிரை விடவா? நீ இந்த மாதிரி பேசலாமா? இத்தனை நாள் உன்கிட்ட இருந்த துணிச்சல் எங்கே போச்சு பகவதி? நீயா இப்படி மனசு உடைஞ்சு பேசற? என்னை சந்த்யா எதிர்த்து என் மேல பழி சுமத்தினப்ப, எனக்கு பக்கபலமா யாரும் இல்லை அன்னிக்கு. ஆனா உனக்கு? பிரசாத், உன் அண்ணன் சம்பத் எல்லாரும் இருக்காங்க. நான் இருக்கேன். அப்புறம் என்ன? பிரசாத் அவகிட்ட போய் பேசட்டும்.”

“இத்தனை நடந்த பிறகு, இவளோட சுயரூபத்தை சார்கிட்ட சொல்லக்கூடாதா?”

இருவரும் பேசவில்லை.

“ஓ... அவர் சந்த்யா கைப்பாவையா இருக்கற காரணமா நம்ப மாட்டாரோ?”

பிரசாத், வந்தனாவைப் பார்த்தான். அந்த பார்வையில் ஒரு செய்தி இருந்தது.

“பகவதி! நீயும் நானும் பிள்ளையார் கோயில்ல வச்சு மோதிரம் மாற்றி, ஒரு மங்கல நாள்ல கணவன் மனைவி ஆயாச்சு. இனி எல்லாம் சரியா நடக்கும். நான் அண்ணி கூட வியாபாரம் பேசத் தயார். என்னக்கா?”

“பேசுடா! அவளா நாமானு பார்த்துடலாம்.”

* * * * *

**ப**கவதி சோர்ந்து போய் வீடு திரும்பினாள். சாதனாவுக்கு மறுநாள் சர்ஜரி என்பதால் அம்மா, ஜீவா சோகத்தில் இருக்க, சம்பத் ஆஸ்பத்திரியில் இருந்தான்.

“அவ ஆடின ஆட்டத்துக்கு கடவுள் குடுத்துட்டான் பாரு” அம்மா சொல்ல, பகவதி சீறினாள்.

“ஒரு அம்மாவா இருந்து நீ இந்த மாதிரி பேசாதேம்மா. அவ இந்த வீட்டு மருமகள். நான் என்ன பாவம் செஞ்சேன்னு கடவுள் என்னை தண்டிக்குது? இத்தனை வலிகளும் அவமானங்களும் எனக்கு ஏன்? நான் யார் குடியைக் கெடுத்தேன்?”

“இனிமே உனக்கென்னடி குறைச்சல்? ராஜா மாதிரி புருஷன் வரப்போறான். கோடீஸ்வர வாழ்க்கை நீ வாழப்போறே. நீ செஞ்ச புண்யத்தாலதானே இது கிடைச்சிருக்கு?”

“அது நடக்கட்டும்மா. என் கழுத்துல இன்னும் தாலி ஏறலையே? அது நடந்தாத்தானே பிரசாத் புருஷன்?”

ஜீவா அருகில் வந்தாள்.

“பகவதி! ஏன் ஒரு மாதிரியா பேசற? வந்த முதல் பாக்கறேன். நீ சரியில்லை! உன் முகமே செத்துக்கிடக்கு. நீ இப்படி இருந்து நான் பார்த்ததே இல்லை. கல்யாணம் நடக்க ஏதாவது தடை இருக்கா? யாராவது பிரச்னை பண்றாங்களா? சொல்லுடி! நல்லா இருந்த அண்ணிக்கு திடீர்னு கர்ப்பப்பை சேதாரமாகி சர்ஜரி நடக்கப்போகுது. காலைல அண்ணி எங்கே போனா? நீயும் அண்ணனும் எங்கே போனீங்க? நான் முட்டாள் இல்லை பகவதி. நம்ம வீட்ல என்னவோ நடக்குது. இவர் வீடு திரும்பவேயில்லை. போன் பண்ணினா எடுக்கலை. என் நிம்மதியே போச்சு. என்ன நடக்குது இங்கே?”

“எதுவும் இல்லைக்கா! ஏதாவது நடந்தாலும் அது யாரை பாதிச்சாலும், உனக்கு குழந்தை முக்கியம். இது உனக்குத் தரப்பட்ட கடைசி வாய்ப்பு. இதை நீ நழுவ விட்ராதே. இந்த

குழந்தைதான் உன் பிடிமானம். புரியுதா? இதுக்கு மேல எதுவும் கேக்காதே!"

பகவதி உள்ளே போக, ஜீவா குழம்பி நின்றாள். அம்மாவுக்கும் ஒன்றும் புரியவில்லை.

* * * * *

**ம**றுநாள் காலை ஆபரேஷன் தியேட்டருக்கு சாதனாவைக் கொண்டுபோக தயார்செய்ய, பகவதி வந்துவிட்டாள். சாதனா மிகவும் உடைந்து போயிருந்தாள்.

"நான் பகவதி கிட்ட மட்டும் பேசணும் சம்பத்!"

சம்பத் வெளியேற, பகவதி சாதனாவுக்கு அருகில் வர,

"பகவதி! என்னை மன்னிச்சிடுன்னு கேக்கற தகுதி கூட எனக்கில்லை. ஆனாலும் இப்பவும் நான் பாவமன்னிப்பு கேக்கலைனா, நான் மனுஷியே இல்லை."

என ஆரம்பித்து சந்த்யா வீட்டை வைத்து தன்னை விலை பேசியதையும், அதற்கு ஈடாக ஜீவா கர்ப்பத்தை கலைக்க முயன்றதையும், அது தன்னையே திருப்பித்தாக்கி விட்டதையும் சொல்லிக் கதறினாள்.

"எனக்கு மன உறுத்தல் தாங்கலை. நான் உங்கண்ணன் கிட்ட இதைச் சொல்லிடப்போறேன். அவர் என்ன தண்டனை தந்தாலும் ஏத்துக்க நான் தயார்."

"வேண்டாம் அண்ணி! கடவுள் உங்களை தண்டிச்சாச்சு. இனிமே அண்ணனும் தண்டிக்க வேண்டிய அவசியம் இல்லை. இது நம்ம ரெண்டு பேருக்கும் மட்டும் தெரிஞ்சா போதும்."

"சந்த்யா தர்ற வீடு எனக்கு வேண்டாம். என் பாவம் அவரையும் என் மகளையும் பலி வாங்கக்கூடாது."

நர்ஸ் வந்துவிட, ஆபரேஷன் தியேட்டருக்கு சாதனாவைக் கொண்டுபோனார்கள்.

* * * * *

பிரசாத், அண்ணியின் தனி அலுவலகத்துக்குள் நுழைந்தான்.

"அண்ணியாரே! நான் வியாபாரம் பேச வந்தாச்சு."

"என் புது பார்ட்னரை வரச்சொல்றேன். இன்னிக்குத்தான் அவர் வேலைல சேரப்போறார். வாங்க."

சந்த்யா குரல் கொடுக்க உத்தமன் நுழைந்தான். அலட்சியமாக பிரசாத்தை பார்த்தான்.

"அவர் இப்ப பாக்கற வேலையை விட்டுட்டு அதைவிட மூணு மடங்கு சம்பளத்துல எங்கிட்ட சேரப்போறார். இப்ப அவரும் பிசினஸ் டீல்ல இருக்கார். இனி பேசத் தொடங்கலாமா?"

"பேசுங்க சந்த்யா."

"என்னடா பேரைச் சொல்லி கூப்பிடற?"

"உனக்கென்னடீ மரியாதை? செய்யறதெல்லாம் தப்பான வர்த்தகம்! அதுல இந்தக் கேடுகெட்ட நாயோட கூட்டணி. எங்க குடும்பத்தை பழி வாங்கறது இருக்கட்டும். நீ அசிங்கப்பட்டு நிக்காதே!"

"டேய்! யாரைப் பேசற?" உத்தமன் வேகமாக எழ, பிரசாத் அவனை முக்கிய இடத்தில் ஓங்கி உதைக்க, உத்தமன் துடித்து சுருண்டான்.

"இப்ப பிசினஸ் பேசலாம்."

"ஓ... உனக்கு அத்தனை திமிரா? கல்யாணம் வரைக்கும் காத்திருக்க முடியாது. இன்னிக்கே, இப்பவே பகவதி மானத்தை சாட்டிலைட் வழியா உலகம் முழுக்க ஒளிபரப்பறேன். அதுல உன்னையும் இணைக்கறேன். எங்கிட்ட எல்லா நெட்வொர்க்கும் இருக்குடா. இந்தக் கல்யாணம் நடக்காம பகவதியை மட்டும் நான் வியாபாரப் பொருளாக்கியிருந்தா, இப்பவும் சொல்றேன், நீ தப்பிக்கலாம். இல்லைனா, உனக்கும் சொர்க்கம்தான். இதோ சிஸ்டத்துல என் விரல்கள். ஒரே தட்டு! உலகம் முழுக்க பகவதியோட தரிசனம். நீயும் பாக்கறியாடா?"

உத்தமன் தள்ளாடி எழுந்தான்.

“உடனே அதை செய்ங்க! இவன் திமிரை அடக்கணும். அந்த பகவதி என் படுக்கைக்கு வரணும்.”

இண்டர்காம் ஒலித்தது. எடுத்தாள் சந்த்யா.

“வந்தனானு ஒரு பெண் வந்திருக்காங்க.”

“அவளுக்கு எப்படி இந்த இடம் தெரியும்?”

“நான் லொகேஷன் ஷேர் பண்ணினேன்.”

பிரசாத் சொல்ல,

“வரச்சொல்லு! அந்த ஆடும் வந்தாச்சா? ரொம்ப நல்லதாப் போச்சு! அவளுக்கும் இங்கியே வச்சு ஒரு முடிவைக் கட்டறேன்.”

வந்தனா உள்ளே வந்தாள்.

“ஜெயில்ல உனக்கு பழைய ரூம் ராசியா? இல்லை, புதுசுக்குப் போறியா?”

“பிரசாத்! அவளை அந்த வீடியோவைக் காட்டச் சொல்லு. பார்த்துட்டு ஒரு முடிவெடுக்கலாம். ம்... காட்டுடி.”

“அவ்ளோ திமிரா உனக்கு? பாருடி நல்லாப் பாரு! உத்தமன், நீ பார்க்க ஆசைப்பட்டியே நீயும் பாரு. உலகமே பார்க்கட்டும்.”

ஆவேசமாக அவள் திறக்க எதுவுமே வரவில்லை. சந்த்யா பதறினாள். மாறி மாறி முயன்றாள். இல்லவே இல்லை.

“எங்கே போச்சு அண்ணியாரே? அதை ஹேக் பண்ணி அழிச்சாச்சு. டெக்னாலஜி உனக்குத்தான் தெரியுமா? எங்களுக்கும் தெரியும்! நீ மாற்றித் தந்த பென் டிரைவ்ல நீ நடத்தற இந்தக் கீழ்த்தரமான வர்த்தகத்தோட முக்கிய ஆதாரங்கள், அதுல இன்வால்வ் ஆன பிரபல புள்ளிகள் எல்லாம் இப்ப எங்க கைல. இதுக்கெல்லாம் எங்களுக்கு உதவினது யாரு தெரியுமா? வாங்க!”

பிரசாத் குரல் கொடுக்க, உள்ளே வந்த நபரைப் பார்த்ததும் சந்த்யா செத்தே போனாள். அது அவள் கணவன் ராஜா!

"உத்தமன் உடைகளைப் போட்டுட்டு பேக் டோரைத் திறந்து உன் ரூமையும் திறந்தது நான். செக்யூரிட்டியை வார்ன் பண்ணிட்டேன், உனக்கு சொல்லக்கூடாதுனு. ரெண்டு முறை ஜீவா கர்ப்பக் கலைப்பை தடுத்தது நான். பிரசாத் எல்லாம் எங்கிட்ட சொல்லிட்டான். என் தங்கை வந்தனா எனக்கு பக்கபலமா இருந்தா."

சந்த்யா அவசரமாக தண்ணீர் குடித்தாள். வியர்வையைத் துடைக்க மறந்து அப்படியே நிற்க,

"அண்ணே! இத்தனை நாள் நம்ம குடும்பத்தை பழி வாங்கி, பகவதியை இவ ஓட ஓட விரட்டியிருக்கா! இவளுக்கு தண்டனை இல்லையா?"

வந்தனா கேட்க, சந்த்யா பஸ்ஸரை அழுத்த, மூன்று அடியாட்கள் உள்ளே வர,

"இவங்க எல்லாரையும் காலி பண்ணுங்க."

அவள் கூச்சலிட, பிரசாத் சிரித்தான்.

"இவங்க எல்லாரும் இப்ப எங்க ஆட்கள். சரி, வந்ததுக்கு வேலை தரணும். பிரசாத் திரும்பி உத்தமனைப் பார்த்தான்.

"இவன் சாகக்கூடாது. கோமால படுக்கக்கூடாது. அந்த ஆசையே வராத மாதிரி ஏதாவது பண்ணிடுங்க."

உத்தமனை அவர்கள் கதறக் கதற இழுத்துப் போக,

"அண்ணியாருக்கு என்ன தண்டனை?" பிரசாத் கேட்க,

"பாருடா அங்கே!" இவர்கள் பார்க்க, உணர்வேயில்லாமல் சந்த்யா சரிய,

"செத்துட்டாங்களா?"

"இல்லை பிரசாத்! இவளை போலீஸ்ல ஒப்படைச்சா நம்ம கௌரவம் பாதிக்கும். ஆயிரம் கேள்விகள் வரும். சாகவும் கூடாது. கொஞ்சம் முன்னால குடிச்சாளே தண்ணீர்! அதுல மருந்து கலந்திருக்கேன். கோமால எத்தனை காலம் கிடப்பானு யாருக்கும் தெரியாது. எதிரிகள் சதினு சொல்லி, கண்ணீர்

விட்டுட்டு நம்ம வேலையைப் பார்க்கலாம். கொண்டுபோய் அட்மிட் பண்ணுங்க."

* * * * *

**எ**ல்லாம் முடிந்துவிட்டது. சந்த்யா கோமாவுக்குப் போனதைச் சொல்லி மீடியா முன்பு ராஜா நீலிக்கண்ணீர் வடிக்க, சர்ஜரி முடிந்து சாதனா ஆஸ்பத்திரியில் கிடக்க, வாங்கிய உதையில் உத்தமன் மரத்துப்போய் வெளியில் சொல்ல முடியாமல் ஊமை அழுகை அழ,

உத்தமன் அயோக்யன் என்பது ஜீவாவுக்கும், சாதனா செய்த தப்பு சம்பத்துக்கும் தெரியாமல் பிரசாத்-பகவதி மூடி மறைத்துவிட்டார்கள். நாளை செப்டம்பர் பதினாறு, பிரசாத்... பகவதி கல்யாணம் எந்தத் தடையும் இல்லாமல் நடக்கும்.

எல்லோரும் வந்து அந்த நல்ல ஜோடிகளை மனமார வாழ்த்துங்கள்.

**- நிறைவு**

**விரைவில் மற்றொரு தொடர் மூலமாக உங்களை எல்லாம் இங்கே சந்திக்கிறேன். வாசகர்களுக்கு அன்பும் நன்றியும்.**

**- தேவி பாலா**

www.ingramcontent.com/pod-product-compliance
Lightning Source LLC
LaVergne TN
LVHW090225051026
849517LV00001B/184
* 9 7 9 8 8 8 8 8 3 6 9 6 5 *